AF819386

ഗ്രീൻ ബുക്സ്

ലജ്ജ

തസ്ലീമ നസ്റിൻ

1962 ഓഗസ്റ്റ് 25ന് ബംഗ്ലാദേശിലെ മെയ്മൊൻസിംഗിൽ ജനനം. മെയ്മൊൻസിംഗ് മെഡിക്കൽ കോളേജിൽനിന്ന് എം.ബി.ബി.എസ്. ബിരുദം. കവിതകളും ലേഖനങ്ങളുമെഴുതി സാഹിത്യരംഗത്തു പ്രവേശിച്ചു. തസ്ലീമയുടെ നോവലുകൾ വിവിധ ലോകഭാഷകളിലേക്ക് വിവർത്തനം ചെയ്തിട്ടുണ്ട്. *ലജ്ജ, അന്തസ്സുള്ള നുണകൾ, ഫ്രഞ്ച് ലവർ, എന്റെ പെൺകുട്ടിക്കാലം, കല്യാണി, ദ്വിഖണ്ഡിത - പൂച്ചെണ്ടുകളുടെ കാലം, ദ്വിഖണ്ഡിത - നിഷ്ക്കാസിത, സ്ത്രീയേയും പ്രണയത്തെയും കുറിച്ച്, യൗവനത്തിന്റെ മുറിവുകൾ, വീണ്ടും ലജ്ജിക്കുന്നു, വീട് നഷ്ടപ്പെട്ടവൾ* എന്നിവ ഗ്രീൻ ബുക്സ് പ്രസിദ്ധീകരിച്ചിട്ടുണ്ട്. *ലജ്ജ* ബംഗ്ലാദേശ് ഗവൺമെന്റ് നിരോധിച്ചു. ആനന്ദ് പുരസ്കാരം, സ്വീഡിഷ് പെൻ ക്ലബ്, കുട്തു ഖോലാസ്കി പുരസ്കാരം, ഫ്രാൻസിലെ എഡിക്ക് നാനത് പുരസ്കാരം എന്നിവ ലഭിച്ചു. ഇന്റർനാഷണൽ ഹ്യൂമനിസ്റ്റ് ആന്റ് എത്തിക്കൽ യൂണിയൻ 1995ലെ സന്മാനിത ഹ്യൂമനിസ്റ്റ് പുരസ്കാരം നൽകി ആദരിച്ചു. ബെൽജിയത്തിലെ ഗേന്റു സർവകലാശാലയിൽനിന്ന് ഓണററി ഡോക്ടറേറ്റ്.

കെ.പി. ബാലചന്ദ്രൻ: വിവർത്തകൻ, ചരിത്രകാരൻ. 1939ൽ മണലൂരിൽ ജനനം. പിതാവ് വിദ്വാൻ കെ. പ്രകാശം. എഞ്ചിനീയറിങ്ങിൽ ബിരുദവും ചരിത്രത്തിൽ ബിരുദാനന്തര ബിരുദവും. കൊച്ചിൻ ഷിപ്പ്യാർഡിൽ അസിസ്റ്റന്റ് ജനറൽ മാനേജരായിരുന്നു. 2011ലെ കേരള സംസ്ഥാന ബാലസാഹിത്യ ഇൻസ്റ്റിറ്റ്യൂട്ടിന്റെ മികച്ച വിവർത്തനത്തിനുള്ള പുരസ്കാരത്തിന് 'ദി ജംഗ്ൾ' (ഗ്രീൻ ബുക്സ്) അർഹമായി. ഇപ്പോൾ സാഹിത്യവിവർത്തനങ്ങളിൽ വ്യാപൃതനായിരിക്കുന്നു.

ബംഗാളി നോവൽ

ലജ്ജ

തസ്ലീമ നസ്റിൻ

വിവർത്തനം:

കെ.പി. ബാലചന്ദ്രൻ

ഗ്രീൻ ബുക്സ്

green books private limited
gb building, civil lane road, ayyanthole,
thrissur- 680 003, kerala, ph: +91 487-2381066, 2381039
website: www.greenbooksindia.com
e-mail: info@greenbooksindia.com

branches:
thrissur 0487-2422515
thiruvananthapuram 0471-2335301
calicut 0495 4854662

bengali title
lajja (shame)

malayalam
lajja
novel
by
taslima nasrin

translated by
k.p. balachandran

first published august 2009
reprinted january 2023

cover design : rajesh chalode

printed in india
repro india ltd

isbn : 979-81-8423-036-8

₹ 300.00
GBPL/136/2006/X020

മുഖക്കുറി

1992 ഡിസംബർ ആറിനു ഹിന്ദു തീവ്രവാദികൾ അയോദ്ധ്യ യിലെ ബാബറി മസ്ജിദ് തകർത്തു. ബംഗ്ലാദേശിലെ മുസ്ലീം തീവ്രവാദികളും അടങ്ങിയിരുന്നില്ല. അവർ ബംഗ്ലാദേശിലെ ഹിന്ദുക്കളെ ആക്രമിക്കാനും ക്ഷേത്രങ്ങൾ തീവച്ചു നശിപ്പിക്കാനും തുടങ്ങി. ഇന്ത്യയിലെ ഹിന്ദു തീവ്രവാദികൾ ബാബറി മസ്ജിദ് തകർത്തതിനു ബംഗ്ലാദേശിലെ ഹിന്ദുക്കൾ എന്തു പിഴച്ചു? മതനിരപേക്ഷവാദിയായ തസ്ലീമയ്ക്കു തന്റെ നാട്ടിൽ നടന്ന ഈ ആക്രമണത്തെ അംഗീകരിക്കാനായില്ല. ഈ സംഭവത്തിൽ രോഷം പൂണ്ട് ഒരാഴ്ചകൊണ്ട് എഴുതി ത്തീർത്ത നോവലാണ് ലജ്ജ. ബംഗ്ലാദേശിലെ ലഹളയിൽ ഏറെ വിഷമിക്കേണ്ടിവന്ന ഒരു കുടുംബത്തിന്റെ പതിമൂന്നു ദിവസങ്ങളാണ് ലജ്ജയിലെ പ്രമേയം. ആധികാരികമായ റിപ്പോർട്ടുകളിൽനിന്നും പുസ്തകങ്ങളിൽ നിന്നും എടുത്തു ചേർത്ത സംഭവങ്ങളും ചരിത്ര വസ്തുതകളും ഈ നോവലിനു യാഥാർത്ഥ്യത്തിന്റെ ചടുലതയേകുന്നു. ലജ്ജ ആദ്യം പ്രസിദ്ധീകരിക്കപ്പെട്ടപ്പോൾ ബംഗ്ലാദേശിൽ മാത്രം അഞ്ചു മാസത്തിനുള്ളിൽ 60,000 കോപ്പികൾ വിറ്റഴിക്കപ്പെട്ടു. അപ്പോഴേക്കും ഈ കൃതിയുടെ മേൽ നിരോധനം വന്നു. മതമൗലികവാദികൾ തസ്ലീമയ്ക്ക് എതിരെ ഫത്വാ പുറ പ്പെടുവിച്ചു. എഴുത്തുകാരിയുടെ രക്തത്തിനായി ധാക്കയുടെ തെരുവുകളിൽ പ്രകടനം നടന്നു. പക്ഷേ ഇതൊന്നും തസ്ലീമ യുടെ നിശ്ചയദാർഢ്യത്തെ ഉലച്ചിട്ടില്ല. ജീവനു നേരെയുള്ള ഏതൊരു ഭീഷണിയെയും ഞാൻ അവഗണിക്കുന്നു. അതിക്രമങ്ങൾക്കെതിരെ ഞാനെന്നും എഴുതും - തസ്ലീമ അസന്ദിഗ്ദ്ധമായി പ്രഖ്യാപിക്കുന്നു. ഭാഷയും സംസ്കാരവു മാണ് മനുഷ്യരെ ഏകോപിപ്പിക്കുന്ന പ്രാഥമിക ഘടക മെന്നും മറ്റെല്ലാ വിഭജനങ്ങളും കൃത്രിമമാണെന്നും തസ്ലീമ പറയുന്നു.

കൃഷ്ണദാസ്

മാനേജിങ് എഡിറ്റർ

ഇന്ത്യാ ഉപഭൂഖണ്ഡത്തിലെ ജനങ്ങൾക്ക്

മതത്തിന്റെ മറ്റൊരു പേരാകട്ടെ മാനവികത

ആമുഖം

മതമൗലികവാദത്തെയും വർഗീയവാദത്തെയും ഞാൻ എതിർക്കുന്നു. ഇക്കാരണംകൊണ്ടാണ് 1992 ഡിസംബർ 6ന് ബാബറി മസ്ജിദ് തകർക്കപ്പെട്ട ശേഷം ഞാൻ *ലജ്ജ* എഴുതിയത്. ഏഴു ദിവസം കൊണ്ടെഴുതിയ ഈ പുസ്തകത്തിൽ, ബംഗ്ലാദേശിലെ ന്യൂനപക്ഷമായ ഹിന്ദുക്കൾ അനുഭവിക്കേണ്ടിവന്ന ദുഃഖങ്ങളുടെ വിവരണങ്ങളാണുള്ളത്. ദുഃഖകരമായ അനുഭവങ്ങളായിരുന്നു, ഭൂരിപക്ഷത്തിൽ നിന്നു ന്യൂനപക്ഷത്തിനേൽക്കേണ്ടി വന്നത്. ചെറിയ ഈ സുന്ദര രാഷ്ട്രത്തെ സ്നേഹിക്കുന്ന ഞങ്ങൾക്കൊക്കെയും ലജ്ജിക്കേണ്ടി വന്നു. ഞങ്ങളൊക്കെയും ഇതിനു കാരണക്കാരാണ്. ആ പരാജയത്തിന്റെ രേഖയാണ് ഈ പുസ്തകം.

1993 ഫെബ്രുവരിയിൽ പ്രസിദ്ധീകരിക്കപ്പെട്ടപ്പോൾ ബംഗ്ലാദേശിൽ 60,000 കോപ്പികൾ അഞ്ചു മാസത്തിനുള്ളിൽ വിറ്റു തീർന്നു. അപ്പോഴേക്കും നിരോധനം വന്നു. അവർ പറഞ്ഞത് ഇതു മതസൗഹാർദ്ദം തകർക്കുമെന്നായിരുന്നു. സെപ്റ്റംബറിൽ എനിക്കു നേരെ ഒരു മതമൗലിക സംഘം ഫത്വ പുറപ്പെടുവിച്ചു. ധാക്കയിലെ തെരുവുകളിൽ എന്റെ രക്തത്തിന് ദാഹിച്ചുകൊണ്ടുള്ള പ്രകടനങ്ങൾ നടന്നു. പക്ഷേ ഇതൊന്നും എന്റെ നിശ്ചയദാർഢ്യത്തെ തകർക്കുവാൻ പര്യാപ്തമായവ അല്ലായിരുന്നു. മൂന്നു ദശലക്ഷം ജീവൻ ബലിയർപ്പിച്ചാണ് ബംഗ്ലാദേശ് സ്വതന്ത്രമായത്. ആ ബലിയുടെ മഹത്ത്വം നഷ്ടപ്പെടുത്തുന്നതാണ്, മതമൗലികവാദികളുടെ പ്രവർത്തനം.

എന്നെ വധിക്കുന്ന മുല്ല, ബംഗ്ലാദേശിലെ എല്ലാ പുരോഗമനാശയങ്ങളുടെയും ആരാച്ചാരായിരിക്കും.

അവരിൽനിന്ന് ഈ സുന്ദര രാഷ്ട്രത്തെ രക്ഷിക്കേണ്ടത് എന്റെ ചുമതലയാണ്, എന്റെ അവകാശമാണ്. ഈ സത്യത്തെ പിന്തുണയ്ക്കുന്നവർ, എന്റെ അവകാശം കാത്തുരക്ഷിക്കാൻ എന്നെ സഹായിക്കുക.

മതമൗലികവാദവും അതിന്റെ അപകടങ്ങളും ബംഗ്ലാദേശിന്റെ മാത്രം പ്രത്യേകതയല്ല. എന്നെ സംബന്ധിച്ചിടത്തോളം, എന്റെ ജീവനു നേരെയുള്ള ഒരു ഭീഷണിയും ഞാൻ കാര്യമാക്കുന്നില്ല. അക്രമത്തിനെതിരെ ഞാനെന്നും എഴുതും. മതനിരപേക്ഷതയിലും മതസ്വാതന്ത്ര്യത്തിലും മതരഹിത സമൂഹത്തിലും വിശ്വസിക്കുന്ന എല്ലാവരും ഒത്തൊരുമിച്ചാലേ, ഈ ദുഷ്ടശക്തികളെ തോല്പിക്കാനാവൂ.

നോവൽ രൂപേണയാണ് *ലജ്ജ* ഞാൻ എഴുതിയത്. ഇതിലെ കഥാപാത്രങ്ങൾ എന്റെ ഭാവനാസൃഷ്ടികളാണ്. നിരവധി സംഭവങ്ങളും ചരിത്രവസ്തുതകളും *ലജ്ജ*യിൽ എടുത്തുചേർത്തിട്ടുണ്ട്. ആധികാരികമായ റിപ്പോർട്ടുകളിൽനിന്നും പുസ്തകങ്ങളിൽനിന്നും ഉദ്ധരിച്ചിട്ടുള്ളതാണവ.

തസ്ലീമ നസ്റിൻ
ധാക്ക, മാർച്ച് 1994

ലജ്ജ

സുരഞ്ജൻ കിടക്കയിൽ കിടക്കുകയാണ്. ഇടയ്ക്കിടെ, നിലാഞ്ജനാ ('മായ' എന്ന വിളിപ്പേരുള്ള തന്റെ സഹോദരി) മുറിയിൽ വന്നു പറയുന്നു "ദാദാ, വളരെ വൈകും മുമ്പ് നിങ്ങൾ എഴുന്നേറ്റ് എന്തെങ്കിലും ചെയ്യുന്നുണ്ടോ?"

തങ്ങളെ ഭീഷണിപ്പെടുത്തുന്ന വിപത്തിൽനിന്നും ഒരു താൽക്കാലിക അഭയകേന്ദ്രം അന്വേഷിക്കാനാണവൾ ആഗ്രഹിക്കുന്നതെന്ന് സുരഞ്ജന് അറിയാം. എന്നാൽ സുരഞ്ജന്റെ മനോഭാവം നീരസവും എതിർപ്പും കലർന്നതായിരുന്നു. തന്റെ പേര് സുരഞ്ജൻ ദത്ത എന്നായിരുന്നതുകൊണ്ടു മാത്രം താൻ വീടുവിട്ട് ഓടിപ്പോകണോ? അച്ഛൻ സുധാമൊയിയും അമ്മ കിരൺമൊയിയും സഹോദരി മായയും അടങ്ങുന്ന തന്റെ കുടുംബം പേര ങ്ങനെ ആയതുകൊണ്ടുമാത്രം ഓടിപ്പോകേണ്ടതുണ്ടോ? - അഭയാർത്ഥി കളെപ്പോലെ ഓടി രക്ഷപ്പെടണമോ? രണ്ടുവർഷം മുമ്പ് ചെയ്തതു പോലെ കമാൽ, ബലാൽ, ഹൈദർ എന്നിവരുടെ വീടുകളിൽ അഭയം തേടണമോ?

ആ ദിവസത്തെക്കുറിച്ചയാൾ ഓർത്തു- 1990 ഒക്ടോബർ 30. എസ്കട്ടോണിൽ താമസിച്ചിരുന്ന കമാൽ, എന്തെങ്കിലും സംഭവിക്കുമോ എന്നു ഭയപ്പെട്ട് അത്രയും ദൂരെ നിന്ന് ഓടിയെത്തി, കൂടെ ചെല്ലുവാൻ നിർബന്ധിച്ചു. കമാലിന്റെ വീട്ടുകാർ യാതൊരു വിഷമവും ഇല്ലാതെ ആതിഥ്യ മര്യാദയോടെ സ്വീകരിച്ചു. മുട്ടയും ടോസ്റ്റും പ്രാതലിനു വിളമ്പി, ഉച്ചഭക്ഷണ മായി മീനും ചോറും. നീണ്ട അലസമായ സായംകാലങ്ങൾ വീട്ടുമുറ്റത്തെ പുൽത്തകിടിയിൽ ചെലവഴിച്ചു. മനസ്സമാധാനത്തോടെ, സുഖകരമായ 'ഡൺലപ്' മെത്തയിൽ കിടന്നുറങ്ങി. മൊത്തത്തിൽ ആഹ്ലാദം നിറഞ്ഞ ദിനങ്ങൾ! സുഹൃത്തിന്റെ വീട്ടിലെ താമസം എത്രതന്നെ സുഖകരമായിരു ന്നെങ്കിലും, അടിസ്ഥാനപരമായ ഒരു ചോദ്യത്തിനുള്ള മറുപടി ലഭിക്കുകയു ണ്ടായില്ല: കമാലിന്റെ വീട്ടിൽ എന്തുകൊണ്ട് അഭയം തേടേണ്ടിവന്നു? സുരഞ്ജന്റെ ഒരു പഴയ സുഹൃത്തായിരുന്നു കമാൽ എന്നതു ശരിതന്നെ; സുഹൃത്തുക്കൾ പരസ്പരം സന്ദർശിക്കുന്നതും ശരിതന്നെ, എന്നാൽ ഇപ്പോൾ സാഹചര്യങ്ങൾ വ്യത്യസ്തമാണ്. എന്തുകൊണ്ട് കമാലിന്റെ വീട്ടിൽ അഭയം തേടേണ്ടി വന്നു? സ്വന്തം വീട്ടിൽ നിന്ന് എന്തുകൊണ്ട് ഓടിപ്പോകേണ്ടിവന്നു? കമാലിന് അപ്രകാരം ചെയ്യേണ്ടിവന്നിട്ടില്ല. ഈ രാജ്യം കമാലിന്റേതുപോലെ തന്റേതുമല്ലേ? അപ്പോൾ എന്തുകൊണ്ട് തന്റെ അവകാശങ്ങൾ നിഷേധിക്കപ്പെട്ടു? എന്തുകൊണ്ട് സ്വന്തം മാതൃഭൂമി തനിക്കു നേരെ മുഖം തിരിച്ചു? ഈ മണ്ണിന്റെ മകനാണ് താനെന്നും ദയവായി

എനിക്കൊരു ദ്രോഹവും വരുത്തരുതേ എന്നും എന്തുകൊണ്ട് തനിക്ക് പറയുവാൻ കഴിഞ്ഞില്ല!

സഹോദരിയെ അവഗണിച്ച്, ഇത്തരം ചിന്തകളിൽ മുഴുകി സുരഞ്ജൻ കിടക്കയിൽത്തന്നെ കിടന്നു. മായ ഉൽക്കണ്ഠയോടെ മുറിയിൽ അങ്ങോട്ടു മിങ്ങോട്ടും നടന്നു; പിന്നെ, വീടിനുചുറ്റും ലക്ഷ്യമില്ലാതെ ചുമ്മാ ഉലാത്തി ക്കൊണ്ടിരുന്നു. ഭീമമായ അത്യാഹിതം തങ്ങൾക്ക് സംഭവിക്കുന്നതുവരെ, വരാൻ പോകുന്നതിനെക്കുറിച്ച് ആരും ഒന്നും മനസ്സിലാക്കുന്നില്ലെന്ന് അവൾ ചിന്തിച്ചു. 1992 ഡിസംബർ 6നു ബാബറി മസ്ജിദ് പൊളിച്ചു മാറ്റിയതിന്റെ വ്യക്തമായ വിവരണം ടെലിവിഷനിൽ സി.എൻ.എൻ. കാണിച്ചിരുന്നു. അതിലെ പല രംഗങ്ങളും ഇപ്പോഴും കാണിച്ചുകൊണ്ടിരിക്കുകയാണ്. സുധാമൊയിയും കിരൺമൊയിയും ടിവിയുടെ മുന്നിൽ കുറ്റിയടിച്ചപോലെ ഇരിക്കുന്നു. ആ നശീകരണക്കാഴ്ച കണ്ട അവരും, ഏതെങ്കിലും മുസ്ലിം സുഹൃത്തിന്റെ വീട്ടിലേക്ക് സുരഞ്ജൻ കൊണ്ടുപോയി രക്ഷിക്കുമെന്ന് ആശിച്ചു. എന്നാൽ ഒന്നും ചെയ്യില്ലെന്നായിരുന്നു സുരഞ്ജന്റെ തീരുമാനം. കമാലോ മറ്റേതെങ്കിലും മുസ്ലിം സുഹൃത്തോ അവരെ കൊണ്ടുപോകാൻ വന്നാൽ അയാൾ പറയും "ഏതു ചുറ്റുപാടിലും ഞാനെന്റെ വീട് വിട്ടു പോകില്ല."

ഡിസംബർ 7ന് ആയിരുന്നു ദത്തയുടെ കുടുംബത്തിൽ ഈ രംഗം അരങ്ങേറിയത്. സരയൂ നദീതീരത്തെ അയോദ്ധ്യാനഗരിയിൽ തലേന്ന് ഉച്ചതിരിഞ്ഞ് അശുഭസൂചകമായ ഘോരാന്ധകാരം നിറഞ്ഞുനിന്നു. ആ വിധിനിർണ്ണായകദിവസം, കർസേവക് എന്നു പറയപ്പെടുന്ന ഒരു കൂട്ടം ആളുകൾ നാനൂറ്റമ്പതു വർഷം പഴക്കമുള്ള ഒരു പള്ളി തകർത്തുകളഞ്ഞു. വിശ്വഹിന്ദുപരിഷത്തിന്റെ അഭിപ്രായത്തിൽ ആ പള്ളി രാമന്റെ ജന്മഭൂമിയും ഹിന്ദുക്കളുടെ മതസ്വത്തും ആണ്. വിഭാഗീയ വളണ്ടിയർമാർ ബാബറി മസ്ജിദ് പരിസരം പവിത്രമാക്കുവാൻ കർസേവ ആവിഷ്ക്കരിച്ചു. കർസേവ കർ നിർദ്ദാക്ഷിണ്യം പള്ളി പൊളിച്ചുതുടങ്ങി. ഉന്നത ഓഫീസർമാരുടെയും, മന്ത്രിമാരുടേയും വിശ്വഹിന്ദു പരിഷത്ത്, ഭാരതീയ ജനതാപാർട്ടി, ആർ.എസ്.എസ്, ബജ്റംഗ്ദൾ എന്നീ പാർട്ടി നേതാക്കളുടെയും മുന്നിൽ വച്ചാണ് മുഴുവൻ നാടകവും അവതരിപ്പിക്കപ്പെട്ടത്. സി.ആർ.പി.എഫ്., പി.എ.സി., ഉത്തർപ്രദേശ് പൊലീസ് എന്നിവയിലെ ഓഫീസർമാരും ഭടന്മാരും പള്ളി പൊളിക്കുന്നതിനെതിരെ വിരലനക്കാതെ നോക്കിനിന്നു. ഉച്ചതിരിഞ്ഞ് രണ്ടേമുക്കാൽ ആയപ്പോഴേക്കും ഒരു ഡോം തകർക്കപ്പെട്ടു. നാലു മണിക്ക് രണ്ടാമത്തേതും, നാലേമുക്കാലിന് മൂന്നാമത്തേതും ഡോമുകൾ മതഭ്രാന്തരായ കർസേവകർ തകർത്തു വീഴ്ത്തി. ആ ഗംഭീര കെട്ടിടം തകർക്കവേ നഷ്ടാവശിഷ്ടങ്ങൾക്കിടയിൽപ്പെട്ട് നാലു കർസേവകർ മൃതിയടഞ്ഞു; നൂറുകണക്കിനു പേർക്ക് ഗുരുതരമായി പരുക്കേറ്റു. ഇക്കാര്യവും മറ്റു നിരവധി സൂക്ഷ്മ വിവരങ്ങളും സുരഞ്ജൻ വായിക്കുന്ന പത്രത്തിൽ റിപ്പോർട്ടു ചെയ്തിട്ടുണ്ട്. വെണ്ടയ്ക്ക അക്ഷരത്തിലുള്ള തലേക്കെട്ട് ഗർജ്ജിച്ചു.

“ബാബറി മസ്ജിദ് തകർക്കപ്പെട്ടു”

സുരഞ്ജൻ ഒരിക്കലും അയോദ്ധ്യയിലേക്കു പോകുകയോ, ബാബറി മസ്ജിദ് കാണുകയോ ചെയ്തിട്ടില്ല. ബംഗ്ലാദേശിനു പുറത്തിറങ്ങാത്തവന് അതിനെങ്ങനെ കഴിയും? പൊളിച്ചു മാറ്റിയ ഈ കെട്ടിടം രാമജന്മഭൂമിയാണോ, പവിത്രമായ പള്ളിയാണോ എന്ന പ്രശ്നം സുരഞ്ജനെ സംബന്ധിച്ചിട ത്തോളം അപ്രസക്തമാണ്. എന്നാൽ ഒരു കാര്യം വ്യക്തമാണ്. പതിനാറാം നൂറ്റാണ്ടിലെ ആ സ്മാരകത്തിന്റെ ഉന്മൂലനം ഇന്ത്യയിലേയും മറ്റു രാജ്യ ങ്ങളിലേയും മുസ്ലിമുകളുടെ ഹൃദയത്തിനേറ്റ ക്രൂരമായൊരു പ്രഹരമാണ്. ഹിന്ദു സമൂഹത്തെയും ആ നശീകരണം ദോഷകരമായി ബാധിച്ചു. “അന്താ രാഷ്ട്ര താത്പര്യത്തിനും കൂട്ടായ കർത്തവ്യബോധത്തിനും” നേരെയുള്ള കടന്നാക്രമണമായി പത്രങ്ങൾ അതിനെ ചിത്രീകരിച്ചു. ഈ രീതിയിലാ യിരുന്നു റിപ്പോർട്ട്:

“ഈ സംഭവത്തിന്റെ പ്രത്യാഘാതമെന്ന നിലയ്ക്കു ബംഗ്ലാദേശിലും മതഭ്രാന്തിന്റെ അലകൾ ആഞ്ഞടിക്കുമെന്നു പറയേണ്ടതില്ല. അമ്പലങ്ങൾ തകർത്തു നിരത്തപ്പെടും; ഹിന്ദുക്കളുടെ വീടുകൾ കൊള്ളിവയ്ക്ക പ്പെടുകയും കടകൾ കൊള്ളയടിക്കപ്പെടുകയും ചെയ്യും. ബംഗ്ലാദേശിലെ മുസ്ലിം മതമൗലികവാദികളെ ശക്തിപ്പെടുത്തലാണ്, കർസേവകർ ബാബറി മസ്ജിദ് തകർത്തതുകൊണ്ട് സംഭവിച്ചത്. ഇന്ത്യയുടെ അതിർത്തികളിൽ മാത്രം അവരുടെ ഭ്രാന്തമായ പ്രവൃത്തിയുടെ പ്രത്യാഘാതങ്ങൾ ഒതുങ്ങി നിൽക്കുമെന്ന് ബി.ജെ.പിയും വി.എച്ച്.പിയും കൂട്ടാളികളും കരുതുന്നുണ്ടോ? ഈ അഗ്നിപരീക്ഷ ഇന്ത്യയിലുടനീളം വ്യാപകമായ വർഗ്ഗീയലഹളയ്ക്ക് തുടക്കം കുറിച്ചിരിക്കുകയാണ്. അഞ്ഞൂറുപേർ കൊല്ലപ്പെട്ടു കഴിഞ്ഞു. അത് അറുനൂറോ ആയിരമോ ആകാം. മണിക്കൂറുകൾ തോറും മരണസംഖ്യ വർദ്ധിച്ചുകൊണ്ടിരിക്കുന്നു. ബംഗ്ലാദേശിൽ ഇരുപത്തിഅഞ്ചു മില്യൻ ഹിന്ദുക്കളുണ്ടെന്ന കാര്യം ഹിന്ദു മതത്തിന്റെയും സമൂഹത്തിന്റെയും താത്പര്യങ്ങൾ കാത്തുരക്ഷിക്കേണ്ട ഈ ഹിന്ദുഭക്തർ മനസ്സിലാക്കു ന്നുണ്ടോ? ബംഗ്ലാദേശിൽ മാത്രമല്ല, മിക്കവാറും എല്ലാ പാശ്ചാത്യരാജ്യ ങ്ങളിലും ഹിന്ദുക്കൾ ചിതറിക്കിടക്കുന്നുണ്ട്. ഇവർക്ക് എത്ര കടുത്ത കഷ്ടതകളാണ് അഭിമുഖീകരിക്കേണ്ടിവരിക എന്ന് ഈ ഹിന്ദു മതഭ്രാന്തന്മാർ എപ്പോഴെങ്കിലും ചിന്തിച്ചിട്ടുണ്ടോ? ഇന്ത്യയ്ക്ക് ലോകത്തിലെ മറ്റു രാജ്യങ്ങളിൽ നിന്ന് ഒറ്റപ്പെട്ടു നിൽക്കാനാവില്ലെന്ന് ഉത്തരവാദപ്പെട്ട രാഷ്ട്രീയ പാർട്ടി എന്ന നിലയ്ക്ക് ബി.ജെ.പി. മനസ്സിലാക്കേണ്ടതായിരുന്നു. വളരെ ദ്രോഹപരമായ ഒരു നില ഇന്ത്യയിൽ രൂപംകൊണ്ടാൽ അതിന്റെ വേദന ലോകം മുഴുവൻ അനുഭവപ്പെടും. തീർച്ചയായും തൊട്ടയൽപക്കങ്ങളിൽ പ്രത്യേകിച്ചും.”

സുരഞ്ജൻ കണ്ണുകളടച്ചു കിടന്നു. മായ കുലുക്കി വിളിച്ചപ്പോൾ അയാൾ വീണ്ടും കണ്ണു തുറന്നു. അവൾ ചോദിച്ചു. “നിങ്ങൾ ഒന്നും ചെയ്യാൻ

ഉദ്ദേശിക്കുന്നില്ലേ? ഞങ്ങളുടെ സംരക്ഷണച്ചുമതല നിങ്ങളിലർപ്പിച്ചാണ് അച്ഛനമ്മമാർ ഇരിക്കുന്നത്. നിങ്ങളതു മനസ്സിലാക്കുന്നുണ്ടെന്നു ഞാൻ കരുതുന്നു."

സുരഞ്ജൻ കോട്ടുവായ ഇട്ട് നീണ്ടുനിവർന്നു കിടന്നു.

"നിനക്കു പോകണമെന്നുണ്ടെങ്കിൽ പൊയ്ക്കോളൂ. ഞാനീ വീടുവിട്ട് പുറത്തുപോകില്ല."

"അപ്പോൾ അവരുടെ കാര്യമോ?"

"എനിക്കറിയില്ല."

"എന്തെങ്കിലും സംഭവിച്ചാലോ?"

"എന്തു സംഭവിക്കാൻ!"

"നമ്മുടെ വീട് അവർ ആക്രമിച്ചാലോ? കത്തിച്ചുകളഞ്ഞാലോ?"

"ആയിക്കോട്ടെ."

"ഇതെല്ലാം കുത്തിയിരുന്നു കാണുമെന്നാണോ നിങ്ങൾ ഉദ്ദേശിക്കുന്നത്?"

"അല്ല. ഞാൻ ഇരിക്കില്ല, കിടക്കും."

സുരഞ്ജൻ ഒരു സിഗററ്റിനു തീകൊളുത്തി. വെറും വയറാണ്; ഒരു കപ്പ് ചായ കുടിക്കാനാഗ്രഹം തോന്നി. സാധാരണ, കിരൺമൊയ് ആണ് രാവിലെ അയാൾക്കു ചായ കൊണ്ടു കൊടുക്കാറ്. ഇന്ന് ആ പതിവ് അവൾ തെറ്റിച്ചിരിക്കുന്നു. മായയോട് ആവശ്യപ്പെട്ടിട്ടു കാര്യമില്ല. സുരക്ഷിതമായ ഒരു സ്ഥലത്തേക്കു രക്ഷപ്പെടണമെന്ന ഒരേ ഒരു ചിന്തയേ അവൾക്കിപ്പോൾ ഉള്ളൂ. അവളോട് ഇപ്പോൾ ചായ കൊണ്ടുവരാൻ പറഞ്ഞാൽ, അവൾ ചീറി, വീടു തകർത്തുകളയും! അയാൾക്ക് എഴുന്നേറ്റു ചെന്ന് സ്വയം ചായ ഉണ്ടാക്കാൻ പറ്റും, എന്നാൽ ഭയങ്കര മടി. അടുത്ത മുറിയിൽ ടെലിവിഷൻ ഉച്ചത്തിൽ ശബ്ദമുണ്ടാക്കുന്നു. അതിനു മുന്നിലിരുന്ന് സി.എൻ.എന്നിന്റെ വിവരണം കേൾക്കാൻ തോന്നിയില്ല. പെട്ടെന്ന് അടുത്ത മുറിയിൽ നിന്ന് മായയുടെ വേദന നിറഞ്ഞ വാക്കുകൾ കേട്ടു. "ദാദാ വെറുതെ കിടന്നു പത്രം വായിക്കയാണ്. ലോകത്ത് നടക്കുന്നതിനെക്കുറിച്ചൊരു ശ്രദ്ധയുമില്ല."

നില എത്ര നിർണായകമാണെന്ന് സുരഞ്ജൻ അറിയാഞ്ഞിട്ടല്ല. ഏതു നിമിഷവും ജനക്കൂട്ടം വീട്ടിൽ പ്രവേശിച്ച് കൊള്ളയും കൊള്ളിവയ്പും നടത്താം. ഈ പരിതഃസ്ഥിതിയിൽ കമാലോ ഹൈദറോ അഭയം തരാതിരിക്കയുമില്ല. എന്നാൽ അവരുടെ അരികിലേക്ക് ഓടിച്ചെല്ലുന്നതിൽ അയാൾക്കു ലജ്ജ തോന്നി. മായ ഉച്ചത്തിൽ പ്രതിഷേധമുയർത്തിക്കൊണ്ടിരുന്നു.

“നിങ്ങൾക്കാർക്കും പുറത്തു കടക്കാൻ ഉദ്ദേശ്യമില്ലെങ്കിൽ, ഞാൻ ഒറ്റയ്ക്കു പരുളിന്റെ വീട്ടിലേക്കു പോകുന്നു. നില മെച്ചപ്പെടുന്നതുവരെ അവിടെ താമസിക്കും. ദാദയ്ക്ക് ഞങ്ങളെ ഒരിടത്തും കൊണ്ടു പോകാൻ ഉദ്ദേശ്യമി ല്ലെന്നു തോന്നുന്നു. അദ്ദേഹത്തിന് ജീവിക്കാൻ താത്പര്യമില്ലായിരിക്കാം. എന്നാൽ എനിക്കു തീർച്ചയായിട്ടുമുണ്ട്.”

തന്റെ സഹോദരൻ അവർക്കുവേണ്ടി ഒരു അഭയകേന്ദ്രം കണ്ടുപിടിക്കാ നായി ഒന്നും ചെയ്യില്ലെന്ന് അവൾ ഒടുവിൽ മനസ്സിലാക്കി എന്നതിന്റെ സൂചനയാണ് നൈരാശ്യം നിറഞ്ഞ അവസാനത്തെ ആ പൊട്ടിത്തെറി. അവൾക്ക് താൽക്കാലിക സങ്കേതം വേണമെങ്കിൽ സ്വയം കണ്ടെത്തേണ്ടി യിരിക്കുന്നു.

സുരഞ്ജൻ അപ്പോഴും കിടക്കയിൽ കിടന്നു ചിന്തിക്കുകയാണ്; പുറത്തു പോയാലും അവർ സുരക്ഷിതരായിരിക്കുമോ? 1990 ഒക്ടോബറിൽ അവർക്കു ഭാഗ്യമുണ്ടായിരുന്നു; അന്നത്തെ ഭീകരാവസ്ഥയിൽനിന്നും നാശത്തിൽ നിന്നും അവൾ രക്ഷപ്പെട്ടു.

–ധാക്കേശ്വരി അമ്പലം ഒരു കൂട്ടം ജനങ്ങൾ തീവച്ചു. അതു തടയാനായി പൊലീസ് നേരിയൊരു ശ്രമം പോലും നടത്തിയില്ല. പൂജ നടത്തുന്ന മുഖ്യ ദേവാലയം കത്തി ചാമ്പലായി; നൃത്തശാലയും കത്തി നശിച്ചു.

–ശിവക്ഷേത്രം, അതിഥിമുറികൾ, ശ്രീധാം ഘോഷിന്റെ പുരാതനഗൃഹം, തുടങ്ങിയവ കത്തി നിലംപതിച്ചു.

–ഗൗരിയ സന്ന്യാസമഠത്തിലെ മുഖ്യക്ഷേത്രം, ഭക്തിനൃത്തശാല, അതിഥി മുറികൾ മുതലായവ തകർക്കപ്പെട്ടു. അമ്പലത്തിലെ വിലപിടിപ്പുള്ള വസ്തു ക്കളെല്ലാം കൊള്ളയടിക്കപ്പെട്ടു.

–മാധവ് ഗൗരിയ സന്ന്യാസിമഠത്തിലെ മുഖ്യക്ഷേത്രം നശിപ്പിക്കപ്പെട്ടു.

–ജയ്കാളിക്ഷേത്രം ഇടിച്ചുതകർക്കപ്പെട്ടു.

–ബ്രഹ്മസമാജത്തിന്റെ മതിലിനടുത്തുള്ള ഒരു മുറി ബോംബെറിഞ്ഞു തെറിപ്പിച്ചു. രാം-സീതാക്ഷേത്രത്തിലെ മനോഹരമായ കൊത്തുപണി കളോടുകൂടിയ സിംഹാസനം പൂർണ്ണമായും തകർത്തുകളഞ്ഞു; ശ്രീകോവിൽ നശിപ്പിച്ചു.

–നയാ ബസാറിലെ സന്ന്യാസിമഠം തകർക്കപ്പെട്ടു. ബോൻഗ്രാം അമ്പലം തല്ലിപ്പൊളിച്ചു.

–ശാൻഘരി ബസാറിന്റെ പ്രവേശനദ്വാരത്തിനടുത്തുണ്ടായിരുന്ന ഹിന്ദു ക്കളുടെ കടകൾ കൊള്ളയും കൊള്ളിവയ്പും നടത്തി നശിപ്പിച്ചു. ഷീല ബിടാൻ, സുർമാ ട്രേഡേഴ്സ്, സലൂണുകൾ, ടയർ ഷോപ്പുകൾ, ലോൺ ട്രികൾ, മിതാ മാർബ്ബിൾ, സാഹാ കേബിനറ്റ്, റസ്റ്റോറന്റ്... ഒറ്റ ഹിന്ദുവിനെയും

ഒഴിവാക്കിയില്ല. വാസ്തവത്തിൽ ശാൻഘരി ബസാറിന്റെ പടിവാതിൽ മുതൽ കണ്ണെത്താത്ത ദൂരത്തോളം നാശത്തിന്റെ അവശിഷ്ടങ്ങളാണ്.

–ധംറായിലെ ഷോണി ക്ഷേത്രത്തിന്റെ ഒരു ഭാഗത്തെ ജിംനേഷിയം കോമ്പൗണ്ട് കൊള്ളയടിക്കപ്പെട്ടു.

–ചുരുങ്ങിയത്, ഇരുപത്തിഅഞ്ചു കുടുംബക്കാരുടെ വീടുകൾ മുന്നൂറോളം വർഗ്ഗീയ ഗുണ്ടകൾ ചേർന്ന് കത്തിച്ചുചാമ്പലാക്കി. ലക്ഷ്മി ബസാറിലെ ബീർഭദ്രാ ക്ഷേത്രത്തിന്റെ മതിലുകൾ തകർത്ത് ഉള്ളിലുള്ളതെല്ലാം നശിപ്പിച്ചു. ഇസ്ലാംപൂർ റോഡിലെ സ്വർണ്ണക്കടകളും, കുട വില്പനശാലകളും അഗ്നിക്കിരയാക്കി.

–നവാബ് പൂർ റോഡിലെ സുപ്രസിദ്ധമായ മാരൻചന്ദ് സ്വീറ്റ്സ് ഷോപ്പ് പൂർണ്ണമായും നശിപ്പിക്കപ്പെട്ടു. മാരൻചന്ദിന്റെ പുരാനാപാൽട്ടനിലെ കടയുടെ ഗതിയും ഇതുതന്നെയായിരന്നു.

–റായി ബസാറിലെ കാളിദേവിയുടെ വിഗ്രഹം താറുമാറാക്കി.

–സത്രാപൂരിലെ ഹിന്ദുകടകൾ മുഴുവൻ കൊള്ളയടിക്കപ്പെട്ടു, മാത്രമല്ല, കടകളുടെ ബോർഡുകൾ മാറ്റി തൽസ്ഥാനത്ത് മുസ്ലിമുകളുടെ ബോർഡുകൾ വച്ചു.

–അതേരീതിയിൽ, നവാബ്പൂരിലെ 'ഘോഷ് ആന്റ് സൺസ്' സ്വീറ്റ്സ് ഷോപ്പ് കൊള്ളയടിച്ചശേഷം അതിനു മുന്നിൽ നവാബ് പൂർ യൂത്ത് യൂണിയൻ ക്ലബ്ബിന്റെ ബാനർ കെട്ടി ഞാത്തിയിട്ടു.

–തത്താരി ബസാറിലെ ബോത്തോളി ക്ഷേത്രം തകർക്കപ്പെട്ടു.

–നവാബ്പൂരിലെ, രാംധോൻ പൊഷാരി എന്ന പഴയൊരു ഷോപ്പ് തല്ലിത്തകർത്തു.

–ബാബു ബസാർ പൊലീസ് ഔട്ട്പോസ്റ്റിൽനിന്ന് ഏതാനും വാരകൾ ദൂരെ സ്ഥിതിചെയ്യുന്ന ഷുക്ലാൽ മിഷ്ടാന ഭണ്ഡാർ കൊള്ളയടിക്കപ്പെട്ടു.

–ജതിൻ ആന്റ് കമ്പനിയുടെ ഷോറൂമും ഫാക്ടറിയും നശിപ്പിക്കപ്പെട്ടു.

–പുരാതനമായ ഷാമ്പ് മന്ദിരം ഭാഗികമായി നശിപ്പിക്കപ്പെട്ടു.

–സദർഘട്ട് ക്രോസിങ്ങിലെ രത്തൻസർക്കാർ മാർക്കറ്റ് കൊള്ളയടിച്ചു തകർക്കപ്പെട്ടു.

1990ലെ കൂട്ടക്കൊലയിൽ തകർന്നമർന്ന ഓരോ സ്ഥലവും സുരഞ്ജന്റെ മനസ്സിലൂടെ കടന്നുപോയി. ഇതാണോ വർഗ്ഗീയലഹള? 1990ലെ സംഭവങ്ങളെ വർഗ്ഗീയലഹളയെന്നു വിശേഷിപ്പിക്കാമോ? 'റയട്ട്' എന്ന വാക്കിന്റെ അർത്ഥം, ഒരു സമുദായം മറ്റൊരു സമുദായത്തോട് പ്രതികാരബുദ്ധിയോടെ നിർദ്ദയം പെരുമാറുക എന്നാണോ? വാസ്തവത്തിൽ എന്താണ് സംഭവിച്ചത്? ഒരു സമുദായം മറ്റൊരു സമുദായത്തിന്റെ പവിത്രതയെയും സമാധാനത്തെയും ക്രൂരമായി കടന്നാക്രമിച്ചു. ഇതു മർദ്ദനഭരണമാണ്, അടിച്ചമർത്തലാണ്.

സൂര്യപ്രകാശം ജനലിലൂടെ കടന്നുവന്ന് സുരഞ്ജന്റെ നെറ്റിയിലടിച്ചു. ശീതകാലമായതിനാൽ അത് അവന് അസുഖകരമായി തോന്നിയില്ല. ചായ കിട്ടിയെങ്കിൽ എന്നാശിച്ചുകൊണ്ട് അയാൾ കിടക്കയിൽത്തന്നെ കിടപ്പു തുടർന്നു.

അടുത്ത മുറിയിലിരുന്ന് അയാളുടെ അച്ഛൻ സുധാമൊയിയും കഴിഞ്ഞ കാലത്തെക്കുറിച്ച് ചിന്തിക്കുകയായിരുന്നു. അയാൾ യുവാവായിരുന്നപ്പോൾ അമ്മായിമാരും അമ്മാമൻമാരും ഓരോരുത്തരായി ബംഗ്ലാദേശ് ഉപേക്ഷിച്ചു പോകാൻ തുടങ്ങി. മെയ്മൊൻസിംഗിൽനിന്ന് തീവണ്ടി ചൂളം വിളിച്ച് ഫുൽ ബാരിയയിലേക്കു നീങ്ങിക്കൊണ്ടിരിക്കവെ, ഗാർഡിന്റെ വിസിലിനോടൊപ്പം സ്വന്തം നാട് ഉപേക്ഷിച്ചുപോകുന്നവരുടെ ഹൃദയം തകർന്ന രോദനങ്ങൾ അന്തരീക്ഷത്തിൽ അലിഞ്ഞുചേർന്നിരുന്നു. വണ്ടി നീങ്ങിക്കൊണ്ടിരിക്കു മ്പോൾ, അതിനുള്ളിൽനിന്ന് അയൽവാസികൾ സുധാമൊയിയുടെ അച്ഛനോട് വിളിച്ചുപറഞ്ഞു “സുകുമാർ, വരൂ. നമ്മൾക്കു പോകാം. ഇതു മുസ്ലിമുകളുടെ മാതൃഭൂമിയാണ്. ഈ രാജ്യത്ത് ജീവിതം അനിശ്ചിതമാണ്.”

എക്കാലത്തും താൻ പൊക്കിപ്പിടിച്ച മൂല്യങ്ങളെ വഞ്ചിക്കില്ലെന്ന് സുകുമാർദത്ത ദൃഢനിശ്ചയമെടുത്തു. “നമ്മുടെ സ്വന്തം നാട്ടിൽ സുരക്ഷി തത്വമില്ലെങ്കിൽ, ലോകത്തെവിടെനിന്നാണ് നമ്മൾക്കതു ലഭിക്കുക? ജന്മനാട്ടിൽനിന്ന് എനിക്കോടിപ്പോകാനാവില്ല. നിങ്ങൾക്കു വേണമെങ്കിൽ പൊയ്ക്കോളൂ. എന്റെ പൂർവികരുടെ മണ്ണ് ഞാൻ ഉപേക്ഷിക്കില്ല. തെങ്ങിൻ തോപ്പും കമുകിൻതോപ്പും സമൃദ്ധമായ നെൽവയലുകളും, രണ്ടു ബീഘാ സ്ഥലത്തു സ്ഥിതിചെയ്യുന്ന വീടും... ഇതെല്ലാം ഉപേക്ഷിച്ച് സിയാൽഡാ റയിൽവേ സ്റ്റേഷനിലെ പ്ലാറ്റ്ഫോമിൽ അഭയാർത്ഥിയായി കിടക്കാൻ എനിക്കു കഴിയില്ല.”

അന്ന് സുധാമൊയിയുടെ പ്രായം ഏകദേശം പത്തൊമ്പതുവയസ്സാണ്. അവന്റെ കോളേജ് സഹപാഠികളിൽ ഭൂരിഭാഗം പേരും ഇന്ത്യയിൽ ചേക്കേറുകയാണ്. അവർ അവന് താക്കീതു നൽകി. “അധികം വൈകാതെ സ്വന്തം തീരുമാനത്തിന്മേൽ നിന്റെ അച്ഛനു ദുഃഖിക്കേണ്ടി വരും.”

“ഞാൻ എന്തിന് സ്വന്തം മാതൃഭൂമി ഉപേക്ഷിച്ച് മറ്റ് എങ്ങോട്ടെങ്കിലും പോകണം? ഞാൻ ജീവിക്കുന്നത് ഈ മണ്ണിലായിരിക്കും; മരിക്കുന്നതും ഈ മണ്ണിൽത്തന്നെ.” എന്നാൽ അച്ഛന്റെ സംസാരശൈലിയാണ് സുധാമൊയ് പഠിച്ചിട്ടുള്ളത്.

ഇന്ത്യയിലേക്കുള്ള കൂട്ടമായ കുടിയേറ്റം തുടർന്നുകൊണ്ടിരുന്നു. കോളേജു കളിലെ വിദ്യാർത്ഥികളുടെ സംഖ്യ കുറേശ്ശെ കുറഞ്ഞുവന്നു. 1947ൽ ഇന്ത്യയിൽ പോകാതിരുന്നവർ പോകാനുള്ള തയ്യാറെടുപ്പുകൾ ആരംഭിച്ചു. ഏതാനും മുസ്ലിം കുട്ടികളോടും ദരിദ്രരായ കുറെ ഹിന്ദുകുട്ടികളോടുമൊപ്പം ലിറ്റൺ മെഡിക്കൽകോളേജിൽ സുധാമൊയ് പഠനം പൂർത്തിയാക്കി, ഡോക്ടർ ബിരുദം നേടി.

1952ൽ, ഊർജ്ജസ്വലനായൊരു 24കാരൻ യുവാവായിരുന്നു സുധാമൊയ്, അക്കാലത്ത്, ബംഗാളി രാഷ്ട്രഭാഷയാക്കണമെന്ന ആവശ്യവുമായി ധാക്കാ തെരുവിൽ ആവേശകരമായ പ്രക്ഷോഭണജാഥകൾ അരങ്ങേറിയിരുന്നു. പാക്കിസ്താൻ ഭരണാധികാരി മുഹമ്മദലി ജിന്ന അവരുടെ നിർദ്ദേശങ്ങൾ തള്ളിക്കളഞ്ഞു. ഉറുദുമാത്രമാണ് പാക്കിസ്താന്റെ ഒരേ ഒരു രാഷ്ട്രഭാഷ എന്നദ്ദേഹം പ്രഖ്യാപിച്ചു.

രാഷ്ട്രീയ പ്രബുദ്ധതയുള്ള പൂർവ്വ പാക്കിസ്താനിലെ (ബംഗ്ലാദേശ്) ധീരരായ യുവാക്കളെ പിന്തിരിപ്പിക്കാനായില്ല. ജിന്നയുടെ തീരുമാനത്തിനെതിരെ പ്രതിഷേധവുമായി അവർ രംഗത്തെത്തി. നഗരവീഥികൾ ചോരക്കളമായി മാറി; ആരും പിന്മാറിയില്ല. ബംഗാളി രാഷ്ട്രഭാഷയാക്കണമെന്ന വാദം അവർ മുറുകെ പിടിച്ചു. സുധാമൊയിയുടെ ഹൃദയത്തിലും വിപ്ലവാവേശം അലതല്ലി. അയാൾ ഈ പ്രക്ഷോഭങ്ങളിൽ പങ്കു കൊണ്ടു. ജാഥകൾ നയിച്ചു. "ഞങ്ങൾക്ക് ബംഗാളി വേണം..." എന്ന മുദ്രാവാക്യം മുഴക്കി. റാഫിക് സലാം ബർക്കത് ജബ്ബാറിനെ പൊലീസ് വെടിവച്ചുവീഴ്ത്തിയപ്പോൾ സുധാമൊയിയും സന്നിഹിതനായിരുന്നു. അയാളും വെടിവച്ചു വീഴ്ത്തപ്പെട്ടേനെ; രക്തസാക്ഷിയായി വാഴ്ത്തപ്പെട്ടേനെ.

1969ലെ ദേശീയ പ്രസ്ഥാനത്തിലും സുധാമൊയ് പങ്കെടുത്തിരുന്നു. ജാഥകൾക്കു നേരെ വെടിവയ്ക്കാനായി പാക്കിസ്താന്റെ കരുത്തനായ മേധാവി അയൂബ്ഖാൻ പോലീസിന് ഉത്തരവു നൽകിയിരുന്നു. ഈ ഭീഷണിക്കു മുന്നിൽ മുട്ടുമടക്കാതെ, തങ്ങളുടെ പതിനൊന്നിന പരിപാടി നടപ്പാക്കുന്നതിനായുള്ള സമരം കൂടുതൽ കരുത്തോടെ തുടർന്നു. ആലംഗീർ മൻസൂർ മിന്റു പൊലീസിന്റെ വെടിയുണ്ടകൾക്കിരയായി. മെയ്മൊൻസിംഗ് നഗരവീഥികളിലൂടെ അദ്ദേഹത്തിന്റെ മൃതശരീരം സുധാമൊയ് ചുമന്നുനടന്നു. ബംഗാളി സംസാരിക്കുന്ന നൂറുകണക്കിന് പാക്കിസ്താനികൾ നിശ്ശബ്ദരായി അയാളെ പിൻതുടർന്നു; പട്ടാളഭരണം അടിച്ചേല്പിക്കപ്പെടുന്നതിലേക്കുള്ള പ്രയാണം...

1952ലെ ഭാഷാ പ്രക്ഷോഭണം, 1954ലെ യുണൈറ്റഡ് ഫ്രന്റ് തിരഞ്ഞെടുപ്പ്, 1962ലെ വിദ്യാഭ്യാസ സമരം, 1966ലെ ആറ് ഇന പ്രക്ഷോഭണം, അഗർത്തല ഗൂഢാലോചനക്കേസിനെതിരായുള്ള പ്രതിഷേധ സമരം, 1970ലെ പൊതു തിരഞ്ഞെടുപ്പ്, 1971ലെ സ്വാതന്ത്ര്യസമരം... തുടങ്ങിയവ നാട്ടിലെ രാഷ്ട്രീയ പ്രബുദ്ധരായ ബംഗാളി യുവാക്കളുടെ സംഘടിതനീക്കങ്ങളുടെ വിവിധ ഘട്ടങ്ങളായിരുന്നു. രാഷ്ട്രത്തെ 'ദ്വിരാഷ്ട്ര' സിദ്ധാന്തമുപയോഗിച്ചു വിഭജിച്ചത് തീർത്തും തെറ്റായ നടപടിയായിരുന്നു എന്ന് അടിവരയിട്ടു കാണിക്കുന്നതായിരുന്നു ഓരോ പുതിയ പ്രക്ഷോഭണവും.

മൗലാനാ അബുൽ കലാം ആസാദ് പറഞ്ഞിരുന്നു: "സാമ്പത്തികമായും ഭാഷാപരമായും സാംസ്കാരികമായും ഭൂമിശാസ്ത്രപരമായും വേറിട്ടു നിൽക്കുന്ന പ്രദേശങ്ങളെ മതപരമായ അടുപ്പം കൊണ്ട് യോജിപ്പിക്കാമെന്നു നിർദ്ദേശിക്കുന്നത് ജനങ്ങളോടു കാണിക്കുന്ന ഏറ്റവും വലിയ വഞ്ചനയാണ്.

വർഗ്ഗീയവും, ഭാഷാപരവും സാമ്പത്തികവും രാഷ്ട്രീയവുമായ പരിധികൾക്കപ്പുറത്തുള്ള ഒരു സമൂഹത്തെ സൃഷ്ടിക്കാൻ ഇസ്ലാം ശ്രമിച്ചു എന്നതൊരു വാസ്തവമാണ്. എന്നാൽ ആദ്യത്തെ ഏതാനും ദശകങ്ങൾക്കുശേഷം, പരമാവധി ആദ്യത്തെ നൂറ്റാണ്ടിനുശേഷം, ഇസ്ലാംമതത്തിന്റെ പേരിൽ മുഴുവൻ മുസ്ലിം രാജ്യങ്ങളെയും യോജിപ്പിച്ചുനിർത്താൻ കഴിഞ്ഞിട്ടില്ല.”

ദ്വിരാഷ്ട്ര സിദ്ധാന്തം നടപ്പിലാക്കൽ, വാസ്തവത്തിൽ ഒരു വിഫലശ്രമമാണെന്ന സത്യം ജിന്നയ്ക്കും ബോധ്യപ്പെട്ടിരുന്നു. പഞ്ചാബും ബംഗാളും വിഭജിക്കാനുള്ള പ്ലാൻ തയ്യാറാക്കവെ മൗണ്ട് ബാറ്റൻ തന്നെ പറയുകയുണ്ടായി.

“ഒരാൾ ഹിന്ദുവോ മുസ്ലിമോ ആകുന്നതിനു മുമ്പ് അവനൊരു പഞ്ചാബിയോ ബംഗാളിയോ ആണ്. അവർക്കു പൊതുവായ ഒരു ചരിത്രവും ഭാഷയും സംസ്കാരവും സാമ്പത്തികശാസ്ത്രവുമുണ്ട്. നിങ്ങൾ ഒടുങ്ങാത്ത രക്തച്ചൊരിച്ചലും ദ്രോഹവും വരുത്തിവയ്ക്കും.”

1947 മുതൽ 1971വരെ, ഒന്നിനുപിന്നാലെ ഒന്നായി രക്തച്ചൊരിച്ചലും കുഴപ്പവും അലയടിക്കുന്നത് ബംഗാളികൾ കണ്ടു; 1971ലെ സ്വാതന്ത്ര്യ സമരത്തിൽ മൂന്നു മില്യൻ ബംഗാളികളുടെ ജീവൻ ബലിയർപ്പിക്കപ്പെട്ടു. രാജ്യത്തിന്റെ വ്യക്തിത്വം മതാധിഷ്ഠിതമല്ലെന്ന് ആ സ്വാതന്ത്ര്യസമരം തെളിയിച്ചു. ഭാഷ, സംസ്കാരം, ചരിത്രം എന്നിവയ്ക്ക് ദേശീയതയുടെ അടിത്തറ പാകാനാകും. തുടക്കത്തിൽ പഞ്ചാബിലെയും ബംഗാളിലെയും മുസ്ലിമുകൾ തമ്മിൽ ഒരു പൊതുബന്ധം കെട്ടിപ്പടുക്കാൻ പാക്കിസ്താൻ ശ്രമിച്ചു. എന്നാൽ പാക്കിസ്താനി മുസ്ലിമുകളുമായി സുപ്രധാന തീർപ്പുകളെപ്പറ്റി ചർച്ച ആരംഭിച്ചപ്പോഴാണ് ബംഗാളി ഹിന്ദുക്കളും മുസ്ലിമുകളും ‘ദ്വിരാഷ്ട്ര’ സിദ്ധാന്തത്തിന്റെ തെറ്റായ വാദഗതി തിരിച്ചറിഞ്ഞത്. 1971ൽ, മെയ്മൊൻസിംഗിലെ എസ്.കെ. ഹോസ്പിറ്റലിൽ ഒരു ഡോക്ടറായി സേവനമനുഷ്ഠിക്കുകയായിരുന്നു സുധാമൊയ്. വീട്ടിലും ആശുപത്രിയിലും അദ്ദേഹം വളരെ തിരക്കുപിടിച്ച ഒരു വ്യക്തി ആയിരുന്നു. സ്വദേശി ബസാറിലെ ഒരു കടയിൽ വൈകുന്നേരം അദ്ദേഹം പ്രാക്ടീസ് ചെയ്തുപോന്നു. ഈ സമയത്ത് കിരൺമൊയ് തന്റെ ആറുമാസം പ്രായമായ രണ്ടാമത്തെ കുഞ്ഞിനെ വളർത്തുന്നതിൽ മുഴുകി. അവരുടെ മകൻ സുരഞ്ജനു പന്ത്രണ്ടു വയസ്സായി. സുധാമൊയിക്ക് വല്ലാത്ത ഉത്തരവാദിത്തമായിരുന്നു അപ്പോൾ, കുടുംബകാര്യങ്ങൾ നോക്കുന്നതോടൊപ്പം ഒറ്റയ്ക്ക് ആശുപത്രിയുടെ നടത്തിപ്പും ഏറ്റെടുക്കേണ്ടി വന്നു. ഇടയ്ക്ക് സമയം കിട്ടുമ്പോൾ ഷരീഫിന്റെ അടുത്ത് സുഹൃത്തുക്കളെ കാണാൻ പോകും. മാർച്ച് എട്ടിനോ ഒമ്പതിനോ അയാളുടെ സുഹൃത്തുക്കൾ, ഷരീഫ്, ഫൈസൽ, ബബ്ലു, നെമായ് എന്നിവർ, മുജീബുർ റഹ്മാന്റെ പ്രസംഗം കേൾക്കാൻ റേസ്കോഴ്സ് ഗ്രൗണ്ടിലേക്കു പോയി.

അർദ്ധരാത്രിക്ക് തിരിച്ചുവരുമ്പോൾ ബ്രഹ്മാപള്ളിയിലെ സുധാമൊയിയുടെ വീട്ടുവാതിലിൽ അവർ മുട്ടിവിളിച്ചു. മുജീബിന്റെ വാക്കുകളായിരുന്നു

അവരുടെ മനസ്സിൽ: "ഒരു വെടിയുണ്ട കൂടി വിട്ടാൽ, എന്റെ ഒരാൾകൂടി മരിച്ചാൽ, എനിക്ക് നിങ്ങളോടുള്ള അഭ്യർത്ഥന ഇതാണ്, നിങ്ങളുടെ ഓരോരുത്തരുടേയും വീട് ഓരോ കോട്ടയാക്കി മാറ്റുക. വേണ്ടിവരുമ്പോൾ ശത്രുവിനെ നേരിടാനായി ആവശ്യമുള്ളതെല്ലാം ശേഖരിച്ചുവയ്ക്കുക. സ്വാതന്ത്ര്യത്തിനുവേണ്ടിയുള്ളൊരു പോരാട്ടമാണിത്" വികാരാവേശത്തോടെ വിറച്ചുകൊണ്ട് അയാളുടെ സ്നേഹിതന്മാർ പറഞ്ഞു. "സുധാദാ നമ്മൾക്ക് എന്തെങ്കിലും ചെയ്യേണ്ട സമയമാണിത്!"

സംഭവങ്ങൾ വരുന്നതുപോലെ വരട്ടെ എന്നും പറഞ്ഞിരുന്നതുകൊണ്ട് ഒന്നും നേടാനാവില്ലെന്ന് സുധാമൊയ് മനസ്സിലാക്കി. എന്നാൽ തനിക്കൊരു കുടുംബമുണ്ട്, ഉത്തരവാദിത്തമുള്ള ഒരു ജോലിയും. അതുകൊണ്ട് അയാൾ ഒന്നും ചെയ്തില്ല. മാർച്ച് 25ന് അപ്രതീക്ഷിതമായി പാക്കിസ്താനി പടയാളികൾ ബംഗാളികളുടെ മേൽ ചാടിവീണപ്പോൾ, അയാളുടെ സുഹൃത്തുക്കൾ വീണ്ടും വന്നു വാതിൽക്കൽ മുട്ടി.

"നമ്മൾക്ക് യുദ്ധത്തിനു പോകണം" അവർ മന്ത്രിച്ചു "മറ്റൊരു മാർഗ്ഗവുമില്ല."

സുധാമൊയ് വല്ലാത്തൊരു ധർമ്മസങ്കടത്തിലായി. കുടുംബമാകുന്നു ഇപ്പോഴത്തെ വലിയ പ്രശ്നം; യുദ്ധത്തിനു പോകേണ്ട പ്രായവും കഴിഞ്ഞിരിക്കുന്നു. സുഹൃത്തുക്കളുടെ അഭ്യർത്ഥന മനസ്സിൽനിന്ന് മായുന്നില്ല. ആസ്പത്രി ജോലിയിൽ അയാൾക്കു ശ്രദ്ധിക്കാൻ പറ്റാതായി.

ഒടുവിലയാൾ കിരൺമൊയിയോടു സംസാരിച്ചു. കുടുംബം അവൾക്കു സ്വയം നടത്തിക്കൊണ്ടുപോകാമോ? പോയ്ക്കോട്ടെ? ഭീതിയോടെ കിരൺമൊയ് പറഞ്ഞു. "നമ്മൾക്ക് ഇന്ത്യയിലേക്കു പോകാം. നമ്മുടെ അയൽവാസികൾ ഓരോരുത്തരായി സ്ഥലംവിടുകയാണ്." അതൊരു വാസ്തവമായിരുന്നു. സുകന്തൊ ചട്ടോപാദ്ധ്യായ, സുധാൻഷു ഹൽദാർ, നിർമലേന്ദു ഭൗമിക്, രഞ്ജൻ ചക്രവർത്തി എന്നിവർ പോകുന്നത് സുധാമൊയ് സ്വയം കണ്ടതാണ്. 1947ലെ കൂട്ടത്തോടെയുള്ള നാടുവിടൽ ആവർത്തിക്കപ്പെടുകയാണ്. സുധാമൊയിക്ക് ദേഷ്യം സഹിക്കാനായില്ല. അയാൾ അവരെ ശപിച്ചു, ഭീരുക്കൾ എന്നു വിളിച്ചു.

ഏതാനും ദിവസങ്ങൾക്കുശേഷം നെമായ് അയാളോടു പറഞ്ഞു "സുധാദാ, പട്ടാളം തെരുവിൽ നിരന്നുകഴിഞ്ഞു. അവർ ഹിന്ദുക്കളെ പിടികൂടി കൊല്ലുന്നു. വരു, നമ്മൾക്ക് ഓടിപ്പോകാം."

1947ൽ അയാളുടെ അച്ഛൻ, സുകുമാർദത്ത, സ്വന്തം നാടു വിട്ടുപോകില്ലെന്ന് ദൃഢപ്രതിജ്ഞയെടുത്തതാണ്. സുധാമൊയിയും അതേ തീരുമാനത്തിൽ ഉറച്ചുനിന്നു.

"നിങ്ങൾക്കു പോകണമെങ്കിൽ പോകാം... ഞാൻ സ്വന്തം വീടുവിട്ട് ഓടിപ്പോകില്ല. നമ്മൾ ആ പാക്കിസ്താനി നായ്ക്കളെ കൊന്ന് സ്വാതന്ത്ര്യം

നേടും. അന്ന്, പറ്റുമെങ്കിൽ നിങ്ങൾ മടങ്ങിവരു." അയാൾ നെമായിയോട് പറഞ്ഞു.

കിരൺമൊയിയും കുട്ടികളും ഫുൽപൂരിലെ ഫൈജ്ലുഗ്രാമത്തിൽ പോയി താമസിക്കട്ടെ എന്ന് പിന്നീടു തീരുമാനിക്കപ്പെട്ടു. സുധാമൊയ് സുഹൃത്തുക്കളായ ഷരീഫ്, ബബ്ലു, ഫൈസൽ എന്നിവരെ പിൻതുടർന്ന് നലിതാബാരിയിലേക്കു പോകും. എന്നാൽ, ഈ പദ്ധതി പ്രാവർത്തികമാകുന്നതിനുമുമ്പ് അയാളെ സൈന്യം പിടികൂടി. അപകടം മണത്തറിഞ്ഞിട്ടും, അയാൾക്ക് ഒരു പൂട്ട് വാങ്ങിക്കാൻ കടയിലേക്കു പോകേണ്ടിവന്നു. തെരുവു നിറയെ പട്ടാളമാണ്. ഒരു ബംഗാളിയും സുരക്ഷിതനല്ല. പിരിമുറുക്കത്തോടെ ശൂന്യമായ നഗരവീഥിയിലൂടെ അയാൾ നടന്നു. വളരെ കുറച്ചു കടകളേ തുറന്നിട്ടുള്ളു; പാതി തുറന്നു വച്ചിരിക്കുന്നു. പെട്ടെന്ന് മൂന്നുപേർ അയാളുടെ മുന്നിൽ ചാടിവീണു ഗർജ്ജിച്ചു. "നിൽക്കു." അവരിലൊരാൾ അയാളുടെ പിടലിക്കു പിടികൂടി ഉറുദുവിൽ ചോദിച്ചു. "നിന്റെ പേരെന്താണ്?"

ഏതു പേരായിരിക്കും സമുചിതമായിരിക്കുക എന്ന് സുധാമൊയിക്ക് അറിയില്ലായിരുന്നു. കിരൺമൊയിയുടെ സ്നേഹിതകൾ അവൾക്ക് മുമ്പ് താക്കീതു നൽകിയ കാര്യം അയാൾ ഓർത്തു "നിനക്കിവിടെ ജീവിക്കണമെന്നുണ്ടെങ്കിൽ പേർ ഫാത്തിമാ അക്തർ എന്നു മാറ്റിക്കൊ."

തന്റെ ഹിന്ദുപേര് ഈ ദ്രോഹികളറിഞ്ഞാൽ പ്രശ്നമാകുമെന്ന് മനസ്സിലാക്കിയ സുധാമൊയ്, തന്റെയും അച്ഛൻ സുകുമാറിന്റെയും, മുത്തച്ഛൻ ജ്യോതിർമയിയുടെയും പേരുകൾ സ്വയം മറക്കാൻ നിർബന്ധിതനായി. അതിനുപകരം, സിറാജുദ്ദീൻ ഹുസൈൻ എന്ന പേര് തന്റെ നാവിൽനിന്നു തന്നെ ഉയർന്നപ്പോൾ സ്വന്തം ശബ്ദം കേട്ട് അയാൾ ഞെട്ടിപ്പോയി! അവരിലൊരാൾ ദേഷ്യത്തോടെ പറഞ്ഞു. "നിന്റെ ലുങ്കി ഊര്."

സുധാമൊയിക്ക് എന്തെങ്കിലും പറയാൻ കഴിയുന്നതിനു മുമ്പുതന്നെ അവർ അയാളുടെ ലുങ്കി വലിച്ചൂരി. നെമായ്, സുധാൻഷു, രഞ്ജൻ എന്നിവർ ഓടിപ്പോയത് എന്തിനാണെന്ന് അയാൾക്ക് അപ്പോൾ വ്യക്തമായി മനസ്സിലായി...

രണ്ടു പാക്കിസ്താനും ഒരു ഇന്ത്യയുമായി ഇന്ത്യ വിഭജിക്കപ്പെട്ട അന്നു മുതൽ നിരവധി ഹിന്ദുക്കൾ പൂർവ്വപാക്കിസ്താനിലെ വീടുകൾ ഉപേക്ഷിച്ച് ഇന്ത്യയിലേക്കു പലായനം ചെയ്യുകയുണ്ടായി. അവർക്കിപ്രകാരം ചെയ്യാൻ പറ്റിയത്, ഹിന്ദുക്കൾക്ക് ഇന്ത്യയിലേക്കു രക്ഷപ്പെടാൻ വേണ്ടി അതിർത്തികൾ തുറന്നിട്ടതുകൊണ്ടായിരുന്നു. ധനികരും വിദ്യാസമ്പന്നരായ ഇടത്തരക്കാരും അതിൽപ്പെടും. 1947ൽ ഇന്ത്യ വിഭജിച്ച് 10 വർഷം കഴിയുമ്പോഴേക്കും ഹിന്ദു ജനസംഖ്യ 28 ശതമാനത്തിൽനിന്നും 22 ശതമാനത്തിലേക്കു താണു. പത്തു വർഷത്തിനുള്ളിൽ, അതിനുമുമ്പത്തെ 40 വർഷത്തേക്കാൾ കുറവാണ് ജനസംഖ്യാനിരക്കിനു സംഭവിച്ചത്. പാക്കിസ്താനി ഭരണകാലത്ത് ഹിന്ദുക്കൾ ഇന്ത്യയിലേക്കു കുടിയേറ്റം തുടർന്നുകൊണ്ടിരുന്നു. 1961ലെ

രേഖകളനുസരിച്ച് ഹിന്ദുജനസംഖ്യ 18.5 ശതമാനമായും, 1974ൽ അത് 13.5 ശതമാനമായും താഴ്ന്നു. എന്തായാലും ബംഗ്ലാദേശ് സ്വതന്ത്രമായശേഷം ഹിന്ദുക്കളുടെ സ്വന്തംനാട് വിട്ടുള്ള പ്രയാണം നിലച്ചെന്നു പറയാം. 1981 ആയ പ്പോഴേക്കും രാജ്യത്ത് 12.1 ശതമാനം ഹിന്ദുക്കളുണ്ടായിരുന്നു. പൂർവ്വിക വസ്തു വിട്ട് ഓടിപ്പോകുന്ന ഹിന്ദുക്കളുടെ എണ്ണം കുറഞ്ഞെന്ന് സ്വാഭാവിക മായും നമ്മൾക്കു മനസ്സിലാക്കാം. എന്നാൽ എത്രകാലം ഇത് തുടരുമെന്നു നമ്മൾക്ക് പ്രതീക്ഷിക്കാം? പ്രത്യേകിച്ച് 1990ലെ വർഗ്ഗീയകലാപങ്ങൾക്കു ശേഷവും, ഇപ്പോഴത്തെ (1992) ലഹളയ്ക്കു ശേഷവും! ഹിന്ദുക്കൾ ഇപ്പോൾ രാജ്യം വിടണമെന്നാണോ പ്രതീക്ഷിക്കപ്പെടുന്നത്?

സുധാമൊയിയുടെ നെഞ്ചിന്റെ ഇടതുഭാഗത്ത് ഒരു വേദന ആരംഭിച്ചു. അത് ഇടയ്ക്കിടെ വരുന്ന പഴയ വേദനയാണ്; നല്ല തലവേദനയുമുണ്ട്. ഒരുപക്ഷേ അദ്ദേഹത്തിന്റെ രക്തസമ്മർദ്ദം കൂടിയിരിക്കാം. ഡിസംബർ 6-ാം തീയതിയിലെ അത്യാഹിതവിവരണം ടെലിവിഷനിൽ സി.എൻ.എൻ. തുടർന്നു കൊണ്ടിരിക്കുന്നു. തകർക്കപ്പെട്ട ബാബറി മസ്ജിദ് ഇപ്പോൾ കാണി ക്കുന്നില്ല, ആ പേര് പറഞ്ഞുകൊണ്ടിരിക്കുന്നുണ്ട്. ഭൂരിപക്ഷ സമുദായത്തിന്റെ കോപത്തിൽനിന്നും ഹിന്ദുക്കളെ രക്ഷിക്കാനായി ഗവൺമെന്റ് നിർദ്ദേശിച്ചത നുസരിച്ചാകാം, സി.എൻ.എന്നിലെ ഈ മാറ്റം. എന്നാൽ ചെറിയൊരു പ്രകോ പനത്തിന്റെ പേരിൽ പോലും ശക്തമായി പ്രതികരിക്കുന്ന ആളുകൾക്ക്, വർഗ്ഗീയലഹള തുടങ്ങാൻ സി.എൻ.എന്നിന്റെ ടിവി റിപ്പോർട്ടിനു കാത്തു നിൽക്കേണ്ട ആവശ്യമൊന്നുമില്ല.

അയാൾക്ക് നെഞ്ചിൽ ശക്തമായ വേദന അനുഭവപ്പെട്ടു. നെഞ്ചു തിരുമ്മി ക്കൊണ്ടു കിടക്കയിൽ കിടന്നു. മായ വരാന്തയിൽ അസ്വസ്ഥമായി അങ്ങോട്ടു മിങ്ങോട്ടും നടക്കുകയാണ്. തന്റെ മകൾ സ്വരക്ഷയ്ക്കുവേണ്ടി എങ്ങോട്ടെ ങ്കിലും ഓടിപ്പോകാൻ ആഗ്രഹിക്കുന്നുണ്ടെന്ന് സുധാമൊയിക്കറിയാം. സുരഞ്ജൻ എഴുന്നേൽക്കാൻ സമ്മതിക്കാത്തിടത്തോളം കാലം അതെങ്ങനെ സാധിക്കാനാണ്? സൂര്യപ്രകാശമടിക്കുന്ന വരാന്തയിൽ മായയുടെ നിഴൽ നീണ്ടുവരുന്നത് തുറിച്ചുനോക്കി സുധാമൊയ് നിസ്സഹായനായി കിടന്നു. കിരൺമൊയ് അനങ്ങാതിരിക്കയാണ്, വിഷാദം നിറഞ്ഞ അഭ്യർത്ഥനയോടെ. "ഞങ്ങളെ ജീവിക്കാനനുവദിക്കുക, ഞങ്ങളെ പോകാനനുവദിക്കുക" എന്നു പറയുന്നതുപോലെ തോന്നും. വീടുവിട്ടുപോകാൻ തീരുമാനിക്കുക യാണെ ങ്കിൽ സുധാമൊയ് എങ്ങോട്ടാണ് പോകുക? ഈ പ്രായത്തിൽ പഴയ കാലത്തേതുപോലെ അയാൾക്ക് ഓടി നടക്കാനാകുമോ?

പണ്ട് അയാൾ ഒന്നും വിട്ടിരുന്നില്ല; എല്ലാത്തിന്റെയും മദ്ധ്യത്തിലുണ്ടാ യിരുന്നു. പാക്കിസ്താനി ഭരണാധിപന്മാർക്കെതിരായുള്ള പ്രാദേശിക ഗ്രൂപ്പുകളുടെ തലപ്പത്ത് അയാളെ കാണാം. വീടും കുടുംബബന്ധങ്ങളും അയാളുടെ പ്രവർത്തനങ്ങളിൽ വിലങ്ങുതടിയായിട്ടില്ല. ഇന്ന് അത്തരം കരുത്ത് അയാൾക്ക് എവിടുന്ന് കിട്ടാനാണ്? സ്വതന്ത്ര രാഷ്ട്രമായ, മതേതര രാഷ്ട്ര മായ ബംഗ്ലാദേശിൽ ഹിന്ദുക്കൾക്ക് മുസ്ലിമുകളെപ്പോലെ രാഷ്ട്രീയവും സാമ്പത്തികവും സാംസ്കാരികവും മതപരവുമായ അവകാശങ്ങൾ

ഉണ്ടാകുമെന്ന് അയാൾ ആശിച്ചു. നിർഭാഗ്യവശാൽ, മതനിഷ്പക്ഷതാനയം രാജ്യത്തിന്റെ അജണ്ടയിൽനിന്ന് സാവധാനം നഷ്ടമായി. ഇന്ന് ബംഗ്ലാദേശിന്റെ ദേശീയമതം ഇസ്ലാമാണ്. 1971ലെ സ്വാതന്ത്ര്യസമരത്തിനെതിരായി നിന്ന നിസ്സാരന്മാരായ മൗലികവാദികൾ ഇപ്പോൾ മുൻപന്തിയിലെത്തി കാര്യങ്ങൾ നിയന്ത്രിക്കാൻ തുടങ്ങി; പൊതു യോഗങ്ങളും ജാഥകളും സംഘടിപ്പിച്ചു. ഇതേ ഗ്രൂപ്പാണ് 1990ൽ ഹിന്ദുക്കൾക്കെതിരായി നടന്ന ക്രൂരമായ ലഹളയ്ക്കു പിന്നിലുമുണ്ടായിരുന്നത്. ഈ ഗുണ്ടകളാണ് ഹിന്ദുദേവാലയങ്ങൾ തകർത്തതും ഹിന്ദുക്കളുടെ കടകളും വീടുകളും തീവച്ചതും.

സുധാമൊയ് കണ്ണുകളടച്ചു. ഇപ്രാവശ്യം ചുറ്റുപാടും എന്താണ് സംഭവിക്കാൻ പോകുന്നതെന്നയാൾക്കറിയില്ല. ഒരു കാര്യം തീർച്ചയാണ്: ഹിന്ദു മതഭ്രാന്തന്മാർ ബാബറി മസ്ജിദ് തകർത്തതിന്റെ പരിണതഫലം അനുഭവിക്കാൻ പോകുന്നത് ബംഗ്ലാദേശിലെ ഹിന്ദുക്കളാണ്. 1990ൽ മുസ്ലിം മതമൗലികവാദികൾ സുധാമൊയിയെപ്പോലുള്ള ഹിന്ദുക്കളെ വെറുതെ വിട്ടില്ല. അപ്പോൾ, 1992ൽ എന്തിനവരെ വെറുതെ വിടണം? അതുകൊണ്ട് അവർക്ക് എലികളെപ്പോലെ ഓടി ഒളിക്കേണ്ടിവരും! അവർ ഹിന്ദുക്കളാണെന്ന ഒറ്റക്കാരണം കൊണ്ടോ? ഇന്ത്യയിലെ ഹിന്ദുക്കൾ ബാബറി മസ്ജിദ് തകർത്തു എന്ന ഒറ്റക്കാരണം കൊണ്ടോ? ഇതിനൊക്കെ ബംഗ്ലാദേശിലെ ഹിന്ദുക്കൾ എങ്ങനെ ഉത്തരവാദിയാകും?

വരാന്തയിൽ നീങ്ങിക്കൊണ്ടിരിക്കുന്ന മായയുടെ നിഴലിലേക്കയാൾ വീണ്ടും ദൃഷ്ടി പായിച്ചു. ഭയചകിതമായ നിഴൽചലനങ്ങൾ. പെട്ടെന്ന് മായ അകത്തേക്കു വന്നതുപോലെ അയാൾക്കു തോന്നി. അവളുടെ ആകർഷണീയമായ ഇരുണ്ട മുഖം ഉൽക്കണ്ഠാഭരിതമായിരുന്നു; വിയർപ്പു തുള്ളികൾ പൊടിഞ്ഞിട്ടുണ്ട്. അവൾ അലറി "നിങ്ങൾ ഇവിടെ കിടന്നു നശിച്ചോളു, ഞാൻ പോകുകയാണ്."

കിരൺമൊയ് ദൃഢസ്വരത്തിൽ ചോദിച്ചു "എങ്ങോട്ടാണ് നീ പോകാനുദ്ദേശിക്കുന്നത്?"

അമ്മയുടെ ഭീഷണിപ്പെടുത്തുന്ന സ്വരം അവഗണിച്ചുകൊണ്ട്, അവൾ ധൃതിയിൽ മുടിചീകി "ഞാൻ പരുളിന്റെ വീട്ടിലേക്കു പോകുന്നു... നിങ്ങൾക്കു രക്ഷപ്പെടണമെന്നില്ലെങ്കിൽ എനിക്ക് മറ്റൊരു മാർഗ്ഗവുമില്ല. ദാദയും ഈ വീടുവിട്ട് പോകുമെന്നെനിക്കു തോന്നുന്നില്ല."

"നിന്റെ ഈ പേരിനെ എന്തു ചെയ്യാൻ പോകുന്നു? നിലാഞ്ജന അപകടകരമായ പേരാണ്." താൻ സ്വന്തംപേര് സിറാജുദ്ദീൻ എന്നു മാറ്റി പറഞ്ഞതോർത്തുകൊണ്ട് ആ പിതാവ് പറഞ്ഞു.

മായ അനങ്ങാതെ നിന്നു. "ലാ ഇലാഹാ ഇല്ലലാഹു മുഹമ്മദുൻ റസൂലല്ലോഹ്" എന്നു മാത്രമല്ലേ ഒരു മുസ്ലിമാകാനായി പറയേണ്ടതുള്ളു. അതു തന്നെയാണ് ഞാൻ ചെയ്യാൻ പോകുന്നത്; എന്നിട്ട് ഞാൻ എന്നെ ഫിറോസാ ബീഗം എന്ന് സ്വയം വിളിക്കും."

''മായാ!" കഠിനമായ മനോവേദനയോടെ കിരൺമൊയ് വിളിച്ചു.

മായ കോപത്തോടെ അമ്മയെ നോക്കി, തന്റെ കർമ്മപരിപാടിയിൽ യാതൊരു തെറ്റുമില്ല എന്ന ഭാവത്തിൽ! കിരൺമൊയിയുടെ മുഖത്തെ വേദനയിൽ അവൾക്ക് യാതൊരു ഇളക്കവും തട്ടിയില്ല. സുധാമൊയ് നിസ്സഹായനായി നെടുവീർപ്പിട്ട് അമ്മയെയും മകളെയും മാറിമാറി നോക്കി. മായയുടെ അസ്വാസ്ഥ്യം അയാൾക്കു മനസ്സിലാക്കാൻ കഴിയും. ഇരുപത്തി യൊന്ന് വയസ്സുമാത്രമായിട്ടുള്ള അവൾ 1947ലെ വിഭജനമോ, 1950ലെയും 1964ലെയും വർഗ്ഗീയ കലാപമോ കണ്ടിട്ടില്ല. 1971ൽ ബംഗ്ലാദേശ് സ്വതന്ത്ര മായതും അവൾ കണ്ടിട്ടില്ല. അവൾ ബാല്യകാലം മുതൽ അറിഞ്ഞിട്ടുള്ളത് തന്റെ ദേശീയമതം ഇസ്ലാം ആണെന്നാണ്; താനും കുടുംബവും ഹിന്ദു ന്യൂന പക്ഷമതത്തിൽപെട്ടവരാണെന്നും അവിടത്തെ ജീവിതരീതിയോട് വിട്ടു വീഴ്ചയ്ക്കു തയ്യാറാകേണ്ടവരാണെന്നും. 1990ലെ കലാപകാലത്തെ വൈകാരികാഘാതമാണ് അവൾക്കാകെ അഭിമുഖീകരിക്കേണ്ടിവന്നിട്ടുള്ളത്. സ്വന്തം ജീവൻ ബലികൊടുക്കേണ്ട കാര്യമില്ലെന്ന തീരുമാനമെടുക്കാൻ ഇതിൽ കൂടുതലൊന്നും അവൾക്കാവശ്യമില്ല...

നെഞ്ചുവേദന സഹിക്കാനാവാതെ സുധാമൊയിയുടെ കണ്ണുകൾ ജ്വലിച്ചു. മായയെക്കുറിച്ചുള്ള ചിന്തകൾ അയാളുടെ മനസ്സിൽനിന്നും മാഞ്ഞുപോയി.

ചായയ്ക്കുവേണ്ടിയുള്ള ദാഹം സുരഞ്ജന് അടക്കാനായില്ല. അയാൾ എഴുന്നേറ്റ് കുളിമുറിയിലേക്കു പോയി. പല്ലുതേക്കുന്നതിനു മുമ്പ് ഒരു കപ്പ് ചായ കുടിക്കാനവന് ഇഷ്ടമായിരുന്നു. അതു നടക്കുന്ന കാര്യമല്ല ഇപ്പോൾ. മായയുടെ ഒച്ച കേൾക്കാനില്ല; അവൾ അവിടെ ഉള്ള ലക്ഷണമില്ല. ആ പെൺകുട്ടി ശരിക്കും പോയോ?

സുരഞ്ജൻ പല്ലുതേക്കാനായി കുറച്ചു സമയമെടുത്തു. വീടു മുഴുവൻ അശുഭസൂചകമായ പിരിമുറുക്കത്തിലാണ്. ആരോ ഉടനെ മരിക്കാൻ പോകുന്നു എന്ന പോലെ. ഏതു നിമിഷവും ഒരു ഇടിത്തീ വീണേക്കുമെന്നു തോന്നി-അത്തരം ഒരു മരണവും മുന്നിൽക്കണ്ട് ഓരോരുത്തരും കാത്തിരി ക്കുന്നതുപോലെ. ചായയ്ക്കുവേണ്ടിയുള്ള ദാഹം ശമിക്കാതായപ്പോൾ സുരഞ്ജൻ സുധാമൊയിയുടെ മുറിയിലേക്കു നടന്നു. അയാൾ എന്തു ഭാവിച്ചുകൊണ്ടോ കിടക്കയിൽ സ്വസ്ഥമായി ചാരിയിരുന്നു.

“മായ എവിടെ?”

സുരഞ്ജന്റെ ചോദ്യത്തിന് ആരും മറുപടി നൽകിയില്ല. ജനലിനരികെ അശ്രദ്ധമായി ഇരുന്ന കിരൺമൊയ് എഴുന്നേറ്റ് അടുക്കളയിലേക്കു പോയി. തട്ടിൻപുറത്തേക്കു കണ്ണുംനട്ട് മലർന്നു കിടന്നിരുന്ന സുധാമൊയ് കണ്ണു കളടച്ച് കിടക്കയിൽ തിരിഞ്ഞു കിടന്നു. സുരഞ്ജനെ ശ്രദ്ധിക്കാൻ ആർക്കും താത്പര്യമില്ലായിരുന്നു. മാതാപിതാക്കളോടും സഹോദരിയോടുമുള്ള കടമ താൻ നിറവേറ്റിയില്ല എന്ന ചിന്ത സുരഞ്ജന്റെ മനസ്സിലുദിച്ചു. കുടുംബത്തിന് ഒരഭയം കണ്ടെത്തുമെന്ന് അവർ പ്രതീക്ഷിക്കുന്നു. എന്നാൽ തനിക്കതിന് കഴിവില്ല; അതിന്റെ ആവശ്യമുണ്ടെന്നു തോന്നുന്നില്ല.

ജഹാംഗീർ എന്നൊരു യുവാവുമായി മായ പ്രേമത്തിലാണെന്ന് സുരഞ്ജ നറിയാം. അവസരം കിട്ടിയാൽ തീർച്ചയായും അവൾ അവനോടൊപ്പം പോകും. ഇപ്പോൾ, അവൾ വീടു വിട്ട നിലയ്ക്ക്, അവളെ ആർക്കു തടയാനാകും? നഗരത്തിൽ ഓരോ കലാപം പൊട്ടിപ്പുറപ്പെടുമ്പോഴും ഹിന്ദുക്കളെക്കുറിച്ചന്വേഷിക്കുക എന്നത് ഉൽപതിഷ്ണുക്കളായ മുസ്ലിമുകൾക്കിടയിൽ ഒരു ശീലമായിട്ടുണ്ട്. മായ സുരക്ഷിതയായിരിക്കുന്നോ എന്ന് ജഹാംഗീർ തീർച്ചയായും അന്വേഷിക്കാതിരിക്കില്ല. ഈ കലാപം സംഭവിച്ചതു ഭാഗ്യമായെന്നു മായ കരുതുന്നുണ്ടാകും. കൃതജ്ഞതയുടെ പേരിൽ അവനെ വിവാഹം കഴിക്കാനും അവൾ തീരുമാനിച്ചേക്കും. അവൻ സ്കൂളിൽ പഠിക്കുമ്പോൾ അവളുടെ രണ്ടു ക്ലാസ് സീനിയർ ആയിരുന്നു. ഒടുവിൽ അവൻ മായയെ വിവാഹം കഴിക്കാതെ കടന്നുകളയുമെന്ന ആശങ്ക സുരഞ്ജന്റെ മനസ്സിൽ സദാ നിലനിന്നിരുന്നു. തന്റെ അനുഭവംവച്ച്, ഇത്തരം അന്യമതസ്ഥരുമായുള്ള വിവാഹം ബംഗ്ലാദേശിൽ മിക്കവാറും അസാദ്ധ്യമാണ്.

അയാൾ പ്രവീണിനെ വിവാഹം കഴിക്കാൻ ഉറപ്പിച്ചതാണ്; അയാൾ അവളുടെ മതത്തിലേക്കു മാറാൻ തയ്യാറാകാഞ്ഞതിനാൽ ആ വിവാഹം നടക്കാതെ പോയി. താനോ അവളോ മതം മാറേണ്ടതില്ലെന്നയാൾ പറഞ്ഞു. ഈ തടസ്സത്തിനു പുറമെ, പ്രവീണിന്റെ കുടുംബക്കാർ അവൾ ഒരു ഹിന്ദുവിനെ വരനായി തിരഞ്ഞെടുത്തത് അംഗീകരിച്ചതുമില്ല. ഒടുവിൽ ഒരു മുസ്ലിം ബിസിനസ്സുകാരന് അവളെ വിവാഹം കഴിച്ചുകൊടുക്കാൻ തീരുമാനിച്ചു. അതിൽ പ്രതിഷേധിച്ച് അവൾ മനംനൊന്തു കരഞ്ഞു. അവസാനം വീട്ടുകാരുടെ ആഗ്രഹത്തിനവൾക്കു വഴങ്ങേണ്ടിവന്നു.

സുരഞ്ജൻ വേദനയോടെ അവരുടെ ചെറിയ വരാന്തയിലേക്കു കണ്ണും നട്ടുകൊണ്ട് ഇരുന്നു: അവിടെ മുറ്റമില്ല, നഗ്നപാദങ്ങളോടെ ചുറ്റിനടക്കാനൊരിടമില്ല. കിരൺമൊയ് ഒരു കപ്പ് ചായയുമായി എത്തി. അമ്മയിൽനിന്ന് ചായ വാങ്ങിക്കുമ്പോൾ ഉദാസീനനായി നിരഞ്ജൻ പറഞ്ഞു.

“ഡിസംബർ മാസമായി; എന്നിട്ടും നല്ല തണുപ്പ് തുടങ്ങിയിട്ടില്ല. ശീതകാലത്തെ പ്രഭാതങ്ങളിൽ ഈന്തപ്പഴം ജ്യൂസ് കുടിക്കുന്നത് എനിക്കെന്ത് ഇഷ്ടമായിരുന്നു എന്ന് ഞാനോർക്കുകയാണ്.”

കിരൺമൊയ് നെടുവീർപ്പിട്ടുകൊണ്ട് പറഞ്ഞു “ഇതൊരു വാടകവീടല്ലെ. ശുദ്ധമായ ഫ്രൂട്ട്ജ്യൂസ് എവിടെനിന്ന് കിട്ടാനാണ്? എല്ലാതരം മരങ്ങളും ഞാൻ നട്ടുവളർത്തിയിരുന്നു. പുരയിടം നിസ്സാരവിലയ്ക്കല്ലേ വിറ്റത്.”

സുരഞ്ജൻ ചായ മൊത്തിക്കുടിച്ചു. തങ്ങളുടെ പറമ്പിലെ ഈന്തപ്പനയിൽനിന്ന് തോട്ടക്കാരൻ കൊണ്ടുവരാറുള്ള ഫ്രഷ്ജ്യൂസിന്റെ സ്വാദിനെക്കുറിച്ച് സുരഞ്ജൻ വേദനയോടെ ഓർത്തു. അവനും മായയും തണുത്തു വിറച്ച് മരച്ചോട്ടിൽനിന്ന് തോട്ടക്കാരനെ അതിശയത്തോടെ നോക്കും! സംസാരിക്കാനായി ഓരോ പ്രാവശ്യം വായ തുറക്കുമ്പോഴും വെളുത്ത ആവി വായിൽനിന്ന് പുറത്തുവരും. സമൃദ്ധമായി തഴച്ചുവളരുന്ന വയലുകളിൽ അവർ ഇരുവരും ഓടിക്കളിച്ചിരുന്നത്... മാങ്ങയും ഞാവൽപഴവും ചക്കയും ഗവ്വയും അടയ്ക്കയും നാളികേരവും...

എല്ലാം പോയി! അക്കാലം ഓർക്കുമ്പോൾ സുധാമൊയ് പറഞ്ഞിരുന്നതാണ് മനസ്സിൽ തെളിഞ്ഞുവരിക.

“ഇതു നിങ്ങളുടെ പൂർവ്വികരുടെ വസതിയാണ്. ഈ സ്ഥലം ഒരിക്കലും ഉപേക്ഷിച്ചുപോകരുത്.”

നിർഭാഗ്യവശാൽ, ആ ഭൂമി വിൽക്കുവാൻ സുധാമൊയ് നിർബ്ബന്ധിതനായി. മായയ്ക്ക് ആറുവയസ്സുള്ളപ്പോൾ, ഒരു ദിവസം സ്കൂളിൽ നിന്ന് വീട്ടിലേക്കു തിരിച്ചുവരുമ്പോൾ അവൾക്കു വഴിതെറ്റി. പട്ടണം മുഴുവൻ തിരഞ്ഞിട്ടും അവർക്ക് അവളെ കണ്ടെത്താനായില്ല. അവൾ ബന്ധുക്കളുടെ വീട്ടിലൊന്നും പോയിട്ടില്ല. കൂട്ടുകാരെയോ പരിചയക്കാരെയോ സന്ദർശിച്ചിട്ടുമില്ല. വീട്ടുകാർ അനുഭവിച്ച അസഹ്യമായ ഉൽക്കണ്ഠയും സമ്മർദ്ദവും വേദനയും പറയേണ്ടതില്ലല്ലോ. ഒരുപക്ഷേ അലസരായ വായിൽനോക്കികൾ അവളെ തട്ടിക്കൊണ്ടുപോയിരിക്കാം. യാതൊരു പണിയുമില്ലാത്ത ഇത്തരക്കാർ എഡ്വാർഡ് സ്കൂളിന്റെ പടിവാതിലിൽ ഞാന്നുകിടന്ന് പരദൂഷണം പറയുന്നതു കേൾക്കാം. രണ്ടു ദിവസത്തിനുശേഷം അവൾ സ്വയം തിരിച്ചെത്തി. ആരാണ് അവളെ തട്ടിക്കൊണ്ടുപോയതെന്നോ, അവൾ എവിടെ ആയിരുന്നെന്നോ സൂചന നൽകാനവൾക്കു കഴിഞ്ഞില്ല. ആ സംഭവം കഴിഞ്ഞ് രണ്ടു മാസത്തോളം വിചിത്രമായ രീതിയിലായിരുന്നു അവളുടെ പെരുമാറ്റം! പേടിച്ചു വിറച്ചാണ് ഉറങ്ങാൻ കിടക്കുക; അർദ്ധരാത്രി പെട്ടെന്ന് ഞെട്ടി എഴുന്നേൽക്കും. ആളുകളെ കാണാൻ ഭയമാണ്.

ചിലപ്പോൾ രാത്രിയിൽ ആളുകൾ അവരുടെ വീടിനു നേരെ കല്ലെറിഞ്ഞു മോചനത്തുക തന്നില്ലെങ്കിൽ മായയെ വീണ്ടും തട്ടിക്കൊണ്ടുപോകുമെന്നു ഭീഷണിപ്പെടുത്തി ഊമക്കത്തുകൾ വന്നു. സുധാമൊയ് പൊലീസിനെ സമീപിച്ചു. പൊലീസ് സ്റ്റേഷനിൽ ഡ്യൂട്ടിയിലുണ്ടായിരുന്ന ആളുകൾ പതിവു രീതിയിൽ പരാതി രേഖപ്പെടുത്തി. യാതൊരു നടപടിയുമെടുത്തില്ല. വേറെയും പ്രശ്നങ്ങൾ നേരിടേണ്ടിവന്നു. ആ പരിസരത്തെ കുട്ടികൾ അവരുടെ പറമ്പിൽ അതിക്രമിച്ചുകടന്ന്, മരങ്ങളിൽനിന്ന് ഫലങ്ങൾ പറിച്ചു കൊണ്ടുപോകുകയും പച്ചക്കറിത്തോട്ടം ചവിട്ടി നശിപ്പിക്കുകയും പൂക്കൾ പൊട്ടിച്ചുകളയുകയും മറ്റും ചെയ്ത് ദ്രോഹിച്ചു. അവർ ചെയ്യാത്ത ഉപദ്രവങ്ങളൊന്നുമില്ലായിരുന്നു. ഉദ്യോഗസ്ഥരോടു പരാതിപ്പെട്ടതുകൊണ്ട് യാതൊരു പ്രയോജനവുമില്ലെന്നു മനസ്സിലാക്കിയ സുധാമൊയ് അയൽവാസികളെ സമീപിച്ചു. അവരുടെ പതിവു മറുപടി ഇതായിരുന്നു. “ഞങ്ങൾക്ക് എന്തു ചെയ്യാൻ കഴിയും? എന്നും ഇങ്ങനെത്തന്നെയായിരുന്നു. യാതൊരു മാറ്റവുമില്ല.”

ഈ റൗഡികളെ നേരിടാനായി സുരഞ്ജൻ ചില സ്നേഹിതന്മാരെ സംഘടിപ്പിക്കാൻ ശ്രമിച്ചു. എന്നാൽ സുധാമൊയ് അതിനു തയ്യാറല്ലായിരുന്നു. മെയ്മൊൻസിംഗ് വിട്ടുപോകാൻ അയാൾ തീരുമാനിച്ചു. വീടു വിൽക്കണം. അതു വിൽക്കുവാൻ മറ്റൊരു കാരണംകൂടി ഉണ്ടായിരുന്നു. കുറെ കാലമായി വീടിനുമേൽ പലതരത്തിലുള്ള കേസുകൾ നടന്നുകൊണ്ടിരിക്കയാണ്. അയാളുടെ അയൽവാസി ഷൗക്കത്ത് അലി കള്ളരേഖകൾ കെട്ടിച്ചമച്ച് പറമ്പിന്റെ

വലിയൊരു ഭാഗം കൈക്കലാക്കാൻ ശ്രമിച്ചു. അതിനെതിരായി സുധാമൊയ് കോടതിയിൽ പോരാടുകയാണ്. സുരഞ്ജൻ അച്ഛന്റെ തീരുമാനത്തോട് യോജിച്ചില്ല. വീട് വിൽക്കരുതെന്ന് അവൻ പറഞ്ഞു. അന്നവൻ കോളജ് വിദ്യാർത്ഥിയാണ്. സമർത്ഥനും ആദർശവാദിയുമായൊരു യുവാവ്. വിദ്യാർത്ഥി യൂണിയൻ അവനെ കോളജ് ഭരണസമിതിയിലേക്കു തിരഞ്ഞെടുത്തിരുന്നു. വേണമെങ്കിൽ, അവരെ ശല്യം ചെയ്യുന്ന ഗുണ്ടകളെ അവനു തകർക്കാമായിരുന്നു. സുധാമൊയ് മകനെ തടഞ്ഞു. ആ സ്ഥലം വിറ്റ് ധാക്കയിലേക്കു പോകുവാനയാൾ തീരുമാനിച്ചുകഴിഞ്ഞിരുന്നു. തന്റെ സ്വദേശിബസാറിലെ ക്ലിനിക്കിലേക്ക് രോഗികൾ വരാത്തതിനാൽ പ്രാക്ടീസ് വളരെ മോശമാണെന്ന് സുധാമൊയ് കുടുംബത്തെ പറഞ്ഞുമനസ്സിലാക്കി. വരുന്ന കുറച്ചു പേരാകട്ടെ, ഹിന്ദുക്കളും വളരെ ദരിദ്രരുമാണ്. അവരിൽനിന്ന് ഫീസു വാങ്ങിക്കാനയാൾക്കു ലജ്ജ തോന്നുന്നു. അച്ഛന്റെ ശോചനീയാവസ്ഥ മനസ്സിലാക്കിയ സുരഞ്ജൻ പിന്നീട് അക്കാര്യത്തിൽ നിർബ്ബന്ധം പിടിച്ചില്ല.

എന്നാൽ താൻ വളർന്നുവന്ന ആ വിശാലമായ രണ്ടു ബീഘാ പറമ്പും വീടും അവനിപ്പോഴും ഓർക്കുന്നു. ആ ഗംഭീരവീടും പരിസരവും ഒരു മില്യൻ ടക്കാ വിലമതിക്കുന്നതായിരുന്നെന്നും അതു വെറും രണ്ടു ലക്ഷം ടക്കായ്ക്കാണ് റെയിസുദ്ദീൻ സാഹിബിനു വിറ്റതെന്നും അവൻ വേദനയോടെ ഓർക്കുന്നു.

അവർ ഒഴിഞ്ഞുപോകുന്ന ദിവസം സുധാമൊയ് കിരൺമൊയിയോടു പറഞ്ഞു. “വരു,വരു, എല്ലാ സാധനങ്ങളുമെടുക്കു. നമ്മൾക്കു പോകണം.”

അയാളുടെ ഭാര്യ മണ്ണിൽ കമിഴ്ന്നുകിടന്ന് ദയനീയമായി കരഞ്ഞു. തങ്ങളുടെ പൂർവ്വികഭവനം വിട്ടു പോകുകയാണെന്ന്. വാസ്തവത്തിൽ സുരഞ്ജന് വിശ്വസിക്കാനായില്ല. താൻ ജനിച്ച സ്ഥലം; വയലുകളിൽ ഓടിക്കളിച്ചുവളർന്ന ബാല്യകാലം. ബ്രഹ്മപുത്ര പുളഞ്ഞൊഴുകുന്ന നാട്. തന്റെ എല്ലാ സുഹൃത്തുക്കളുമുള്ള പ്രദേശം... ഇതെല്ലാം ഉപേക്ഷിച്ചു പോകാനവനു മനസ്സുവന്നില്ല. മായ പോലും പോകാനാഗ്രഹിച്ചില്ല- സുധാമൊയ് ഇപ്രകാരമൊരു തീരുമാനമെടുക്കാൻ നിർബ്ബന്ധിതനായത് അവൾ മൂലമാണല്ലൊ.

അവൾ ശക്തമായി തല കുലുക്കിക്കൊണ്ടു പറഞ്ഞു. “എനിക്ക് സുഫിയായെ വിട്ടു പോകാനാവില്ല...”

അയൽപക്കത്തെ കളിക്കൂട്ടുകാരിയാണ് സുഫിയ; സഹപാഠിയും. പാവകളും പാത്രങ്ങളുമായി വൈകുന്നേരങ്ങളിൽ മണിക്കൂറുകളോളം അവർ ഒന്നിച്ചിരുന്നു കളിക്കും. അത്രയ്ക്ക് അടുത്ത ഉറ്റമിത്രങ്ങളാണവർ... സുധാമൊയിയുടെ കാര്യമോ? വീടുവിട്ടു പോകുക എന്ന തന്റെ തീരുമാനത്തിൽ നിന്നയാൾ മാറിയില്ലെങ്കിലും അയാൾ അതീവ ദുഃഖിതനായിരുന്നു. താൻ ജനിച്ച ഈ മണ്ണിനോട് അയാൾക്കത്രമാത്രം സ്നേഹബന്ധങ്ങളുണ്ട്. എന്നാൽ അയാൾ പറഞ്ഞത് ഇത്രമാത്രം:

"ജീവിതം ഹ്രസ്വമാണ്. ഇനിയുള്ള കാലം മക്കളോടൊത്ത് സമാധാന മായി എനിക്കു ജീവിക്കണം."

എന്നാൽ എവിടെയെങ്കിലും സമാധാനമായി ജീവിക്കാൻ സാധിക്കുമോ? മിക്കവാറും അസാദ്ധ്യമാണ്.

ധാക്കയിലെത്തിയപ്പോൾ സുധാമൊയ് ഒന്ന് ആശ്വസിച്ചു. അതു സ്വതന്ത്ര ഡാക്കയാണ് എന്നതൊരു വാസ്തവമത്രെ. തന്റെ പഴയ ആചാരപ്രകാരമുള്ള ദോത്തി ഉടുക്കുന്നതു മാറ്റി അയാൾ പൈജാമ ഇട്ടു തുടങ്ങി. പിന്നീട് അച്ഛന്റെ വിഷമസന്ധി സുരഞ്ജൻ മനസ്സിലാക്കാൻ തുടങ്ങി. സാഹചര്യമാണ് അച്ഛനെ ഈ നിലയിലേക്കു നയിച്ചത്. തരണം ചെയ്യാൻ കഴിയാത്തത്ര ശക്തമായ പ്രതിബന്ധങ്ങൾ അവർക്കിടയിലെ സമാധാനം തകർക്കപ്പെടുന്നത് തടയ ണമെങ്കിൽ ഇതല്ലാതെ മറ്റു മാർഗ്ഗങ്ങളൊന്നുമില്ല.

ഇത്തരം ചിന്തയിൽ മുഴുകി വരാന്തയിലെ വെയിലും നോക്കി സുരഞ്ജൻ അലസനായി മെത്തയിൽ ചാരി ഇരുന്നു.

പെട്ടെന്ന് അടുത്തുവരുന്ന ഒരു ജാഥയുടെ ബഹളം കേട്ട് അയാൾ ചിന്തയിൽ നിന്നുണർന്നു. ജാഥ അടുത്തെത്തിയപ്പോൾ അവർ മുഴക്കി യിരുന്ന മുദ്രാവാക്യം അയാൾക്കു വ്യക്തമായി തിരിച്ചറിയാനായി. കലാപ കാരികളുടെ മുദ്രാവാക്യം കേട്ട് സുധാമൊയിയും കിരൺമൊയിയും ഉൽക്കണ്ഠാകുലരായി. കിരൺമൊയ് എഴുന്നേറ്റു ജനലുകൾ അടയ്ക്കുന്നത് സുരഞ്ജൻ ശ്രദ്ധിച്ചു. ജാഥ അവരുടെ വീട് കടന്നുപോയപ്പോൾ ഉയർന്ന അട്ടഹാസം അവരുടെ ചെവികളിൽ മാറ്റൊലിക്കൊണ്ടു. "ഒന്നോ രണ്ടോ ഹിന്ദുക്കളെ പിടികൂടി അവരെ രാവിലെയും വൈകുന്നേരവും ശാപ്പിടുക..."

അച്ഛൻ കിടന്നു വിറക്കുന്നതു സുരഞ്ജൻ കണ്ടു. അപ്പോൾ കൊട്ടി അടച്ച ജനലുകളിൽ പുറംതിരിഞ്ഞ് ചാരി നിൽക്കുകയാണ് അമ്മ. 1990ൽ ഇതേ മുദ്രാവാക്യം തന്നെയാണ് കലാപകാരികൾ മുഴക്കിയിരുന്നതെന്ന് സുരഞ്ജൻ ഓർത്തു. ആരാണിവർ? വിധിവൈപരീത്യമെന്നു പറയട്ടെ, അവർ അയൽപക്കത്തെ പിള്ളേരാണ്! ജബ്ബാർ, രംജാൻ, ആലംഗീർ, കബീർ, അബെദിൻ എന്നിവർ! പല സുപ്രധാന കാര്യങ്ങളെക്കുറിച്ചും പൊതു താത്പര്യമുള്ള വിഷയങ്ങളെക്കുറിച്ചും പതിവായി ഒന്നിച്ചിരുന്നു ചർച്ച ചെയ്യാറുള്ള ആ പരിസരത്തെ സുഹൃത്തുക്കൾ ആണ് അവരെല്ലാം. അതേ സ്നേഹിതന്മാരാണ് ഇപ്പോൾ സുരഞ്ജനെ വെട്ടിനുറുക്കി ലഘുഭക്ഷണ മാക്കാൻ ആഗ്രഹിക്കുന്നത്!

സുധാമൊയ് ആദ്യം ധാക്കയിൽ എത്തിയപ്പോൾ, അസിത്സെൻ അയാൾക്കുവേണ്ടി 'തണ്ടി ബസാറിൽ' ഒരു വീട് വാടകയ്ക്കെടുത്തു കൊടുത്തു. അയാൾ ചോദിച്ചു. "സുധാമൊയ്, നീ ഒരു ധനികന്റെ മകനാണ്. ഒരു വാടകവീട്ടിൽ നിനക്കു കഴിയാനാകുമോ?"

സുധാമൊയ് മറുപടി നൽകി "എന്തുകൊണ്ടില്ല? മറ്റുള്ളവർ ഇതുപോലെ കഴിയുന്നില്ലേ?"

“ഉണ്ട്. എന്നാൽ നീ ജനിച്ച അന്നുമുതൽ ഒരു കാര്യത്തിലും ബുദ്ധിമുട്ട നുഭവിച്ചിട്ടില്ല. എന്തിനാണ് നീ സ്വന്തം വീടു വിറ്റത്? മായ, എന്തായാലും ഒരു കൊച്ചുകുട്ടിയല്ലേ?, ഞങ്ങളുടെ ചെറുപ്പക്കാരികളായ സ്ത്രീകൾ അനുഭവി ക്കുന്ന പ്രശ്നങ്ങളൊന്നും അവൾ അഭിമുഖീകരിച്ചിട്ടില്ല. വാസ്തവത്തിൽ, ഞങ്ങൾക്ക് മകൾ ‘ഉത്പല’യെ ദൂരെ കൽക്കത്തയിലേക്കയക്കേണ്ടിവന്നു. പലവിധ പീഡനങ്ങൾക്കിരയാകാതിരിക്കാനായി ഇവിടത്തെ കോളേജ് പഠിപ്പു പോലും അവൾക്ക് ഉപേക്ഷിക്കേണ്ടിവന്നു. ആ പ്രദേശത്തെ ആൺകുട്ടികൾ അവളെ തട്ടിക്കൊണ്ടുപോകുമെന്നുപോലും ഭീഷണിപ്പെടുത്തി. അവൾ ഇപ്പോൾ ‘തിൽജാല’യിൽ അമ്മാവന്റെ വീട്ടിലാണ് താമസം. നിങ്ങൾക്കറി യാമോ ദാദാ, വളർന്ന പെൺകുട്ടികളുള്ളത് തികച്ചും സംഘർഷാത്മകമാണ്.”

അസിത് രഞ്ജൻ പറഞ്ഞതിൽ കാര്യമുണ്ടെന്ന് സുധാമൊയിക്കു തോന്നി.

ഒരു കൂട്ടം ആൺകുട്ടികൾ ചേർന്ന് നഗരമദ്ധ്യത്തിൽവച്ച് ഒരു വിദ്യാർത്ഥി നിയുടെ സാരി അഴിച്ചുമാറ്റിയ സംഭവം അയാൾ ഓർത്തു. അവളാണെങ്കിൽ ഒരു മുസ്ലിം വനിതയായിരുന്നു, ആൺകുട്ടികളും മുസ്ലിംതന്നെ. യുവതികളുടെ കാര്യം വരുമ്പോൾ ഹിന്ദുവോ മുസ്ലിമോ എന്ന ഭേദമില്ല. ദുർബ്ബലരെ ശക്തർ ഭീഷണിപ്പെടുത്തുന്നു, കീഴ്പെടുത്തുന്നു. സ്ത്രീകൾ ദുർബ്ബലവിഭാഗമാണ് അതുകൊണ്ട് കരുത്തരായ പുരുഷന്മാരാൽ പീഡിപ്പിക്കപ്പെടുന്നു. അസിത് രഞ്ജൻ യാതൊരുവിധ അപകടസാദ്ധ്യതയ്ക്കും അവസരം നൽകിയില്ല. രണ്ടു പെൺകുട്ടികളേയും കൽക്കത്തയിലേക്കയച്ചു. അയാൾ ധാരാളം പണം സമ്പാദിച്ചിട്ടുണ്ട്. ഇസ്ലാംപൂരിൽ ഒരു ജ്വല്ലറിയും ഒരു പഴയ ഇരുനില കെട്ടിടവുമുണ്ട്. പഴയ വീട് പരിഷ്കരിക്കുകയോ പുതിയൊരു വീട് വാങ്ങിക്കു കയോ ചെയ്തില്ല. ഒരു ദിവസം അയാൾ സുധാമൊയിയോടു പറഞ്ഞു.

“ദാദാ, ഉള്ള പണം മുഴുവൻ ചെലവാക്കരുത്, സമ്പാദിച്ചുവയ്ക്കണം. നിങ്ങൾക്കു കഴിയുമെങ്കിൽ ഭൂമി വിറ്റ പണം എന്റെ ബന്ധുക്കൾക്ക് അയച്ചു കൊടുക്കു. അവർ നിങ്ങളുടെ പേരിൽ അവിടെ ഒരു സ്ഥലം വാങ്ങും.”

“അവിടെ എന്ന് നീ ഉദ്ദേശിക്കുന്നതെവിടെയാണ്?”

“കൽക്കത്തയിൽ” അസിത് രഞ്ജൻ പതിഞ്ഞ സ്വരത്തിൽ മറുപടി നൽകി. “ഞാനും അവിടെ കുറച്ചു സ്ഥലം വാങ്ങിച്ചിട്ടുണ്ട്.”

സുധാമൊയിക്കു ഭയങ്കര ദേഷ്യംവന്നു.

“ഇവിടെ പണം സമ്പാദിച്ച്, ആ രാജ്യത്ത് ചെലവഴിക്കാനാഗ്രഹിക്കുന്നു എന്നാണോ നീ ഉദ്ദേശിക്കുന്നത്? നിനക്കറിയാമോ, നീ ഒരു രാജ്യദ്രോഹി യായി മുദ്രകുത്തപ്പെടും.”

സുധാമൊയിയുടെ ദേഷ്യംകണ്ട് അസിത് രഞ്ജൻ അദ്ഭുതപ്പെട്ടു. ഒറ്റ ഹിന്ദുവും ഇതുപോലെ സംസാരിക്കുന്നത് അയാൾ കേട്ടിട്ടില്ല. മിക്കവാറും എല്ലാ ഹിന്ദുക്കളും തങ്ങളുടെ സമ്പാദ്യംകൊണ്ട് ഇന്ത്യയിൽ ഭൂമി വാങ്ങിക്കാനാഗ്രഹിക്കുന്നു. കാരണം ബംഗ്ലാദേശിലെ അവരുടെ ഭാവി അനിശ്ചിതത്വത്തിലാണ്. ഈ നാട്ടിൽ സ്ഥിരതാമസമാക്കിയിട്ടുള്ളവർ ഒരു

സുപ്രഭാതത്തിൽ ഒന്നുമില്ലാത്തവരായി പിഴുതെറിയപ്പെടും. അതുകൊണ്ട് എന്തിന് ഭാഗ്യം പരീക്ഷിക്കണം?

താൻ എന്തിനാണ് മെയ്മൊൻസിംഗ് വിട്ടതെന്ന് സുധാമൊയ് ഇടയ്ക്കിടെ ചിന്തിക്കും. പൂർവ്വികഭവനത്തോടുള്ള തന്റെ സ്നേഹം ഇത്തരം കടുത്ത നടപടിയെ എന്തുകൊണ്ട് തടഞ്ഞില്ല? മായയുടെ വളർച്ചയ്ക്ക് പ്രശ്നങ്ങൾ ഉണ്ടായിരുന്നു. അത്തരം പ്രശ്നങ്ങൾ എവിടെ ജീവിച്ചാലും ഉണ്ടാകും. തട്ടിക്കൊണ്ടുപോകൽ ഹിന്ദുക്കൾക്കിടയിലും മുസ്ലിമുകൾക്കിടയിലും നടക്കുന്നുണ്ട്; ഇരയെ അവർ വേർതിരിച്ചുകാണുന്നില്ല. ഏതു മതസ്ഥരായാലും വീട്ടുകാരുടെ വേദന ഒരു പോലെത്തന്നെ. അപ്പോൾ പഴയ ചോദ്യം തന്നെ അവശേഷിക്കുന്നു. ഒരു ഹിന്ദു ആയതുകൊണ്ട് ഭീരുവാകണോ? സ്വന്തം വീട്ടിലും അരക്ഷിതബോധത്തോടെ പേടിച്ചിരിക്കണോ? ഈ ചോദ്യം തന്നോടു തന്നെ ചോദിക്കാൻ സുധാമൊയ് ഭയന്നു. താണ്ടി ബസാറിലെ ഇടുങ്ങിയ വീട്ടിലിരുന്നുകൊണ്ട്, താൻ പൂർവ്വിക ഭൂമി ഉപേക്ഷിച്ച് ഈ അന്യനാട്ടിലേക്കോടിപ്പോന്നതിന്റെ കാരണങ്ങൾ ഇടയ്ക്കിടെ ഓർത്തുനോക്കും.

തന്നിൽനിന്നു തന്നെ അയാൾ ഒളിച്ചോടുകയായിരുന്നോ? വിശാലമായൊരു ഭൂസ്വത്തിന്റെ ഉടമയായിരുന്നിട്ടും അയാൾ എന്തിനാണൊരു അഭയാർത്ഥിയെപ്പോലെ പെരുമാറുന്നത്? വ്യാജരേഖകൾ തയ്യാറാക്കിയ ഷൗക്കത്ത് അലിക്കെതിരായുള്ള കേസിൽ പരാജയപ്പെടുമെന്നുള്ള ഭയം മൂലം, താൻ ഒന്നിനും കൊള്ളാത്തവനാണെന്നു തോന്നിയിട്ടാണോ? സ്വന്തം കിടപ്പാടം കേസിൽ നഷ്ടപ്പെടുന്നത് എത്ര വേദനാജനകമാണെന്ന് അയാൾ ചിന്തിച്ചു. എല്ലാം നല്ലതിനാണെന്നു ചിന്തിക്കുക. കേസിൽ തോറ്റ് അപമാനഭാരത്തോടെ ഓടിപ്പോരുന്നതിനേക്കാൾ ഭേദമല്ലേ, ആത്മാഭിമാനത്തോടെ എല്ലാം വിറ്റു സ്ഥലം വിട്ടത്. അയാളുടെ ഒരു കേസിന് ശക്തമായി കേസ് വാദിച്ചിട്ടും സ്വന്തം വീട് നഷ്ടപ്പെട്ടു. തങ്കായിലെ അകൂർ താകൂർ പ്രദേശത്താണയാൾ ജീവിച്ചിരുന്നത്. ജമീർ മുൻഷി എന്നൊരു മുസ്ലിം അയൽവാസി ആ പറമ്പിന്റെ ഒരു ഭാഗം തന്റേതാണെന്ന് അവകാശവാദം ഉന്നയിച്ചു. തർക്കം കോടതിയിലെത്തി. അഞ്ചു വർഷത്തിനുശേഷം അയൽവാസിക്കനുകൂലമായി വിധി പ്രഖ്യാപിച്ചു.

സുധാമൊയിയുടെ അമ്മാമൻ താരാപദഘോശാൽ ബംഗ്ലാദേശ് വിടാൻ നിർബന്ധിതനായി; ഇന്ത്യയിലേക്കു കുടിയേറി. താരാപദയുടെ ദുർവ്വിധി ഭയന്നാണോ സുധാമൊയ് തന്റെ പൂർവ്വികസമ്പത്ത് വിൽക്കാൻ തയ്യാറായത്? ഒരുപക്ഷേ, അതായിരിക്കാം. അതിനും പുറമെ, ആ പ്രദേശത്തെ തന്റെ പ്രാധാന്യം കുറഞ്ഞുവരുന്നതായി അയാൾക്കു ബോധ്യപ്പെട്ടിരുന്നു. അയാളുടെ നിരവധി സുഹൃത്തുക്കൾ ഇന്ത്യയിലേക്ക് കുടിയേറിപ്പോകുകയോ, മരിക്കുകയോ ചെയ്തു. ബാക്കി ആ പ്രദേശത്തുള്ളവർ ആശ നശിച്ചവരായി കഴിയുന്നു... ജീവച്ഛവങ്ങളായി ജീവിതം തുടരുന്നു. അർദ്ധരാത്രി ഒരു പിശാച് പ്രത്യക്ഷപ്പെട്ട് എല്ലാം തകർക്കുമെന്നതുപോലെ അവർ ഭയപ്പെടുന്നതായി സുധാമൊയിക്കു തോന്നി.

എല്ലാവരുടെയും സ്വപ്നഭൂമിയാണ് ഇന്ത്യ. ഭൂരിഭാഗംപേരും ആദ്യം ലഭിക്കുന്ന അവസരത്തിൽത്തന്നെ അതിർത്തി കടക്കുവാൻ പദ്ധതിയിട്ടു. സുധാമൊയ് പറയുമായിരുന്നു. "നാട്ടിൽ ഒരു യുദ്ധമുണ്ടായപ്പോൾ, നിങ്ങൾ ഭീരുക്കളെപ്പോലെ ഓടി രക്ഷപ്പെട്ടു. നമ്മൾക്കു സ്വാതന്ത്ര്യം ലഭിച്ചശേഷം, സാഹസികത വർണ്ണിച്ചുപറയാനായി നിങ്ങൾ തിരിച്ചെത്തി. ഇപ്പോൾ ചെറിയൊരു പ്രകോപനമുണ്ടാകുമ്പോഴേക്കും ഇന്ത്യയിലേക്കു തിരിച്ചു പോകാൻ പദ്ധതിയിടുന്നു. സത്യത്തിൽ എന്തൊരു ഭീരുക്കളാണ് നിങ്ങൾ!"

സുഹൃത്തുക്കളായ ജതിൻ ദേബനാഥ്, തുഷാർകർ, ഘഗേഷ് കിരൻ തുടങ്ങിയവർ അയാളുടെ ദേഷ്യവും ശകാരവും മൂലം അകലം പാലിച്ചു. വല്ലപ്പോഴും കാണാനിടയായാൽത്തന്നെ സുഖകരമായൊരു പെരുമാറ്റ മായിരുന്നില്ല. സ്വന്തം പട്ടണത്തിൽ സുധാമൊയ് ഒരു അപരിചിതനായി മാറി. വിധിവൈപരീത്യമെന്നു പറയട്ടെ, അയാളുടെ മുസ്ലിം സുഹൃത്തുക്കളും – സക്കൂർ, ഫൈസൽ, മജീദ്, ഗഫൂർ– അകന്നുപോകാൻ തുടങ്ങി; അവരുടെ കാരണങ്ങൾ വ്യത്യസ്തമായിരുന്നു. അയാൾ ഏതെങ്കിലും മുസ്ലിം സ്നേഹിതന്റെ വീട്ടിൽ ചെല്ലുമ്പോൾ, പലപ്പോഴും കേൾക്കേണ്ടിവരുന്ന വാചകം ഇതാണ്. "സുധാമൊയ്, ഞാൻ നമാസ് ചെയ്തുതീരുന്നതു വരെ ദയവായി അടുത്ത മുറിയിൽ ചെന്നിരിക്കു." അല്ലെങ്കിൽ "ഓഹ്, നിങ്ങൾ ഇന്നാണോ വന്നിരിക്കുന്നത്! വീട്ടിൽ മിലാദ് ആണ്..."

ഇടതുപക്ഷക്കാരായ അയാളുടെ സുഹൃത്തുക്കൾ പ്രായമായപ്പോൾ മതപരമായ കാര്യങ്ങളിലേക്കു തിരിഞ്ഞു. എന്നാൽ സുധാമൊയിയെ അത്തരം ചിന്തകൾ അലട്ടിയതേയില്ല. അങ്ങനെ സുഹൃത്തുക്കളെല്ലാം അയാളെ കയ്യൊഴിഞ്ഞു. യുക്തിബോധത്തിന്റെ സാവധാനത്തിലുള്ള തിരോധാനം, പ്രിയങ്കരമായ ജന്മനാട്ടിൽനിന്നുലഭിച്ച മനുഷ്യത്വമില്ലായ്മ എന്നിവ സുധാമൊയിയുടെ മനസ്സിൽ അഗാധമായ മുറിവുകൾ സൃഷ്ടിച്ചു. ഒടുവിൽ, അയാൾ ഓടിപ്പോകാനാഗ്രഹിച്ചു, ബംഗ്ലാദേശിൽ നിന്നല്ല, താൻ മനസ്സിൽ വച്ചു താലോലിച്ച മെയ്മൊൻസിംഗിൽനിന്ന്. തന്റെ സ്വപ്നങ്ങൾ മരിച്ചു മണ്ണടിയുന്നതിനു മുമ്പ്, അവിടന്ന് ഓടിപ്പോകാനയാൾ ആഗ്രഹിച്ചു. അല്ലെങ്കിൽ, വളരെ വൈകിപ്പോകും. കാര്യങ്ങൾ കൈവിട്ടുപോകും.

തുടക്കത്തിൽ പുതിയ വാടകവീട്ടിൽ യോജിച്ചുപോകാൻ സുരഞ്ജൻ വളരെ കഷ്ടപ്പെട്ടു. അയാൾ ശക്തമായി പ്രതിഷേധമുയർത്തി. എന്നാൽ സാവധാനം പുതിയ ജീവിതരീതിയുമായി അയാൾ പൊരുത്തപ്പെട്ടു. യൂണിവേഴ്സിറ്റിയിൽ ചേർന്നു. പുതിയ സുഹൃത്തുക്കളെ നേടി. പരിസരത്തെ സ്നേഹിക്കാൻ പഠിച്ചു. കുറച്ചുകാലത്തിനുശേഷം രാഷ്ട്രീയത്തിൽ മുഴുകി. യോഗങ്ങളിലും ജാഥകളിലും പങ്കെടുത്തു...

കിരൺമൊയിയും പുതിയ പരിസരവുമായി പൊരുത്തപ്പെടാൻ പാടുപെട്ടു. താൻ ഉപേക്ഷിച്ചുപോന്ന പ്രിയപ്പെട്ട വീടിനെക്കുറിച്ച് ഓർമ്മവരുമ്പോൾ രാത്രികളിൽ പെട്ടെന്നുണർന്നു പൊട്ടിക്കരയും. ബീൻസ് ചെടികൾ വളർത്താനായി താൻ നിർമ്മിച്ച പന്തൽ ഇപ്പോഴും അവിടെ ഉണ്ടോ എന്നവൾ

സങ്കടത്തോടെ ഓർക്കും. പട്ടണത്തിലെ ഏറ്റവും നല്ല ഗൗവാ മരങ്ങൾ അവളുടെ തോട്ടത്തിലായിരുന്നു. നന്നായി പച്ചപിടിച്ചു നിൽക്കുന്ന തെങ്ങിൻ തോപ്പ് നോക്കി സംരക്ഷിക്കുന്നുണ്ടോ ആവോ...

സുധാമൊയിയും വളരെ ഉൽക്കണ്ഠാകുലനായിരുന്നു.

ധാക്കയിൽ ഉയർന്ന ഒരു സർക്കാർ ജോലിക്ക് സുധാമൊയ് അപേക്ഷിച്ചു. മെയ്മൊൻസിംഗിൽ വഹിച്ച പദവിയുടെ പ്രമോഷൻ. എന്നാൽ, ആ അപേക്ഷയെക്കുറിച്ചയാൾ അന്വേഷിക്കാൻ മിനിസ്ട്രിയിൽ ചെല്ലുമ്പോഴെല്ലാം അവർ അയാളെ ക്ലാർക്കുമാർ ഇരിക്കുന്ന ചെറിയ ഒരു ഓഫീസ് മുറിയിൽ കാത്തു നിർത്തിക്കും. ചിലപ്പോൾ അസിസ്റ്റന്റ് പ്രൈവറ്റ് സെക്രട്ടറിയുടെ മുറിയിൽ കാത്തിരിക്കാനനുവദിക്കും.

"അവർ ഫയൽ നോക്കുമോ എന്ന് ദയവായി പറയു?" ഇടയ്ക്കിടയ്ക്ക് അയാൾ ചോദിക്കും. ഒരിക്കലും ഉചിതമായൊരു ഉത്തരം അയാൾക്കു ലഭിക്കില്ല.

മിനിസ്ട്രിയിലെ ജോലിക്കാർ വല്ലപ്പോഴും ഒറ്റ വാക്കിൽ മറുപടി നൽകിയെന്നിരിക്കും. ചിലർ പറയും: "ഡോക്ടർ, എന്റെ മകൾക്ക് ദഹനക്കേടുണ്ടാകുന്നു. നെഞ്ചിന്റെ ഇടതുഭാഗത്ത് വേദനയും അനുഭവപ്പെടുന്നു. അവൾക്ക് എന്തെങ്കിലും മരുന്ന് കുറിച്ചുതരാമോ?"

സുധാമൊയ് ഉത്തരവാദിത്തത്തോടെ ബ്രീഫ്കേസ് തുറന്ന് പ്രിസ്ക്രിപ്ഷൻ പാഡ് എടുത്ത് മരുന്നിന്റെ പേര് വലിയ അക്ഷരത്തിൽ കുറിച്ചുകൊടുക്കും. പിന്നെ ചോദിക്കും.

"എന്റെ ജോലി ശരിയാകും, ഇല്ലേ, ഫരീദ്ബാബു?"

ഫരീദ്ബാബു നല്ലൊരു ചിരി പാസ്സാക്കി പറഞ്ഞു. "ഇതെല്ലാം ഞങ്ങളുടെ കയ്യിലാണെന്ന് നിങ്ങൾ ശരിക്കും കരുതുന്നുണ്ടോ?"

തന്നേക്കാൾ ജൂനിയറായ ഓഫീസർമാർക്കു പ്രമോഷൻ കിട്ടി എന്നയാൾ അറിഞ്ഞു. അയാളുടെ മുന്നിൽ വച്ചുതന്നെ സ്വന്തം ഫയൽ, ഡോ. കമരുദ്ദീന്റെയും ഡോ. യാക്കുബ്മൊള്ളയുടെയും ഫയലിനു താഴേക്കു പോകുന്നത് അയാൾ കണ്ടു. ഈ ഡോക്ടർമാർ അസോസിയേറ്റഡ് പ്രൊഫസർമാരായി പ്രവർത്തിക്കാനും തുടങ്ങി. അയാളുടെ ഷൂവിനു തുള വീണതു മാത്രം മെച്ചം! ഓരോ പ്രാവശ്യം മിനിസ്ട്രിയിൽ ചെല്ലുമ്പോഴും അയാൾക്കു ലഭിച്ചത് ഒരേ മറുപടി ആയിരുന്നു. "നാളെ നടക്കുമായിരിക്കും, ഇന്നില്ല. നിങ്ങളുടെ ഫയൽ സെക്രട്ടറിക്ക് അയച്ചിട്ടുണ്ട്." അല്ലെങ്കിൽ "ഇന്നില്ല, മറ്റന്നാൾ വരു, സെക്രട്ടറി തിരക്കിലാണ്; ഒരു മീറ്റിംഗിൽ പങ്കെടുക്കാൻ പോയി." അതുമല്ലെങ്കിൽ "മന്ത്രി വിദേശത്തേക്കു പോയിരിക്കുകയാണ്. നിങ്ങൾ ഒരു മാസം കഴിഞ്ഞു വരു."

സുധാമൊയ് ഈ വിഷയങ്ങളെല്ലാം ക്ഷമയോടെ കേട്ടു. ഈ കാത്തിരിപ്പുകൊണ്ട് ഒന്നും നേടാനാവില്ലെന്ന് ഒടുവിലയാൾ മനസ്സിലാക്കി. രണ്ടുവർഷത്തോളം പ്രൊമോഷനുവേണ്ടി കഠിനമായി യത്നിച്ചശേഷം സുധാമൊയിക്ക്

ഒരു കാര്യം വ്യക്തമായി; യോഗമുള്ളവർ, അവർ അർഹരല്ലാഞ്ഞിട്ടും ആ പദവികൾ തട്ടിയെടുത്തു. അയാൾക്ക് റിട്ടയർ ചെയ്യാനുള്ള പ്രായം അടുത്തുവരികയാണ്. ഇതിനകം ചുരുങ്ങിയത് ഒരു അസ്സോസിയേറ്റ് പ്രൊഫസറെങ്കിലും ആകേണ്ടതാണ്. ഔദ്യോഗിക ജീവിതത്തിൽ, പ്രൊമോഷനുവേണ്ടി പരാതിയുമായി നടക്കുന്ന ആളൊന്നുമായിരുന്നില്ല സുധാമൊയ്...

ഒടുവിൽ, ഒരു അസി. പ്രൊഫസറായിത്തന്നെ അയാൾ ജോലിയിൽ നിന്നും റിട്ടയർ ചെയ്തു. അയാളുടെ ഒരു സഹപ്രവർത്തകനായിരുന്നു മാധവ് ചന്ദ്രപാൽ. സുധാമൊയ് വിരമിച്ച ദിവസം അദ്ദേഹം ഒരു പൂമാല കഴുത്തിലണിയിച്ച് ചെവിയിൽ മന്ത്രിച്ചു. "ഒരു മുസ്ലിം രാഷ്ട്രത്തിൽ കൂടുതൽ പ്രയോജനങ്ങൾ പ്രതീക്ഷിക്കുന്നതു ശരിയല്ല. നമ്മൾക്കു കിട്ടുന്നത് ധാരാളത്തിലധികമാണ്." അത്രയും പറഞ്ഞ് ശോകം നിറഞ്ഞ ഒരു ചിരി ചിരിച്ചു. മാധവ്ചന്ദ്രയും ഒരു അസി. പ്രൊഫസർ ആയിരുന്നു. പല പ്രാവശ്യം അയാളുടെ പ്രമോഷനും തട്ടിമാറ്റപ്പെട്ടു. അയാളുടെ മേൽ പല ആരോപണങ്ങളും ചുമത്തപ്പെട്ടു. സോവിയറ്റ് യൂണിയൻ സന്ദർശിച്ചു എന്നതായിരുന്നു അതിലൊന്ന്. മാധവ്ചന്ദ്ര പറഞ്ഞതു ശരിയാണെന്ന് ചിലപ്പോൾ സുധാമൊയിക്കു തോന്നാറുണ്ട്. ഹിന്ദുക്കളോട് രാഷ്ട്രം പരസ്യമായി വിവേചനം കാണിക്കുന്നില്ലെങ്കിലും ഭരണഘടനപ്രകാരം ഹിന്ദുക്കൾക്കു ജോലിയോ പ്രമോഷനോ വിലക്കുന്നില്ലെങ്കിലും ഹിന്ദുക്കൾ സെക്രട്ടറിയോ അഡിഷനൽ സെക്രട്ടറിയോ ആയി ബംഗ്ലാദേശിൽ നിയമിക്കപ്പെടുന്നില്ല; പൊലീസിലും പട്ടാളത്തിലും അപ്രകാരം തന്നെ. ആകെ മൂന്നു ജോ. സെക്രട്ടറിമാരും, വിരലിലെണ്ണാവുന്നത്ര ഡെപ്യൂട്ടി സെക്രട്ടറിമാരുമാണുള്ളത്. ഹിന്ദുക്കളായ ഒറ്റ ഓഫീസറും പ്രമോഷൻ പ്രതീക്ഷിക്കുന്നില്ലെന്ന് സുധാമൊയിക്ക് ഉറപ്പാണ്.

പൊലീസ് ഡിപ്പാർട്ടുമെന്റിൽ ആകെ ആറു ഹിന്ദു ഡി.സിമാരും ഹൈക്കോടതിയിൽ ഒരു ഹിന്ദു ജഡ്ജിയുമാണുള്ളത്. നിവൃത്തിയില്ലാത്തതിനാൽ കുറച്ച് ഹിന്ദു പൊലീസ് ഓഫീസർമാരെ നിയമിച്ചിട്ടുണ്ട്, താഴ്ന്ന റാങ്കിൽ. എന്നാൽ ഒറ്റ ഹിന്ദു പൊലീസ് സൂപ്രണ്ടിനെപ്പോലും കാണാൻ കിട്ടില്ല. വളരെ കാലമെടുത്തെങ്കിലും, ഒടുവിൽ സുധാമൊയിക്ക് ഒരു കാര്യം വ്യക്തമായി, തന്നെ അസോ. പ്രൊഫസർ ആക്കാതിരുന്നത് താൻ സുധാമൊയ് ദത്ത എന്ന ഹിന്ദു ആയതുകൊണ്ടാണ്. അയാൾ മുഹമ്മദ് അലിയോ, സലിമുള്ള ചൗധരിയോ ആയിരുന്നെങ്കിൽ അയാളുടെ മാർഗത്തിൽ യാതൊരു പ്രതിബന്ധവും ഉണ്ടാകില്ലായിരുന്നു. ഇത്തരം വിവേചനം സർക്കാർ ജോലികളിൽ മാത്രമായിരുന്നില്ല. ബിസിനസ്സിലും കച്ചവടത്തിലും ഹിന്ദുക്കൾക്കു കാര്യമായൊരു പുരോഗതി നേടാനാകില്ലായിരുന്നു. ഒരു മുസ്ലിം പാർട്ണർ അവന് ഒഴിച്ചുകൂടാത്തതായിരുന്നു. കാരണം, ഒരു ഹിന്ദുവിന്റെ പേരിൽ മാത്രമുള്ള ഒരു സ്ഥാപനത്തിന് ലൈസൻസ് നൽകപ്പെട്ടിരുന്നില്ല. അതിനേക്കാൾ വലിയ പ്രശ്നം, ഒരു ദേശസാൽകൃതബാങ്കും ഹിന്ദുവിന്റെ പേരിൽ മാത്രമുള്ളൊരു സ്ഥാപനത്തിന് ധനസഹായം നൽകില്ലെന്നതാണ്.

ഇത്തരം പിരിമുറുക്കങ്ങൾക്കിടയിലും സുധാമൊയ് ദത്ത സ്വയം നിയന്ത്രിച്ച് തണ്ടി ബസാറിൽ താമസമാക്കി. തന്റെ വീട് ജീവിക്കാനുതകുന്ന രീതിയിൽ സജ്ജീകരിച്ചു. തന്റെ ജന്മസ്ഥലം ഉപേക്ഷിക്കേണ്ടിവന്നെങ്കിലും സ്വന്തം നാട് വിട്ടുപോകില്ലെന്നു തീരുമാനിച്ചു. അയാൾ ഇപ്രകാരം പറയുമായിരുന്നു.

"മെയ്മൊൻസിംഗ് മാത്രമല്ല എന്റെ ബംഗ്ലാദേശ് മുഴുവൻ എന്റെ നാടാണ്."

മറ്റു കുടുംബാംഗങ്ങൾക്ക് അയാളുടെ ഈ വികാരം പൂർണ്ണമായും ഉൾക്കൊള്ളാനായില്ല. കിരൺമൊയ് നെടുവീർപ്പിട്ടുകൊണ്ട് പറയും. "ഞാൻ കുളത്തിൽ മീനുകളെ വളർത്തിയിരുന്നു. പുതിയ പച്ചക്കറിത്തോട്ടം ഉണ്ടാക്കി യിരുന്നു. കുട്ടികൾ മരത്തിൽനിന്നും നല്ല പഴങ്ങൾ പറിച്ചുതിന്നിരുന്നു. ഇപ്പോൾ നമ്മുടെ പണം മുഴുവൻ വീട്ടുവാടകയ്ക്കായി ചെലവാക്കുകയാണ്."

ചിലപ്പോൾ രാത്രിയിൽ അവൾ ഞെട്ടി എഴുന്നേറ്റു പറയും. "നാട്ടിലെ പറമ്പും പുരയിടവും വിറ്റുകിട്ടിയ കാശും റിട്ടയർമെന്റ് ആനുകൂല്യങ്ങളും കൂട്ടിയാൽ നല്ലൊരു തുകയുണ്ടാകും. നമ്മൾക്ക് ഇന്ത്യയിലേക്കു കടക്കാം... നമ്മുടെ കുറെ ബന്ധുക്കൾ അവിടെയുണ്ട്!"

അവളുടെ നിർദ്ദേശങ്ങൾക്ക് ഒരേ മറുപടിയേ സുധാമൊയിക്കു നൽകാനുണ്ടായുള്ളു. "നിന്റെ ബന്ധുക്കൾ ദിവസത്തിലൊരിക്കലെങ്കിലും ആഹാരം തരുമെന്നു കരുതുന്നുണ്ടോ? നീ അവരോടൊപ്പം താമസിക്കാനാഗ്രഹിക്കുന്നു. നിന്നെ ഒരു താൽക്കാലിക അതിഥിയായി കരുതി അവർ ചോദിച്ചേക്കും, നിങ്ങൾ എവിടെയാണ് താമസിക്കുന്നത്? ഒരു ചായ എടുക്കട്ടെ?"

"നമ്മളുടെ പക്കൽ പണമുണ്ടെങ്കിൽ മറ്റുള്ളവരോട് എന്തിന് ഇരക്കണം?" കിരൺമൊയ് നിർബന്ധബുദ്ധിയോടെ വാദിക്കും.

ഈ സന്ദർഭത്തിലാണ് സുധാമൊയിയുടെ പിടിവാശി പ്രകടമാകുക. "ഞാൻ പോകില്ല. നീ വേണമെങ്കിൽ പൊയ്ക്കോളു. അതെ, ഞാൻ പൂർവ്വിക മണ്ണ് ഉപേക്ഷിച്ചുപോന്നു. അതിന്റെ അർത്ഥം സ്വന്തം നാടും ഉപേക്ഷിച്ചു പോകുമെന്നല്ല."

അവർ കുറച്ചുകാലം തണ്ടിബസാറിൽ കഴിഞ്ഞു. പിന്നെ അർമനിട്ടോളയിലേക്കു മാറി. അവിടെ ആറു വർഷം താമസിച്ചു. ഒടുവിൽ ടിക്കാതുലിയിലേക്കു താമസം മാറ്റി. കഴിഞ്ഞ ഏഴുവർഷമായി അവിടെയാണ് താമസം. അതിനിടയ്ക്ക് സുധാമൊയ് ഒരു ഹൃദ്രോഗിയായിത്തീർന്നു. ജോലിയിൽനിന്ന് വിരമിച്ചശേഷം 'ഗോപിബാഗി'ലെ ഒരു മുറിയിൽ വൈകുന്നേരങ്ങളിൽ പ്രൈവറ്റ് പ്രാക്ടീസ് നടത്തിപ്പോന്നു. എന്നാൽ പതിവായി അവിടെ പോകാനയാൾക്കു കഴിഞ്ഞിരുന്നില്ല. അപ്പോൾ രോഗികൾ വീട്ടിലേക്കു വരാൻ തുടങ്ങി. ഡ്രോയിംഗ് റൂമിൽ രോഗികളെ പരിശോധിക്കാനായി അയാൾ ഒരു മേശ ഇട്ടു. അതിനുള്ളിൽ ഒരു ദിവാനും ചൂരൽകൊണ്ടുള്ള സോഫാസെറ്റും ഉണ്ടായിരുന്നു. ബുക്ക് ഷെൽഫിൽ എല്ലാതരം പുസ്തകങ്ങളും അടുക്കി വച്ചിട്ടുണ്ട്- മെഡിക്കൽ ജേർണലുകൾ, സാഹിത്യം, സോഷ്യോളജി, രാഷ്ട്രീയം...

സുധാമൊയ് അധികസമയവും ഈ മുറിയിലാണ് ചെലവഴിച്ചിരുന്നത്. സായംകാലങ്ങളിൽ നിഷിത് ബാബു, അക്തറുജ്ജമാൻ, ഷൈഹ്ദുൾ ഇസ്ലാം, ഹരിപദ തുടങ്ങിയ സുഹൃത്തുക്കൾ കാണാൻ വരും. രാജ്യത്തിലെ രാഷ്ട്രീയ സ്ഥിതിഗതികളെക്കുറിച്ചവർ ചർച്ച ചെയ്യും. കിരൺമൊയ് അവർക്കായി ചായ ഉണ്ടാക്കും. വൃദ്ധരായ അവർ പല അസുഖങ്ങളുമുള്ളവരായതിനാൽ മധുര മില്ലാത്ത ചായയാണ് കുടിക്കാറ്. ആരും ചെറുപ്പക്കാരല്ല; സുധാമൊയിയുടെ കാര്യവും വ്യത്യസ്തമല്ല.

മറ്റൊരു ജാഥ അടുത്തുവരുന്ന ബഹളംകേട്ട് സുധാമൊയ് ചാടി എഴു ന്നേറ്റു. സുരഞ്ജൻ ദേഷ്യം സഹിക്കാതെ പല്ലിറുമ്മി. കിരൺമൊയ് ഭയപ്പെട്ടു പോയി. പെട്ടെന്ന് സുധാമൊയിയുടെ ആദ്യത്തെ പിരിമുറുക്കം മാറി അയാൾ ശാന്തനായി കാണപ്പെട്ടു. എന്തുകൊണ്ടയാൾ പ്രതികരിച്ചില്ല? ഭീതിയോ വിദ്വേഷമോ ഉൽക്കണ്ഠയോ അയാൾക്കും തോന്നേണ്ടതല്ലേ?

രണ്ടാം ദിവസം

സുരഞ്ജന്റെ അധികം കൂട്ടുകാരും മുസ്ലിമുകളാണ്. ആരും അമിത മതഭക്തി ഉള്ളവരല്ല. സുരഞ്ജൻ ഒരു ഹിന്ദുവാണെങ്കിലും അയാളെ ഉറ്റ സുഹൃത്തായി അവർ സ്വീകരിച്ചു. കഴിഞ്ഞ വർഷം അയാളുടെ മുഴുവൻ കുടുംബത്തേയും കമാൽ തന്റെ വീട്ടിലേക്കു ക്ഷണിച്ചിരുന്നു. കാജൽ, അശീം. ജയ്ദേബ് എന്നീ ഹിന്ദു സുഹൃത്തുക്കളും സുരഞ്ജന് ഉണ്ടായിരുന്നു. പുലോക്, കമാൽ, ഹൈദർ, ബലാൽ, റബിയുൾ എന്നിവരോടായിരുന്നു കൂടുതൽ അടുപ്പം. സുരഞ്ജന് എന്തെങ്കിലും ബുദ്ധിമുട്ടു വരുമ്പോൾ തന്റെ ഹിന്ദു സുഹൃത്തു ക്കളേക്കാൾ പെട്ടെന്ന് സഹായിക്കാനെത്തിയിരുന്നത് ഹൈദറും കമാലും ബലാലുമായിരുന്നു. ഒരിക്കൽ രാത്രി ഒന്നരയ്ക്ക് സുധാമൊയിയെ സുഹ്രവർദി ആസ്പത്രിയിൽ പ്രവേശിപ്പിക്കേണ്ടിവന്നു. അത് 'മയോ കാർഡിയൽ ഇൻഫാക്ഷൻ' ആണെന്ന് ഡോ. ഹരിപദ കണ്ടെത്തിയതിനാൽ ഉടനെ അയാളെ ആസ്പത്രിയിലെത്തിക്കണമായിരുന്നു. സുരഞ്ജൻ ഇക്കാര്യം കാജലിനെ അറിയിച്ചപ്പോൾ വലിയ കോട്ടുവായ ഇട്ടുകൊണ്ടു പറഞ്ഞു. “രാത്രി ഇത്രയും വൈകിയ നിലയ്ക്ക് അദ്ദേഹത്തെ എങ്ങനെ കൊണ്ടു പോകാനാണ്? നേരം വെളുക്കു ന്നതുവരെ നമ്മൾക്കു കാക്കാം. പിന്നെ എന്തെങ്കിലും ചെയ്യാം.”

എന്നാൽ ബലാലിനോട് ഇക്കാര്യം പറഞ്ഞ ഉടനെ അവൻ സ്വന്തം കാറിൽ അവിടെ പറന്നെത്തി! അവൻ എല്ലാ ഒരുക്കങ്ങളും ചെയ്ത്, സുധാ മൊയിയെ ആസ്പത്രിയിൽ പ്രവേശിപ്പിച്ചു, സദാസമയം സഹായത്തിനായി അവൻ അടുത്തുതന്നെ നിന്നു. സുധാമൊയിയെ ഇടയ്ക്കിടെ അവൻ സമാധാനിപ്പിച്ചുകൊണ്ടിരുന്നു. “അങ്കിൾ, വിഷമിക്കരുത്. എല്ലാം നേരെ യാകും. നിങ്ങൾക്കെന്നെ സ്വന്തം മകനെപ്പോലെ കരുതാം.”

സുഹൃത്തിന്റെ ഉൽക്കണ്ഠയും സാന്ത്വനവചനങ്ങളും ഓർത്ത് സുരഞ്ജന്റെ ഹൃദയം നിറഞ്ഞൊഴുകി. സുധാമൊയ് ആസ്പത്രിയിലുള്ള ദിവസങ്ങളിൽ, ബലാൽ സന്ദർശിക്കാനെത്തുമായിരുന്നു. സുധാമൊയിയുടെ ആരോഗ്യത്തെക്കുറിച്ച് അന്വേഷിക്കുകയും അദ്ദേഹത്തിനുവേണ്ടി വാഹനം ഒരുക്കുകയും ചെയ്തു എന്നുമാത്രമല്ല, ഡോക്ടറുമായി സംസാരിച്ച് പ്രത്യേക ചികിൽസ ലഭ്യമാക്കുകയും ചെയ്തു. എത്രപേർ ഇതുപോലെ സുഹൃത്തക്കുളുടെ കാര്യത്തിൽ താത്പര്യമെടുക്കുന്നുണ്ട്? കാജലും ധനികനാണ്. എന്നാൽ, ഇത്രയും വിശാലമനസ്കനാണോ? സുധാമൊയിയുടെ ചികിൽസയ്ക്കുവേണ്ടിയുള്ള ചെലവുകൾ അധികവും വഹിച്ചതു റബിയുൾ ആണ്. അവൻ പെട്ടെന്ന് ഒരു ദിവസം അവരുടെ 'ടിക്കാതുലി'യിലെ വീട്ടിൽ പ്രത്യക്ഷപ്പെട്ട്, സുരഞ്ജനോടു ചോദിച്ചു.

"നിന്റെ അച്ഛൻ ആസ്പത്രിയിലാണോ?"

സുരഞ്ജൻ മറുപടി പറയുന്നതിനുമുമ്പ് ഒട്ടിച്ച ഒരു കവർ മേശമേൽ വച്ചുകൊണ്ട് പറഞ്ഞു.

"നിന്റെ സുഹൃത്തുക്കളെ അപരിചിതരായി കരുതരുത്." അത്രയും പറഞ്ഞ് അവൻ വന്നതുപോലെ ധൃതിയിൽ സ്ഥലം വിട്ടു. സുരഞ്ജൻ കവർ തുറന്നുനോക്കിയപ്പോൾ, അതിൽ അയ്യായിരം ടക്കയുണ്ട്! സാമ്പത്തിക സഹായം കൊണ്ടുമാത്രമല്ല അയാൾ തന്റെ മുസ്ലിം സുഹൃത്തുക്കളോട് കൂടുതൽ അടുത്തത്; ഹിന്ദു സുഹൃത്തുക്കളേക്കാൾ കൂടുതൽ തന്റെ വികാര വിചാരങ്ങളോട് ഒത്തുപോകുന്നതുകൊണ്ടാണ്. ഹൈദറിനോടും കമാലിനോടും റബിയുളിനോടും പങ്കുവച്ച സൗഹൃദം, കാജലിനോടും അശീമിനോടും ജയദേബിനോടും ഉണ്ടായിരുന്നതിനേക്കാൾ വളരെ അഗാധമായിരുന്നു. പ്രേമബന്ധത്തിലും സ്ഥിതി വ്യത്യസ്തമായിരുന്നില്ല. ഒരു അർച്ചനയേയോ, ദീപ്തിയേയോ, ഗീതയേയോ, സുനന്ദയേയോ സ്നേഹിക്കുന്നതു പോലെ ആയിരുന്നില്ല പർവീണുമായുള്ള അർത്ഥഗർഭവും വികാര തീവ്രവുമായ പ്രേമം.

തന്റെ സുഹൃത്തുക്കളെ മതാടിസ്ഥാനത്തിൽ തരംതിരിക്കാൻ സുരഞ്ജൻ ഒരിക്കലും തുനിഞ്ഞിട്ടില്ല. കുട്ടിയായിരുന്നപ്പോൾ താനൊരു ഹിന്ദുവാണെന്നറിയാമായിരുന്നു; അതിന്റെ അർത്ഥം കൃത്യമായി അറിഞ്ഞിരുന്നില്ല. മെയ്മൊൻസിംഗിലെ ഒരു ഗ്രാമീണ വിദ്യാലയത്തിൽ മൂന്നാം ക്ലാസിലോ നാലാം ക്ലാസിലോ പഠിക്കുമ്പോൾ ഖാലിദ് എന്ന ഒരു കുട്ടിയുമായി ഭയങ്കര വാദപ്രതിവാദം നടന്നു. തർക്കം മൂർദ്ധന്യത്തിലെത്തിയപ്പോൾ കുട്ടികൾ വൃത്തികെട്ട ശകാരവാക്കുകൾ പരസ്പരം വിളിച്ചുപറയാൻ തുടങ്ങി. അന്നാണ് ഖാലിദ് കോപത്തോടെ അവനെ ഹിന്ദുവെന്നു വിളിച്ചത്. പന്നിയെന്നോ, നായയെന്നോ വിളിക്കുന്നതുപോലെ വൃത്തികെട്ട വാക്കാണ് ഹിന്ദു എന്ന് നിരഞ്ജന് ഉറപ്പായിരുന്നു. പിന്നെ വളർന്നുവന്നപ്പോഴാണ് തന്റെ മതപ്പേരാണതെന്നവനു മനസ്സിലായത്. താൻ അതിനെല്ലാം ഉപരിയാണെന്നവൻ അപ്പോൾ പ്രഖ്യാപിച്ചു. ആദ്യമായി

താനൊരു മനുഷ്യനാണെന്നും, ആത്യന്തികമായി ബംഗാളിയാണെന്നും. ബംഗാളിനെ സൃഷ്ടിച്ചതു മതമല്ല; വർഗ്ഗീയ മതിലുകൾ പാടില്ലെന്നു ജനത്തെ ധരിപ്പിക്കാനവനാഗ്രഹിച്ചു. എല്ലാവരും ഒന്നിച്ച് സ്വരച്ചേർച്ചയോടെ ജീവിക്കണം. എന്തു വന്നാലും ബംഗാളികൾ വർഗവിവേചനങ്ങളില്ലാതെ ഒന്നിച്ചു ജീവിക്കണമെന്ന് അവൻ സുഹൃത്തുക്കളോടും വീട്ടുകാരോടും പറയും. 'ബംഗാളി' എന്ന പദം ഐക്യത്തിന്റെ പര്യായമായിരിക്കണം. നിർഭാഗ്യവശാൽ, സുരഞ്ജന്റെ ആദർശപരമായ കാഴ്ചപ്പാടിനെ അംഗീകരിക്കാൻ അധികം പേർ ബംഗ്ലാദേശിലില്ലായിരുന്നു.

ഓരോ രാഷ്ട്രത്തിലെ ജനങ്ങൾ തമ്മിലുള്ള ഐക്യമല്ല, ഒരേ മതത്തിലെ ജനങ്ങൾ തമ്മിലുള്ള ഐക്യമാണവർ ആഗ്രഹിച്ചത്; അവർ വ്യത്യസ്ത രാജ്യങ്ങളിൽ ജീവിച്ചാലും വിരോധമില്ല. ഒരേ മതത്തിലുള്ളവരാവണം. തൽഫലമായി, മതത്തിന്റെ പേരിൽ ഒരു വിഭാഗം ആളുകൾ അന്യരായി കരുതപ്പെട്ടു- സ്വന്തം നാട്ടിൽ സമുദായഭ്രഷ്ടർ! രാജ്യത്തൊട്ടാകെ ഈ കാഴ്ചപ്പാടാണ് വളർന്നുവന്നത്. ഇതു ഹിന്ദുക്കളും മുസ്ലിമുകളും തമ്മിൽ വിഭജനത്തിന് ഇടയാക്കി.

ഇന്ന് ഡിസംബർ 8-ാണ്. രാജ്യം മുഴുവൻ സമരമാണ്. മതമൗലികവാദികൾ ആഹ്വാനം ചെയ്ത ദേശീയ ഹർത്താൽ. ബാബറി മസ്ജിദ് തകർത്തതിലുള്ള പ്രതിഷേധമാണ്. ജമായത്ത് ഇസ്ലാമി പാർട്ടിയാണ് സമരത്തിന്റെ മുൻപന്തിയിൽ. സുരഞ്ജൻ തന്റെ പ്രിയനഗരമായ ധാക്കയിലെന്താണ് നടക്കുന്നതെന്ന് അറിയാൻ തീരുമാനിച്ചു. അടുത്ത മുറിയിൽ അമ്മയും കട്ടിലിൽ കിടക്കുകയാണ്. എന്താണ് തങ്ങൾക്കു സംഭവിക്കാൻ പോകുന്നതെന്നോർത്ത് അവർ പേടിച്ചുവിറച്ചു. സുധാമൊയിക്ക് ഭയം തോന്നിയിരുന്നോ എന്നറിയില്ല. ഒരു കാര്യം മാത്രം അയാൾ വ്യക്തമാക്കി, ഇനിയും ഓടി ഒളിക്കാൻ താനില്ലെന്ന്! ഇത് അവരുടെ മരണത്തിൽകൊണ്ടെത്തിക്കുമെങ്കിൽ, അങ്ങനെത്തന്നെ ആകട്ടെ. മുസ്ലിമുകൾ വന്ന് അവരെ വെട്ടിക്കഷ്ണമാക്കുകയാണെങ്കിൽ, അങ്ങനെത്തന്നെ ആകട്ടെ.

അച്ഛന്റെ നിലപാട് എത്ര ബുദ്ധിപൂർവ്വമാണെന്ന് നിരഞ്ജന് ഉറപ്പില്ല. അയാൾ സുധാമൊയിയെപ്പോലെ വീട്ടിൽത്തന്നെ നിൽക്കാൻ തീരുമാനിച്ചു, ഓടിപ്പോകില്ല. മായ സ്വന്തം ഇഷ്ടമനുസരിച്ചു പോയി; അതുകൊണ്ട് അവൾക്കുവേണ്ടിയൊന്നും അവനു ചെയ്യാൻ കഴിയില്ല. അവൾ ഒരു മുസ്ലിമിന്റെ വീട്ടിൽ താമസിക്കാൻ പോയി; പരുൾ റിഫാടിന്റെ അടുക്കൽ അഭയം തേടി. പാവം മായ, അവൾ രക്ഷപ്പെടട്ടെ.

അവൻ പുറത്തേക്കു പോകാൻ തയ്യാറെടുത്തു നിൽക്കുമ്പോൾ, കിരൺമൊയ് ചാടി എഴുന്നേറ്റു ചോദിച്ചു "നീ എങ്ങോട്ടാണ് പോകുന്നത്?"

"നഗരത്തിലെന്താണ് നടക്കുന്നതെന്ന് ഒന്നുപോയി നോക്കാൻ... ഹർത്താൽ എന്തെല്ലാം പ്രശ്നങ്ങൾ സൃഷ്ടിച്ചുകാണും?"

"പുറത്തേക്കു പോകരുത്, സുരോ. പുറത്ത് എന്താണ് സംഭവിക്കുക എന്ന് നിനക്കു പറയാനാവില്ല."

“വരുന്നതു വരട്ടെ. ഒരു ദിവസം നമ്മളെല്ലാവരും മരിക്കും. ദൈവത്തെ ഓർത്ത് ഇങ്ങനെ പേടിക്കാതിരിക്കൂ. വാസ്തവത്തിൽ നിങ്ങൾ പരിഭ്രാന്തരാകുമ്പോൾ എനിക്കു വല്ലാത്ത അസ്വാസ്ഥ്യം തോന്നുന്നു.” അയാൾ ശ്രദ്ധയോടെ മുടി ചീകിക്കൊണ്ട് അസ്വസ്ഥനായി പറഞ്ഞു.

സുരഞ്ജന്റെ അരികിൽ കിരൺമൊയ് ഓടിയെത്തി, ചീപ്പ് പിടിച്ചെടുത്തു. അവൾ പേടിച്ചുവിറയ്ക്കുന്നുണ്ടായിരുന്നു.

“ഞാൻ പറയുന്നതു കേൾക്കൂ, സുരഞ്ജൻ” അവൾ പറഞ്ഞു. “പുറത്തു പോകുന്നത് അപകടകരമാണ്. ഹർത്താലിന്റെ മറവിൽ അവർ കടകളും അമ്പലങ്ങളും തകർക്കുന്നു. വീട്ടിലിരുന്നാൽ മതി. പുറത്തുപോകേണ്ട. നഗരത്തിൽ എന്താണു സംഭവിക്കുന്നതെന്ന് നോക്കേണ്ട സമയം ഇതല്ല...”

എന്നാൽ സുരഞ്ജൻ എന്നും അനുസരണയില്ലാത്തൊരു കുട്ടിയായിരുന്നു. പിന്നെ എന്തിനിപ്പോൾ കിരൺ മൊയിയെ അനുസരിക്കണം? അവളുടെ എതിർപ്പിനെ വകവയ്ക്കാതെ അയാൾ പുറത്തേക്കു നടന്നു. അടുത്തിരുന്ന സുധാമൊയ് മകൻ നടന്നു പോകുന്നത് അദ്ഭുതത്തോടെ നോക്കി. അവനെ തടയാൻ തുനി ഞ്ഞില്ല.

വൈകുന്നേരത്തെ അന്തരീക്ഷം നിശ്ചലമാണ്, എവിടെയും വല്ലാത്തൊരു ഭീകര നിശ്ശബ്ദത. വീടിനുള്ളിൽ ധൈര്യത്തോടെ ഇരുന്ന സുരഞ്ജന് പുറത്തിറങ്ങിയപ്പോൾ ഭയം അനുഭവപ്പെട്ടു. എങ്കിലും നഗരത്തിൽ കറങ്ങിയടിക്കാൻ തീരുമാനിച്ച നിലയ്ക്ക്, അതുതന്നെ ചെയ്യാമെന്നുറപ്പിച്ചു. അങ്ങനെ നടക്കുമ്പോൾ അയാൾ പലതും ഓർത്ത് കൂടുതൽ അസ്വസ്ഥനാകാൻ തുടങ്ങി.

ഇപ്രാവശ്യം തന്റെ അടുത്ത കൂട്ടുകാർ അവരെക്കുറിച്ച് ഒന്നും അന്വേഷിക്കാനെത്തിയില്ലെന്നും, അഭയം നൽകാൻ വന്നില്ലെന്നും അയാൾ മനസ്സിലാക്കി. ബലാലോ, കമാലോ... ആരുമില്ല. അവർ വന്നാലും താൻ അവരോടൊപ്പം പോകുമായിരുന്നോ? എന്തിന് പോകണം? ഓരോ പ്രാവശ്യം നഗരത്തിൽ വർഗ്ഗീയ കലാപമുണ്ടാകുമ്പോഴും പെട്ടിയും കിടക്കയുമെടുത്ത് ഓടണമോ? അതു ശരിക്കും ലജ്ജാകരമാണ്. കഴിഞ്ഞ കലാപകാലത്ത് താൻ കമാലിന്റെ ആതിഥ്യം സ്വീകരിച്ചതു വിഡ്ഢിത്തമായിപ്പോയി. ഇപ്രാവശ്യം താൻ തീർച്ചയായും പറയും “നിങ്ങൾക്ക് ഒരേ സമയം ഞങ്ങളെ കൊല്ലാനും, ഞങ്ങളോട് ദയ കാണിക്കാനും എങ്ങനെ കഴിയുന്നു? ഈ രാജ്യത്തെ എല്ലാ ഹിന്ദുക്കളേയും നിരത്തി നിർത്തി, ഒന്നിച്ചു വെടിവച്ചു കൊല്ലുന്നതാണ് ഭേദം. അതോടെ നിങ്ങളുടെ എല്ലാ പ്രശ്നങ്ങളും തീരും. രഹസ്യമായി അവരെ രക്ഷിക്കുന്ന നാടകവും നടിക്കേണ്ടി വരില്ല.”

സുരഞ്ജൻ വലിയ തെരുവിൽ പ്രവേശിച്ച ഉടനെ ഒരു കൂട്ടം ചെറുപ്പക്കാർ അലറി “അവനെ പിടിക്കൂ അവനൊരു ഹിന്ദുവാണ്.” ആ പിള്ളേർ അയാളുടെ അയൽവാസികളാണ്, കഴിഞ്ഞ ഏഴു വർഷങ്ങളായി എന്നും പരസ്പരം കാണുന്നവർ. അവരിൽ കുറെ പേരെ സുരഞ്ജനു നേരിട്ടറിയാം.

ആലം എന്നൊരുത്തൻ അവിടത്തെ ഒരു ക്ലബ്ബിനുവേണ്ടി പണം പിരിക്കാൻ സുരഞ്ജന്റെ വീട്ടിൽ പലപ്പോഴും വരാറുണ്ട്. ആ ക്ലബ് സംഘടിപ്പിച്ച ചില കലാപരിപാടികളിൽ സുരഞ്ജൻ പാടിയിട്ടുമുണ്ട്; ഡി.എൽ. റോയിയുടെയും ഹേമങ്കാ ബിസ്വാസിന്റെയും ഗാനങ്ങൾ ആ പിള്ളേരെ പഠിപ്പിക്കണമെന്നു പോലും കരുതിയിരിക്കുകയായിരുന്നു. എല്ലാ വിധ സഹായങ്ങളും ആവശ്യപ്പെട്ടുകൊണ്ട് അവർ അയാളുടെ വീട്ടിൽ വരാറുണ്ട്. അയൽവാസികളായതിനാൽ സുധാമൊയ് അവർക്കു സൗജന്യചികിൽസയും നൽകിയിരുന്നു. അതേ ആളുകളാണ് അയാളെ, ഒരു ഹിന്ദു ആണെന്നതിന്റെ പേരിൽ, തല്ലിച്ചതയ്ക്കുമെന്നു ഭീഷണിപ്പെടുത്തുന്നത്!

സുരഞ്ജൻ ധൃതിയിൽ എതിർദിശയിലേക്കു നടന്നു. പേടികൊണ്ടല്ല, ലജ്ജകൊണ്ട്. ആ പിള്ളേർ തന്നെ തല്ലുമെന്ന ചിന്ത അയാളെ ശരിക്കും ലജ്ജിപ്പിക്കുകയും വേദനിപ്പിക്കുയും ചെയ്തു. ആ ലജ്ജയും ദുഃഖവും സ്വയം തന്നോട് ആയിരുന്നില്ല, അയാളെ തല്ലാൻ തയ്യാറായി നിൽക്കുന്നവരുടെ നേരെയായിരുന്നു. പീഡിപ്പിക്കുന്നവരാണ് ലജ്ജിക്കേണ്ടത്, പീഡനം അനുഭവിക്കുന്നവരല്ല!

സുരഞ്ജൻ 'ഷാപ്ലാ' സ്ക്വയറിലേക്കു നടന്നു. ആ പ്രദേശത്ത് സംഘർഷാത്മകമായൊരു നിശ്ശബ്ദത തളം കെട്ടിനിൽക്കുന്നു. ചെറിയ ചെറിയ ഗ്രൂപ്പുകൾ അവിടവിടെ നിൽക്കുന്നുണ്ട്. ഇഷ്ടികക്കഷ്ണങ്ങളും കത്തിക്കരിഞ്ഞ മരക്കഷ്ണങ്ങളും പൊട്ടിയ ചില്ലുകളും തെരുവിൽ ചിതറിക്കിടക്കുന്നുണ്ട്. സ്വല്പം മുമ്പ് ഒരു കലാപം ഇവിടെ അരങ്ങേറി എന്നതു വ്യക്തമാണ്. എന്തോ കൃത്യം നിറവേറ്റാനായി കുറെ ചെറുപ്പക്കാർ ഓടി മറ്റൊരു ഭാഗത്തേക്ക്. ചില തെരുവുനായ്ക്കൾ അലക്ഷ്യമായി ഓടിനടക്കുന്നു. ഏതാനും റിക്ഷകൾ ബെല്ലടിച്ചുകൊണ്ട് കടന്നുപോയി. എന്താണ് നടക്കുന്നതെന്നു സുരഞ്ജന് ശരിക്കും മനസ്സിലായില്ല. മതഭ്രാന്തിനെയോ വർഗ്ഗീയതയെയോ പേടിയില്ലാത്ത നായ്ക്കൾ മാത്രം ആഹ്ലാദത്തോടെ ഓടിനടക്കുന്നു; ഒരുപക്ഷേ വിജനമായ തെരുവിലൂടെ സ്വതന്ത്രമായി വിഹരിക്കാമല്ലോ എന്ന സന്തോഷത്തിലായിരിക്കാം നായ്ക്കൾ. സുരഞ്ജനും അതുപോലെ ചെയ്യണമെന്നു തോന്നി.

സാധാരണയായി ഭയങ്കര തിരക്കുണ്ടാകാറുള്ള 'മോത്തിജ് ഹീൽ കമേഴ്സ്യൽ ഏരിയ' ഇപ്പോൾ വിജനവും ശാന്തവുമാണ്. സുരഞ്ജന്റെ മനസ്സ് ബാല്യകാലത്തിലേക്ക് പറന്നുപോയി! 'ജംബുരാഫലം' ഉപയോഗിച്ചു ഫുട്ബോൾ കളിക്കാനും വടികുത്തിവച്ച് ക്രിക്കറ്റ് കളിക്കാനും ഇവിടെ എന്തു രസമായിരിക്കും! ഇത്തരം ചിന്തകളിൽ മുഴുകി രസിച്ചു നടക്കവെ ഇടതു വശത്തെ കത്തിനശിച്ച ഒരു കെട്ടിടത്തിലേക്ക് അയാളുടെ ദൃഷ്ടി പാഞ്ഞു. അത് ഇന്ത്യൻ എയർലൈൻസ് ഓഫീസാണെന്നു മനസ്സിലായി. അതിന്റെ ബോർഡും ജനലുകളും വാതിലുകളും എല്ലാം തകർക്കപ്പെട്ടിരിക്കുന്നു. കത്തിനശിച്ച അവശിഷ്ടങ്ങൾ നോക്കി ചിലർ പരിഹാസഭാവങ്ങളോടെ അംഗവിക്ഷേപങ്ങൾ നടത്തുന്നു. താൻ നോക്കിനിൽക്കുന്നത് മറ്റുള്ളവർ

ശ്രദ്ധിക്കുന്നുണ്ടെന്ന് അയാൾക്കു തോന്നി. കത്തിനശിച്ച ഓഫീസിന്റെ മുന്നിൽ നിന്ന് അയാൾ വേഗം മാറി. എത്ര ഓഫീസുകൾ കത്തിച്ചു കളഞ്ഞെന്ന് താൻ എന്തിനു കണക്കെടുക്കണം? എന്തിനതു ശ്രദ്ധിക്കണം? അയാൾ നടന്നുകൊണ്ടിരിക്കുമ്പോൾ കത്തിച്ചാമ്പലായ മറ്റനേകം വീടുകൾ കണ്ടു. കത്തുന്ന പെട്രോളിന്റെ ഗന്ധം താൻ ആസ്വദിക്കാറുള്ളതുപോലെ കരിയുന്ന മരത്തിന്റെയും ഇഷ്ടികയുടെയും ഗന്ധം ആസ്വദിക്കയാണോ? ഒരുപക്ഷേ ആയിരിക്കാം!

'ബംഗ്ലാദേശ് കമ്മ്യൂണിസ്റ്റ് പാർട്ടി' ഓഫീസിനു മുന്നിൽ ഒരു ജനക്കൂട്ടത്തെ കണ്ടു. കല്ലുകൾ റോഡിൽ ചിതറിക്കിടക്കുന്നുണ്ട്. സുരഞ്ജൻ പതിവായി പുസ്തകങ്ങൾ വാങ്ങാറുള്ള പുസ്തക ഷോപ്പ് അതിനടുത്തുണ്ട്. അതും കലാപകാരികൾ ഒഴിവാക്കിയിട്ടില്ല. പാതി കത്തിയ ഒരു പുസ്തകം കാലിൽ തട്ടി. അതു മാക്സിം ഗോർക്കിയുടെ 'അമ്മ' ആയിരുന്നു. ഒരു നിമിഷം താൻ 'പവേൽവൊലാ സോവ്' ആണെന്നയാൾക്കു തോന്നി. സ്വന്തം അമ്മയെ തീയിടുന്നതും, തന്റെ കാൽക്കീഴിലിട്ടു ചവിട്ടുന്നതും സങ്കല്പിച്ചുനോക്കി. ആ ചിന്തയിൽ അറിയാതെ വിറച്ചുപോയി.

കൂടുതൽ ആളുകൾ ഒന്നിക്കാൻ തുടങ്ങി. അവരുടെ രഹസ്യം പറച്ചിൽ ഉച്ചത്തിലായി. എല്ലാവരും വികാരാവേശത്തിലാണ്. എന്താണ് സംഭവിച്ചത്? എന്താണ് സംഭവിക്കാൻ പോകുന്നത്? ആർക്കും ഒന്നും വ്യക്തമായിട്ടറിയില്ല. എല്ലാം ഊഹാപോഹങ്ങൾ മാത്രം. കമ്മ്യൂണിസ്റ്റ് പാർട്ടി ഓഫീസിനു തീയിട്ടു എന്നുമാത്രമറിയാം. കമ്മ്യൂണിസ്റ്റുകൾ അവരുടെ തന്ത്രങ്ങൾ മാറ്റിയിട്ടും മതഭ്രാന്തരുടെ കോപത്തിൽനിന്നു രക്ഷപ്പെടാനായില്ല. സഖാവ് ഫർഹദ് കൊല്ലപ്പെട്ടു. ഗംഭീരമായൊരു ശവസംസ്കാരച്ചടങ്ങ് സംഘടിപ്പിക്കുകയാണവർ. ഒരു സമാധാനസമ്മേളനം വിളിച്ചു കൂട്ടി. എല്ലാവരും അതിൽ പങ്കെടുക്കുകയും ചെയ്തിരുന്നു. എന്നിട്ടും, വർഗ്ഗീയകക്ഷികൾ കമ്മ്യൂണിസ്റ്റ് പാർട്ടി ഓഫീസ് കത്തിച്ചുകളഞ്ഞല്ലോ എന്ന്, കരിഞ്ഞ ഓഫീസിലേക്കു തുറിച്ചുനോക്കിക്കൊണ്ട് നിസ്സഹായതയോടെ ഓർത്തു. പെട്ടെന്ന് കൈസർ അടുത്തുവരുന്നതു സുരഞ്ജൻ കണ്ടു. അയാൾ ക്ഷൗരം ചെയ്യുകയോ മുടി ചീകുകയോ ചെയ്തിട്ടില്ല. കണ്ണുകൾ ചുവന്നു കലങ്ങിയിരിക്കുന്നു. അയാൾ ഉത്ക്കണ്ഠാഭരിതമായ സ്വരത്തിൽ ചോദിച്ചു. "നീ എന്തിനു പുറത്തുവന്നു?"

"ഞാൻ പുറത്തുവരാൻ പാടില്ലേ?" സുരഞ്ജൻ തിരിച്ചടിച്ചു.

"അല്ല, അതല്ല. എന്നാൽ നിനക്കറിയാമല്ലോ, ഈ പിശാചുക്കൾ... മതഭ്രാന്തന്മാരുടെ ജല്പനങ്ങൾ... നീ പറയു, അവർ വാസ്തവത്തിൽ പ്രവാചകനിൽ വിശ്വസിക്കുന്നുണ്ടോ? 'ജമാത് ഷിബീർ യൂത്ത് കമാണ്ട്' ഭീകരരാണ് ഇതെല്ലാം ചെയ്തത്. അവർ പാർട്ടി ഓഫീസും, ബുക്ക്സ്റ്റാളും ഇന്ത്യൻ എയർലൈൻസ് ഓഫീസും കത്തിച്ചു. ഈ മനുഷ്യർ ബംഗ്ലാദേശിന്റെ സ്വാതന്ത്ര്യത്തിനെതിരായിരുന്നു. ഇപ്പോൾ കലാപമുയർത്താനായി എന്തെങ്കിലും കാരണം കിട്ടാൻ കാത്തിരിക്കയാണ്. അവരുടെ ഭർത്സനങ്ങൾ

കേൾക്കാൻ കാത്തിരിക്കുകയാണ് ബംഗ്ലാദേശിലെ ജനങ്ങൾ എന്നാണ് ഭാവം. ചീറൽ കേൾക്കാനുള്ള പ്രതീക്ഷയിലാണ് ഓരോരുത്തരും എന്നാണ് ഭാവം."

ആ നാശാവശിഷ്ടങ്ങളിൽനിന്നും മെല്ലെ അവർ ഒന്നിച്ച് നടന്നകന്നു.

"മറ്റേതു സ്ഥലങ്ങളൊക്കെയാണവർ തീവച്ചത്?" സുരഞ്ജൻ ചോദിച്ചു.

"ചിറ്റഗോങ്ങിലെ തുളസിധാം പഞ്ചാനൻധാം, കയ്ബോളിയാധാം അമ്പലങ്ങൾ തല്ലിത്തകർത്തു. മാലിപര, സംശാൻ മന്ദിർ, കോർ ബാനിഗഞ്ച്, കാളിബാരി, ചട്ടേശ്വരി, വിഷ്ണുമന്ദിർ, ഹജാരിലെയിൻ, ഫക്കീർപര എന്നിവിടങ്ങളിലെ ക്ഷേത്രങ്ങൾ തീയിട്ടു. ഒരു തമാശ പറയട്ടെ, മത സൗഹാർദ്ദത്തിനായി അപേക്ഷിച്ചുകൊണ്ടുള്ള ജാഥയും അതിലെ അപ്പോൾ വന്നിരുന്നു."

സുരഞ്ജൻ ഒരു ദീർഘനിശ്വാസം വിട്ടു. കൈസർ തന്റെ പാറിക്കിടക്കുന്ന തലമുടി ഒതുക്കിക്കൊണ്ടു തുടർന്നു. "ഇന്നലെ ദേവാലയങ്ങൾ മാത്രമല്ല തകർക്കപ്പെട്ടത്. മജീർഘട്ടിലെ മുക്കുവരുടെ കോളനിപോലും അവർ അഗ്നിക്കിരയാക്കി. ചുരുങ്ങിയത് അമ്പതു വീടുകളെങ്കിലും കത്തിച്ചാമ്പലായി."

"പിന്നെ എന്തൊക്കെ?" പെട്ടെന്ന്, ഒന്നിനോടും താത്പര്യമില്ലാത്ത രീതിയിൽ സുരഞ്ജൻ ചോദിച്ചു.

"ജെയ്ദേബ് പൂരിലെ മാധവ് മന്ദിറും ദുർഗ്ഗാമന്ദിറും അവർ കൊള്ളയടിച്ചു. ഷേർപൂരിൽ കൃഷിസെന്ററിലെ അന്നപൂർണ്ണാമന്ദിറും, ഷെറിഘട്ട് ആശ്രമിലെ കാളിമന്ദിറും പൂർണ്ണമായി നശിപ്പിക്കപ്പെട്ടു. ഫരിദ്പൂരിൽ രാമകൃഷ്ണമിഷനിലെ ക്ഷേത്രങ്ങൾ കൊള്ളയടിക്കപ്പെട്ടു. ഗുരുവിനും വിദ്യാർത്ഥികൾക്കും ഗുരുതരമായ പരുക്കുകളേറ്റു."

"പിന്നെ?" അശ്രദ്ധയോടെ സുരഞ്ജൻ ചോദിച്ചു.

"നിർഷിന്ദിയിലെ ചലാക്ചോറിലും, മൊനൊഹോർദീറിലും ദേവാലയങ്ങളും വീടുകളും നശിപ്പിക്കപ്പെട്ടു. നാരായൺഗഞ്ചിലെ രൂപ്ഗഞ്ച് സ്റ്റേഷനിൽ, മൊറപാരാ ബസാറിലെ അമ്പലം തകർത്തുകളഞ്ഞു. കോമില്ലയിലെ പുരാതനമായ അഭയ ആശ്രമം കൊള്ളിവയ്ക്കപ്പെട്ടു. നവഖാലിയിലും എല്ലാ തരം ക്രൂര കൃത്യങ്ങളും അരങ്ങേറി."

"എന്തുപോലെ?"

"സുധാരം പോലീസ്സ്റ്റേഷൻ അതിർത്തിയിലെ അധോർചന്ദ് ആശ്രമവും ഏഴു ഹിന്ദു ഗൃഹങ്ങളും തകർക്കപ്പെട്ടു. ഗംഗാപൂരിലെ എല്ലാ ഹിന്ദു ഗൃഹങ്ങളും കൊള്ളയടിക്കപ്പെട്ടു. പിന്നെ തീയിട്ടു. ഷോനാപൂരിലെ ശിവകാളി ക്ഷേത്രവും ബിനോദ്പൂരിലെ ജിമ്നേഷ്യവും നശിപ്പിക്കപ്പെട്ടു. ചൗമുഹിനിയിലെ കാളിമന്ദിർ, ദുർഗ്ഗാപൂരിലെ ദുർഗ്ഗബരിമന്ദിർ, കുത്തബ് പൂരിലെയും ഗോപാൽപൂരിലെയും അമ്പലങ്ങൾ എന്നിവ തീയിട്ടു ചാമ്പലാക്കി. ഡോ. പി.കെ. സിംഗായുടെ ഔഷധശാല, അഖണ്ഡആശ്രമം, ചൊയാനി പ്രദേശത്തെ അമ്പലങ്ങൾ, എല്ലാം തകർത്തു തരിപ്പണമാക്കി. ചൗമുഹിനിയിലെ ബാബുപൂർ, തെടുയ, മെഹ്ദിപൂർ, രാജ്ഗഞ്ച് ബസാർ, തോങ്കിർപാർ,

കാസിർഹാത്, റസുൽപൂർ, ജമീന്ദർഹാത്, പോരബാരി എന്നി വിടങ്ങളിൽ പത്തു ക്ഷേത്രങ്ങളും പതിനെട്ടു ഹിന്ദു വീടുകളും കൊള്ളയടിച്ചു തീയിട്ടു. ഒരു കടയും ഒരു കാറും ഒരു സ്ത്രീയും അഗ്നിക്കിരയാക്കപ്പെട്ടു. ഭബോർദിയിലെ പതിനേഴു വീടുകളിൽ പതിമൂന്നെണ്ണവും കത്തിച്ചാമ്പലായി. എല്ലാ വീടുകളും കൊള്ളയടിക്കപ്പെട്ടു; സ്ത്രീകൾ പീഡിപ്പിക്കപ്പെട്ടു. ബിപ്ലബ് ഭൗമിക്കിനെ കുത്തിക്കൊന്നു.

ഇന്നലെ ബിരാഹിംപൂരിലെ എല്ലാ വീടുകളും ദേവാലയങ്ങളും നശിപ്പിക്കപ്പെട്ടു. ജഗന്നാഥ് മന്ദിർ, ചാർഹസാരി ഗ്രാമത്തിലെ മൂന്നു ഷോപ്പുകൾ, ക്ലബ്ബുകൾ എന്നിവ കൊള്ളയടിക്കപ്പെട്ടു. ചർബർബാട്ടി ഗ്രാമത്തിലെ രണ്ടു വീടുകൾ, ദാഷെർഹാട്ടിലെ ഒരു വീട്, ചാർകുക്രിയിലെയും മുഷാപൂരിലെയും രണ്ട് അമ്പലങ്ങൾ, ജയ്കാളി ക്ഷേത്രം എന്നിവ കത്തിച്ചു. സിറാജ്പൂർ നിവാസികളെ മുഴുവൻ തല്ലിച്ചതച്ചു. അവരുടെ വീടുകളെല്ലാം കൊള്ളയടിച്ചശേഷം കത്തിച്ചുകളഞ്ഞു.”

ആവർത്തനവിരസങ്ങളായ ഈ നാശങ്ങളുടെ വിവരണം അവസാനിച്ചപ്പോൾ, ‘ഓ’ എന്നൊരു ശബ്ദം മാത്രമാണ് സുരഞ്ജനിൽനിന്ന് ഉയർന്നത്. കൂടുതലൊന്നും പറയാനയാൾ ഉദ്ദേശിച്ചില്ല. കുട്ടിക്കാലത്തെപ്പോലെ റോഡിൽ കിടന്ന കല്ലുകൾ തട്ടിത്തെറിപ്പിക്കാൻ മാത്രമാണ് അയാൾ ആഗ്രഹിച്ചത്. കൂടുതൽ സംഭവങ്ങൾ കൈസർ വർണ്ണിച്ചുകൊണ്ടിരുന്നു. കൊള്ളയുടെയും കൊള്ളിവയ്പിന്റെയും വിശദാംശങ്ങൾ. യാതൊരു താത്പര്യവും തോന്നിയില്ല. അയാൾ ശ്രദ്ധിക്കാതായി.

പ്രസ്സ് ക്ലബ്ബിന്റെ മുന്നിൽ ഇരുവരും നിന്നു. കെട്ടിടത്തിനു മുന്നിൽ ഒരു കൂട്ടം പത്രപ്രവർത്തകർ നിലയുറപ്പിച്ചിരിക്കുന്നു. ഗഹനമായ സജീവ ചർച്ചയിലാണ്. സുരഞ്ജൻ ചെറിയൊരു താത്പര്യത്തോടെ അവരെ തുറിച്ചു നോക്കി. അവർ പറയുന്നതു കേൾക്കാൻ ശ്രമിച്ചു. ഇന്ത്യയിൽ പൊലീസ് വെടിവയ്പിലും കലാപത്തിലുമായി ചുരുങ്ങിയത് ഇരുന്നൂറു പേരെങ്കിലും കൊല്ലപ്പെട്ടു. മുറിവേറ്റവർ ആയിരക്കണക്കിനാണത്രെ. ആർ.എസ്.എസ്., ശിവസേന, മറ്റു മതമൗലികവാദികൾ... ലോകസഭാ പ്രതിപക്ഷനേതാവെന്ന പദവി അദ്വാനി രാജിവച്ചു. ചിറ്റഗോംഗിൽ, നന്ദൻകനാൻ തുളസീധാമിന്റെ ശിഷ്യൻ ദീപക് ഘോഷിനെ, രക്ഷപ്പെടാൻ ശ്രമിക്കവെ ജമായിത്തികൾ പിടികൂടി. അയാളെ തീയിലിട്ടു കരിക്കാൻ അവർ തുനിഞ്ഞതാണ്. അപ്പോൾ അടുത്തുനിന്നിരുന്ന ഒരു കാവൽക്കാരൻ പറഞ്ഞു, ദീപക് ഒരു മുസ്ലിം ആണെന്ന്; അതുകൊണ്ട് അവനെ പൊതിരെ തല്ലി, കൊല്ലാതെ വിട്ടു.

സുരഞ്ജനെ അറിയാവുന്നവരെല്ലാം അയാളെ അവിടെ കണ്ടു ഞെട്ടിപ്പോയി. എന്തിനാണ് വീട്ടിൽനിന്നു പുറത്തിറങ്ങിയതെന്ന് അവർ ചോദിച്ചു. കൂടുതൽ ശക്തമായ കലാപം പ്രതീക്ഷിക്കുന്നതിനാൽ ഉടനെ വീട്ടിലേക്കു തിരിച്ചുപോകാനവർ പറഞ്ഞു.

സുരഞ്ജൻ ആകെ ആശയക്കുഴപ്പത്തിലായിരുന്നു. തന്റെ പേര് സുരഞ്ജൻ ദത്ത എന്നതായതുകൊണ്ടുമാത്രം വീട്ടിനുള്ളിൽ അടച്ചിരിക്കണമോ? അതേ സമയം കൈസർ, ലത്തീഫ്, ബലാൽ, ഷഹിൻ

എന്നിവർക്കു വീടിനു പുറത്തിറങ്ങി അവിടെ നടക്കുന്ന സംഭവങ്ങളെക്കുറിച്ചു ചർച്ചചെയ്യുകയും വർഗ്ഗീയതയ്ക്കെതിരെ ജാഥ നടത്തുകയും ചെയ്യാം. തീർച്ച യായും ഇതു നീതിയല്ല. സുരഞ്ജൻ മറ്റുള്ളവരെപ്പോലെ കർത്തവ്യ ബോധവും നീതിബോധവും യുക്തിബോധവുമുള്ള ഒരു സ്വതന്ത്ര ചിന്തക നല്ലേ? അയാൾ ഒരു മതിലിൽ ചാരിനിന്നു. 'ബംഗ്ലാ ഫൈവ്' സിഗററ്റിനു തീകൊളുത്തി. മുഖത്ത് ഒരു ശൂന്യതാഭാവം നിഴലിച്ചു. എല്ലാവരിൽനിന്നും ഒറ്റപ്പെട്ടതു പോലെ അവനു തോന്നി. വല്ലാത്ത നഷ്ടബോധം. തന്റെ ചുറ്റും നിൽക്കുന്നവർ അധികവും അയാളുടെ പരിചയക്കാരാണ്; പലരും വളരെ അടുപ്പമുള്ളവർ. എന്നിട്ടും അവൻ ഏകനാണ്! അവർ ചുറ്റുംനിന്ന്, ബാബറി മസ്ജിദ് തകർത്തതിനെക്കുറിച്ചും സ്വന്തം നാട്ടിൽ അമ്പലങ്ങൾ നശിപ്പിച്ച തിനെക്കുറിച്ചും ചർച്ച ചെയ്യുമ്പോൾ തനിക്കതിൽ പങ്കുചേരാൻ കഴിയാത്ത തിൽ സുരഞ്ജനു വല്ലാത്ത മനസ്താപം തോന്നി. അവരോട് ചേരണമെന്ന് ആഗ്രഹമുണ്ടെങ്കിലും അതിനു പറ്റില്ലായിരുന്നു. കാരണം, അവർക്കിടയിലുള്ള ലക്ഷ്മണരേഖ കടക്കാനയാൾക്കു കഴിയില്ല. ആളുകൾ എന്തുകൊണ്ടാണ യാളെ ഒഴിവാക്കാൻ ശ്രമിക്കുന്നതെന്നും അവരുടെ ഗ്രൂപ്പിൽനിന്നു പുറത്താ ക്കിയതെന്നും അയാൾ മനസ്സിലാക്കി. അവർക്കവനോട് അനുകമ്പയുണ്ട്, എന്നാലതു സ്വീകരിക്കാനവനത്ര സമ്മതമല്ല. അവൻ സിഗററ്റ് ആഞ്ഞു വലിച്ചു പുകച്ചുരുളുകൾ സൃഷ്ടിച്ചു. പിന്നെ, അത്യധികമായ വികാരക്ഷോഭ ത്തോടെ ചുറ്റും നടക്കുന്ന പ്രവർത്തനങ്ങൾക്കു നടുവിൽ, ചുമരിൽ തളർച്ച യോടെ ചാരിനിന്നു.

സുരഞ്ജനു നേരെ ഒളിഞ്ഞുനോക്കുന്നവരുടെ സംഖ്യ വർദ്ധിച്ചു. അവരി ലധികം പേരും അയാളെ കണ്ട് അദ്ഭുതപ്പെട്ടു. കാരണം, ഒറ്റ ഹിന്ദുപോലും പുറത്തിറങ്ങിയിട്ടില്ല. എല്ലാവരും വീട്ടിനുള്ളിൽ പേടിച്ചിരിപ്പാണ്. അപ്പോൾ സുരഞ്ജന്റെ ചങ്കൂറ്റത്തിൽ അവർ ഞെട്ടിയത് ഒരു അദ്ഭുതമല്ല.

കൈസർ ഒരു സംഘം ആളുകളോടൊപ്പം ജാഥ നടത്താൻ പോകുക യാണ്. പത്രപ്രവർത്തകർ ബാഗുകളും ക്യാമറകളുമായി രംഗത്തെത്തി. ലുട്ഫോർ അവരോടൊപ്പമുണ്ട്. അയാളെ സുരഞ്ജനറിയാം, എന്നാൽ കണ്ട തായി നടിച്ചില്ല. കുറച്ചു കഴിഞ്ഞപ്പോൾ ലുട്ഫോർ സ്വയം അവന്റെ അടുത്തേക്കു വന്നു. അവനെ അവിടെ കണ്ട് വിസ്മയത്തോടെ ചോദിച്ചു:

"നിങ്ങൾ എന്താണ് ഇവിടെ, ദാദാ?"

"എന്തുകൊണ്ടിവിടെ വന്നുകൂടാ?"

ലുട്ഫോർ ശരിക്കും ദുഃഖിതനും അസ്വസ്ഥനുമായിരുന്നു.

"വീട്ടിൽ കുഴപ്പമൊന്നുമില്ലല്ലോ?"

ലുട്ഫോറിന്റെ സ്വരവും പെരുമാറ്റവും സുരഞ്ജനെ ആകർഷിച്ചു. പ്രകൃത്യാ ഈ പയ്യൻ ലജ്ജാശീലനും അധികം സംസാരിക്കാത്തവനും ആയിരുന്നു. ആരുടെയും കണ്ണിൽ നേരിട്ടു നോക്കുകപോലും ചെയ്യാത്തവൻ! അന്തസ്സുള്ള ഒരു യുവാവാണവൻ. 'ഏകതാ' മാസികയുടെ പത്രാധിപരോടു

സംസാരിച്ച് അവനൊരു ജോലി ശരിപ്പെടുത്തിക്കൊടുത്തതിന്റെ ഓർമ്മയിൽ സുരഞ്ജൻ എന്തോ ഓർത്തുനിന്നു. ലുട്ഫോർ ഒരു ബെൻസൻ സിഗററ്റു കത്തിച്ച് സംഭാഷണം തുടർന്നു.

“സുരഞ്ജൻദാ, വീട്ടിൽ പ്രശ്നമൊന്നുമില്ലെന്നുറപ്പാണോ?”

സുരഞ്ജൻ ചിരിച്ചുകൊണ്ടു തിരിച്ചുചോദിച്ചു.

“എന്തു പ്രശ്നം?”

ലുട്ഫോർ ഒന്ന് അമ്പരന്നു.

അവൻ പറഞ്ഞു. “നിങ്ങൾക്കു സ്ഥിതി എങ്ങനെയാണെന്നറിയാമോ, ദാദാ? ഞാൻ ഉദ്ദേശിച്ചതു രാഷ്ട്രത്തിന്റെ സ്ഥിതിയാണ്.”

സുരഞ്ജൻ സിഗററ്റു കുറ്റി താഴെയിട്ടു ചവിട്ടി അരച്ചു. ലുട്ഫോർ ഇപ്പോൾ ശബ്ദമുയർത്തിയതുപോലെ മുമ്പൊരിക്കലും ചെയ്തിട്ടില്ലല്ലോ എന്നോർത്ത് അയാൾ അത്ഭുതപ്പെട്ടു. ലുട്ഫോറിന് കുറച്ചു ധിക്കാരം കൂടിയിട്ടുണ്ടോ എന്നൊരു സംശയം. അവൻ സിഗററ്റ് ആഞ്ഞുവലിച്ച് നീരസ ത്തോടെ പറഞ്ഞു.

“ദാദാ, നിങ്ങൾ ഇന്നു മറ്റെവിടെയെങ്കിലും മാറി താമസിക്കണം. സ്വന്തം വീട്ടിൽ കഴിയുന്നതു സുരക്ഷിതമല്ല. ചുരുങ്ങിയത് രണ്ടു രാത്രിയെങ്കിലും ഒരു മുസ്ലിം അയൽവാസിയുടെ വീട്ടിൽ നിങ്ങൾക്കു താമസിക്കാൻ പറ്റില്ലേ?”

അയാൾ ഉദാസീനതയോടെ പറഞ്ഞു. “ഇല്ല.”

“ഇല്ല?” സുരഞ്ജന്റെ മനോഭാവം ലുട്ഫോറിനെ ഭയപ്പെടുത്തി.

അവന്റെ സ്വരത്തിലെ ഉത്ക്കണ്ഠ സുരഞ്ജൻ മനസ്സിലാക്കി. എല്ലാവരും പറയുന്നത് ഒരേ കാര്യമാണ്; ഹിന്ദുക്കളായ നിങ്ങൾ സ്വന്തം വീട്ടിൽ നിന്ന് എങ്ങോട്ടെങ്കിലും മാറിപ്പോകണം. ഈയിടെ തന്നെ ഉപദേശിക്കാൻ ആഗ്രഹിച്ച ഓരോരുത്തരും ഏകദേശം ഇതൊക്കെത്തന്നെയാണ് പറഞ്ഞത്. “നിങ്ങളുടെ വീട്ടിൽ നിൽക്കുന്നതു ശരിയല്ല, ഒളിച്ചിരിക്കുന്നതാണ് നല്ലത്. പുറത്തുപോകരുത്. നിങ്ങൾ ആരാണെന്നു വെളിപ്പെടുത്തരുത്. അന്തരീക്ഷം കുറച്ചു ശാന്തമായാൽ മാത്രം പുറത്തിറങ്ങുക...”

സുരഞ്ജന് ഒരു സിഗററ്റു കൂടി വലിക്കണമെന്നുണ്ടായിരുന്നു. ലുട്ഫോറിന്റെ ഗൗരവപൂർണ്ണമായ പെരുമാറ്റരീതിയും തുടർച്ചയായ താക്കീതും അവനെ അതിൽനിന്നും വിലക്കി. അവൻ കൈകൾ നെഞ്ചിൽ മടക്കിവച്ച് ചുറ്റും വീക്ഷിച്ചു. മരങ്ങൾ കടുംപച്ച ഇലകൾകൊണ്ടുള്ള ഉടുപ്പണിഞ്ഞു നിൽക്കുന്നു, ശീതകാലത്തിന്റെ ഇലപകർച്ചകൾ! അയാൾ എന്നും ഈ കാലത്തെ സ്നേഹിച്ചു, അതോടൊപ്പമുള്ള എല്ലാ കാര്യങ്ങളും - പ്രഭാത ങ്ങളിലെ ആവി പറക്കുന്ന പാൻകേക്ക്, ചൂടുപകർന്നു ദേഹത്ത് ഒട്ടി ക്കിടക്കുന്ന കിൽറ്റ്, അമ്മ പറഞ്ഞുതരുന്ന പ്രേതകഥകൾ...

തോളിൽ സഞ്ചി ഞാത്തിയിട്ടു നിൽക്കുന്ന ഒരു താടിക്കാരൻ അയാളെ

വീണ്ടും വർത്തമാനകാലത്തിലേക്കാനയിച്ചു. അയാൾ ലുട്ഫോറിന്നടുത്തു നിന്ന് ഇതുവരെ നടന്ന ക്രൂരപ്രവൃത്തികളുടെ പട്ടിക ഉറക്കെ നിരത്തി.

"ധാക്കേശ്വരിമന്ദിർ, സിദ്ധേശ്വരി കാളിമന്ദിർ, രാമകൃഷ്ണമിഷൻ, മഹാ പ്രകാശ്മഠ്, നരീന്ദഗൌരിമഠ്, ഭോലഗിരി ആശ്രമം എല്ലാം കല്ലേറിയപ്പെട്ടു, കൊള്ളയടിക്കപ്പെട്ടു. സ്വാമിബാഘ് ആശ്രമവും കൊള്ളയടിക്കപ്പെട്ടു. ഷോനി ജിമ്മിന്റെ അടുത്തുള്ള ഇരുപത്തഞ്ചു വീടുകൾ കത്തിച്ചു. ശോനി മന്ദിറും ദുർഗ്ഗാമന്ദിറും തകർത്തു. കത്തിച്ചു. നരിന്ദാഋഷിപാരയും ദയാഗഞ്ച് ജെലെ പാരയും അവർ ഒഴിവാക്കിയില്ല. ഫാം ഗേറ്റ്, പൽട്ടാൻ, നവാബ്പൂർ മാരൻ ചന്ദ് സ്വീറ്റ് ഷോപ്പ്, തിക്കാതുലിയിലെ ദേശ്ബന്ധു സ്വീറ്റ് ഷോപ്പ് മുതലാ യവയും തകർത്ത് അഗ്നിക്കിരയാക്കി. തത്താരി ബസാറിലെ അമ്പലവും കത്തിക്കുകയുണ്ടായി."

ലുട്ഫോർ ദീർഘനിശ്വാസം വിട്ട് 'ഓഹ്' എന്നു പറഞ്ഞു. എത്രയും വേഗം ഇവിടെനിന്ന് സ്ഥലം വിടണോ എന്ന് സുരഞ്ജൻ ആലോചിച്ചു. അവരുടെ കൂടെ ഇത്രയും നേരം നിൽക്കാനയാൾ ആഗ്രഹിച്ചില്ല. അതേ സമയം താൻ എന്താണ് ചെയ്യാൻ ആഗ്രഹിക്കുന്നതെന്നും അയാൾക്കറിയില്ലാ യിരുന്നു; എവിടേക്കാണ് പോകേണ്ടത്? അവിടെത്തന്നെ നിൽക്കണോ? ജാഥയിൽ പങ്കുകൊള്ളണോ? അതോ ദൂരെ എവിടേയ്ക്കെങ്കിലും പോകണോ? ഒരു പക്ഷേ, സുഹൃത്തുക്കളോ ബന്ധുക്കളോ ഇല്ലാത്ത തരിശുഭൂമിയിലേക്കു പോകണമായിരിക്കും... സഞ്ചി തോളിലിട്ട് താടിക്കാരൻ മറ്റൊരു ജനക്കൂട്ട ത്തിലേക്കു ക്രൂരതയുടെ പട്ടിക വിളിച്ചറിയിക്കാനായി പോയി. സുരഞ്ജന്റെ വിമുഖതയിൽ മടുപ്പു തോന്നിയ ലുട്ഫോറും പോകാൻ തയ്യാറെടുത്തു.

അപ്പോഴും അന്തരീക്ഷത്തിൽ വല്ലാത്ത സംഘർഷാവസ്ഥ തങ്ങിനിന്നു. അവിടത്തെ പരിപാടികളിൽ പങ്കെടുക്കാനുള്ള മോഹം സുരഞ്ജന്റെ മനസ്സിൽ പൊന്തിവന്നു. ജനക്കൂട്ടത്തിൽ അലിഞ്ഞുചേരാനയാൾ ആഗ്രഹിച്ചു. തകർത്ത്, അഗ്നിക്കിരയാക്കിയ ദേവാലയങ്ങൾ പൊതു നീരീ ക്ഷണം നടത്താനയാൾ ആഗ്രഹിച്ചു. കൊള്ളയും കൊള്ളിവെപ്പും നടത്ത പ്പെട്ട വീടുകളെയും ഷോപ്പുകളെയും കുറിച്ചന്വേഷിച്ചറിയണം. ഭീകരമായ ഈ സംഭവങ്ങളിൽ പ്രതിഷേധം തിരമാലകളെപ്പോലെ ഉയരണമെന്ന് അയാൾ ആഗ്രഹിച്ചു. "ഈ മതഭ്രാന്തരെ ചാട്ടവാറുകൊണ്ടടിക്കണം. വഞ്ചക രായ ഈ മതക്കാർ, മതത്തിന്റെ പേരിൽ ജനത്തെ പ്രകോപിപ്പിക്കുന്ന തട്ടിപ്പുകാർ..."

എന്നാൽ അയാൾക്ക് ഇതൊന്നും സ്വയം ചെയ്യാൻ കഴിഞ്ഞില്ല. തനിക്കു ചുറ്റും നടക്കുന്ന പരിപാടികളിൽ പങ്കെടുക്കണമെന്ന അയാളുടെ മോഹം, അടുത്തുനിന്നവരുടെ സഹതാപപൂർവ്വമായ നോട്ടം കണ്ടപ്പോൾ കെട്ടടങ്ങി. ഈ ആളുകൾ നിശ്ശബ്ദരായി അയാളോട് ഇപ്രകാരം പറയുന്നതുപോലെ തോന്നി. 'ഈ വികാരാവേശത്തിൽ പങ്കുകൊള്ളാൻ നിങ്ങൾ യോഗ്യനല്ല.'

ഇതുവരെ, വിവിധ വിഷയങ്ങളെക്കുറിച്ചു പ്രസംഗിക്കുന്നതിൽ വിദഗ്ധനും എല്ലാ പ്രവർത്തനങ്ങളിലും നേതൃത്വം വഹിച്ചവനും ആയിരുന്നു അയാൾ!

ഇന്ന് ഏതോ വിചിത്രശക്തി അയാളെ സംസാരശേഷിയില്ലാത്തവനാക്കിയിരിക്കുന്നു. ചുറ്റുപാടും നിൽക്കുന്നവർ അയാളെ എന്തെങ്കിലും പറയാനോ പോരാടാനോ പ്രവർത്തിക്കാനോ പ്രോത്സാഹിപ്പിക്കുന്നുമില്ല.

കൈസർ ജനക്കൂട്ടത്തിനിടയിൽനിന്നും സുരഞ്ജന്റെ അടുക്കലേക്കു വന്നു മന്ത്രിച്ചു. 'അവർ 'ബെയിതുൾമൊക്കാറമിൽ' ബാബറിമസ്ജിദ് പ്രശ്നം ചർച്ച ചെയ്യാനായി ഒരു മീറ്റിംഗ് സംഘടിപ്പിക്കാൻ പോകുകയാണ്. ജനങ്ങൾ ഇപ്പോൾ വന്നു നിറയും. നീ വീട്ടിൽ പോകുന്നതാണ് സുരക്ഷിതം."

"നീ പോകുന്നില്ലേ?" സുരഞ്ജൻ ചോദിച്ചു.

"ഓഹ്, ഇല്ല" കൈസർ പറഞ്ഞു "വർഗ്ഗീയ കലാപത്തിനെതിരെയുള്ള സമാധാന സമ്മേളനത്തിൽ പങ്കെടുക്കാനെനിക്കു പോകണം."

കൈസറുടെ പിന്നിൽ ലിട്ടൺ എന്നും മഹതാബ് എന്നും പേരുള്ള രണ്ടു പയ്യന്മാർ നിന്നിരുന്നു. അവരും പറഞ്ഞു: "നിങ്ങളുടെ നന്മയ്ക്കു വേണ്ടിയാണ് പറയുന്നത്. ജൽക്കാബർപോലും അവർ കൊള്ളിവച്ചു. നമ്മൾക്കു ചുറ്റും അതാണ് സംഭവിക്കുന്നത്. നിങ്ങളെ തിരിച്ചറിഞ്ഞാൽ അവർ എന്താണ് ചെയ്യാൻ പോകുന്നതെന്ന് ഊഹിക്കാൻ പോലും കഴിയില്ല. അവർ പരസ്യമായി കഠാരിയും ലാത്തിയും വാളുമായി ഓടി നടക്കുകയാണ്."

സുരഞ്ജനെ വീട്ടിൽ കൊണ്ടുവിടാനായി കൈസർ ഒരു റിക്ഷ വിളിച്ചു. ലുട്ഫോർ വന്ന് സുരഞ്ജന്റെ കൈപിടിച്ചു വലിച്ചു പറഞ്ഞു. "വരു, ദാദാ, നേരെ വീട്ടിലേക്കു പോകു. നിങ്ങൾ എന്തിനാണ് ഇന്നു പുറത്തിറങ്ങിയതെന്ന് ശരിക്കും എനിക്കു മനസ്സിലാകുന്നില്ല."

ചുറ്റും കൂടി നിന്നവരെല്ലാം അയാളെ വീട്ടിൽ പോകാൻ നിർബന്ധിച്ചു. അയാളെ അറിയാത്ത ചിലർ ഓടിവന്ന്, എന്താണ് കാര്യമെന്നു തിരക്കി. സുരഞ്ജൻ ഒരു ഹിന്ദു ആണെന്നും അയാൾ ഇവിടെ നിൽക്കുന്നത് അപകടകരമാണെന്നും അയാളുടെ സുഹൃത്തുക്കൾ വിവരിച്ചു. മറ്റുള്ളവർ അതു ശരിയാണെന്നർത്ഥത്തിൽ തലകുലുക്കി. "അതെ" അവർ പറഞ്ഞു "അയാൾ വീട്ടിൽ പോകണം."

എന്നാൽ സുരഞ്ജനതിൽ താത്പര്യമില്ലായിരുന്നു. അയാൾ വീട്ടിൽ നിന്നിറങ്ങിയത് ഇങ്ങനെ ബലമായി തിരിച്ചയയ്ക്കപ്പെടാൻ വേണ്ടിയല്ല. അയാളുടെ സുഹൃത്തുക്കൾ മെല്ലെ അയാളെ കൈമുട്ടുകൾകൊണ്ടു തള്ളി റിക്ഷയിലേക്കു നടത്തി. ലുട്ഫോർ അപ്പോഴും അയാളുടെ കൈപിടിച്ചിട്ടുണ്ട്. പെട്ടെന്ന്, എതിർപ്പോടെ സുരഞ്ജൻ കൈകുടഞ്ഞു.

സുധാമൊയ് ആകെ തളർന്നിരിക്കയാണ്. കിടക്കയിൽ അനങ്ങാതെ കിടന്നു വിശ്രമിക്കാൻ അയാൾ ആശിച്ചു. അയാൾ അസ്വസ്ഥനായി കാണപ്പെട്ടു. അതിനും പുറമെ, സുരഞ്ജൻ പുറത്തുപോയിരിക്കയാണ്. മകൻ പുറത്തിറങ്ങിയ ഉടനെ വാതിൽക്കലൊരു മുട്ടുകേട്ടു. സുരഞ്ജൻ തിരിച്ചു

വന്നതാണെന്നു കരുതി അയാൾ കിടക്കയിൽനിന്നും ചാടി എഴുന്നേറ്റു. എന്നാലത് തന്റെ മകനായിരുന്നില്ല, അയൽപക്കത്തു താമസിക്കുന്ന റിട്ടയേർഡ് പ്രൊഫസർ അക്തറജുമാനായിരുന്നു, അറുപതു വയസ്സുള്ള ഒരു വൃദ്ധൻ. അദ്ദേഹം അകത്തു കയറി പെട്ടെന്നു വാതിലടച്ചു.

“എന്തെങ്കിലും കുഴപ്പമുണ്ടോ?” അദ്ദേഹം പതിഞ്ഞ സ്വരത്തിൽ ചോദിച്ചു.

ബുക്ക് ഷെൽഫിൽ നിരത്തിവച്ച പുസ്തകങ്ങളിലേക്കു ദൃഷ്ടിപായിച്ച് തളർന്ന ശബ്ദത്തിൽ അലസനായി സുധാമൊയ് മറുപടി നൽകി.

“ഇല്ല. എന്തു സംഭവിക്കാനാണ്?”

അക്ത്തറുജ്ജമാൻ ഒരു കസേര വലിച്ചിട്ട് അതിലിരുന്നു. അയാൾക്ക് സെർവിക്കൽ സ്പോണ്ടലൈറ്റിസിന്റെ അസുഖമുണ്ട്. ഈ അസുഖം മൂലം കഴുത്ത് അസാധാരണമായ രീതിയിൽ മുകളിലേക്കു പൊക്കിപ്പിടിക്കും.

“നിങ്ങൾ ബാബറി മസ്ജിദിനെക്കുറിച്ചുള്ള കാര്യങ്ങളെല്ലാം കേട്ടിരിക്കുമെന്നു കരുതുന്നു. അതിൽ ബാക്കി ഒന്നും വച്ചിട്ടില്ല. ലജ്ജാകരം!” അദ്ദേഹം അഭിപ്രായപ്പെട്ടു.

സുധാമൊയ് എവിടെയും തൊടാത്ത മട്ടിൽ എന്തോ മുരണ്ടു.

“നിങ്ങൾക്കതിനെക്കുറിച്ച് ഒന്നും പറയാനില്ലേ? നിങ്ങളവരെ പിന്താങ്ങുകയാണോ?”

“ഞാനെന്തിനവരെ പിൻതാങ്ങണം?”

“എന്നാൽ, എന്താണൊന്നും മിണ്ടാത്തത്?”

“ദുഷ്ടന്മാർ ദുഷ്ടത പ്രവർത്തിച്ചിരിക്കുന്നു. അതിനെക്കുറിച്ചോർത്തു ദുഃഖിക്കയല്ലാതെ എനിക്കെന്തു ചെയ്യാൻ കഴിയും?”

“ഇത്തരം സംഭവങ്ങൾ ഒരു മതേതര രാഷ്ട്രത്തിൽ സംഭവിക്കുക എന്നത് എനിക്കു വിശ്വസിക്കാനാകുന്നില്ല! ലജ്ജാകരം! രാഷ്ട്രം മുഴുവൻ വിലപിക്കുകയാണ്. എല്ലാ രാഷ്ട്രീയ പ്രഖ്യാപനങ്ങളും അവരുടെ സുപ്രിം കോടതിയും ലോകസഭയും രാഷ്ട്രീയപാർട്ടികളും ജനാധിപത്യ പാരമ്പര്യവും... വിലപിക്കുകയാണ്. വിലപിക്കുകയാണ്... അവർ പറയുന്നതൊക്കെ വെറും പൊള്ളവാക്കുകൾ. നിങ്ങൾ എന്തൊക്കെ പറഞ്ഞാലും, സുധാബാബു, ഇന്ത്യയുമായി തുലനം ചെയ്യുമ്പോൾ ഈ രാജ്യത്തു കാര്യമായ വർഗ്ഗീയ കലാപങ്ങൾ ഉണ്ടായിട്ടില്ല.”

“കൊള്ളാം. 1964ലും, 1990ലും നടന്നതോ, പിന്നെ ഇപ്പോൾ...”

“1964 അല്ല, 1950 എന്നു പറയുന്നതാകും ഭേദം. പിന്നെ അത്... വർഗ്ഗീയതയ്ക്കെതിരായി പെട്ടെന്നുണ്ടായ ഒരു പൊട്ടിത്തെറിയായിരുന്നു 1964ലെ കലാപം. മണിക് മിയ, ജാഹുർ ഹുസ്സൈൻ ചൌധരി, അബ്ദുസ്സലാം എന്നിവരുടെ നേതൃത്വത്തിൽ കലാപമാരംഭിച്ച ദിവസം തന്നെ എല്ലാ പത്രങ്ങളിലും വെണ്ടയ്ക്കാ അക്ഷരത്തിൽ വാർത്ത പ്രത്യക്ഷപ്പെട്ടു. “പൂർവ്വ പാക്കിസ്താൻ

നിങ്ങളുടെ അവകാശങ്ങൾക്കായി നിലകൊള്ളുന്നു!" ഒരു ഹിന്ദുകുടുംബത്തെ രക്ഷിക്കാനായി അമീർ ഹുസ്സൈൻ ചൗധരി എന്ന അമ്പത്തഞ്ചുകാരൻ ജീവൻ ബലിയർപ്പിച്ചു. എന്തൊരു ഹൃദയഭേദകമായ സംഭവം!"

സുധാമൊയിയുടെ നെഞ്ചുവേദന വർദ്ധിച്ചു. അയാൾ കിടക്കയിൽ ചാഞ്ഞു കിടന്നു. ഒരുപക്ഷേ ഒരു ചൂടുചായ ആശ്വാസം പകർന്നേക്കും. ആര് ചായ തരാനാണ്? സുരഞ്ജന്റെ പ്രവൃത്തിയിൽ മനസ്സു തകർന്ന കിരൺമൊയ് ചായ ഉണ്ടാക്കുമെന്നു പ്രതീക്ഷിക്കാനാവില്ല. എന്തിന് സുരോ സ്വന്തം ഇഷ്ട പ്രകാരം പുറത്തു പോയി? അവനു പോകണമെന്നുണ്ടെങ്കിൽത്തന്നെ എന്തു കൊണ്ട് ഹൈദറിനെ കൂടെ കൊണ്ടുപോയില്ല? സുരഞ്ജൻ എന്നും ഒരു വികാരജീവിയാണ്. എന്തെങ്കിലും ചെയ്യണമെന്നവൻ തീരുമാനിച്ചാൽ ആർക്കും അവനെ തടയാനാവില്ല. സുധാമൊയിക്ക് അതു നന്നായി അറിയാം. വേദനയും ഉത്ക്കണ്ഠയും മനുഷ്യസ്വഭാവമാണ്; അതിനു യുക്തി അറിയില്ല! തൽക്കാലം ഭയവും ഉത്ക്കണ്ഠയും മറച്ച്, അയാൾ അക്ത്തറുജ്ജമാനെ വീണ്ടും ശ്രദ്ധിക്കാൻ തുടങ്ങി.

സുധാമൊയ് പറഞ്ഞു. "വിധിവൈപരീത്യമെന്നു പറയട്ടെ, എല്ലാ മത ങ്ങളും ഒറ്റക്കാര്യത്തിലേക്കാണ് വിരൽ ചൂണ്ടുന്നത്-ശാന്തിയും സമാധാ നവും. എന്നാൽ മതത്തിന്റെ പേരിലാണ് ഇത്രയും അസമാധാനവും കലാപവും ഉണ്ടായത്: ഇത്രയും രക്തം പ്രവഹിച്ചത്, ഇത്രയും ആളുകൾ നരകിച്ചത്. പന്ത്രണ്ടാം നൂറ്റാണ്ടിന്റെ അന്ത്യത്തിൽപോലും മതത്തിന്റെ പേരിൽ ഇത്രയും ക്രൂരകൃത്യങ്ങൾ നമ്മൾ കണ്ടിട്ടില്ല. മതത്തിന്റെ പതാക കൾ പാറിപ്പിച്ചുകൊണ്ട് മനുഷ്യനെ ചവിട്ടി അരയ്ക്കുകയാണ്; മനുഷ്യത്വ ത്തെയും ആത്മാവിനെയും അതു തകർക്കുകയാണ്...

ഇപ്പോൾ അക്തരുജ്ജമാനാണ് അവിടെയും ഇവിടെയും തൊടാതെ മറുപടി നൽകിയത്. രണ്ടു കപ്പ് ചായയുമായി കിരൺമൊയ് എത്തി.

"നിങ്ങളുടെ നെഞ്ചുവേദന കൂടിയിട്ടില്ലല്ലോ?" അവൾ ഭർത്താവിനോടു ചോദിച്ചു. "എന്തുകൊണ്ട് നിങ്ങളുടെ ടാബ്ലെറ്റ് കഴിക്കുന്നില്ല?" അവൾ മേശയിൽ ചായക്കപ്പുകൾ വച്ച് കട്ടിലിലിരുന്നു.

അക്തരുജ്ജമാൻ അവളോടു പറഞ്ഞു "ബാവു ദീ, സങ്കയും സിന്ദൂരവും നിങ്ങൾ ഇടാറില്ലല്ലൊ, അല്ലേ?"

കിരൺമൊയ് താഴേയ്ക്കു നോക്കി മറുപടി പറഞ്ഞു.

"1975നു ശേഷം ഇല്ല."

"ദൈവത്തിനു സ്തുതി! നിങ്ങൾക്കു സുരക്ഷിതത്വം ഉറപ്പിക്കാം; ദുഃഖി ക്കേണ്ടിവരില്ല."

കിരൺമൊയ് ഒരു വിളർത്ത ചിരിചിരിച്ചു. ഒപ്പം അതേ രീതിയിലുള്ള ഒരു ചിരി സുധാമൊയിയുടെ ചുണ്ടുകളിലും പ്രത്യക്ഷപ്പെട്ടു.

അക്തരുജ്ജമാൻ ചായ വേഗം വേഗം മൊത്തിക്കുടിച്ചു. സുധാമൊയിയുടെ നെഞ്ചുവേദന കുറയുന്നില്ല. അയാൾ പറഞ്ഞു.

“ഞാൻ കുറച്ചുകാലമായി ദോത്തി ധരിക്കലും ഉപേക്ഷിച്ചു; എന്റെ പ്രിയപ്പെട്ട ജീവനുവേണ്ടി, സ്നേഹിതാ.”

അക്തരുജ്ജമാൻ കപ്പ് താഴെവച്ചു. “ഞാനിപ്പോൾ പോകട്ടെ. മടങ്ങുന്നതിനു മുമ്പ് ബിനോദ് ബാബുവിനേയും ഒന്ന് കാണണമെന്നു വിചാരിക്കുന്നു.”

വൃദ്ധൻ പ്രൊഫസർ പോയശേഷം സുധാമൊയ് കിടക്കയിൽ കിടന്നു. അയാളുടെ ചായ അവിടെ ഇരുന്നു തണുത്തു, അയാൾ കുടിച്ചിട്ടില്ല.

കിരൺമൊയ് വാതിലടച്ച് വന്നിരുന്നു. വെളിച്ചത്തിനെതിരായി തിരിഞ്ഞിരുന്നതിനാൽ, മുഖം നിഴലിലായിരുന്നു. ഒരു കാലത്ത് കിരൺമൊയ് കീർത്തനങ്ങൾ മനോഹരമായി ആലപിക്കുമായിരുന്നു. ബ്രഹ്മൻബാരിയയിലെ ഒരു പ്രശസ്ത വക്കീലിന്റെ മകളാണവൾ. പതിനാറാംവയസ്സിൽ വിവാഹിതയായി. വിവാഹശേഷം രവീന്ദ്രസംഗീതം പഠിക്കാനായി സുധാമൊയ് അവളെ പ്രേരിപ്പിച്ചു. വാസ്തവത്തിൽ മിഥുൻ ഡെയിൽനിന്നും അവൾ കുറച്ചുനാൾ സംഗീതം അഭ്യസിച്ചതാണ്. അതിവേഗം അവൾ നല്ലൊരു പാട്ടുകാരിയായി അറിയപ്പെട്ടു. മെയ്മൊൻസിംഗിലെ സംഗീത സദസ്സുകളിൽ പാടാനായി അവൾക്കു പലപ്പോഴും ക്ഷണം ലഭിച്ചിട്ടുണ്ട്. നല്ല കഴിവുള്ള പാട്ടുകാർ വളരെ കുറച്ചേ ആ പട്ടണത്തിലുണ്ടായിരുന്നുള്ളു. ടൗൺ ഹാളിൽ പാടിയ സംഭവത്തെക്കുറിച്ചവൾ ഓർത്തു. അന്ന് സുരഞ്ജനു മൂന്നോ നാലോ വയസ്സേ പ്രായമുള്ളു. സുപ്രസിദ്ധ ഗായകൻ സമീർചന്ദ്രഡെയ്ക്കുശേഷം കിരൺമൊയ് സ്റ്റേജിൽ കയറിയപ്പോൾ സുധാമൊയ് പരിഭ്രമിച്ചു വിയർക്കാൻ തുടങ്ങി. അവൾ പാടിയ ഗീതം “ആനന്ദലോകേ... മംഗളലോകേ... ബിരാജോ, സത്യസുന്ദരോ... (ശാന്തിയും സന്തോഷവുമുള്ള ഈ ലോകത്ത്, അതിന്റെ മനോഹാരിത നിലനിർത്താനായി നമ്മൾക്കൊന്നിച്ചു ജീവിക്കാം...) ശ്രോതാക്കൾ എല്ലാം മറന്നു ലയിച്ചിരുന്നു. ആ ഗാനം ഒന്നുകൂടി പാടണമെന്ന് ആർത്തു വിളിച്ചു. അവളതനുസരിച്ചു. വേറെ മൂന്നു പാട്ടുകൾ കൂടി പാടി. അവളുടെ ആലാപനം അത്രയ്ക്കു വികാരോജ്ജ്വലവും മനോഹരവുമായിരുന്നു. സുധാമൊയിയെപോലുള്ള നിരീശ്വരവാദികളുടെ മനസ്സിനെപ്പോലും അതു സ്പർശിച്ചു, കണ്ണുകൾ ഈറനണിയിച്ചു.

സ്വാതന്ത്ര്യത്തിനുശേഷം പൊതുപരിപാടികളിൽ പാടാൻ കിരൺമൊയ് തയ്യാറായില്ല. താരങ്ങളായ സുമിതാനഹായും മിതാലി മുഖർജിയും പങ്കെടുക്കുന്ന ഒരു പൊതുയോഗത്തിൽ അമ്മയോടു പാടാൻ സുരഞ്ജൻ നിർബന്ധിച്ചെങ്കിലും അവൾ ചിരിച്ചുകൊണ്ടതു നിരസിച്ചു.

“ഞാനിപ്പോൾ പരിശീലനം നടത്താറില്ല; അതുമല്ല, എന്റെ ശബ്ദം, ശരിയല്ല. പാടാതിരിക്കുന്നതാണ് നല്ലത്.”

സുധാമൊയ് അവളോടു പറഞ്ഞു: "അത്രയും വിനയം ആവശ്യമില്ല. നീ നന്നായി പാടാറുള്ളതല്ലേ? ജനങ്ങൾക്കു നിന്നെ അറിയാം. ഒരു കാലത്ത് നിന്നെ അവർ അഭിനന്ദിച്ചിരുന്നു, പാട്ട് പാടാനാവശ്യപ്പെട്ടിരുന്നു."

"അതെ, എനിക്കറിയാം. കയ്യടിച്ചവർ ഇതു കൂടി പറഞ്ഞു: 'ഹിന്ദുസ്ത്രീകൾ ലജ്ജയില്ലാത്തവരായതിനാലാണ് പാട്ടു പഠിക്കുന്നത്. അതുകൊണ്ടാണ്, പൊതുവേദിയിൽ അപരിചിതരുടെ മുന്നിലിരുന്ന് എല്ലാവർക്കുംവേണ്ടി പാടുന്നത്."

"മുസ്ലിം സ്ത്രീകൾ പാടുന്നില്ലെന്നാണോ നിന്റെ വിചാരം?" സുധാമൊയ് ചോദിച്ചു.

"അതെ, അവരിപ്പോൾ പാടുന്നുണ്ട്. മുമ്പ്, അവർ പ്രശസ്തരാകാതിരുന്ന കാലത്ത്, നമ്മൾക്കു നിർദ്ദയമായ എല്ലാതരം അഭിപ്രായപ്രകടനങ്ങളും സഹിക്കേണ്ടിവന്നിരുന്നു. മിനാത്തിദീ ഒന്നാംതരം പാട്ടുകാരിയായിരുന്നു. ഒരു ദിവസം, 'മുസ്ലിം പെൺകുട്ടികളെ സംഗീതം അഭ്യസിപ്പിക്കുന്നവളാണവൾ' എന്നാരോപിച്ച് ഒരു കൂട്ടം യുവാക്കൾ അവളെ വളഞ്ഞ് അധിക്ഷേപിച്ചു."

"സംഗീതം പഠിപ്പിക്കുന്നതൊരു നല്ല കാര്യമല്ലേ?" സുധാമൊയ് അഭിപ്രായപ്പെട്ടു.

"എല്ലാവരും അങ്ങനെയല്ല ചിന്തിക്കുന്നത്. സ്ത്രീകൾ അത് അഭ്യസിക്കരുതെന്നു കുറെ പേർ പറയുന്നു. അതവരുടെ സ്വഭാവം ദുഷിപ്പിക്കുമെന്നു വിശ്വസിക്കുന്നു."

"ഓ, അതു ശരി."

സാവധാനം സംഗീതത്തിലുള്ള താത്പര്യം തന്നെ കിരൺമൊയിക്കു നഷ്ടപ്പെട്ടു. അവളുടെ ഗുരു മിധുൻഡെ കിരൺമൊയിയെ പ്രോൽസാഹിപ്പിച്ചപ്പോൾ, അവൾ വിഷാദത്തോടെ നെടുവീർപ്പിട്ടുകൊണ്ടു പറഞ്ഞു. "ഇല്ല, ദാദാ, ഇനി ഞാൻ പാടാനാഗ്രഹിക്കുന്നില്ല. പാട്ടുപാടുന്നതും നൃത്തം ചെയ്യുന്നതും അന്തസ്സില്ലാത്ത പണിയാണെന്ന് ആളുകൾ പറയുമ്പോൾ എന്തിനാണതിനു പോകുന്നത്?"

പൊതുപരിപാടികളിൽ പാടുകയില്ലെന്ന അവളുടെ തീരുമാനത്തെ സുധാമൊയ് മാനിച്ചെങ്കിലും, വീട്ടിൽ പാടാൻ സമ്മതിക്കാത്തതിനെതിരെ അയാൾ ഇടയ്ക്കിടെ പരാതിപ്പെടുമായിരുന്നു. എന്നാൽ, വീട്ടിൽ പാടാനുള്ള അന്തരീക്ഷം എവിടെയാണ്!

പലപ്പോഴും, അർദ്ധരാത്രിയിൽ, ഉറക്കം വരാതെ കിടക്കുമ്പോൾ, സ്വാസ്ഥ്യം നഷ്ടപ്പെട്ട അവർ എഴുന്നേറ്റു ടെറസ്സിൽ അഭയംതേടും. ആകാശത്തിൽ മിന്നിത്തിളങ്ങുന്ന നക്ഷത്രങ്ങളെ നോക്കി നിശ്ശബ്ദരായി ഇരിക്കും; മഹത്തായ ബ്രഹ്മപുത്രാനദീതീരത്തെ വീടിനെക്കുറിച്ചുള്ള ഓർമ്മകൾ അവരുടെ മനസ്സിൽ ഉയർന്നുവരും. അവിടേക്കു പോകാനവരുടെ ഹൃദയം

തുടിക്കും! ചിലപ്പോൾ കിരൺമൊയ് രവീന്ദ്രസംഗീതം മൂളും. മറക്കാനാവാത്ത മധുരിപ്പിക്കുന്ന ഓർമ്മകൾ സ്വയം സംസാരിക്കുന്നതുപോലെ! അവളുടെ മൂളിപ്പാട്ടു കേൾക്കുമ്പോൾ സുധാമൊയിയുടെ മുരടിച്ച ഹൃദയം തരളിതമാകും. പഴയ നല്ല കാലത്തിലേക്കു തിരിച്ചുപോകാനുള്ള മോഹം ഹൃദയത്തിനുള്ളിൽ നിറഞ്ഞുതുളുമ്പും. തന്റെ ചെറുപ്പകാലത്ത് ഓടി നടന്നിരുന്ന വയലുകളിലേക്കോടിപ്പോകാൻ മനസ്സു കൊതിക്കും. തന്റെ ബാല്യകാലം, യുവത്വം, സ്കൂളിലെ കളിസ്ഥലം, പാഞ്ഞൊഴുകുന്ന പുഴ, പുഴയോരത്തുകൂടെ കാട്ടിലേക്കു നീണ്ടുകിടക്കുന്ന ഒറ്റയടിപ്പാത... മറക്കാനാവാത്ത എന്തെല്ലാം സ്മരണകൾ!

സ്വതവേ ദൃഢചിത്തനായ സുധാമൊയ്, പിൽക്കാലങ്ങളിലനുഭവിക്കേണ്ടിവന്ന വേദനകളും ദുരിതങ്ങളും മൂലം മനസ്സു തകർന്നവനായി. ഇടയ്ക്കിടെ അർദ്ധരാത്രിയിൽ എഴുന്നേറ്റിരുന്നു കരയും. അത്തരം സന്ദർഭങ്ങളിൽ ദുഃഖം സഹിക്കാനാകാതെ ഭാര്യയെ മുറുകെ കെട്ടിപ്പിടിക്കും. 1971. അസുഖകരമായൊരു വർഷമായിരുന്നു. സ്വന്തം കൺമുന്നിൽവച്ച് തന്റെ സുഹൃത്തുക്കളായ ജഗൻമൊയ് ഘോശാൽ, പ്രഫുല്ല സർക്കാർ, നേതായ് സെൻ എന്നിവർ കൊല്ലപ്പെട്ട വർഷം. ഒരു തടങ്കൽ പാളയത്തിലേക്കു കൊണ്ടുപോയി അവരെ വെടിവച്ചു കൊല്ലുകയായിരുന്നു. മൃതശരീരം ഒരു ട്രക്കിൽ കയറ്റിക്കൊണ്ടുപോയി വിജനസ്ഥലത്തു വലിച്ചെറിഞ്ഞു.

ഹിന്ദുക്കളെ എവിടെവച്ചുകണ്ടാലും പാക്കിസ്താനികൾ പിടികൂടും. ബൂട്സിട്ടു ചവിട്ടി, ബയനറ്റുകൊണ്ടു കുത്തിമുറിവേല്പിച്ച്, കണ്ണുകൾ തുരന്നെടുത്തശേഷം നട്ടെല്ലുകൾ തല്ലിത്തകർക്കും. ഈ ക്രൂരതകളെല്ലാം ഏല്പിച്ചിട്ടും അവർ മൃതിയടഞ്ഞില്ലെങ്കിൽ, വെടിവച്ചുകൊല്ലും. പല മുസ്ലിമുകളെയും പാക്കിസ്താനികൾ തല്ലുന്നതു സുധാമൊയ് കണ്ടിട്ടുണ്ട്, എന്നാൽ അവരുടെ ജീവൻ അപഹരിക്കാറില്ല. ഹിന്ദുക്കളുടെ കാര്യത്തിൽ അതൊരിക്കലും സംഭവിച്ചിട്ടില്ല. സ്വാതന്ത്ര്യസമരകാലത്തു പോരാടിയ അനേകം ഹിന്ദുക്കളുടെയും മുസ്ലിമുകളുടെയും മൃതശരീരങ്ങൾ, അടുത്തുള്ള തൂപ്പുകാരുടെ കോളനിയിലെ കിണറിൽ ഇട്ടുമൂടി. രാജ്യം സ്വതന്ത്രമായ ആഹ്ലാദത്തിൽ, ശവങ്ങൾ ഇട്ടുമൂടിയ കിണറിനരികിൽ അവരുടെ ബന്ധുക്കൾ ഓടി എത്തി. മജീദും റഹീമും ഇദ്രിസുമെല്ലാം ഹിന്ദുക്കളുടെയും മുസ്ലിമുകളുടെയും എല്ലുകൾ ഒന്നിനുമീതെ ഒന്നായികിടക്കുന്നതുകണ്ടു പൊട്ടിക്കരഞ്ഞു. അവയെ തരം തിരിച്ചറിയാൻ പറ്റില്ലല്ലോ എന്നു മനസ്സിലായപ്പോൾ ഇവരുടെ കണ്ണുനീർ പ്രവാഹം വർദ്ധിച്ചു. 'മജീദു'മാരെയും 'അനിൽ'മാരെയും എങ്ങനെ വേർതിരിച്ചറിയും! തന്നെ തടവിലിട്ടവരിൽനിന്നും സുധാമൊയിക്കു ലഭിച്ചിട്ടുള്ള പരിക്കുകൾ – കാലിൽ ഒരു ഫ്രാക്ച്ചർ, വാരിയെല്ലിൽ മൂന്നു ഫ്രാക്ച്ചറുകൾ – മൃഗീയമായി നടത്തപ്പെട്ട തന്റെ ലിംഗാഗ്രവിച്ഛേദം പോലെ സുഖപ്പെട്ടിരിക്കുന്നു. എന്നാൽ ഹൃദയത്തിനേറ്റ മുറിവ് എന്നും ഉണങ്ങാതെ നിലനിൽക്കും.

സ്വാതന്ത്ര്യസമരകാലത്തെ തടവുജീവിതത്തിന്റെ ഞെട്ടലിൽനിന്ന് ഇനിയും സുധാമൊയ് മുക്തനായിട്ടില്ല! അയാൾ ക്യാമ്പിൽ നിന്ന് ജീവനോടെ തിരിച്ചെത്തിയെങ്കിലും, യഥാർത്ഥത്തിൽ ജീവനോടെത്തന്നെയാണ് ഇരിക്കുന്നതെന്നയാൾക്കൊരിക്കലും തോന്നിയിട്ടില്ല!

അയാൾ അനുഭവിച്ചുകൊണ്ടിരിക്കുന്ന വഞ്ചനയും ഭീതിയും നിറഞ്ഞ ജീവിതം മാനസികനില മെച്ചപ്പെടുത്താൻ ഉതകിയതുമല്ല. ഏഴു വർഷത്തോളം മുള കൊണ്ടുണ്ടാക്കിയ ഒരു കുടിലിൽ, അബ്ദു സ്സലാം എന്ന പേരിൽ ഫുൽപൂരിലെ അർജുൻഖില ഗ്രാമത്തിൽ ജീവിച്ചു. സുരഞ്ജൻ, സാബെർ എന്നും കിരൺമൊയ്, ഫാത്തിമാ എന്നും അറിയപ്പെട്ടു. അക്കാലത്തെക്കുറിച്ചോർക്കുമ്പോൾ അയാൾ ലജ്ജിച്ചുപോകും. തന്റെ ഹൃദയത്തിലേക്കു തുളച്ചുകയറുമായിരുന്ന ഒടിഞ്ഞ വാരിയെല്ലുകളുടെ വേദന, തന്റെ പ്രിയപ്പെട്ട ഭാര്യ ഫാത്തിമ എന്ന പേരിൽ ഒളിച്ചുതാമസിച്ചപ്പോഴനുഭവിച്ച വേദനയേക്കാൾ വലുതല്ല എന്നയാൾ ഓർത്തു. ഡിസംബറിൽ സ്വാതന്ത്ര്യസമര ഭടന്മാർ ഫുൽപൂരിൽ വന്നപ്പോൾ ആ ഗ്രാമം മുഴുവൻ 'ജയ് ബംഗ്ലാ' എന്ന മുദ്രാവാക്യംകൊണ്ടു മുഖരിതമായി. താൻ ഏറ്റവും കൂടുതൽ സ്നേഹിച്ച കിരൺ...കിരൺ...കിരൺമൊയ് എന്ന പേര് ഒടുവിൽ സുധാമൊയിക്കു വിളിക്കാനായി. അയാളുടെ ഹൃദയത്തിൽ എരിഞ്ഞുകൊണ്ടിരുന്ന തീ അപ്പോൾ അണഞ്ഞു. അയാൾക്കിപ്പോൾ എല്ലാവരുടെയും മുന്നിൽ വച്ച് കിരൺമൊയിയെ യഥാർത്ഥ പേരെടുത്തു വിളിക്കാനുള്ള സ്വാതന്ത്ര്യമുണ്ട്!

വാതിൽക്കലുള്ള ശക്തമായ മുട്ട്, സുധാമൊയിയെ പൂർവ്വ സ്മരണയിൽ നിന്നും ഉണർത്തി. സന്ദർശകൻ ഹരിപദ ഭട്ടാചാര്യയായിരുന്നു. നാവിനടിയിൽവച്ച നിഫികാർഡ് ടാബ്ലെറ്റ് സുധാമൊയിയുടെ നെഞ്ചുവേദന കുറച്ചു ശമിപ്പിച്ചിരുന്നു. അതുകൊണ്ട് സുഹൃത്തിനെ വണങ്ങാനയാൾക്കു കഴിഞ്ഞു.

"നിങ്ങൾക്കു സുഖമല്ലേ?" ഹരിപദ ചോദിച്ചു.

"നിങ്ങൾ വല്ലാതെ വിളർത്തിരിക്കുന്നു."

"അതെ, ഹരിപദ. കുറച്ചു നേരമായി എനിക്കു തീരെ സുഖമില്ലായിരുന്നു. എന്റെ ബ്ലഡ് പ്രഷറും പരിശോധിച്ചിട്ടില്ല."

"ഞാനിതു നേരത്തെ അറിഞ്ഞിരുന്നെങ്കിൽ ബി.പി. അപ്പരറ്റസ് കൊണ്ടു വന്നേനെ."

"ഈ പ്രശ്നങ്ങളുടെ ഇടയ്ക്ക് സുരഞ്ജൻ പുറത്തുപോയിരിക്കുന്നു. ഞങ്ങൾ എത്ര അസ്വസ്ഥരാണെന്ന് നിങ്ങൾക്ക് ഊഹിക്കാമല്ലൊ.! നിങ്ങൾക്കിവിടെ വരാനെങ്ങനെ പറ്റി?"

"ഒരു എളുപ്പവഴിയിലൂടെ വന്നു; മെയിൻ റോഡ് വഴിക്കല്ല."

കുറെ നേരം ആരും ഒന്നും മിണ്ടിയില്ല. പിന്നെ ഹരിപദ ഷാൾ മാറ്റിക്കൊണ്ടു പറഞ്ഞു. "ഇന്ന് ധാക്കയിൽ, ബാബറിമസ്ജിദ് പൊളിച്ചുമാറ്റിയതിന്റെ പേരിൽ പ്രതിഷേധ പ്രകടനം നടക്കുകയാണ്. അതേ സമയം,

സമാധാന സമിതിയുടെ ജാഥയും ഉണ്ട്. രാഷ്ട്രീയപാർട്ടികളും വിവിധ സംഘടനകളും ജാതിമത ഐക്യത്തിനും സമാധാനത്തിനുമായി അഭ്യർത്ഥി ച്ചിട്ടുണ്ട്. ജനങ്ങളോടു ശാന്തരായിരിക്കാനുള്ള സന്ദേശം പാർലിമെന്റിൽ നിന്നും വന്നിട്ടുണ്ട്. എന്തു വില കൊടുത്തും. മതസൗഹാർദ്ദം നിലനിർത്തണ മെന്ന് അഭ്യർത്ഥിച്ചുകൊണ്ട്, ഷെയിക് ഹസീനയും ഒരു സന്ദേശം പ്രക്ഷേ പണം ചെയ്തിരിക്കുന്നു. ഇരുന്നൂറ്റി മുപ്പത്താറു പേർ ഇന്ത്യയിലെ കലാപ ങ്ങളിൽ കൊല്ലപ്പെട്ടു; നാൽപതു നഗരങ്ങളിൽ കർഫ്യു ചുമത്തിയിരിക്കുന്നു. വർഗ്ഗീയ പാർട്ടികൾ നിരോധിക്കപ്പെട്ടു. ബാബറി മസ്ജിദ് പുനർനിർമ്മാണം നടത്താമെന്ന് നരസിഹംറാവു വാഗ്ദാനം ചെയ്തു."

ഹരിപദ ഗൗരവഭാവത്തോടെ കുറച്ചുനേരം ഇരുന്നു. പിന്നെ ചോദിച്ചു.

"നമ്മളിനി എന്താണ് ചെയ്യേണ്ടതെന്നു തീരുമാനിച്ചോ? ഈ സ്ഥലത്തു തന്നെ നിൽക്കാൻ പോകുകയാണോ? ഇനി ഇവിടെ താമസിക്കരുതെന്നാണ് എനിക്ക് പറയാനുള്ളത്. ഞാനെന്റെ അളിയന്റെ മനിക്ഗംജിലെ വീട്ടിലേക്കു പോകാനുദ്ദേശിക്കുകയായിരുന്നു. ഇന്നു വൈകുന്നേരം അളിയൻ വീട്ടിൽ വന്നു പറഞ്ഞു, മണിക്ഗംജ് നഗരത്തിലെ പൊലീസ് സ്റ്റേഷനരികിലെ നൂറിൽപ്പരം വീടുകൾ കൊള്ളയും കൊള്ളിവയ്പും നടത്തി നശിപ്പിച്ചു. ഇരുപത്തഞ്ചു ക്ഷേത്രങ്ങൾ അഗ്നിക്കിരയാക്കി. ബൊക്ജുരി ഗ്രാമത്തിലെ എല്ലാ ഹിന്ദു ഗൃഹങ്ങളും കത്തിച്ചുചാമ്പലാക്കി. അർദ്ധരാത്രിക്ക് ദേബെൻ ഷോറെയുടെ വീട്ടിൽ കടന്നുചെന്ന് അയാളുടെ മകൾ സരസ്വതിയെ പിടിച്ചു വലിച്ചുകൊണ്ടുപോയി ബലാത്സംഗം ചെയ്തു."

"നിങ്ങൾ എന്താണുദ്ദേശിക്കുന്നത്? പറയുന്നതു സത്യമാണോ?" സുധാ മൊയ് ഞെട്ടിവിറച്ചു ഭയത്തോടെ ശബ്ദമുയർത്തി.

"നിങ്ങളുടെ മകൾ എവിടെ?"

"മായ ഒരു സുഹൃത്തിന്റെ വീട്ടിലേക്കു പോയി."

"ഒരു മുസ്ലിം വീടാണെന്നു വിശ്വസിക്കട്ടെ?"

"അതെ."

"എങ്കിൽ കുഴപ്പമില്ല." ഹരിപദ ഒരു ദീർഘനിശ്വാസം വിട്ടുകൊണ്ടു പറഞ്ഞു.

ഹരിപദ കൊണ്ടുവന്ന വാർത്ത കേട്ട് ഭർത്താവിനെപ്പോലെ ഭയപ്പെട്ട കിരൺമൊയ് മുസ്ലീംവീട്ടിൽ അഭയം പ്രാപച്ച മായയുടെ പ്രവൃത്തി സ്നേഹി തൻ അംഗീകരിച്ചതിൽ ആശ്വസിച്ചു. സുധാമൊയ് കണ്ണട എടുത്തു തുടച്ചു വീണ്ടും കണ്ണിൽ വച്ചു.

അയാൾ പറഞ്ഞു "വാസ്തവത്തിൽ ഇതൊരു കലാപസാദ്ധ്യതയുള്ള പ്രദേശമാണ്. മെയ്മൊൻസിംഗിൽ ഇമ്മാതിരി കലാപങ്ങൾ ഞങ്ങൾ കണ്ടിട്ടില്ല. ഹരിപദാ, മെയ്മൊൻസിംഗിൽ വല്ല കലാപവും നടന്നതായി നിങ്ങൾക്കറിയാൻ കഴിഞ്ഞോ?"

"ഉവ്വ്, ഫുൽപൂരിലെ ബർത്തോഡി ഗ്രാമത്തിൽ രണ്ട് അമ്പലങ്ങളും ഒരു ചെറിയ പ്രാർത്ഥനാ മുറിയും തൃശാലിൽ ഒരു കാളിക്ഷേത്രവും തകർക്കപ്പെട്ടു."

"പട്ടണത്തിൽ? തീർച്ചയായും പട്ടണത്തിൽ ഒന്നും സംഭവിച്ചു കാണില്ല. വാസ്തവത്തിൽ ഇത്തരം കലാപങ്ങൾ രാജ്യത്തിന്റെ വടക്കൻ പ്രദേശങ്ങളിൽ ദുർലഭമാണ്. കിരൺമൊയ് എന്തു പറയുന്നു, അവിടെ ക്ഷേത്രങ്ങൾ എപ്പോഴെങ്കിലും നശിപ്പിച്ചിട്ടുണ്ടോ?"

കിരൺമൊയ് മറുപടി പറയുന്നതിനുമുമ്പ് ഹരിപദ ഇടപെട്ടു.

"നോർത്ത് ബ്രൂക്ക്ഹാൾ റോഡിലെ പൂജാ ഓഫീസ്, സെമീന്ദാറുടെ വീട്ടിലെയും അമ്പലത്തിലെയും കാളിവിഗ്രഹങ്ങൾ പൂർണ്ണമായും തകർക്കപ്പെട്ടു. ഇന്ന്, ശാന്തിനഗറിലെ ജൽക്കാബർ സ്വീറ്റ്സ് ഷോപ്പും സതാരൂപാസ്റ്റോറും കൊള്ളയടിച്ചശേഷം തീയിട്ടു നശിപ്പിച്ചു. കുഷ്ത്തിയയിൽ അർദ്ധരാത്രി നേരത്ത് ജമാത്ത് ഷിബീർ സംഘം ആറു ക്ഷേത്രങ്ങൾ ആക്രമിച്ചു. പോരാത്തതിന് ചിറ്റഗോംഗ്, സൈൽഹെറ്റ്, ഭോല, ഷെർപൂർ, കോക്സ് ബസാർ, നവ്ഖാലി എന്നിവിടങ്ങളിൽ നടന്ന സംഭവങ്ങളെക്കുറിച്ചു കേൾക്കുമ്പോൾ എനിക്കു കുറെശ്ശെ ഭയം തോന്നുന്നു."

"എന്തിനെക്കുറിച്ചുള്ള ഭയം?" സുധാമൊയ് ചോദിച്ചു.

''ഒരു ജനപ്രവാഹം, കൂട്ടത്തോടെ നാടുവിടൽ..."

"ഇല്ല, ഇല്ല. വൻതോതിലുള്ള കലാപങ്ങൾ ഇനിയും ഈ രാജ്യത്ത് ഉണ്ടാകുമെന്നു ഞാൻ കരുതുന്നില്ല; കൂട്ടത്തോടെയുള്ള നാടുവിടലും ഉണ്ടാകില്ല..."

"ദാദാ, 1990ൽ എന്താണ് നടന്നതെന്നു നിങ്ങൾ മറന്നോ? നിങ്ങളെ അതു ബാധിച്ചതല്ലേ?"

"ദാദാ. സ്റ്റാറ്റിസ്റ്റിക്കൽ ബ്യൂറൊ'യുടെ രേഖകൾ നിങ്ങൾക്കെന്തുകൊണ്ടു പരിശോധിച്ചുകൂടാ? ഈ വർഷം വൻ ജന പ്രവാഹം ആയിരിക്കും. ആരെങ്കിലും വെറുതെ അപകടസന്ധി സൃഷ്ടിച്ചതു കൊണ്ടൊന്നും ജനങ്ങൾ സ്വന്തം രാജ്യം വിട്ടുപോകില്ല. സ്വന്തം മാതൃഭൂമിയിലെ മണ്ണ്, ചെടിച്ചട്ടിയിലെ മണ്ണ് അല്ല, എന്നും നനയ്ക്കുകയും ഇടയ്ക്കിടെ മാറ്റുകയും ചെയ്യുന്നതു പോലെ! അല്ല, ദാദാ, ഞാൻ ശരിക്കും പേടിച്ചിരിക്കയാണ്, എന്റെ ഒരു മകൻ കൽക്കത്തയിൽ പഠിക്കുന്നു. യുവതികളായ രണ്ടു പെൺമക്കളും ഇവിടെയും. അവരെക്കുറിച്ചോർത്തു വിഷമിച്ച് രാത്രി ഉറങ്ങാനാകുന്നില്ല. ഞാൻ കൽക്കത്തയിൽ പോകാമെന്നു വിചാരിക്കയാണ്..."

കോപത്താൽ ജ്വലിച്ച സുധാമൊയ്, പെട്ടെന്ന് മുഖത്തുനിന്ന് കണ്ണടയെടുത്തു ഗർജ്ജിച്ചു. "നിങ്ങൾക്കെന്താ ഭ്രാന്തുപിടിച്ചോ, ഹരിപദാ? ഇത്തരം കാര്യങ്ങൾ മിണ്ടിപ്പോകരുത്."

“നിങ്ങൾ പറയാൻ പോകുന്നതെന്താണെന്ന് എനിക്കറിയാം. എനിക്കീ രാജ്യത്തു സുഖമാണ്, ധാരാളം പണം സമ്പാദിക്കുന്നുണ്ട്. സ്വന്തം വീടുണ്ട്... അങ്ങനെയല്ലേ?”

“അല്ല, ഹരിപദാ. അതല്ല കാരണം, അവസരങ്ങളോ, ധനമോ ഒന്നുമല്ല കാര്യം. വലിയ സമ്പാദ്യമില്ലെങ്കിൽ പോലും അതു നാടുവിട്ടു പോകാനൊരു കാരണമാകുന്നില്ല. ഇതു നമ്മുടെ നാടല്ലേ? എന്നെ നോക്കു. ഞാനൊരു റിട്ടയറായ മനുഷ്യനാണ്. എനിക്കു വലിയ വരുമാനമൊന്നുമില്ല. എന്റെ മകനും ഒരു സമ്പാദ്യമില്ല. ചെറിയ രീതിയിൽ ഉള്ള പ്രൈവറ്റ് പ്രാക്ടീസിലൂടെ ലഭിക്കുന്ന തുച്ഛമായ വരുമാനം കൊണ്ടാണ് ജീവിക്കുന്നത്. ഈയിടെയായി കാര്യമായി രോഗികളൊന്നും വരുന്നില്ല. അതിന്റെ അർത്ഥം ഞാൻ നാടുവിട്ട് ഓടിപ്പോകണമെന്നാണോ? മനുഷ്യത്വമില്ലാത്തവരാണ് രാജ്യം വിട്ടുപോകുന്നവർ. ഇപ്പോൾ രാജ്യത്തിന്റെ നില എന്തുതന്നെ ആയാലും, ബംഗാളികൾ മൊത്തത്തിൽ സംസ്കാരശൂന്യരല്ല. ചില കലാപങ്ങൾ ഇപ്പോൾ നടക്കുന്നുണ്ടെന്നതു നേരാണ്. രണ്ടു രാജ്യങ്ങൾ അടുത്തടുത്തു സ്ഥിതിചെയ്യുമ്പോൾ, അതിലൊന്ന് കത്തുകയാണെങ്കിൽ, കുറച്ച് തീജ്വാലകൾ അയൽരാജ്യത്തേക്കു വരാതെ നിർവ്വാഹമില്ല... ഒരു കാര്യം മനസ്സിലാക്കു, ഹരിപദാ, 1964ലെ വർഗ്ഗീയ കലാപം ഉയർത്തിയത് ബംഗാളി മുസ്ലിമുകളല്ല, ബീഹാറികളാണ്.”

ഹരിപദ ഷാൾ എടുത്തു പുതച്ചുകൊണ്ടു പറഞ്ഞു” ഞാൻ ഷാൾ പുതച്ചു നടക്കുന്നതെന്തിനാണെന്ന് നിങ്ങൾക്കറിയാമോ ദാദാ? ബീഹാറികളെ പേടിച്ചിട്ടല്ല; നിങ്ങളുടെ മുസ്ലിം സഹോദരന്മാരെയാണ് ഞാൻ ഭയപ്പെടുന്നത്.”

എന്നിട്ട് മെല്ലെ വാതിൽ തുറന്നു രഹസ്യമായി പുറത്തുകടന്ന് ഇരുട്ടിലേക്ക് അപ്രത്യക്ഷനായി.

കിരൺമൊയ് വാതിൽ ചെറുതായി തുറന്ന് സുരഞ്ജൻ വരുന്നുണ്ടോ എന്നു നോക്കി. ഓരോ മിനിറ്റ് കഴിയുംതോറും അവൾ കൂടുതൽ കൂടുതൽ അസ്വസ്ഥയായി. മകൻ തിരിച്ചെത്തുന്നതിന്റെ ഒരു ലക്ഷണവുമില്ല! അള്ളാഹുവിന്റെ നാമം വിളിച്ചുപറഞ്ഞുകൊണ്ട് ജാഥകൾ കടന്നുപോകുന്ന ശബ്ദം ഇടയ്ക്കിടയ്ക്കു കേൾക്കാം. ഇന്ത്യാ ഗവൺമെന്റ് ബാബറി മസ്ജിദിന്റെ പുനർനിർമ്മാണം നടത്തണമെന്നും, ഇല്ലെങ്കിൽ അവരെ വെറുതെ വിടില്ലെന്നും, തുടർച്ചയായി മുദ്രാവാക്യം വിളിച്ചുകൊണ്ടിരുന്നു.

ഒടുവിൽ, രാത്രി വളരെ വൈകിയപ്പോൾ സുരഞ്ജൻ തിരിച്ചെത്തി; തളർന്നു വിവശനായി നടക്കാൻപോലും അവനു പറ്റില്ലായിരുന്നു. അത്താഴം കഴിക്കുന്നില്ലെന്ന് അവൻ അമ്മയോടു പറഞ്ഞു.

മുറിയിലെ ലൈറ്റ് കെടുത്തി സുരഞ്ജൻ ഉറങ്ങാൻ കിടന്നു. ഉറക്കം വന്നില്ല. കിടക്കയിൽ തിരിഞ്ഞും മറിഞ്ഞും കിടക്കുമ്പോൾ അവന്റെ മനസ്സ് കഴിഞ്ഞ കാലങ്ങളിലേക്കു പറക്കുകയായിരുന്നു. കുറച്ചുവർഷങ്ങൾക്കു മുമ്പ് അവൻ 'ഏകതാ' മാസികയുടെ റിപ്പോർട്ടറായി ജോലി ചെയ്തിട്ടുണ്ട്.

പത്രപ്രവർത്തനത്തിൽ നേടിയ പരിശീലനം, സ്വന്തം ചിന്തകളെ അടുക്കിലും ചിട്ടയിലും നിരത്താൻ അവനെ സഹായിച്ചു. നാട്ടിൽ നടക്കുന്ന സംഭവങ്ങളുടെ യഥാർത്ഥരൂപം മനസ്സിലാക്കാനുള്ള മാർഗ്ഗങ്ങളും അവനറിയാമായിരുന്നു.

നാലു പ്രധാന ആദർശങ്ങൾ അടിസ്ഥാനമാക്കിയാണ് ബംഗ്ലാദേശ് രാഷ്ട്രം സ്ഥാപിക്കപ്പെട്ടത്-ദേശീയത, മതേതരത്വം, ജനാധിപത്യം, സോഷ്യലിസം. സ്വാതന്ത്ര്യത്തിനുവേണ്ടി നീണ്ട കഠിന പ്രയത്നങ്ങൾ രാജ്യത്തിനു ചെയ്യേണ്ടിവന്നു. 1952ലെ ഭാഷാ പ്രക്ഷോഭണത്തിൽ തുടങ്ങിയ നീണ്ട സമരങ്ങൾ ക്ലേശകരമായിരുന്നു. എന്നാൽ, ഒടുവിൽ സ്വാതന്ത്ര്യം നേടുക തന്നെ ചെയ്തു. ആ പ്രക്രിയയ്ക്കിടയിൽ വർഗ്ഗീയതയുടെയും മതഭ്രാന്തിന്റെയും ദോഷവശങ്ങൾ ഉന്മൂലനം ചെയ്യപ്പെട്ടു.

സ്വാതന്ത്ര്യത്തിനുശേഷം, അതിനെ നഖശിഖാന്തം എതിർത്ത, അതിനെതിരെ പ്രവർത്തിച്ച പ്രതിലോമശക്തികൾ അധികാരത്തിലേറി. സ്വാതന്ത്ര്യസമരകാലത്തു നിരാകരിച്ച മതമൗലികവാദികളുടെയും വർഗ്ഗീയവാദികളുടെയും ദോഷങ്ങൾ പുനരുജ്ജീവിപ്പിച്ചു. ഭരണഘടനയുടെ മുഖം തന്നെ മാറ്റിക്കളഞ്ഞു. രാഷ്ട്രീയ ആയുധമായി മതത്തെ ഉപയോഗിച്ചു. വലിയൊരു ജനവിഭാഗം ഇസ്ലാമിന്റെ ആജ്ഞകൾ പിൻതുടരാൻ നിർബ്ബന്ധിതരായി. അങ്ങനെ നിയമവിരുദ്ധവും ഭരണഘടനാവിരുദ്ധവുമായ രീതിയിൽ ഇസ്ലാം ദേശീയമതമായി മാറി. തൽഫലമായി, വർഗ്ഗീയതയും മതഭ്രാന്തും നിയന്ത്രിക്കാനാകാത്ത വിധത്തിൽ പൊട്ടിത്തെറിച്ചു. തന്റെ രാജ്യത്തിനകത്തു നടന്ന മതഭ്രാന്തിന്റെ പ്രത്യാഘാതങ്ങൾ സുരഞ്ജന്റെ മനസ്സിലൂടെ കടന്നുപോയി.

-കൊമില്ല ഡിസ്ട്രിക്ടിന്റെ സബ് ഡിസ്ട്രിക്ട് ആയ ദാവ്കന്ധിയിലെ സബാഹാ ഗ്രാമത്തിൽ, 1979 ഫെബ്രുവരി 8-ന് അയൽ ഗ്രാമങ്ങളിലെ നാനൂറോളം ആളുകളെത്തി, അവിടെ താമസിച്ചിരുന്ന ഹിന്ദു സന്ന്യാസിമാരെ ആക്രമിച്ചു. അവർ ക്രോധത്തോടെ അലറി "ഗവൺമെന്റ് ഇസ്ലാമിനെ ദേശീയ മതമായി പ്രഖ്യാപിച്ചിരിക്കുന്നു. അതുകൊണ്ട്, നിങ്ങൾ ഒരു ഇസ്ലാമിക രാജ്യത്തിൽ ജീവിക്കാനാഗ്രഹിക്കുന്നുണ്ടെങ്കിൽ ഇസ്ലാമായി മതപരിവർത്തനം നടത്തണം, അല്ലെങ്കിൽ രാജ്യം വിടണം." വീടുകൾ കൊള്ളയടിക്കുന്നതും അമ്പലങ്ങൾ തകർക്കുന്നതും നിസ്സഹായരായ ഈ സന്ന്യാസിമാർ നോക്കിനിന്നു. പലരെയും പിടിച്ചു കൊണ്ടുപോയി; പലരും ഇതുവരെ തിരിച്ചു വന്നിട്ടില്ല. സ്ത്രീകൾ ക്രൂരമായി ബലാത്സംഗം ചെയ്യപ്പെട്ടു. എതിർത്തു നിന്നവരെ തല്ലിച്ചതച്ചു.

-നർഷിന്ദി ഡിസ്ട്രിക്ടിലെ അബിർദിയ ഗ്രാമത്തിൽ നൃപേന്ദ്രകുമാർ സെൻ ഗുപ്തയെയും ഭാര്യ അനിമാ സെൻഗുപ്തയെയും ഒരു വക്കീലിന്റെ മുറിയിൽ പൂട്ടിയിട്ടു 8.75 ബിഘാ ഭൂമി തട്ടിയെടുത്തു. മറ്റൊരാളുടെ പേരിൽ അതു റജിസ്റ്റർ ചെയ്തു. നർഷിന്ദി പൊലീസ് സൂപ്രണ്ടിന്, 1979 മാർച്ച് 27നു അനിമാ പരാതി കൊടുത്തപ്പോൾ, അവളെ നാലു ദിവസം പൊലീസ് സ്റ്റേഷനിലിട്ടു മർദ്ദിച്ചു.

–അതേ വർഷം മെയ് 27നു ഫിറോസ്പൂർ ഡിസ്ട്രിക്ടിലെ ബോലകന്ധാ ഗ്രാമത്തിൽ പത്തു പന്ത്രണ്ട് ആയുധധാരികൾ ചേർന്നു ഹൽദാർമാരുടെ വീട് ആക്രമിച്ചു. അവിടത്തെ അമ്പലവും തകർത്ത ശേഷം അവർ ആക്രോശിച്ചു 'എല്ലാ ഹിന്ദുക്കളെയും കൊല്ലും. അമ്പലങ്ങൾ പള്ളികളാക്കി മാറ്റും. അല്ലെങ്കിൽ, ഹിന്ദുക്കൾ ഉടനെ രാജ്യം വിടണം.'

–ചിറ്റഗോംഗിലെ ഗോസ്ചി ഗ്രാമത്തിൽ മെയ് 9നു നൂറ്റമ്പതു മുസ്ലിമുകൾ ബൈദ്യാസിന്റെ വീട് ബോംബിട്ടു തകർത്തു.

–ജൂൺ 16നു ഫിറോസ്പൂർ ഡിസ്ട്രിക്ടിലെ അഘ്മാർ ഗ്രാമത്തിൽ പത്തു പന്ത്രണ്ടു പൊലീസുകാർ ഗൗരംഗ മണ്ഡലിനെയും മറ്റു പതിനഞ്ചു ഹിന്ദുക്കളെയും പിടിച്ചുവലിച്ചു കൊണ്ടുവന്ന് ഗൗരംഗ മണ്ഡലിന്റെ മുറ്റത്തിട്ടു തല്ലിച്ചതച്ചു. അയാളുടെ ഭാര്യ, ബിനു അതു തടയാൻ ചെന്നപ്പോൾ പൊലീസുകാർ അവളെ പിടിച്ചുകൊണ്ടുപോയി കൂട്ട ബലാത്സംഗം ചെയ്തു. വീട്ടിലുള്ള മറ്റു സ്ത്രീകളെയും അവർ അപമാനിച്ചു. സനാതൻ മണ്ഡലിന്റെ മകൾ റീനയെ അവർ ബലാത്സംഗം ചെയ്തശേഷം തട്ടിക്കൊണ്ടുപോയി. ഇതുവരെ അവളെ കണ്ടുകിട്ടിയിട്ടില്ല.

ഇതുപോലെ എത്രയെത്ര ക്രൂരകൃത്യങ്ങൾ! ഓരോന്നായി നിരഞ്ജന്റെ മനസ്സിലൂടെ കടന്നുപോയി.

ഇത്തരം ക്രൂരകൃത്യങ്ങളുടെ ഒടുങ്ങാത്ത ലിസ്റ്റിനെക്കുറിച്ചോർത്ത് നിരഞ്ജന് ഉറങ്ങാനായില്ല. 1988–1989 കാലത്ത് രണ്ടു വർഷം 'ഏകതാ'യുടെ റിപ്പോർട്ടറായി സേവനമനുഷ്ഠിച്ച കാലം അയാൾ ഓർത്തു. അന്ന് അയാളുടെ നോട്ടുപുസ്തകം നിറയെ ഇത്തരം ദുരിതങ്ങളുടെ കഥകളായിരുന്നു. ചിലതെല്ലാം മാസികയിൽ പ്രസിദ്ധീകരിക്കപ്പെട്ടു; മറ്റുള്ളവ വെളിച്ചം കണ്ടില്ല. പത്രാധിപർ അവനോടു പറയുമായിരുന്നു. "നിനക്ക് അറിയാമോ, സുരഞ്ജൻ, ശക്തൻ ദുർബ്ബലനെ അമർച്ച ചെയ്യുന്ന കാര്യങ്ങളാണ് ഇതെല്ലാം, ധനികൻ ദരിദ്രനെ. നീ ധനികനാണെങ്കിൽ, ഹിന്ദു ആയാലും പ്രശ്നമില്ല. നിർഭാഗ്യവശാൽ, മുതലാളി വർഗ്ഗത്തിന്റെ ഭരണമാണിത്. നീ പോയിനോക്കൂ, അപ്പോൾ കാണാം പാവങ്ങളായ മുസ്ലിമുകളും പീഡിപ്പിക്കപ്പെടുന്നുണ്ടെന്ന്. ധനികൻ എപ്പോഴും ദരിദ്രനെ പീഡിപ്പിക്കുന്നു എന്നതാണതിന്റെ പിന്നിലുള്ള സാരം–ഇര ഹിന്ദുവാണോ മുസ്ലിം ആണോ എന്നവർ ശ്രദ്ധിക്കുന്നില്ല.

മൂന്നാം ദിവസം

ശീതകാലത്തെ തണുപ്പ് സാധാരണ ഉണ്ടാകാറുള്ളതുപോലെ അത്ര ശക്തമല്ലായിരുന്നു. സുരഞ്ജൻ ക്വിൽറ്റ് മാറ്റിയിട്ടു. കിടക്കയിൽ നിന്നെഴുന്നേൽക്കാനയാൾക്കു തോന്നിയില്ല. തലേന്നുരാത്രി ഉറങ്ങിയിട്ടേ ഇല്ലാത്തതിനാൽ. കഴിഞ്ഞ രാത്രിയിലെ സംഭവങ്ങളെ ക്കുറിച്ചോർത്ത് അയാൾ കിടക്കയിൽ

അലസനായി കിടന്നു. ഇന്നലെ നഗരം മുഴുവൻ അലഞ്ഞുതിരിഞ്ഞു നടന്നു. ആരെയും സന്ദർശിക്കാനോ, ആരോടെങ്കിലും സംസാരിക്കാനോ തോന്നിയില്ല. അച്ഛനമ്മമാരെ ധിക്കരിച്ച് വീടിനു പുറത്തു പോയെങ്കിലും, അവരെക്കുറിച്ച് വല്ലാത്ത ആധിയായിരുന്നു. പക്ഷേ, പെട്ടെന്നു തിരിച്ചുവരാൻ ആ ആധി നിർബന്ധിച്ചില്ലെന്നു വ്യക്തം. കിരൺമൊയിയുടെ ഭീതിക്കും അച്ഛന്റെ ക്ഷീണം നിറഞ്ഞ നിസ്സംഗതയ്ക്കും ഒരു പരിഹാര മാർഗ്ഗവും ഇല്ലായിരുന്നു. പിന്നെ സഹോദരി! കുടുംബത്തെ രക്ഷിക്കാനഭ്യർത്ഥിച്ചപ്പോൾ മായയുടെ കണ്ണിൽ നിഴലിച്ച ഭീതി ഓർക്കാതിരിക്കാനായി മദ്യപിക്കണമെന്നയാൾക്കു തോന്നി, എല്ലാ ദുഃഖങ്ങളും മദ്യത്തിൽ മുക്കിക്കളയാൻ!

അനിയത്തിയെക്കുറിച്ചയാൾ വാത്സല്യത്തോട ഓർത്തു. നദീതീരത്തിലൂടെ ആ കൊച്ചുകുട്ടി തന്റെ വിരലും പിടിച്ചു നടന്നിരുന്നതു കഴിഞ്ഞ ദിവസമാണെന്നു തോന്നി. എല്ലാ വർഷവും പൂജകൾക്കു മുമ്പ്, അവൾ പുതിയ ഉടുപ്പുകൾ ആവശ്യപ്പെടും. സുരഞ്ജൻ അവളോടു പറയും "പൂജകൾ മറന്നേക്കു! കളിമൺ പ്രതിമകൾക്കു മുന്നിൽ അവർ വൃത്തികെട്ട നൃത്തമാടുമ്പോൾ, നിനക്കു പുതിയ വസ്ത്രങ്ങൾ ധരിക്കണമെന്നോ? നീ ഒന്നു വളർന്നിരുന്നെങ്കിൽ എന്ന് ഞാനാത്മാർത്ഥമായി ആഗ്രഹിച്ചുപോകുന്നു."

അപ്പോൾ, സുന്ദരിക്കുട്ടിയായ മായ മധുരമായ സ്വരത്തിൽ അഭ്യർത്ഥിക്കും "ദാദാ, എന്നെ പൂജകൾ കാണാൻ കൊണ്ടുപോകാമോ... പ്ലീസ്?" സുരഞ്ജൻ അവളെ ശാസിക്കും "നീ എന്തുകൊണ്ട് ഒരു സാധാരണ മനുഷ്യജീവിയാകുന്നില്ല? ഒരു ഹിന്ദുവിനെപ്പോലെ പെരുമാറുന്നതു നിർത്തണം."

മായ കിലുകിലെ ചിരിച്ചുകൊണ്ടു ചോദിച്ചു "എന്താ? ഹിന്ദുക്കൾ മനുഷ്യജീവികളല്ലേ?"

1971ൽ, മായയ്ക്കു ഫരീദാ എന്ന പേര് സ്വീകരിക്കേണ്ടിവന്നു. പിന്നീട്, ഒരു വർഷം കഴിഞ്ഞിട്ടും ആ പേര് വിളിക്കേണ്ട യാതൊരാവശ്യവുമില്ലെങ്കിലും സുരഞ്ജൻ പലപ്പോഴും അറിയാതെ ആ പേര് വിളിക്കും. അപ്പോൾ മായ നീരസത്തോടെ നോക്കി പ്രതിഷേധം പ്രകടിപ്പിക്കും. പിണക്കം മാറ്റാനായി സുരഞ്ജൻ അവൾക്ക് ഒരു ചോക്കലേറ്റ് വാങ്ങിക്കൊടുക്കും. മായ ദ്വേഷ്യമെല്ലാം മറന്നു സന്തോഷത്തോടെ തുള്ളിച്ചാടും! വായ നിറച്ചു ചോക്കലേറ്റിട്ടു ചവയ്ക്കുമ്പോൾ അവളുടെ മൃദുവായ നയനങ്ങൾ ആനന്ദ നൃത്തം വയ്ക്കും.

മറ്റു പല മധുരസ്മരണകളും അനിയത്തിയെക്കുറിച്ചയാൾക്കുണ്ടായിരുന്നു. എല്ലാ വർഷവും ഈദു സമയത്ത് അവളുടെ കൂട്ടുകാരികൾ നിറപ്പകിട്ടാർന്ന ബലൂണുകളുമായി കളിക്കുമ്പോൾ, അവളും ബലൂൺ വേണമെന്നു പറഞ്ഞു വാശിപിടിക്കും; പടക്കവും കമ്പിത്തിരിയും വേണം. മറ്റു ചിലപ്പോൾ, കിരൺമൊയിയുടെ സാരിത്തുമ്പിൽ ഞാന്നുകൊണ്ട് മുസ്ലിംകുട്ടികൾ കഴിക്കുന്ന തരം ഭക്ഷണമുണ്ടാക്കിത്തരാൻ കേണപേക്ഷിക്കും.

“നദീറയുടെ വീട്ടിൽ പുലാവും ഇറച്ചിയും പാകം ചെയ്യുന്നു. എനിക്കും പുലാവ് വേണം...” കിരൺമൊയ് അവൾക്കുവേണ്ടി കുറച്ചു പുലാവും ഇറച്ചിയും പാകം ചെയ്തു കൊടുക്കും.

ഇപ്പോൾ മായ വീടുവിട്ടുപോയിരിക്കുന്നു. മിനിഞ്ഞാന്നു പോയതാണ്. ഇതുവരെ അവളിൽനിന്നൊരു വിവരവും ലഭിച്ചിട്ടില്ല. അച്ഛനമ്മാർക്ക് യാതൊരു വിഷമവുമില്ല; കാരണം അവളൊരു മുസ്ലിം ഭവനത്തിലാണ് അഭയം തേടിയത്. മായ വീട്ടിലെ ഉത്തരവാദപ്പെട്ടൊരു അംഗമായിരുന്നു അവൾ ചെറുപ്പമായിരുന്നെങ്കിലും, രണ്ടു ട്യൂഷനുകൾ നടത്തി പണം സമ്പാദിച്ചിരുന്നു. ഏഡൻകോളജിലെ ഒരു വിദ്യാർത്ഥിനി ആയിരുന്നു അവൾ, ഒരിക്കലും സ്വന്തം വിദ്യാഭ്യാസത്തിനു പണം ആവശ്യപ്പെട്ടിട്ടില്ല.

സുരഞ്ജനാണ് എപ്പോഴും പണം ആവശ്യപ്പെട്ടിരുന്നത്. അവന് ഒരു ജോലിയുമില്ല. ഫിസിക്സിൽ ബിരുദാനന്തര ബിരുദം എടുത്തിട്ടും, അതു കൊണ്ടൊരു പ്രയോജനവുമുണ്ടായില്ല. പാസ്സായ ഉടനെ ഒരു ജോലി സമ്പാദിക്കാനവൻ വളരെ താത്പര്യമെടുത്തു. പല ജോലിക്കുവേണ്ടിയും ഇന്റർവ്യൂവിനു പോയി. യൂണിവേഴ്സിറ്റിയിലെ ഏറ്റവും സമർത്ഥരായ വിദ്യാർത്ഥികളിൽ ഒരാളായിരുന്നു സുരഞ്ജൻ. എന്നാൽ വിധി വൈപരീത്യമെന്നു പറയട്ടെ, പഠിപ്പിൽ അവൻ സഹായിച്ച വിദ്യാർത്ഥികൾക്കു ഫൈനൽ പരീക്ഷകളിൽ അവനേക്കാൾ കൂടുതൽ മാർക്കു ലഭിച്ചു. ഇതേ കഥ, അവൻ ജോലി അന്വേഷിച്ചുപോയപ്പോഴും ആവർത്തിക്കപ്പെട്ടു. അവനേക്കാൾ കുറഞ്ഞ മാർക്കു കിട്ടിയവർക്കു ടീച്ചർമാരായി നല്ല ജോലികൾ കിട്ടി. അവൻ ഇന്റർവ്യൂകൾ നന്നായി ചെയ്യാഞ്ഞിട്ടല്ല; അദ്ഭുതമെന്നു പറയട്ടെ, നന്നായി പ്രകടനം കാഴ്ചവയ്ക്കാഞ്ഞിട്ടും മറ്റ് ഉദ്യോഗാർത്ഥികൾക്ക് നിയമന ഉത്തരവ് ലഭിച്ചു! സുരഞ്ജന് ഒന്നും കിട്ടിയില്ല. സുരഞ്ജന്റെ പെരുമാറ്റ രീതി മോശമാണെന്നും പരീക്ഷകരോടു വേണ്ടത്ര ബഹുമാനം കാണിച്ചില്ലെന്നും ചില സ്ഥലങ്ങളിൽ പറഞ്ഞു. അതു വാസ്തവമല്ലായിരുന്നു. എല്ലായിടത്തും എല്ലായ്പോഴും അസ്സലാമു അലൈക്കും എന്നോ നമസ്കാർ എന്നോ വന്ദിക്കാറില്ലെന്നു സുരഞ്ജൻ തന്നെ പറഞ്ഞിട്ടുണ്ട് – അവനെ സംബന്ധിച്ചിടത്തോളം ഇതുമാത്രമല്ല ബഹുമാനം കാണിക്കേണ്ട ഏക മാർഗ്ഗം. സദാസമയം അസ്സലാമു അലൈക്കും പറഞ്ഞ് എക്സാമിനർമാരോട് അമിത ആദരവു കാട്ടുന്നവരാണ് അവരുടെ അസാന്നിധ്യത്തിൽ അവരെക്കുറിച്ച് ഏറ്റവും മോശമായി സംസാരിക്കുന്നവർ. നന്നായി പെരുമാറുന്നവരെന്നു കരുതപ്പെടുന്ന ഇവരാണ് ഇന്റർവ്യുവിൽ പാസ്സാകുന്നത്! ബഹുമാനം നടിക്കാത്തവനായ സുരഞ്ജൻ ധിക്കാരിയെന്നും മര്യാദയില്ലാത്തവനെന്നും കുപ്രസിദ്ധി നേടി. ഒരുപക്ഷേ ഈ കാരണങ്ങൾകൊണ്ടായിരിക്കാം, അല്ലെങ്കിൽ ഒരു ഹിന്ദു ആയതുകൊണ്ടായിരിക്കാം, അവനു ഗവൺമെന്റ് ജോലികളൊന്നും ലഭിച്ചില്ല. ഒരു പ്രൈവറ്റ് കമ്പനിയിൽ ജോലി കിട്ടിയെങ്കിലും അതിഷ്ടപ്പെടാതിരുന്നതിനാൽ മൂന്നുമാസത്തിനു ശേഷം രാജിവച്ചു.

എന്നാൽ, എങ്ങനെയൊക്കെ വിട്ടുവീഴ്ച ചെയ്തു ജീവിതം മുന്നോട്ടു കൊണ്ടു പോകാമെന്നു മായയ്ക്കറിയാം. ട്യൂഷൻ ക്ലാസ്സുകൾ അവൾ ഭംഗിയായി കൊണ്ടുനടന്നു. അവൾക്ക് എൻ.ജി.ഒയിൽ ജോലി കിട്ടേണ്ട തായിരുന്നു. അവൾക്ക് എളുപ്പത്തിൽ കാര്യങ്ങൾ നേടാനാകുന്നതു ജഹാംഗീറുമായുള്ള സൗഹൃദത്തിന്റെ പേരിലാണെന്ന് സുരഞ്ജൻ സംശയിച്ചു. കടപ്പാടിന്റെ പേരിൽ അവൾ ജഹാംഗീറിനെ കല്യാണം കഴിച്ചേ ക്കുമോ? അവനതിൽ ശരിക്കും ഭയാശങ്ക ഉണ്ടായിരുന്നു. ഓരോന്നോർത്ത് ഇന്നലെ രാത്രി ഒരു പോള കണ്ണടച്ചില്ല.

കിരൺമൊയ് ഒരു കപ്പു ചായയുമായി പ്രവേശിച്ചു. അവളുടെ കൺതടങ്ങൾ വീർത്തിട്ടുണ്ട്; അമ്മ രാത്രി ഉറങ്ങിയിട്ടില്ലെന്ന് സുരഞ്ജനു മനസ്സിലായി. രാത്രിമുഴുവൻ താൻ ഉറങ്ങിയില്ലെന്നു പറഞ്ഞ് അവളുടെ വിഷമം കൂട്ടേണ്ടെന്ന് സുരഞ്ജൻ ആഗ്രഹിച്ചു. അവൻ കോട്ടു വായ ഇട്ടുകൊണ്ടു പറഞ്ഞു “ഇത്ര വൈകിപ്പോയെന്നു ഞാനറിഞ്ഞില്ല.” അവൻ പറഞ്ഞതു കേട്ടതായി കിരൺമൊയ് ഭാവിച്ചില്ല. വാസ്തവത്തിൽ ചുറ്റും നടക്കുന്ന കാര്യങ്ങളെക്കുറിച്ചവൾ ബോധവതിയല്ലായിരുന്നു. കൈയിൽ ഒരു കപ്പു ചായയുമായി അവൾ നിശ്ചലയായി നിൽക്കുകയാണ്. അമ്മയ്ക്കെ ന്തെങ്കിലും പറയാനുണ്ടാകുമെന്ന് സുരഞ്ജൻ കരുതി. എന്നാൽ, അവളൊ രക്ഷരം മിണ്ടിയില്ല. മകൻ അടുത്തുവന്ന് തന്റെ കയ്യിൽനിന്ന് ചായക്കപ്പ് വാങ്ങിക്കാൻ വേണ്ടിയാണവൾ നിൽക്കുന്നതെന്നു തോന്നി. ഇത്രനേരം സംസാരിക്കാതെ നിൽക്കുവാൻമാത്രം അകലം അമ്മയ്ക്കും മകനുമിടയ്ക്കു വന്നിരിക്കുന്നു!

ഒടുവിൽ, സുരഞ്ജൻ സംസാരിച്ചു “മായ മടങ്ങിവന്നില്ലേ?”

“ഇല്ല.” ആ ചോദ്യം അവൾ പ്രതീക്ഷിച്ചതുപോലെ. അവൾ മകന്റെ അടുത്ത് കട്ടിലിലിരുന്നു. സുരക്ഷിതമല്ല എന്ന തോന്നലുള്ളതുകൊണ്ടാ യിരിക്കാം അമ്മ തന്റെ സമീപത്തു വന്നിരിക്കുന്നതെന്നവൻ ഊഹിച്ചു. അവളുടെ ഉറങ്ങാത്ത കണ്ണുകളിൽനിന്നും പാറിക്കിടക്കുന്ന തല മുടിയിൽ നിന്നും ഉലഞ്ഞ സാരിയിൽ നിന്നും അവൻ മുഖം തിരിച്ചു. കിടക്കയിൽ എഴുന്നേറ്റിരുന്ന് ചായ മൊത്തിക്കുടിച്ചു.

“അവൾ എന്താണ് തിരിച്ചുവരാത്തത്? അവളെ മുസ്ലിമുകൾ രക്ഷിക്കാൻ പോകുന്നോ? അവൾക്കു നമ്മളിൽ വിശ്വാസമില്ലേ? അവൾ നമ്മളെക്കുറിച്ച് അന്വേഷിച്ചതുപോലുമില്ല. സ്വന്തം ജീവൻമാത്രം രക്ഷിച്ചാൽ മതിയോ?”

കിരൺമൊയ് മറുപടി നൽകിയില്ല. സുരഞ്ജൻ ഒരു സിഗററ്റെടുത്ത് തീ കൊളുത്തി. മുമ്പ് ഒരിക്കലും അച്ഛനമ്മമാരുടെ മുന്നിൽ വച്ചവൻ സിഗററ്റ് വലിച്ചിട്ടില്ല. എന്നാൽ ഇന്ന് സാധാരണ ദിനമല്ല. സിഗററ്റ് കത്തിച്ചു പുക ഉള്ളിലേക്ക് ആഞ്ഞുവലിച്ചു പുറത്തു വിടുമ്പോഴൊന്നും, അമ്മയുടെ മുമ്പിൽ വച്ചു സാധാരണ താൻ പുകവലിക്കാറില്ല എന്ന കാര്യം ഓർത്തതേയില്ല. എന്തുകൊണ്ടോ, ഈ സമയത്ത് അമ്മയും മകനും തമ്മിലുള്ള അകലം ഇല്ലാതായി. അവർക്കിടയിലുണ്ടായിരുന്ന ലോലമായ മതിൽക്കെട്ട് തകർന്നു

വീണു. വളരെ നാളുകളായി മാതൃസ്നേഹത്തിൽ നിന്നവൻ അകന്നു നിൽക്കുകയായിരുന്നു. പെട്ടെന്ന് അമ്മയുടെ മടിയിൽ തലവച്ചുകിടന്ന് നിഷ്കളങ്കനായ ബാലനെപ്പോലെ കുട്ടിക്കാലത്തു പട്ടം പറപ്പിച്ചു നടന്നതിനെക്കുറിച്ചു സംസാരിക്കാൻ ആഗ്രഹിച്ചു. അന്ന് അമ്മാവൻ നോബിൻസിയാൻ ഹറ്റിൽനിന്ന് മനോഹരമായ പട്ടങ്ങൾ കൊണ്ടുവന്നു തരുമായിരുന്നു. അദ്ദേഹത്തിന് ഏറ്റവും കലാപരമായ രീതിയിലവ പറപ്പിക്കാനുമറിയാം. ആകാശത്തിലെ മറ്റു പട്ടങ്ങളുടെ ചരടുകൾ അറ്റുപോകുമ്പോൾ അവന്റെ പട്ടം ഉയരങ്ങളിലേക്കു പറക്കുമായിരുന്നു.

സുരഞ്ജൻ അമ്മയുടെ മടിയിലേക്ക് ആത്മാർത്ഥമായ അഭിലാഷത്തോടെ നോക്കി. അവസാനത്തെ പുകയും ഊതിക്കളഞ്ഞ്, അമ്മയോടു ചോദിച്ചു.

“കമാലോ ബലാലോ മറ്റാരെങ്കിലുമോ ഇന്നലെ ഇവിടെ വന്നിരുന്നോ?”

“ഇല്ല” അവൾ വിഷാദത്തോടെ മറുപടി നൽകി. കമാൽ അവരെക്കുറിച്ചന്വേഷിക്കാൻ മെനക്കെട്ടില്ല? അതു ശരിക്കും അദ്ഭുതമായിരിക്കുന്നു. താൻ മരിച്ചെന്ന് സുഹൃത്തുക്കൾ കരുതിയോ? അതോ എന്റെ ജീവൻ രക്ഷിക്കാനുള്ള താത്പര്യം അവർക്കു നഷ്ടപ്പെട്ടോ?

കിരൺമൊയ് അടഞ്ഞ ശബ്ദത്തിൽ ചോദിച്ചു. “ഇക്കഴിഞ്ഞ രാത്രി നീ എവിടെയായിരുന്നു? ഞങ്ങൾ രണ്ടുപേരും വീട്ടിൽ ഒറ്റയ്ക്കായി. ഞങ്ങൾക്ക് എന്തു സംഭവിച്ചിരിക്കുമെന്ന ഉൽക്കണ്ഠപോലും നിനക്കില്ലാതായോ? നിനക്ക് പുറത്തുവച്ച് എന്തെങ്കിലും സംഭവിച്ചിരുന്നെങ്കിലോ? ഗൗതം കുറച്ചു മുട്ട വാങ്ങാനായി പുറത്തു പോയിരുന്നു, അയൽപക്കത്തെ മുസ്ലിംപിള്ളേർ അവനെ തല്ലി നാശമാക്കി. അവന്റെ മുൻവശത്തെ രണ്ടു പല്ലുകൾ കൊഴിഞ്ഞു പോയി. ഒരു കാലും തല്ലി ഒടിച്ചിട്ടുണ്ടെന്നു തോന്നുന്നു.”

“ഓഹ്”

“രണ്ടു വർഷം മുമ്പ് ഗീതയുടെ അമ്മ സോനി ജിമ്മിൽനിന്ന് നമ്മുടെ വീട്ടിൽ ജോലി ചെയ്യാൻ വരാറുള്ളത് നീ ഓർക്കുന്നുണ്ടോ? അവളുടെ വീട് അവർ കത്തിച്ചിരുന്നു. താമസിക്കാനൊരു വീടില്ല. അതുകൊണ്ടാണവൾ മറ്റുള്ളവരുടെ വീടുകളിൽ ദാസ്യവൃത്തി ചെയ്തിരുന്നത്, സ്വന്തം വീട് പുതുക്കി പണിയാനായി. അവൾ ഇന്നു രാവിലെ മക്കളോടൊപ്പം ഇവിടെ വന്നിരുന്നു. അവളുടെ പുതുക്കിപ്പണിത വീടും അവർ കത്തിച്ചുകളഞ്ഞത്രെ! എവിടെ നിന്നാണ് കുറച്ചു വിഷം വാങ്ങിക്കുവാൻ കിട്ടുക എന്നവൾ എന്നോടു ചോദിച്ചു. അവൾക്ക് ഭ്രാന്തായെന്നു തോന്നുന്നു.”

“ഓഹ്!” സുരഞ്ജൻ ചായക്കപ്പ് താഴെവച്ചു.

“മായ ഈ വീട്ടിൽ തിരിച്ചെത്തിയാൽ, അവളെക്കുറിച്ചുള്ള വിഷമം വർദ്ധിക്കുകയേ ഉള്ളൂ.”

“അവൾ ഇനിയുള്ള കാലം മുഴുവൻ മുസ്ലിം ഗൃഹത്തിൽ ജീവിക്കണമെന്നല്ലല്ലോ അമ്മ ഉദ്ദേശിക്കുന്നത്?”

അയാളും അമ്മയെ ഒരിക്കൽ അഭയത്തിനായി മുസ്ലിം വസതിയിൽ കൊണ്ടുപോയിട്ടുള്ളതാണ്. ആ സമയത്തൊന്നും അവർക്കിതുപോലെ ആശ നശിച്ചിരുന്നില്ല, ചില ദുഷിച്ച മനുഷ്യർ ദുഷ്കർമ്മങ്ങളിലേർപ്പെട്ടിരിക്കയാണെന്നു മാത്രമാണവർ കരുതിയത്; കാലക്രമേണ അതിന്റെ ദൂഷ്യവശങ്ങൾ മാറിക്കിട്ടും. എല്ലാ രാജ്യത്തിലും ഇത്തരം ചില മനുഷ്യരുണ്ട്.

ഇപ്രാവശ്യം എല്ലാം വ്യത്യസ്തമായി അവർക്കു തോന്നി. തങ്ങളെ നശിപ്പിക്കാനുള്ള ശക്തമായ ഗൂഢാലോചന നടക്കുന്നുണ്ട്! സുരഞ്ജന്റെ മനസ്സിൽ പല സംശയങ്ങളും നാമ്പെടുത്തു. കമാൽ, ബലാൽ, കൈസർ, ലുട്ഫോർ തുടങ്ങിയ സുഹൃത്തുക്കൾ പോലും വർഗ്ഗീയവാദികളാണെന്നവനു തോന്നി. 1978ൽ സിയ ഉൾ റഹ്മാന്റെ ഭരണകാലത്ത്, ഭരണഘടനയിൽ 'ബിസ്മില്ല' എന്ന വാക്ക് ചേർക്കാനായി ബംഗ്ലാദേശിലെ ജനങ്ങൾ പ്രക്ഷോഭം നടത്തിയില്ലേ? വീണ്ടും 1988ൽ ഇസ്ലാം ദേശീയമതമായി പ്രഖ്യാപിക്കാൻ വേണ്ടി മുറവിളി കൂട്ടിയില്ലേ? അല്ലെങ്കിൽ അദ്ദേഹം അപ്രകാരം പ്രഖ്യാപിക്കുമായിരുന്നോ?

ബംഗാളി മുസ്ലിമുകൾ മതേതരത്വം മുറുകെ പിടിക്കുന്നു എന്നാണ് കരുതപ്പെട്ടിരുന്നത്, പ്രത്യേകിച്ച് സ്വാതന്ത്ര്യസമരകാലത്ത്. വിജയത്തിനായി എല്ലാവരുടെയും ഒറ്റക്കെട്ടായ സഹവർത്തിത്വം അന്ന് ആവശ്യമായിരുന്നു. സ്വാതന്ത്ര്യലബ്ധിക്കുശേഷം ഈ ആളുകൾക്കെല്ലാം എന്തു സംഭവിച്ചു? രാഷ്ട്രത്തിനുള്ളിൽ വർഗ്ഗീയത വളർന്നുവരുന്നത് ഇവർ കാണുന്നില്ലേ? അവർക്കതിൽ പ്രതിഷേധമില്ലേ? ധീരതയോടെ പോരാടി, സ്വാതന്ത്ര്യം കരസ്ഥമാക്കിയവരല്ലേ അവർ? ചുടുരക്തം ഒഴുകിയ ആ സിരകൾ എങ്ങനെ തണുത്തുപോയി? വർഗ്ഗീയതയുടെ വിത്തുകൾ ഉടനെ തൂത്തെറിയേണ്ടത് അടിയന്തിര ആവശ്യമാണെന്നവർ എന്തുകൊണ്ടു മനസ്സിലാക്കുന്നില്ല? മതേതരത്വത്തിന്റെ അഭാവത്തിൽ ജനാധിപത്യം നിലനിൽക്കില്ലെന്നവർ എന്തുകൊണ്ട് അറിയുന്നില്ല? വിധി വൈപരീത്യമെന്നു പറയട്ടെ, സ്വാതന്ത്ര്യത്തിനു വേണ്ടി കൈകോർത്തുപിടിച്ചുനിന്ന് പോരാടിയ അതേ ആളുകളാണ് ഇപ്പോൾ വർഗ്ഗീയത നിലനിർത്താനായി ശ്രമിക്കുന്നത്.

"ഇന്നലെ അവർ ഷൗരിഘട്ട് ക്ഷേത്രം നശിപ്പിച്ചു. നീ അതു കേട്ടോ? അതുപോലെ ഷിയാം പൂർ ക്ഷേത്രവും."

നിരാശ നിറഞ്ഞ സ്വരത്തിൽ കിരൺമൊയ് സംസാരിക്കാൻ തുടങ്ങിയപ്പോൾ സുരഞ്ജൻ നീണ്ടുനിവർന്നു കിടന്നു.

"നിങ്ങൾ എപ്പോഴെങ്കിലും അമ്പലത്തിൽ പോകാറുണ്ടോ? പിന്നെ, അമ്പലം തകർത്തതിൽ എന്തിനു വിഷമിക്കണം? അവർക്ക് ആവശ്യമുള്ളത്ര അമ്പലങ്ങൾ തകർക്കട്ടെ. അതുകൊണ്ടെന്താ? എല്ലാ മതസ്ഥാപനങ്ങളും തകർന്നു മണ്ണടിയട്ടെ."

"പള്ളി പൊളിച്ചുമാറ്റിയപ്പോൾ അവർ കുപിതരായി. അമ്പലങ്ങൾ തകർക്കുമ്പോൾ ഹിന്ദുക്കളും കുപിതരാകുമെന്നവർക്കറിഞ്ഞു കൂടെ? ഒരു

പള്ളി പൊളിച്ചതിന്റെ പേരിൽ നൂറുകണക്കിന് അമ്പലങ്ങൾ അവർ തകർക്കണമായിരുന്നോ? ഇസ്ലാം സമാധാനമല്ലേ പഠിപ്പിക്കുന്നത്?"

"അവർ കോപം പ്രകടിപ്പിച്ചാലും ഈ രാജ്യത്തെ ഹിന്ദുക്കൾക്കൊന്നും ചെയ്യാനാവില്ലെന്ന് മുസ്ലിമുകൾക്കു നന്നായി അറിയാം. അതുകൊണ്ടാണ് വീണ്ടുവിചാരമില്ലാതെ അവർ കൊള്ള തുടരുന്നത്. ഏതെങ്കിലും ഹിന്ദുവിന് ഒരു പള്ളിയെങ്കിലും തൊടാൻ കഴിഞ്ഞിട്ടുണ്ടോ? നയാബസാറിലെ ക്ഷേത്രം രണ്ടു വർഷങ്ങളായി തകർന്നു കിടക്കുകയാണ്. കുട്ടികൾ അതിനു മീതെ ഓടിച്ചാടി കളിക്കുന്നു, മൂത്രമൊഴിക്കുന്നു, ഏതെങ്കിലുമൊരു ഹിന്ദു ഒരു മുസ്ലിം പള്ളിയുടെ തിളങ്ങുന്ന മതിലുകളിൽ ഒന്നിടിക്കാൻ ധൈര്യപ്പെടുമോ."

കിരൺമൊയ് നിശ്ശബ്ദയായി എഴുന്നേറ്റ് മുറിവിട്ടുപോയി. അവൾ ചുറ്റും മതിലുകൾ സൃഷ്ടിച്ച് അതിനുള്ളിൽ അടച്ചിരിക്കാൻ പോകുകയാണെന്ന് സുരഞ്ജൻ മനസ്സിലാക്കി. ഒരു കാലത്ത് പർവീണിനെയും അർച്ചനയെയും അവൾ ഒരു പോലെയാണ് കണ്ടിരുന്നത്. അവരെ വേർതിരിച്ചു കണ്ടിരുന്നില്ല. ഇപ്പോൾ അവളുടെ വികാര വിചാരങ്ങൾ അസന്ദിഗ്ദ്ധാവസ്ഥയിലാണ്. അസ്വസ്ഥമാകുന്ന ഒരു പുതിയ പ്രശ്നം അവളുടെ മനസ്സിൽ ഉദിച്ചുയർന്നു. ദേഷ്യവും എതിർപ്പും പ്രകടിപ്പിക്കാനുള്ള അവകാശം മുസ്ലിമുകൾക്കു മാത്രമേ ഉള്ളോ?

1990ലെ വർഗ്ഗീയ കലാപത്തിനും 1992ലെ ബാബറി മസ്ജിദ് കലാപ ത്തിനും വളരെ മുമ്പുതന്നെ ഹിന്ദുക്കളോടുള്ള പീഡനം നടന്നിരുന്നു. 1979, ഏപ്രിൽ 21നു രാവിലെ, രാജ് ഷാഹി ഡിസ്ട്രിക്ടിൽ സാഹെബ് ബസാറിലെ ചരിത്രപ്രധാനമായ കാളിക്ഷേത്രത്തിലെ വിഗ്രഹം അയൂബ് അലി എന്ന ഒരാൾ തല്ലിത്തകർത്തു. അതുപോലെ എത്രയെത്ര ക്രൂര സംഭവങ്ങളാണ് ഹിന്ദുക്കളുടെയും ഹിന്ദു ആരാധനാലയങ്ങളുടെയും പൂജാരിമാരുടെയും നേരെ നടന്നത്! വർഷം തോറും നടത്താറുള്ള ദുർഗ്ഗാ പൂജാ ഉത്സവം പോലും അവർ തടഞ്ഞു. വിഗ്രഹങ്ങൾ തല്ലിത്തകർത്തു. ആ നാട്ടിൽ അര ങ്ങേറിയ ക്രൂരപ്രവൃത്തികളുടെ നീണ്ട ഒരു പട്ടികതന്നെ സുരഞ്ജന്റെ മനസ്സിലൂടെ കടന്നുപോയി.

എന്നിട്ടും മതസൗഹാർദ്ദത്തിന്റെ നാടാണ് ബംഗ്ലാദേശ് എന്ന് അവർ അവകാശപ്പെടുന്നു! സുരഞ്ജൻ ഉറക്കെ പൊട്ടിച്ചിരിച്ചു. മുറിയിൽ അവൻ ഒറ്റയ്ക്കായിരുന്നു. വാതിൽപടിയിൽ ഒരു പൂച്ച മാത്രമിരിക്കുന്നുണ്ട്. സുര ഞ്ജന്റെ പൊട്ടിച്ചിരികേട്ട് അതു പേടിച്ച് ഒരു ചാട്ടം വച്ചുകൊടുത്തു. സുരഞ്ജന്റെ ശ്രദ്ധ പൂച്ചയിലേക്കു തിരിഞ്ഞു, ഈ പൂച്ച ഇന്ന് ധാക്കേശ്വരിക്ഷേത്രത്തിൽ പോയിരുന്നോ? ഏതു മതത്തിൽ പെട്ടതാണ് ഈ പൂച്ച? ഹിന്ദു ആണോ? ആണെന്നാണ് തോന്നുന്നത്. കാരണം ഹിന്ദുകുടുംബത്തിലാണത് കഴിയു ന്നത്. കറുപ്പും വെളുപ്പും നിറത്തിലാണ്. കണ്ണുകൾക്കു ചുറ്റും നല്ല മാർദ്ദവം. പൂച്ച അവനോട് ദയ കാണിക്കുന്നതുപോലെ തോന്നി. ദയ കാണിക്കാൻ കഴിവുള്ളതാണെങ്കിൽ മുസ്ലിമായിരിക്കും! ഉദാരനായ മുസ്ലിം! അവരാണ് ഹിന്ദുക്കളെ ദയാവായ്പോടെ നോക്കാറ്. പൂച്ച എഴുന്നേറ്റ് പുറത്തുപോയി.

ഒരുപക്ഷേ അയൽപക്കത്തുള്ള മുസ്ലിമിന്റെ അടുക്കളയിലേക്കാകാം. ഈ വീട്ടിൽ ആവശ്യത്തിനുള്ള ഭക്ഷണം പാകം ചെയ്തിട്ടില്ലല്ലോ. മനുഷ്യ വർഗ്ഗത്തിനാണ് ജാതിമത വർഗവ്യത്യാസങ്ങൾ. അവർക്കു മാത്രമേ അമ്പലങ്ങളും പള്ളികളുമുള്ളൂ.

സൂര്യപ്രകാശം മുറിയിൽ പരന്നപ്പോഴാണ് നേരം വെളുത്തിട്ട് കുറെ സമയമായെന്ന് അവൻ മനസ്സിലാക്കിയത്. അന്ന് ഡിസംബർ 9 ആണ്. താൻ ഒരു പൂച്ചയായിരുന്നെങ്കിൽ എന്നവൻ ആശിച്ചു.

ജീവിതത്തിലൊരിക്കലും പ്രാർത്ഥിച്ചതായി സുരഞ്ജൻ ഓർക്കുന്നില്ല. ഒറ്റ അമ്പലവും സന്ദർശിച്ചിട്ടില്ല. ഈ രാജ്യത്ത് സോഷ്യലിസം നടപ്പാക്കാനായി താൻ ശപഥമെടുത്തിരിക്കയാണ്. തന്റെ സ്വപ്നസാക്ഷാത്കാരത്തിനായി നഗരത്തിൽ ഓടിനടന്നു പ്രസംഗിക്കുകയും നിരവധി സമ്മേളനങ്ങളിൽ പങ്കെടുക്കുകയും ചെയ്തിരുന്നു. കർഷകരുടെയും തൊഴിലാളികളുടെയും അവകാശങ്ങൾക്കുവേണ്ടി വാദിച്ചു. രാജ്യത്തിന്റെ സാമൂഹിക-സാമ്പത്തിക വളർച്ചയ്ക്കായി പ്രവർത്തിച്ചു. വാസ്തവത്തിൽ മറ്റുള്ളവരുടെ താത്പര്യങ്ങൾക്കായി മുഴുവൻ സമയവും ചെലവഴിച്ചിരുന്നതിനാൽ, കുടുംബകാര്യങ്ങളോ സ്വന്തം താത്പര്യങ്ങളോ നോക്കാൻ സമയം കിട്ടിയിരുന്നില്ല. അതേ സുരഞ്ജന്റെ നേരെ വിരൽ ചൂണ്ടിക്കൊണ്ടാണവർ ഹിന്ദു എന്നു മുദ്രയടിച്ചത്! അതേ സുരഞ്ജനെയാണ് ആ പ്രദേശത്തെ കുട്ടികൾ "അവനെ പിടിക്കു, അവനെ പിടിക്കു..." എന്ന് അട്ടഹസിച്ചത്!

ഇന്നവർ അവനെ തല്ലിയില്ല, എന്നാൽ നാളെ തല്ലിയേക്കും. മുട്ട വാങ്ങാൻ പോയ ഗൗതമിനെ തല്ലിച്ചതച്ചപോലെ, മോത്തി ഷോപ്പിൽനിന്ന് താൻ സിഗററ്റു വാങ്ങാൻ പോകുമ്പോൾ പെട്ടെന്നു ചാടി വീണു പുറത്ത് അടിച്ചേക്കും. ചുണ്ടിലെ സിഗററ്റ് താഴെ വീഴും. അവൻ പിൻതിരിഞ്ഞുനോക്കുമ്പോൾ കുഡ്ഡസ്, റഹ്മാൻ, വിലായത്, ശോഭാൻ എന്നിവർ വടികളും കഠാരികളുമായി ആക്രമിക്കും. ആ ചിന്തയിൽ പേടിച്ചുവിറച്ച് സുരഞ്ജൻ കണ്ണുകളടച്ചു.

സുരഞ്ജൻ ഭയപ്പെട്ടെന്നാണോ ഇതിന്റെ അർത്ഥം? ഒരുപക്ഷേ ആയിരിക്കും, അവൻ ഒരു ഭീരു അല്ലെങ്കിലും!

കട്ടിലിൽ നിന്നെഴുന്നേറ്റുവന്ന് സുരഞ്ജൻ പൂച്ചയെ തിരക്കി. വീട്ടിലെ നിശ്ശബ്ദത അവനിൽ ഞെട്ടൽ ഉളവാക്കി. വളരെക്കാലമായി ആൾപാർപ്പില്ലാത്തൊരു വീടുപോലെ!

1971ൽ, അവർ ഗ്രാമം ഉപേക്ഷിച്ച് ബ്രഹ്മപള്ളിയിലെ വീട്ടിൽ താമസിക്കാനെത്തിയപ്പോൾ ആ വീട്ടിലെ നിശ്ചലമായ അന്തരീക്ഷം സുരഞ്ജനെ വിഷമിപ്പിച്ചിരുന്നു. പട്ടവും കാരം ബോർഡും ഗോലികളും പുസ്തകങ്ങളും അവനിൽ നഷ്ടബോധമുണർത്തി; അവയുടെ അസാന്നിദ്ധ്യത്തിൽ ഖേദിച്ചു. നിർജ്ജീവമായ അവിടത്തെ ജീവിതവും ആളുകളും അവനിൽ അസ്വാസ്ഥ്യമുളവാക്കി; അത്തരം അസ്വാസ്ഥ്യമാണ് ഇപ്പോഴും അനുഭവപ്പെട്ടത്. അച്ഛൻ

കട്ടിലിനെത്തന്നെ ആശ്രയിച്ച് ഇങ്ങനെ കിടക്കേണ്ടി വരുമോ? രക്തസമ്മർദ്ദം വർദ്ധിച്ചാൽ, ആരാണ് ഡോക്ടറെ വിളിക്കുക?

മാർക്കറ്റിൽ പോകുക, മരുന്നുകൾ വാങ്ങിക്കുക, മെക്കാനിക്കുകളെ വിളിക്കുക, പത്രങ്ങൾ വരുത്തുക-ഇത്തരം കാര്യങ്ങളൊന്നും സുരഞ്ജൻ ചെയ്തിട്ടില്ല. വീട്ടിൽ അവന് ഒന്നും ചെയ്യാനില്ലായിരുന്നു. ദിവസത്തിൽ മൂന്നു നേരം ഭക്ഷണം കഴിക്കുക എന്നതാണ് അവന്റെ വീട്ടുജോലി! സാധാരണ വളരെ വൈകിയാണ് രാത്രി വീട്ടിലെത്താറ്. വല്ലാതെ വൈകിയാൽ, മുന്നിലെ വാതിൽ അടച്ചിരിക്കയാണെങ്കിൽ തന്റെ മുറിയിലേക്കു മാത്രമുള്ള വാതിൽ തുറന്ന് അകത്തു കയറും. ആവശ്യമുണ്ടെങ്കിൽ മാത്രം അവൻ അമ്മയോടോ അച്ഛനോടോ പണം ചോദിച്ചു വാങ്ങും. ഓരോ പ്രാവശ്യവും അതു ചെയ്യു മ്പോഴും അവനു ലജ്ജ തോന്നും. അവനു മുപ്പത്തിമൂന്നു വയസ്സായി. എന്നിട്ടും ജോലി ഒന്നുമില്ല.

സുധാമൊയ് ഇടയ്ക്കിടെ അവനോടു പറയും "ഞാൻ വേഗം റിട്ടയർ ചെയ്യും, സുരഞ്ജൻ. നീ എന്തെങ്കിലും ജോലി ചെയ്യണമെന്നാണ് എന്റെ ആഗ്രഹം." കുടുംബ ചുമതലകൾ അധികനാൾ വഹിക്കാനയാൾക്കാവില്ലെ ന്നതൊരു സത്യമാണ്. പുറത്തെ മുറിയിൽ പ്രൈവറ്റ് പ്രാക്ടീസ് നടത്തി അയാൾ കുടുംബം പോറ്റി. ഇപ്പോഴത് വളരെ ക്ലേശകരമായിരിക്കുന്നു.

പാർട്ടി ഓഫീസ്, മധൂസ് കാന്റീൻ, ഘടക്ദലാൽ നിർമ്മൂൽ കമ്മിറ്റി ഓഫിസ്, പ്രസ്സ് ക്ലബ് തുടങ്ങിയ സ്ഥലങ്ങളിൽ ചുറ്റിക്കറങ്ങി, തളർന്നു വരുമ്പോൾ അവനുവേണ്ടി മേശപ്പുറത്ത് ഭക്ഷണം കാത്തിരിക്കുന്നുണ്ടാകും! താത്പര്യമുണ്ടെങ്കിൽ അവനതു കഴിക്കും, അല്ലെങ്കിൽ മാറ്റിവയ്ക്കും. സാവധാനം സുരഞ്ജന്റെയും കുടുംബത്തിന്റെയും ഭ്രമണപഥങ്ങൾ വേർ തിരിക്കപ്പെട്ടു. ഓരോ കൊല്ലവും ആ വിടവ് വർദ്ധിച്ചുവന്നു. എന്നാൽ ഇന്നു രാവിലെ അമ്മ ഒരു കപ്പു ചായയുമായി വന്ന അവന്റെ അരികിൽ കട്ടിലിലി രുന്നപ്പോൾ, തന്റെ മാതാപിതാക്കൾ ഈ നിരുത്തരവാദിയായ മകനെ എത്രമാത്രം ആശ്രയിച്ചാണ് കഴിയുന്നതെന്ന് അവൻ മനസ്സിലാക്കി. അവന് അഗാധമായ പശ്ചാത്താപം തോന്നി. താൻ എന്താണ് കുടുംബത്തിനുവേണ്ടി ചെയ്തിട്ടുള്ളത്?

അവർ ജീവിതത്തിൽ എന്തുമാത്രം താഴോട്ടുപോന്നു! എന്നിട്ടും ധനിക നായിരുന്ന സുധാമൊയ് ആരോടും പരാതിപ്പെട്ടിട്ടില്ല. ചോറും പരിപ്പുമടങ്ങിയ ലളിതമായ ഭക്ഷണ രീതിയിൽ അയാൾ സംതൃപ്തനായിരുന്നു. സുരഞ്ജന്റെ കാര്യവും വ്യത്യസ്തമായിരുന്നില്ല. താൻ കുട്ടിയായിരുന്നപ്പോൾ അമ്മ അവനെ പാലും വെണ്ണയും നിർബന്ധിച്ചു കഴിപ്പിച്ചിരുന്നത് ഓർത്തു. അമ്മയുടെ ഉത്തരവ് മാനിച്ചില്ലെങ്കിൽ നല്ല ചീത്ത കിട്ടും! ഇന്ന്, പാലോ വെണ്ണയോ മീനോ ഇറച്ചിയോ പൊറോട്ടയോ, വേണമെന്നുണ്ടെങ്കിൽത്തന്നെ, സുധാമൊയിക്ക് ഇതെല്ലാം വാങ്ങിക്കൊടുക്കാൻ കഴിയുമോ? എന്തൊക്കെ ആയാലും അവന് പണത്തോടോ ആർഭാട ജീവിതത്തോടോ കമ്പമില്ലായി രുന്നു. അയാളിൽ ഈ മനോഭാവം സൃഷ്ടിച്ചെടുത്തതിന്റെ ഉത്തരവാദി സ്വന്തം അച്ഛനാണ്. അവന്റെ കൂട്ടുകാർ പുതിയ ഫാഷനിലുള്ള ഉടുപ്പുകളിൽ

ആകൃഷ്ടരായിരുന്ന കാലത്ത്, സുധാമൊയ് മകനുവേണ്ടി വാങ്ങിക്കൊണ്ടു വന്നിരുന്നത് ഐൻസ്റ്റീൻ, ന്യൂട്ടൻ, ഗലീലിയോ എന്നിവരുടെ ജീവചരിത്ര ങ്ങളോ, ഫ്രഞ്ച് വിപ്ലവത്തെയോ രണ്ടാം ലോക മഹായുദ്ധത്തെയോ കുറിച്ചുള്ള പുസ്തകങ്ങളോ ഗോർക്കിയുടെയോ ടോൾസ്റ്റോയിയുടെയോ നോവലുകളോ ആയിരുന്നു.

അസാധാരണ ഔന്നത്യത്തോടെ മകൻ വളരണമെന്ന് സുധാമൊയ് ആഗ്രഹിച്ചു. എന്നാൽ, ഇന്നു രാവിലെ അവൻ പൂച്ചയെ തിരക്കിയപ്പോൾ, താൻ ഏതെങ്കിലും രീതിയിൽ ഔന്നത്യത്തിലെത്തിയോ എന്ന് സുരഞ്ജൻ ചിന്തിച്ചു. താൻ എന്തെങ്കിലും നേടിയോ! അയാൾ അത്യാഗ്രഹിയല്ല, ലൗകിക കാര്യങ്ങളിൽ താത്പര്യവുമില്ല. നിസ്വാർത്ഥനും മറ്റുള്ളവരുടെ നന്മ കാംക്ഷി ക്കുന്നവനുമാണ്. ഇതൊരു നേട്ടമാണോ? ആശയക്കുഴപ്പത്തിൽ, ചിന്ത യിലാണ്ട് സുരഞ്ജൻ വരാന്ത കടന്നു. പത്രം വായിച്ചിരുന്ന സുധാമൊയ് മകനെ കണ്ട് വിളിച്ചു.

"സുരഞ്ജൻ"

"എന്താണ്?"

"ജോഷിയെയും അദ്വാനിയെയും മറ്റ് എട്ടുപേരെയും അറസ്റ്റു ചെയ്തെന്ന വിവരം നീ അറിഞ്ഞോ? നാനൂറിൽപ്പരം ആളുകൾ മരിച്ചെന്ന് അവർ പറയുന്നു. യു.പി.യിലെ കല്യാൺസിംഗിനെ വിചാരണചെയ്യും. അമേരിക്ക, വാസ്തവ ത്തിൽ, ലോക രാഷ്ട്രങ്ങൾ മുഴുവൻ, ബാബറി മസ്ജിദ് പൊളിച്ചുമാറ്റിയ തിനെ കുറ്റപ്പെടുത്തിയിട്ടുണ്ട്. ഭോലയിൽ കർഫ്യു പ്രഖ്യാപിച്ചിരിക്കുന്നു. ബംഗ്ലാദേശ് നാഷനൽ പാർട്ടിയും അവാമിലീഗും മറ്റു പല പാർട്ടികളും മതസൗഹാർദ്ദ പ്രവർത്തനത്തിനായി ഇറങ്ങിയിട്ടുണ്ട്. സംഭവവികാസങ്ങളെ ക്കുറിച്ചുള്ള വിശദവിവരങ്ങൾ ഇതിലുണ്ട്."

സുധാമൊയിയുടെ മൃദു നയനങ്ങളിൽ അദ്ഭുതം നിറഞ്ഞുനിന്നു, അവ പൂച്ചയുടെ കണ്ണുകൾ പോലുണ്ട്.

"വാസ്തവത്തിൽ സത്യമെന്താണെന്ന് നിനക്കറിയാമോ? കലാപം സൃഷ്ടി ക്കുന്ന ഈ വ്യക്തികൾ ഒരു പ്രത്യേക മതത്തോടുള്ള സ്നേഹം കൊണ്ടല്ല അതു ചെയ്യുന്നത്. അവരുടെ മുഖ്യലക്ഷ്യം കൊള്ളയാണ്. അവർ എന്തി നാണ് സ്വീറ്റ്സ് കടകൾ കൊള്ളയടിക്കുന്നതെന്ന് നിനക്കറിയാമോ? മധുര പലഹാരങ്ങളോടുള്ള അവരുടെ ആർത്തി. അതുപോലെ സ്വർണ്ണത്തി നോടുള്ള സ്നേഹമാണ് ജ്വല്ലറികൾ കൊള്ളയടിക്കാനുള്ള കാരണം. കലാപം തീർച്ചയായും ഗുണ്ടായിസത്തിന്റെ ഫലമാണെന്നു വ്യക്തമാണ്. വാസ്തവ ത്തിൽ, രണ്ടു വ്യത്യസ്ത മതങ്ങളിലെ ആളുകൾ തമ്മിൽ കാര്യമായ വ്യത്യാസ മൊന്നുമില്ല. സമാധാന നീക്കങ്ങൾ ഈ വിധത്തിൽ നടക്കുന്നതിനാൽ, സ്ഥിതിഗതികൾ ശാന്തമാകുവാൻ അതിവേഗം എന്തെങ്കിലും ചെയ്യാതിരി ക്കില്ല. 1990ൽ, എർഷദിന്റെ പതനം ഉണ്ടായത് ഈ ഒറ്റ സംഭവം മൂലമാണെന്ന് നീ ഓർക്കുക. ഒന്നു ചോദിക്കട്ടെ, സുരോ, എർഷദ് അന്ന് ഹിന്ദുക്കൾക്കു വാഗ്ദാനം ചെയ്ത നഷ്ടപരിഹാരം കൊടുത്തുവോ?"

“നിങ്ങൾക്കു ഭ്രാന്തുപിടിച്ചോ, ബാബാ?”

“വാസ്തവത്തിൽ, ഈയിടെ എനിക്ക് ഓർമ്മ നഷ്ടപ്പെടുന്നു. നിദാരാബദ് കൊലക്കേസ് പ്രതികളെ തൂക്കിക്കൊല്ലാൻ വിധിച്ചു. നീ അറിഞ്ഞോ?”

ഈ രാജ്യത്ത് ഹിന്ദുക്കൾക്കു നീതി ലഭിക്കുന്നുണ്ടെന്ന് സ്വയം വിശ്വസിപ്പിക്കാൻ ശ്രമിക്കയാണ് സുധാമൊയ് ചെയ്യുന്നതെന്നു സുരഞ്ജൻ മനസ്സിലാക്കി. നിരാദബാദ് ഗ്രാമത്തിലെ ബ്രഹ്മൻബാരിയിൽ നടന്ന സംഭവമാണ് അച്ഛൻ സൂചിപ്പിച്ചത്: ബിരാജബാലദേബ് നാഥിനെയും അയാളുടെ അഞ്ചു പുത്രന്മാരെയും ധോപാജുരി തടാകത്തിലേക്കു കൊണ്ടുപോയി, കോടാലി കൊണ്ടു വെട്ടിനുറുക്കി, വീപ്പകളിൽ ആക്കി അടച്ചു തടാകത്തിലേക്കെറിഞ്ഞു. പിറ്റേന്നു വീപ്പകൾ വെള്ളത്തിൽ പൊന്തിവന്നപ്പോൾ, ശരീരാവയവങ്ങൾ കണ്ടെത്തി. മുമ്പ് ഭൂമിതർക്കത്തിൽ കൊല്ലപ്പെട്ട ശശാങ്കന്റെ കൊലപാതകം ഒളിച്ചുവയ്ക്കാൻ വേണ്ടി അതേ കൊലപാതകികളാണ് സംശയാലുക്കളായ ദേബ്നാഥുമാരെ വധിച്ചത്. കൊലപാതകക്കുറ്റം ചുമത്തപ്പെട്ട തജുൾ ഇസ്ലാമിനേയും ചോരാബാദ് ഷായെയും സുപ്രിംകോടതി നാലുമാസത്തിനുശേഷം വധശിക്ഷയ്ക്കു വിധിച്ചു. സുധാമൊയ് ഈ സംഭവം എടുത്തിട്ടത്, മുസ്ലിമുകളെയും ഹിന്ദുക്കളെയും ഒരേ രീതിയിലാണ് രാജ്യം കാണുന്നതെന്ന് സ്വയം വിശ്വസിപ്പിക്കാൻ വേണ്ടിമാത്രമാണ്. ഈ രാജ്യത്ത് ഹിന്ദുക്കൾ രണ്ടാംതരം പൗരന്മാരല്ല.

“നീ ഇന്നലെ സമാധാനജാഥയ്ക്കു പോയിരുന്നോ? എത്ര പേരുണ്ടായിരുന്നു, സുരഞ്ജൻ?”

“എനിക്കറിയില്ല.”

“ജമായത്തികളൊഴിച്ച് മറ്റെല്ലാ പാർട്ടികളും പങ്കെടുത്തു, അല്ലേ?”

“എനിക്കറിയില്ല.”

“ഗവൺമെന്റ് പൊലീസ് സംരക്ഷണം നൽകുന്നുണ്ടായിരിക്കും?”

“എനിക്കറിയില്ല.”

“ശാൻഘരി ബസാർ പ്രദേശത്ത്, റോഡുകൾ ഒരറ്റം മുതൽ മറ്റെ അറ്റം വരെ പൊലീസ് ട്രക്കുകളെക്കൊണ്ട് നിറഞ്ഞിരുന്നു.”

“എനിക്കറിയില്ല.”

“ഹിന്ദുക്കൾ, അവരുടെ കടകൾ തുറക്കുന്നു, അല്ലേ?”

“എനിക്കറിയില്ല.”

“ഭോലായിലെ സ്ഥിതിഗതി വളരെ മോശമാണെന്നവർ പറയുന്നു. അതു സത്യമാണോ, സുരഞ്ജൻ? അതോ അവരതു പെരുപ്പിച്ചു പറയുകയാണോ?”

“എനിക്കറിയില്ല.”

“അവർ വ്യക്തിപരമായ കാരണങ്ങൾ കൊണ്ടായിരിക്കാം ഗൗതമിനെ തല്ലിയത്. അവനൊരു കഞ്ചാവ് എഡിക്ട് ആണെന്നു പറയുന്നത് വാസ്തവമാണോ?”

"എനിക്കറിയില്ല."

സുരഞ്ജന്റെ താത്പര്യമില്ലായ്മ, സുധാമൊയിയുടെ ഉൽസാഹവും വിവരങ്ങളറിയാനുള്ള ആഗ്രഹവും തണുപ്പിച്ചു. അയാൾ പത്രം മകന്റെ കൺ മുന്നിലേക്കുയർത്തിക്കൊണ്ട് ചോദിച്ചു.

"നീ പത്രം വായിക്കാറില്ലേ?"

"അതുകൊണ്ടെന്തു പ്രയോജനം?"

സുധാമൊയ് മകന്റെ ചോദ്യം അവഗണിച്ചു.

"എല്ലായിടത്തും അവർ കലാപങ്ങൾക്കെതിരെ പ്രതിഷേധമുയർത്തുന്നു. നില കൂടുതൽ മോശമാകാതിരിക്കാൻവേണ്ടി എല്ലാവരും ശ്രമിക്കുന്നു. പൊലീസുകാരുടെ പ്രതിബന്ധങ്ങൾ തകർത്ത് ക്ഷേത്രങ്ങളിലേക്കു നീങ്ങാനുള്ള ശക്തി ജമായത്തികൾക്കുണ്ടോ?"

"നിങ്ങൾക്കു ക്ഷേത്രങ്ങളുമായി എന്ത് ഇടപാടാണ് ഉള്ളത്? വയസ്സായപ്പോൾ പെട്ടെന്നു ഭക്തി തുടങ്ങിയോ? എല്ലാ ക്ഷേത്രങ്ങളും തല്ലിത്തകർത്താൽത്തന്നെ നിങ്ങളെ അതെങ്ങനെ ബാധിക്കും? അവരുടെ മാർഗ്ഗത്തിൽ വരുന്ന എല്ലാ ക്ഷേത്രങ്ങളും അവർ നശിപ്പിച്ചോട്ടെ. ഞാനപ്പോൾ വളരെ സന്തുഷ്ടനായിരിക്കും."

സുധാമൊയ് അമ്പരന്നു. തന്റെ നല്ലവനായ പാവം അച്ഛനെ നോവിപ്പിക്കുകയാണെന്ന ബോധം സുരഞ്ജനുണ്ടായിരുന്നെങ്കിലും അദ്ദേഹത്തിന്റെ കാഴ്ചപ്പാടറിഞ്ഞ് അവന്റെ ക്ഷമ നശിച്ചിരുന്നു. രണ്ടാം ക്ലാസ് പൗരന്മാരായ ഹിന്ദു ന്യൂനപക്ഷക്കാർ, തങ്ങൾ ഒന്നാം ക്ലാസ് പൗരന്മാരായ മുസ്ലിമുകൾക്കു തുല്യരായി കാണാൻ ശ്രമിക്കുന്നത് വിഡ്ഢിത്തമാണെന്നവൻ വിചാരിച്ചു. സുരഞ്ജനും കുടുംബവും ഒരിക്കലും ആചാരപ്രകാരമുള്ള ഹിന്ദുക്കളായിരുന്നില്ല. മുസ്ലിമുകളെ അവർ സഹോദരങ്ങളും സുഹൃത്തുക്കളുമായി സ്വീകരിച്ചു... എന്നിട്ട് എന്തായി? സുധാമൊയിക്കും സുരഞ്ജനും അതുകൊണ്ടെന്തു ഗുണമുണ്ടായി? എല്ലാറ്റിനുമൊടുവിൽ അവർക്കുണ്ടായ ഒരേ ഒരു വ്യക്തിത്വം ഹിന്ദു എന്നതു മാത്രം. അവർ എന്നും ദൈവ വിശ്വാസമില്ലാത്തവരായിരുന്നു, മാനവവർഗ്ഗത്തിനും മനുഷ്യത്വത്തിനും വേണ്ടി പോരാടിയവർ... എന്നിട്ടെന്താണവർ നേടിയത്? അവർ ഇപ്പോഴും നിന്ദയും ദേഹോപദ്രവവും ഭയന്നു ജീവിക്കുന്നു. വർഗ്ഗീയതയുടെ തീജ്വാലയേറ്റു കരിഞ്ഞുപോകുമെന്നോർത്തു പേടിച്ചു കിടുങ്ങുന്നു.

7-ാം ക്ലാസ്സിൽ പഠിക്കുമ്പോൾ സുഹൃത്ത് ഫറൂക്ക് ഉച്ചഭക്ഷണ സമയത്ത് അവനെ ഒരുവശത്തേക്കു കൊണ്ടുപോയി പറഞ്ഞതു സുരഞ്ജൻ ഓർക്കുന്നു.

"ഇന്ന് തിന്നാൻ നല്ല രസമുള്ള ഒരു സാധനം ഞാൻ കൊണ്ടുവന്നിട്ടുണ്ട്. ഞാനാരോടും അതിനെക്കുറിച്ചു പറയില്ല. ഞാനും നീയും കൂടി ടെറസ്സിൽ പോയിരുന്ന് അതു കഴിക്കും, ഓകെ?"

സുരഞ്ജൻ പട്ടിണി ഇരിക്കയൊന്നുമല്ലായിരുന്നു. അവൻ ഫറൂക്കിന്റെ നിർദ്ദേശം അംഗീകരിച്ചു. അവർ ടെറസ്സിലെത്തിയപ്പോൾ ഫറൂക്ക് തന്റെ ടിഫിൻ പാത്രം തുറന്നു, കബാബ് പുറത്തെടുത്ത് സുരഞ്ജനു കൊടുത്തു. ഇരുവരും സന്തോഷത്തോടെ സംസാരിച്ചുകൊണ്ട് കബാബ് കഴിച്ചു. ഈ സൽക്കാരം തിരിച്ചു നൽകാനാഗ്രഹിച്ച സുരഞ്ജൻ, അമ്മയോട് കുറച്ചു തേങ്ങാ പലഹാരം ഉണ്ടാക്കാൻ പറയാമെന്നു ചിന്തിച്ചു. അവൻ ഫറൂക്കിനോട് ചോദിച്ചു. "നിന്റെ അമ്മയാണോ ഇത് ഉണ്ടാക്കിയത്? എന്റെ അമ്മ പാചകം ചെയ്യുന്ന ചില പലഹാരങ്ങൾ ഞാൻ നിനക്ക് സൽക്കരിക്കാനാഗ്രഹിക്കുന്നു."

അവർ കബാബ് കഴിച്ചുകഴിഞ്ഞപ്പോൾ ഫറൂക്ക് ആഹ്ലാദത്തോടെ ഉറക്കെ ചിരിച്ചു. സുരഞ്ജൻ അദ്ഭുതപ്പെട്ടുപോയി. അവൻ എന്തെങ്കിലും പ്രതികരിക്കുന്നതിനുമുമ്പ് ഫറൂക്ക് താഴേക്ക് ഓടിപ്പോയി. കുറച്ചുകഴിഞ്ഞ് അവനും ക്ലാസ്സിലെ മറ്റു കുട്ടികളും സന്തോഷത്തോടെ അലറി പൊളിക്കയാണ് 'ഫറൂക്ക് സുരഞ്ജനെക്കൊണ്ട് പശു ഇറച്ചി തീറ്റിച്ചു! എല്ലാവരും സുരഞ്ജന് ചുറ്റുംനിന്ന് അവനെ കളിയാക്കുകയും വേദനിപ്പിക്കുകയും ചെയ്തു. ചിലർ അവനെ നുള്ളി. മറ്റു ചിലർ തലയ്ക്കു തോണ്ടുകയും തട്ടുകയും ചെയ്തു. ചിലർ ഷർട്ടു പിടിച്ചുവലിച്ചു, ട്രൗസർ ഊരിക്കളയാൻ ശ്രമിച്ചു. കുറച്ചുപേർ അവനുനേരെ നാവ് ഇളക്കിക്കാട്ടി, അവന്റെ കീശയിൽ ചത്ത പാറ്റകളെ ഇട്ടു നിറച്ചു, സുരഞ്ജൻ ആകെ തകർന്നുപോയി, അവന്റെ കണ്ണുകൾ നിറഞ്ഞൊഴുകി. പശു ഇറച്ചി തിന്നതുകൊണ്ടുള്ള ലജ്ജയല്ല അവന്റെ കണ്ണുകൾ നിറച്ചത്, തന്നെ വേദനിപ്പിച്ചുരസിക്കുന്ന സഹപാഠികളുടെ സ്വഭാവമാണ്. അഗാധമായ ഒറ്റപ്പെടൽ അവൻ അനുഭവിച്ചു. താൻ ഒരു പ്രത്യേകതരം മനുഷ്യജീവിയും, മറ്റുള്ളവരെല്ലാം മറ്റൊരു തരം മനുഷ്യജീവിയുമാണെന്ന ആശയം ആദ്യമായി അവന്റെ മനസ്സിലൂടെ കടന്നുപോയി. അന്നു വീട്ടിൽ ചെന്ന്, നിയന്ത്രിക്കാനാവാതെ അവൻ പൊട്ടിക്കരഞ്ഞു.

"അവർ എന്നെ ചതിയിൽ പശു ഇറച്ചി തീറ്റിച്ചു..." എന്തിനാണ് മോൻ കരയുന്നതെന്ന് അച്ഛൻ ചോദിച്ചപ്പോൾ സുരഞ്ജൻ പറഞ്ഞു.

അതുകേട്ടു സുധാമൊയ് ചിരിച്ചു. "ഇതു കരയാനുള്ള ഒരു കാരണമാണോ? പശു ഇറച്ചി ഒരു വിശിഷ്ട ഭോജനമല്ലേ. ഞാൻ നാളെ മാർക്കറ്റിൽ പോയി കുറച്ച് പശു ഇറച്ചി വാങ്ങിക്കാം. നമ്മൾക്കെല്ലാം ഒന്നിച്ചിരുന്ന് അതു കഴിക്കാം."

പിറ്റേന്ന്, സുധാമൊയ് പറഞ്ഞതുപോലെത്തന്നെ ചെയ്തു. ഭാര്യയെ മുഖസ്തുതി പറഞ്ഞു മയക്കി, കിരൺമൊയിയെക്കൊണ്ട് പശു ഇറച്ചി പാചകം ചെയ്യിപ്പിച്ചു. ഇത്തരം സമ്പ്രദായങ്ങൾ വച്ചുപുലർത്തുന്നതിലെ യുക്തിഹീനത ഭാര്യയെ പറഞ്ഞു ധരിപ്പിക്കാൻ അയാൾ വളരെ സമയമെടുത്തു! 'മഹർഷിമാർക്കും സന്ന്യാസിമാർക്കും പോലുമില്ല ഇത്തരം വിവേചനചിന്ത.' എന്ന് സുധാമൊയ് വാദിച്ചു. അതിനുംപുറമെ, ശരിക്കും സ്വാദുള്ള പൊരിച്ച പശു ഇറച്ചി എന്തിനാണ് വേണ്ടെന്നു വയ്ക്കുന്നത്? അങ്ങനെ, ബാല്യത്തിലെ ലജ്ജയും പേടിയും വേദനയും വിദ്വേഷവുമെല്ലാം സുരഞ്ജന്റെ മനസ്സിൽനിന്നും മാഞ്ഞുപോയി.

എന്തിനും ഏതിനും സ്വന്തം കുടുംബം സുധാമൊയിയെയാണ് ഉറ്റു നോക്കിക്കൊണ്ടിരുന്നത്. തന്റെ ഉത്തരവാദിത്തങ്ങൾ അയാൾ ഭംഗിയായി നിറവേറ്റി. കുട്ടികളെ നന്നായി വളർത്തിക്കൊണ്ടുവന്നു. അച്ഛനെ ഒരു അസാമാന്യ മനുഷ്യനായാണ് സുരഞ്ജൻ കരുതിയത്. ഈ കാലഘട്ട ത്തിൽ ഇത്രയും അന്തസ്സും ലാളിത്യവും പുലർത്തിയ ഒരാളെ, വാക്കിലും പ്രവൃത്തിയിലും ചിന്തയിലും പരിശുദ്ധിയും സ്നേഹവും സൂക്ഷിച്ച ഒരാളെ, എല്ലാറ്റിനുമുപരി മതേതരത്വബോധവും വർഗ്ഗീയ വിരോധവുമുള്ള ഒരാളെ കാണാൻ പ്രയാസമാണ്.

സുരഞ്ജൻ മെല്ലെ എഴുന്നേറ്റ് അച്ഛന്റെ മുറിയിൽനിന്നും പുറത്തുകടന്നു. പത്രം വായിക്കാനൊരു താത്പര്യവും തോന്നിയില്ല–വർഗ്ഗീയതക്കെതിരെയുള്ള വിവിധ ബുദ്ധിജീവികളുടെ കാഴ്ചപ്പാടുകളോട് യാതൊരു താത്പര്യവും ഉണ്ടായില്ലെന്നു മാത്രമല്ല, സമാധാനറാലികളുടെ ഫോട്ടോകൾ കാണാനും ആഗ്രഹിച്ചില്ല. അത്തരം കാര്യങ്ങൾ കണ്ട് അച്ഛനെപ്പോലെ ആശ്വാസം കണ്ടെ ത്തേണ്ട ആവശ്യം അവനില്ല. അതിലും ഭേദം ആ പൂച്ചയെ അന്വേഷിക്കുന്ന താണ്, വ്യക്തിത്വമില്ലാത്ത പൂച്ച! എന്തായാലും, പൂച്ചകൾ ഒരു പ്രത്യേക സമൂഹത്തിന്റേതല്ല. താൻ ഒരു പൂച്ചയായിരുന്നെങ്കിൽ എന്ന് സുരഞ്ജൻ വീണ്ടും ഓർത്തുപോയി.

ക്യാമ്പിൽനിന്ന് ഏതാനും ദിവസത്തെ തടവുജീവിതത്തിനു ശേഷം സുധാമൊയ് തിരിച്ചെത്തി. അത് ഏഴു ദിവസമായിരുന്നോ? അതോ ആറോ? അയാൾക്കത് ഉറപ്പിച്ചു പറയാനാവില്ല. തടവറയിൽ ഉള്ള കാലത്ത് എപ്പോഴും ഭയങ്കര ദാഹമായിരുന്നു എന്നുമാത്രം അയാൾക്കറിയാം. ഭയങ്കര ദാഹം! വാസ്തവത്തിൽ, കയ്യുംകാലും ബന്ധിച്ചിട്ടും കണ്ണുകൾ കെട്ടിയടച്ചിട്ടും വെള്ളപ്പാത്രം കാണുമെന്ന പ്രതീക്ഷയിൽ അയാൾ മുന്നോട്ട് ഉരുണ്ടു. ക്യാമ്പിൽ എവിടെ വെള്ളം കിട്ടാനാണ്? ബ്രഹ്മപുത്രയിൽ വെള്ളം കുതിച്ചൊ ഴുകുന്നു എന്നാൽ ക്യാമ്പിലെ എല്ലാ പാത്രങ്ങളും കാലിയാണ്. അയാൾ വെള്ളത്തിനുവേണ്ടി യാചിച്ചപ്പോൾ ക്രൂരരായ ഗാർഡുമാർ അദ്ദേഹത്തെ കളിയാക്കി ചിരിക്കും.

ഒരു ദിവസം, അവർ അയാൾക്കു വെള്ളം കൊടുത്തു. അയാളുടെ കെട്ടഴിച്ചുമാറ്റി ജഗ്ഗിലേക്കു മൂത്രമൊഴിക്കുന്നതിന് അയാളെ നിർബന്ധിച്ചു. ആ ജഗ്ഗ് സുധാമൊയിയുടെ ചുണ്ടുകളിലേക്കടുപ്പിച്ചപ്പോൾ, വെറു പ്പോടെ അയാൾ തലതിരിച്ചു, ഒരാൾ അയാളുടെ വായ ബലമായി തുറന്നു. മറ്റെ ആൾ ജഗ്ഗിലെ മൂത്രം വായിലേക്കൊഴിച്ചു കൊടുത്തു. ചൂടും ഉപ്പുമുള്ള ആ ദ്രാവകം തൊണ്ടയിലൂടെ ഇറങ്ങുന്നതുകണ്ട് ചുറ്റുമുള്ളവർ ആർത്തുചിരിച്ചു. അപ്പോൾ, കുറച്ചു വിഷം കിട്ടിയാൽ കഴിക്കാമായിരുന്നു എന്ന് സുധാ മൊയിക്കു തോന്നി!

അവർ അയാളെ ഒരു മരത്തടിയിൽ കെട്ടി ഞാത്തിയിട്ട് പൊതിരെ തല്ലി. ഓരോ തവണ അടിക്കുമ്പോഴും 'മുസ്ലിം ആയി മതം മാറു' എന്നവർ പറയു മായിരുന്നു, 'കൽമാ വായിക്കാനും മുസ്ലിം ആയി മതം മാറി എന്നു

പ്രഖ്യാപിക്കുവാനും! എന്നാൽ സുധാമൊയ് ദൃഢമായി നിന്നു. അലക്സ് ഹാലിയുടെ 'റൂട്സി'ലെ കറുത്ത വർഗ്ഗക്കാരൻ 'കുൻടാകിൻടെ' എത്ര നിർദ്ദയമായ ചാട്ട വാറടി കിട്ടിയിട്ടും താൻ 'ടോബി'യാണെന്നു സമ്മതിക്കാതിരുന്നപോലെ, സുധാമൊയിയും താൻ മുസ്ലിമാണെന്നു പറയാൻ വിസമ്മതിച്ചു. കുപിതരായ മർദ്ദകർ ഒടുവിൽ പറഞ്ഞു. 'നീ സമ്മതിച്ചാലും ഇല്ലെങ്കിലും നിന്നെ ഞങ്ങൾ മുസ്ലിം ആക്കും!. ഒരു ദിവസം വീണ്ടും ഇത് ആവർത്തിക്കപ്പെട്ടപ്പോൾ, അവർ അയാളുടെ ലുങ്കി വലിച്ചൂരി ജനനേന്ദ്രിയം ഛേദിച്ചു. രക്തം പ്രവഹിക്കുന്നതും മുറിച്ചുകളഞ്ഞ ജനനേന്ദ്രിയത്തിലെ തൊലി താഴെ കിടക്കുന്നതും അയാൾ കണ്ടു; തുടർന്ന് അവരുടെ പൊട്ടിച്ചിരിയും. അപ്പോഴേക്കും അയാൾ മോഹാലസ്യപ്പെട്ടു വീണിരുന്നു. ഈ സംഭവത്തിനുശേഷം തനിക്ക് ജീവനോടെ വീട്ടിലേക്കു പോകാൻ കഴിയുമെന്നയാൾ കരുതിയതല്ല. ക്യാമ്പിലെ മറ്റു ഹിന്ദുക്കളെല്ലാം, തങ്ങളെ വെറുതെ വിടുമെന്ന ആശയിൽ, 'കൽമ' വായിക്കാനും ഇസ്ലാമിലേക്കു മതം മാറാനും സമ്മതിച്ചു. എന്നിട്ടും അവരെല്ലാം കൊല്ലപ്പെട്ടു. അദ്ഭുതമെന്നു പറയട്ടെ, സുധാമൊയിയുടെ ജീവൻ വിട്ടു കൊടുത്തു. ഒരുപക്ഷേ, അയാൾ 'അടിസ്ഥാനപരമായി മതം മാറ്റം' ചെയ്യപ്പെട്ടല്ലോ എന്നതുകൊണ്ടാകാം! എന്തായാലും പീഡനം അവസാനിച്ചില്ല; എല്ലുകൾ തല്ലിത്തകർത്തശേഷം ക്യാമ്പിൽനിന്ന് പുറത്തേക്കു വലിച്ചെറിഞ്ഞു.

ഒടിഞ്ഞ കാലുകളും വാരിയെല്ലുകളും, ചോര ഒലിക്കുന്ന അവയവങ്ങളുമായി താൻ എങ്ങനെ വീട്ടിൽ ചെന്നുപറ്റി എന്ന കാര്യം ഇന്നും സുധാമൊയിക്ക് അദ്ഭുതമാണ്. നടന്നുനീങ്ങാനുള്ള ശേഷിയും മനോധൈര്യവും അയാൾക്കെവിടെ നിന്നു കിട്ടി? ഇന്നും ജീവനോടെ ഇരിക്കുന്നത് അതേ മനക്കരുത്തു മൂലമാകാം. ബ്രഹ്മപള്ളിയിലെത്തിയ ഉടനെ കിരൺമൊയിയുടെ മുന്നിൽ അയാൾ വീണുപോയി. തന്റെ മുന്നിൽ ഒടിഞ്ഞു ചതഞ്ഞ്, രക്തം വാർന്നുകിടക്കുന്ന ശരീരം കണ്ട് അവൾ പേടിച്ചു വിറച്ചുപോയി. എന്നാൽ, അപ്രതീക്ഷിതമായൊരു ശക്തി സംഭരിച്ച്, ഭർത്താവിനെയും രണ്ടു മക്കളെയും അവൾ രക്ഷിച്ചു. അവൾ തകർന്നില്ല. അടക്കിവയ്ക്കപ്പെട്ട കണ്ണുനീർ പ്രവഹിക്കാനനുവദിച്ചില്ല.

അതിനുശേഷമുള്ള ഏതാനും മാസങ്ങൾ അവൾ സംയമനം പാലിച്ച്, സ്വന്തം വേദനകളും വികാരങ്ങളും കടിച്ചമർത്തി പിടിച്ചുനിന്നു. മുസ്ലിം സുഹൃത്തുക്കൾ അവളെ ഉപദേശിച്ചു. "ഞാൻ മൗലവിയെ വിളിക്കട്ടെ- 'കൽമാ' വായിച്ച് മുസ്ലിം ആകുക... ഏറ്റവും സുരക്ഷിതമായ മാർഗ്ഗം അതാണ്. മായയുടെ അച്ഛനെ അതു പറഞ്ഞു മനസ്സിലാക്കൂ."

തന്റെ ഭർത്താവ് ക്യാമ്പിൽ പ്രദർശിപ്പിച്ച അതേ ധീരതയും മനഃശക്തിയും കിരൺമൊയിയും കാണിച്ചു. രാത്രി വളരെ വൈകി എല്ലാവരും ഉറങ്ങാൻ കിടക്കുമ്പോൾ അവൾ സുധാമൊയിയുടെ മുറിവുകൾ സ്വന്തം സാരി കീറിയ തുണി കൊണ്ടു ബാൻഡേജ് ഇട്ട്, ആ ഭാഗം തഴുകി ശുശ്രൂഷിച്ചുകൊണ്ടിരിക്കും. ഇത്രയും ഭയങ്കരമായ ഭാരവും വേദനയും പേറിയിട്ടും കിരൺമൊയ് ഒരിക്കൽ പോലും കരഞ്ഞില്ല. അവരുടെ ഗ്രാമം സ്വാതന്ത്ര്യലബ്ധി ആഘോഷിച്ച് ഉല്ലസിക്കുമ്പോഴാണ്, ചുറ്റുമുള്ളവരെയെല്ലാം അവഗണിച്ച് അവൾ

സുധാമൊയിയുടെ കരങ്ങളിൽ കിടന്നു പൊട്ടിക്കരഞ്ഞത്! ഒരു കുഞ്ഞിനെപ്പോലെ നിയന്ത്രണംവിട്ട് വാവിട്ടു കരഞ്ഞു-ഉന്മാദത്തോടെ!

ഇപ്പോൾ ഭാര്യയുടെ മുഖത്ത്, 1971ലെ നീണ്ട ഒമ്പതുമാസങ്ങൾ കണ്ണുനീർ അടക്കിവച്ച അതേ ഭാവം, സുധാമൊയ് ദർശിച്ചു. പെട്ടെന്നൊരു ദിവസം അവൾ പൊട്ടിത്തെറിക്കും. അവളുടെ കൃത്രിമമായ ശാന്തത അലിഞ്ഞുപോകും. ദുഃഖത്തിന്റെ കാർമേഘങ്ങൾ അവളുടെ ഹൃദയത്തിൽ അടിഞ്ഞു കൂടിയിട്ടുണ്ടെന്ന കാര്യത്തിൽ അയാൾക്കു സംശയമില്ല. എന്നാൽ, സ്വന്തം വികാരങ്ങൾ പ്രകടിപ്പിക്കാനായി 'ജയ് ബംഗ്ലാ' പ്രഖ്യാപനം വരെ കാത്തിരുന്നതുപോലെ, പറ്റിയ അവസരത്തിനായി അവൾ കാത്തിരിക്കും. നെറ്റിയിൽ സിന്ദൂരം അണിയാനും ഒരു ജോടി വളകൾ ഇടാനും ഭർത്താവിനെ ദോത്തി ഉടുപ്പിക്കാനും, തനിക്കു താനായി ജീവിക്കാനും, നിബന്ധനകളില്ലാത്ത സ്വാതന്ത്ര്യം വരെ അവൾക്കു കാത്തിരിക്കേണ്ടിവന്നുവല്ലൊ.

കാര്യങ്ങൾ കൂടുതൽ മോശമായി. സുധാമൊയിയെ രോഗികളും വിട്ടൊഴിഞ്ഞു. മഴക്കാലത്തുപോലും ആറേഴു രോഗികൾ വന്നിരുന്നതാണ്. വീടിനുള്ളിൽ ജാഥക്കാരുടെ മുദ്രാവാക്യങ്ങൾ കേട്ടുകൊണ്ടിരിക്കുക എന്നത് സുധാമൊയിക്ക് ദുസ്സഹമായി തോന്നി.

"നാരായെ തക്ബീർ, അല്ലാഹു അക്ബർ... ഹിന്ദുക്കൾക്ക് ജീവിക്കണമെങ്കിൽ രാജ്യം വിടുക" മുദ്രാവാക്യം ഉച്ചത്തിലാകുന്നു.

ശുഭാപ്തി വിശ്വാസവും നാട്ടുകാരിലുള്ള വിശ്വാസവുമെല്ലാം ഉണ്ടെങ്കിലും ഏതു നിമിഷവും ഈ മതഭ്രാന്തന്മാർ തന്റെ വീടിനുനേരെ ബോംബെറിയുകയോ തീവയ്ക്കുകയോ ചെയ്തേക്കാമെന്ന് സുധാമൊയിക്കു തോന്നി. അവരുടെ സാമാനങ്ങളെല്ലാം കൊള്ളയടിക്കയും അവരെ കൊലപ്പെടുത്തുകയും ചെയ്തേക്കാം! ശരിക്കും ഈ നാട്ടിൽ നിന്ന് ഹിന്ദുക്കളുടെ ഒരു ജനപ്രവാഹമുണ്ടാകുമോ എന്നയാൾ അതിശയത്തോടെ ഓർത്തു. 1990ൽ ധാരാളം ഹിന്ദുക്കൾ രാജ്യം വിട്ടുപോയത് അയാൾക്കറിയാം. പുതിയ ജനസംഖ്യാ കണക്ക് പ്രസിദ്ധീകരിച്ചിട്ടില്ലാത്തതിനാൽ, എത്ര ഹിന്ദുക്കൾ നാടുവിട്ടെന്ന് അറിയാനൊരു മാർഗ്ഗവുമില്ല. ബുക്ക് ഷെൽഫിൽ നിറയെ പൊടി പറ്റിപ്പിടിച്ചിരിക്കയാണ്. കുർത്തയുടെ അറ്റം കൊണ്ട് തുടച്ചു നോക്കി. അപ്പോൾ 1986ലെ 'ജനസംഖ്യാകണക്ക്'കണ്ടു. 1974ലെയും 1981ലെയും രേഖകൾ ആ പുസ്തകത്തിലുണ്ട്. അയാൾ അത് മറിച്ചുനോക്കി. ഹിന്ദു ജനസംഖ്യ വല്ലാതെ കുറഞ്ഞിട്ടുള്ളതായി അയാൾക്കു ബോധ്യപ്പെട്ടു.

പേജ് 120 വായിച്ച് സുധാമൊയിക്ക് അതിശയം തോന്നി. 1974ൽ ഹിന്ദു ജനസംഖ്യ, മൊത്തം ജനസംഖ്യയുടെ 13.5 ശതമാനമായിരുന്നു. 1981ൽ അതു 12.1 ശതമാനമായി ചുരുങ്ങി. ബാക്കിയുള്ളവർ എവിടെപ്പോയി? രാജ്യം വിട്ടുപോകൽ മാത്രമാണോ ഏകപരിഹാരമാർഗ്ഗം? സ്വന്തം നാട്ടിൽ പിടിച്ചുനിന്ന് അവരുടെ അവകാശങ്ങൾക്കുവേണ്ടി പൊരുതേണ്ടതായിരുന്നില്ലേ? കുടിയേറിപ്പാർക്കുന്ന ഹിന്ദുക്കളെ ഭീരുക്കൾ എന്നു സുധാമൊയ് ശപിച്ചു!

അയാൾക്കു തീരെ സുഖം തോന്നിയില്ല. ബുക്ക്ഷെൽഫിൽനിന്ന് സെൻസസ് പുസ്തകമെടുത്തപ്പോൾ വലതുകയ്യിന് ബലഹീനത അനുഭവപ്പെട്ടു. പുസ്തകം അതേ സ്ഥാനത്തു തിരിച്ചുവയ്ക്കാൻ ശ്രമിച്ചപ്പോൾ അതിനുള്ള ശക്തിയില്ലാത്തപോലെ. അയാൾ കിരൺമൊയിയെ വിളിച്ചു. അപ്പോഴേക്കും നാവ് കുഴഞ്ഞുപോയി. അടങ്ങാത്ത ഭയം അയാളെ പിടികൂടി. ഒരടി വയ്ക്കാൻ പോലും പറ്റുന്നില്ല, കാലുകൾ നിശ്ചലമായിരിക്കുന്നു. തളർച്ചയോടെ അയാൾ വിളിച്ചു. "കിരൺ... കിരൺ..."

ഭാര്യ കുറച്ചു ഭക്ഷണം പാകം ചെയ്യാനുള്ള തയ്യാറെടുപ്പിലായിരുന്നു. സുധാമൊയിയുടെ വിളികേട്ട് അവൾ ഓടിച്ചെന്നു. സുധാമൊയ് അവളുടെ അടുത്തേക്കു ചെല്ലാൻ ശ്രമിക്കവെ കൈകൾ തളർന്നുവീണു. "കിരൺ, ദയവായി എന്നെ കിടക്കയിൽ പിടിച്ചുകിടത്തു." അയാൾ മന്ത്രിച്ചു.

ഭർത്താവിനു വന്ന മാറ്റം കണ്ട് കിരൺമൊയ് അദ്ഭുതപ്പെട്ടു. എന്താണ ദ്ദേഹം ഇങ്ങനെ വിറക്കുന്നത്? എന്താണ് സംസാരം ഇങ്ങനെ കുഴഞ്ഞു പോയത്? അയാളെ കിടക്കയിൽ കിടക്കാനവൾ സഹായിച്ചു.

"നിങ്ങൾക്കെന്തു പറ്റി?" അവൾ ചോദിച്ചു.

"സുരഞ്ജനെവിടെ?"

"അവൻ ഇപ്പോൾത്തന്നെ പോയി. അവനോട് പോകരുതെന്നു ഞാൻ പറഞ്ഞതാണ്. എന്നാലവനെന്നെ അനുസരിച്ചില്ല."

"എനിക്കു തീരെ സുഖം തോന്നുന്നില്ല, കിരൺ. ദയവായി എന്തെങ്കിലും ചെയ്യൂ."

"എന്താണ് നിങ്ങളുടെ ശബ്ദം കുഴയുന്നത്? എന്താണ് സംഭവിക്കുന്നത്?"

"എന്റെ വലതുവശം മരവിച്ചിരിക്കുന്നു. വലതുകാലും അനക്കാനാകു ന്നില്ല. എനിക്കു തളർവാതം പിടിച്ചോ, കിരൺ?"

പേടിച്ചുകൊണ്ട് കിരൺമൊയ് സുധാമൊയിയുടെ കൈകൾ പിടിച്ചു പറഞ്ഞു.

"ദൈവം ക്ഷമിക്കട്ടെ! ഇല്ല, ഇല്ല, ക്ഷീണിച്ചിരിക്കുന്നതുകൊണ്ടാണങ്ങനെ നിങ്ങൾക്കു തോന്നുന്നത്. നിങ്ങൾ ശരിക്ക് ഉറങ്ങുകയോ ഭക്ഷണം കഴിക്കു കയോ ചെയ്യുന്നില്ല."

സുധാമൊയ് അസ്വസ്ഥനായി മെത്തയിൽ തിരിഞ്ഞും മറിഞ്ഞുംകിടന്നു.

"കിരൺ, ഞാൻ മരിക്കുകയാണോ, എന്നോടു പറയു? എന്നെ കണ്ടാൽ മരിക്കാൻ പോകുന്നവനാണെന്നു തോന്നുന്നുണ്ടോ?

"ഞാനാരെയാണ് വിളിക്കേണ്ടത്? ഹരിപദ ബാബുവിനെ വിളിക്കട്ടെ?"

സുധാമൊയ് ഇടതുകൈകൊണ്ട്, സകല ശക്തിയുമുപയോഗിച്ച്, കിരൺ മൊയിയെ മുറുക്കിപ്പിടിച്ച് നിരാശയോടെ നിലവിളിച്ചു.

"വേണ്ട... കിരൺ... അനങ്ങരുതേ... നീ എന്റെ അടുത്തുതന്നെ നിൽക്കണം. മായ എവിടെ?"

"നിങ്ങൾക്കറിയാമല്ലോ, അവൾ പരുളിന്റെ വീട്ടിലേക്കു പോയി. അവളിനിയും തിരിച്ചെത്തിയിട്ടില്ല."

"എവിടെയാണെന്റെ മകൻ? എന്റെ മകൻ?"

"ഇങ്ങനെ പുലമ്പാതിരിക്കൂ."

"കിരൺ, എല്ലാ വാതിലുകളും ജനലുകളും തുറന്നിടൂ."

"എന്തിനാണ് എല്ലാം തുറന്നിടുന്നത്?"

"എനിക്ക് കുറച്ചു വെളിച്ചവും ശുദ്ധവായുവും വേണം."

"ഞാൻ പോയി ഹരിപദ ബാബുവിനെ വിളിക്കട്ടെ. നിങ്ങൾ ശാന്തനായി കിടക്കൂ."

"ആ ഹിന്ദുക്കളെല്ലാം വീടു വിട്ടുപോയി. നിനക്കവരെ കിട്ടില്ല. മായയെ വിളിക്കൂ."

"ഞാനെങ്ങനെയാണവളെ വിളിപ്പിക്കുക... പറയൂ. ഇവിടെ ഒറ്റ ആളുമില്ല."

"വേണ്ട... വേണ്ട... നീ ഇവിടെത്തന്നെ നിൽക്കണം. സുരഞ്ജനെ വിളിക്കൂ."

അതിനുശേഷം സുധാമൊയ് പറഞ്ഞതൊന്നും അവൾക്കു മനസ്സിലായില്ല. അയാളുടെ നാവ് കുഴഞ്ഞുപോയി. കിരൺമൊയ് അപ്പോൾ ശരിക്കും പേടിച്ചു. ഭർത്താവിന് തീർച്ചയായും വലിയ തകരാറുണ്ട്. എന്നാൽ, അവളെന്തു ചെയ്യും? അയൽവാസികളുടെ ശ്രദ്ധ ആകർഷിക്കാനായി ഉറക്കെ നിലവിളിച്ചാലോ? അവർ അവളെ സഹായിക്കാതിരിക്കില്ല. വളരെ വർഷങ്ങളായി അവരെ അറിയുന്നതല്ലേ? ഇക്കാര്യം ചിന്തിക്കുമ്പോഴും അതു പ്രായോഗികമല്ലെന്നവൾക്കു തോന്നി. ഏത് അയൽവാസി അവളെ സഹായിക്കും? ഹൈദർ, ഗൗതം? അതോ ഷഫീക് സാഹിബിന്റെ വീട്ടുകാരോ? കിരൺമൊയ് തികച്ചും നിസ്സഹായയായി.

കരിഞ്ഞ പരിപ്പിന്റെ ഗന്ധം മുറിയിൽ തങ്ങിനിന്നു.

ടൗണിലൂടെയുള്ള തന്റെ മുമ്പത്തെ യാത്രപോലെ ഇന്നും ലക്ഷ്യമില്ലാത്തൊരു യാത്രയായിരുന്നു സുരഞ്ജന്റേത്. ബലാലിന്റെ വീട്ടിലേക്കു പോയെങ്കിലോ എന്നവൻ ഓർത്തു. എന്നാൽ; 'കക്രെയിൽ' കടന്ന ഉടനെ 'ജൽക്കാബർ' എന്ന പരിചയമുള്ള ഒരു കട കത്തിക്കരിഞ്ഞു കിടക്കുന്നതു കണ്ട് അവൻ പേടിച്ചുപോയി! കരിഞ്ഞ മേശകളും കസേരകളും റോഡിൽ ചിതറിക്കിടക്കുന്നുണ്ട്. സുരഞ്ജൻ ആ രംഗം കണ്ടപ്പോൾ, വേറെ എങ്ങോട്ടെങ്കിലും പോകാമെന്നു വിചാരിച്ചു. ചമേലി ബാഗിലുള്ള പുലോകിന്റെ വീട്ടിൽ പോകാം. ഒരു റിക്ഷ വിളിച്ച് പുലോകിന്റെ അപ്പാർട്ടുമെന്റിലേക്കു വിട്ടു. പുലോക് എൻ.ജി.ഓയിൽ ജോലി ചെയ്യുന്നു. കുറെക്കാലമായി അവനെ

കണ്ടിട്ട്. അപ്പാർട്ടുമെന്റിന്റെ വലതുഭാഗത്തെ വീടാണ് ബലാലിന്റേത്. അവിടെ പല സായാഹ്നങ്ങളും അവർ ഒന്നിച്ചു കളിച്ചുചിരിച്ചു സംസാരിച്ചിരിക്കുമായിരുന്നു. തന്റെ കോളേജ് സുഹൃത്തിനെ കാണാൻ കുറെ നാളായി പറ്റിയിട്ടില്ല.!

ഡോർ ബെല്ലടിച്ചിട്ട് ആരും വരുന്നില്ല. സുരഞ്ജൻ വിടാതെ ബെല്ലടിച്ചു കൊണ്ടിരുന്നു. ഒടുവിൽ, വീടിനുള്ളിൽനിന്ന് ആരോ മെല്ലെ ചോദിച്ചു.

“ആരാണത്?”

“ഞാനാണ്-സുരഞ്ജൻ”

“ഏതു സുരഞ്ജൻ?”

“സുരഞ്ജൻ ദത്ത.”

പാഡ് ലോക്ക് തുറക്കുന്ന ശബ്ദം കേട്ടു. പുലോക് സ്വയം വന്ന് വാതിൽ തുറന്നു. അവൻ മെല്ലെ പറഞ്ഞു.

“ഉള്ളിലേക്കു വരു.”

“എന്താണിതിന്റെ അർത്ഥം? ഇത്രയും സുരക്ഷാ സന്നാഹങ്ങൾ എന്തിനാണ്? സ്പൈ ഹോളിലൂടെ നോക്കിയാൽ പോരേ?”

പുലോക് മറുപടി നൽകിയില്ല. അവൻ വാതിലടച്ച്, ലോക്ക് ശരിക്കു പൂട്ടിയിട്ടില്ലേ എന്നു പരിശോധിച്ചു. സുരഞ്ജൻ അതിശയത്തോടെ നോക്കിനിന്നു. പുലോക് സംസാരിച്ചു തുടങ്ങി; പതിഞ്ഞ സ്വരത്തിൽത്തന്നെ.

“എന്തിനാണ് വീട്ടിൽനിന്ന് നീ പുറത്തിറങ്ങിയത്?”

“എനിക്കങ്ങനെ തോന്നി.”

“നീ എന്താണുദ്ദേശിക്കുന്നത്? നിനക്കൊരു ഭയവുമില്ലേ? ഈ മണ്ടത്തരം മൂലം നിനക്കു ജീവൻ നഷ്ടപ്പെട്ടിരുന്നെങ്കിലോ? അതോ വീര സാഹസം കാണിക്കുകയാണോ?”

സുരഞ്ജൻ ഒരു സോഫയിലേക്കു തളർന്നു വീണുകൊണ്ട് പറഞ്ഞു. “നിനക്കെന്തുവേണമെങ്കിൽ പറയാം.”

പുലോക് ശരിക്കും ഭയപ്പെട്ടിരിക്കുകയാണെന്ന് സുരഞ്ജനു കാണാൻ കഴിഞ്ഞു. അവൻ മറ്റൊരു സോഫയിലിരുന്ന് കനത്ത ശ്വാസോച്ഛ്വാസത്തോടെ ചോദിച്ചു.

“നടക്കുന്നതെല്ലാം നീ അറിയുന്നുണ്ടോ?”

“ഇല്ല.”

“ഭോലയിൽ കാര്യങ്ങൾ വളരെ മോശമാണ്. അനേകം ഗ്രാമങ്ങളിൽ കനത്ത നാശ നഷ്ടങ്ങൾ സംഭവിച്ചു. ഏകദേശം 50,000 ഹിന്ദുക്കളെ ഓടിച്ചു. ചുരുങ്ങിയത് 10,000 കുടുംബങ്ങൾ! വിലപിടിപ്പുള്ള സാധനങ്ങളെല്ലാം കൊള്ളയടിച്ച ആൾക്കൂട്ടം വീടുകൾ തീവച്ചു നശിപ്പിച്ചു, 500 മില്യൻ ടക്ക വിലയുള്ള സ്വത്തുക്കൾ. ഒട്ടേറെപേർ മരിച്ചു. ഇരുന്നൂറു പേർക്ക് പരുക്കേറ്റു.

ജനങ്ങൾക്ക് ഉടുതുണിയോ അന്നമോ ലഭിക്കുന്നില്ല. നൂറു കണക്കിന് കടകൾ കൊള്ളയടിക്കപ്പെട്ടു. ദാഷെർഹാട്ട് മാർക്കറ്റിൽ ഒറ്റ ഹിന്ദുകടയും അവർ വിട്ടില്ല. തണുപ്പും വിശപ്പും സഹിക്കാനാകാതെ, നിരാശ്രയരായ ജനങ്ങൾ തെരുവുകളിൽ നിറഞ്ഞു നിൽക്കുകയാണ്..."

"പിന്നെയും നിരവധി അമ്പലങ്ങൾ അവർ തകർത്തുകളഞ്ഞു. കുത്തുബാ ഗ്രാമത്തിലെ അമ്പതു വീടുകൾ അഗ്നിക്കിരയാക്കി..."

"നീല എവിടെയാണ്?"

"അവൾ വല്ലാതെ പേടിച്ചിരിക്കയാണ്. നിനക്കെങ്ങനെയുണ്ട്?"

സുരഞ്ജൻ കണ്ണുകളടച്ചു വിശ്രമിച്ചു. ഇവിടെ വരുന്നതിനു പകരം താൻ എന്തുകൊണ്ട് ബലാലിന്റെ വീട്ടിൽ പോയില്ല എന്നവൻ അതിശയത്തോടെ ഓർത്തു. അവൻ ശരിക്കും വർഗ്ഗീയവാദി ആയോ? അതോ പരിതഃസ്ഥിതി അവനെ അങ്ങനെ ആക്കിയതാണോ?"

"ഞാൻ ജീവിച്ചിരിക്കുന്നു എന്നു മാത്രമെ എനിക്കു പറയാൻ കഴിയു."

പുലോകിന്റെ ആറു വയസ്സുള്ള മകൻ നിലത്തുകിടന്നു കരയുന്നതുകേട്ട് സുരഞ്ജൻ കണ്ണ് തുറന്നു. പുലോക് പറഞ്ഞു.

"നിനക്കറിയാമോ എന്തിനാണവൻ കരയുന്നതെന്ന്? എന്നും അലോകിനോടൊപ്പം കളിക്കാറുള്ള അയൽപക്കത്തെ കുട്ടികൾ ഇന്ന് കളിക്കാൻ സമ്മതിച്ചില്ല. ഹിന്ദു കുട്ടികളുമായി ഇടപഴകരുതെന്ന് ഹുജുർ ഉത്തരവിട്ടെന്നു തോന്നുന്നു."

"ഈ ഹുജുർ ആരാണ്."

"അവരുടെ വീട്ടിൽ കുട്ടികളെ അറബി പഠിപ്പിക്കാൻ വരുന്ന മൗലവി."

"അടുത്ത വീട്ടുകാരൻ അനിസ് അഹമ്മദ് അല്ലേ? എന്റെ ഓർമ്മ ശരിയാണെങ്കിൽ, അവൻ കമ്മ്യൂണിസ്റ്റാണ്. അവന്റെ മക്കളെ അറബി പഠിപ്പിക്കുന്നു എന്നാണോ നീ പറയുന്നത്?"

"അതെ" പുലോക് മറുപടി നൽകി.

സുരഞ്ജൻ കണ്ണുകളടച്ചു. അലോകിന്റെ സ്ഥാനത്തു തന്നെ പ്രതിഷ്ഠിക്കാൻ ശ്രമിച്ചു. കുട്ടിയുടെ കരച്ചിലും പിഴിച്ചിലും വിഭാവനം ചെയ്തു നോക്കി, ഊഹിക്കാനാവാത്ത കാര്യങ്ങളാണ് സംഭവിക്കുന്നത്. എന്നും ഒന്നിച്ചു കളിക്കാറുള്ള കൂട്ടുകാരെ ഒറ്റ അടിക്ക് എടുത്തു മാറ്റിയിരിക്കുന്നു! മായ ഒരു ദിവസം കരഞ്ഞുകൊണ്ട് സ്കൂളിൽനിന്നു തിരിച്ചെത്തിയത് സുരഞ്ജൻ ഓർത്തു. അവൾ പറഞ്ഞു.

"ടീച്ചർ എന്നെ ക്ലാസ്സിൽനിന്ന് പുറത്താക്കി."

എല്ലാ സ്കൂളുകളും മതപഠനക്ലാസ്സുകൾ നടത്തണമെന്നു നിർബന്ധമാണ്. മായയോട് ഇസ്ലാം പഠനക്ലാസ്സിൽ നിന്നു പുറത്തുപോകാൻ ആവശ്യപ്പെട്ടു. അവൾ മാത്രമായിരുന്നു അവിടത്തെ ഏക ഹിന്ദു വിദ്യാർത്ഥിനി. ആ വിഷയത്തെപ്പറ്റിയുള്ള പുസ്തകവും അവൾക്കില്ലായിരുന്നു. അവളെ മാത്രം

പഠിപ്പിക്കാനായി ഹിന്ദു അധ്യാപകനുമില്ല. അതുകൊണ്ട് അവൾക്ക് ക്ലാസ്സു മുറിയിൽ നിന്നും പുറത്തു നിൽക്കേണ്ടിവന്നു, ദുഃഖിതയായി ഒറ്റപ്പെട്ട്!

സുധാമൊയ് ചോദിച്ചു "നിന്നെ എന്തിനാണവർ ക്ലാസ്സിൽനിന്നു പുറത്താക്കിയത്?"

മകൾ മറുപടി നൽകി "ഞാനൊരു ഹിന്ദു ആയതുകൊണ്ട്."

സുധാമൊയ് മകളെ അടുത്തു പിടിച്ചിരുത്തി. കുറച്ചു നേരത്തേക്ക് അയാൾക്കു സംസാരിക്കാൻ കഴിഞ്ഞില്ല, അയാൾ ഞെട്ടിപ്പോയി അത്രയ്ക്ക് അപമാനവും വേദനയും തോന്നി. അന്നു തന്നെ മത അദ്ധ്യാപകന്റെ വീട്ടിൽ ചെന്നു പറഞ്ഞു

"ഇനി ഒരിക്കലും എന്റെ മോളെ ക്ലാസ്സിൽ നിന്ന് പുറത്താക്കരുത്. വ്യത്യസ്ത മതക്കാരിയാണ് താനെന്ന് അവൾക്കു തോന്നാനിടവരരുത്."

അതിനുശേഷം മായയെ ക്ലാസ്സിലിരിക്കാനനുവദിച്ചു. അവൾ സന്തുഷ്ടയായി. മതപഠനം തുടർന്നു. ഒറ്റയ്ക്കു കളിക്കുമ്പോൾപോലും അവൾ ഉരുവിടുന്നതു കേൾക്കാം "അൽഹം ദൊ ലില്ലാഹി റബ്ബിൽ ആലമീൻ. അർ റഹ്മനിർ റഹിം. മാലികേ യൗമിദ്ദീൻ."

മകൾ ഇതു പറയുന്നതുകേട്ട് കിരൺമൊയ് പരിഭ്രമിച്ച് ഭർത്താവിനോടു ചോദിച്ചു. "അവൾ എന്താണീ ചെയ്യുന്നത്? പഠിപ്പിൽ നീതിപൂർവ്വമായ പങ്ക് ലഭിക്കാൻ ഒരാളുടെ വർഗ്ഗവും മതവും ഉപേക്ഷിക്കണോ?"

ഈ പുതിയ നീക്കത്തിൽ സുധാമൊയിക്കും ഉൽക്കണ്ഠ ഉണ്ടായിരുന്നു. തന്റെ മകളുടെ മനസ്സമാധാനം സംരക്ഷിക്കാനായി ഇസ്ലാംമതം പഠിപ്പിക്കുന്നതിൽ തെറ്റൊന്നും അയാൾ കണ്ടില്ല. എന്നാൽ പുതിയൊരു പ്രശ്നം ഉടലെടുത്തിരിക്കയാണ്. മായ ആത്മാർത്ഥമായും ഇസ്ലാം മതത്തിൽ താത്പര്യമെടുത്തെങ്കിലോ? അതുകൊണ്ട് അയാൾ ഹെഡ്മാസ്റ്റർക്ക് ഒരു പരാതി എഴുതിക്കൊടുത്തു. മതം തികച്ചും വ്യക്തിപരമായ കാര്യമായതിനാൽ സ്കൂൾ സിലബസ്സിൽ അതു നിർബന്ധമാക്കരുത്. ഒരു രക്ഷിതാവെന്ന നിലയ്ക്ക്, ഒരു മതത്തെക്കുറിച്ചും തന്റെ കുട്ടികൾ പഠിക്കുന്നത് അയാൾ ഇഷ്ടപ്പെടുന്നില്ല. അപ്പോൾ സ്കൂൾ അധികാരികൾ എങ്ങനെ നിർബന്ധപൂർവ്വം മതം പഠിപ്പിക്കും? 'മതപഠനം' എന്ന വിഷയത്തിനു പകരം, മഹാന്മാരുടെ സന്മാർഗ്ഗോപദേശങ്ങളും അവരുടെ ജീവചരിത്രവും അടങ്ങുന്ന പുതിയൊരു വിഷയം പഠിപ്പിച്ചാൽ ഗുണകരമായിരിക്കുമെന്നയാൾ നിർദ്ദേശിച്ചു. എല്ലാ മത വിഭാഗക്കാരായ വിദ്യാർത്ഥികൾക്കും ഒരുപോലെ ഇത് ഉപകാരപ്രദമായിരിക്കും, ന്യൂനപക്ഷ മതക്കാർക്ക് അധമമനോഭാവം ഉണ്ടാവുകയുമില്ല. സ്കൂൾ അധികാരികൾ, എന്തായാലും, സുധാമൊയിയുടെ നിർദ്ദേശം അവഗണിച്ചു, പഴയ സമ്പ്രദായം യാതൊരു മാറ്റവും കൂടാതെ തുടർന്നു

നീല മുറിയിലേക്കു പ്രവേശിച്ചു. മെലിഞ്ഞ സുന്ദരിയായൊരു പെൺകുട്ടിയാണവൾ. സാധാരണ, നല്ല ചുറുചുറുക്ക് കാണിക്കാറുണ്ട്; എന്നാൽ ഇന്ന് വിഷാദമയിയാണ്. കണ്ണിനു ചുറ്റും കറുത്ത നിറം നിഴലിച്ചുകാണാം. ഭീതിയും

ഉൽക്കണ്ഠയുമാണ് കണ്ണു നിറയെ. പരിഭ്രമത്തോടെ അവൾ പറഞ്ഞു തുടങ്ങി. “സുരഞ്ജൻ ദാ, നിങ്ങളെന്താണ് ഇത്രയും നാളായി ഞങ്ങളുടെ വീട്ടിൽ വരാതിരുന്നത്? ഞങ്ങളെങ്ങനെയാണ് കഴിയുന്നതെന്നറിയാൻ നിങ്ങൾക്കു താൽപര്യമില്ലേ? ഞങ്ങൾ ജീവിച്ചിരിപ്പുണ്ടോ എന്നു പോലും! അടുത്ത വീട് നിങ്ങൾ സന്ദർശിക്കുമ്പോൾ ഇവിടെയും വരുമെന്ന് ഞങ്ങൾ പ്രതീക്ഷിച്ചിരിക്കുകയായിരുന്നു...” പെട്ടെന്നവൾ തേങ്ങിക്കരഞ്ഞു.

സുരഞ്ജൻ അവരുടെ വീട്ടിൽ വന്നിരുന്നില്ല എന്നതിന്റെ പേരിൽ അവളെന്തിനു കരയണം? വർഗ്ഗീയ കലാപത്തിൽ നിന്നും ഉടലെടുത്ത നിസ്സഹായതയോർത്ത് അവൾ കരഞ്ഞതാണോ? സുരഞ്ജൻ, പുലോക്, അലോക് എന്നിവരും അവളെപ്പോലെ നിസ്സഹായരും ദുഃഖിതരുമാണെന്ന് അവൾ കരുതുന്നുണ്ടോ?

പെട്ടെന്ന് ആ കുടുംബവുമായി വല്ലാത്ത അടുപ്പം സുരഞ്ജനു തോന്നി. അഞ്ചുദിവസം മുമ്പ് മണിക്കൂറുകളോളം അയാൾ ബലാലിന്റെ വീട്ടിൽ ചെലവഴിച്ചു, വാചകമടിച്ചു രസമായി കഴിഞ്ഞു. എന്നാൽ പുലോകിനെയും കുടുംബത്തേയും സന്ദർശിക്കാൻ തോന്നിയില്ല. ഇപ്പോൾ അവന്റെ ചിന്ത വ്യത്യസ്തമായിരുന്നു.

“നിങ്ങൾ എന്താണിങ്ങനെ മനോബലമില്ലാത്തവളാകുന്നത്? അവർക്ക് ധാക്കയിൽ കാര്യമായൊന്നും ചെയ്യാനാവില്ല. ശാൻഘരി ബസാർ, ഇസ്ലാംപൂർ, തണ്ടിബസാർ എന്നിവിടങ്ങളിൽ പൊലീസ് അതീവ ജാഗ്രതയിലാണ്.”

“എന്നാൽ കഴിഞ്ഞ തവണയും അവിടെയൊക്കെ പൊലീസ് ഉണ്ടായിരുന്നു. എന്നിട്ടും, ധാക്കേശ്വരി ക്ഷേത്രം കൊള്ളയടിക്കുകയും തീയിടുകയും ചെയ്തു. പൊലീസിന്റെ നേരെ മുന്നിൽ വച്ചാണ് നടന്നത്. പൊലീസ് അതിനെതിരായി ഒന്നും ചെയ്തില്ല, അല്ലേ?”

“ഹുംം...”

“ഇന്നു നിങ്ങൾ എന്തിനാണ് പുറത്തിറങ്ങിയത്? മുസ്ലിമുകളെ ഒരിക്കലും വിശ്വസിക്കാനാവില്ല. ചിലർ നല്ല സുഹൃത്തുക്കളാണെന്ന് നിങ്ങൾ കരുതുന്നുണ്ടാകും. എന്നാൽ, പെട്ടെന്നവർ എത്തി നിങ്ങളുടെ തല വെട്ടി വീഴ്ത്തിയാൽ അദ്ഭുതപ്പെടാനില്ല”

സുരഞ്ജൻ കണ്ണുകളടച്ചിരിക്കുന്നതിൽ ആശ്വാസം കണ്ടു. കണ്ണുകളടച്ചിരുന്നതുകൊണ്ട് ഹൃദയത്തിന്റെയും ആത്മാവിന്റെയും വേദന കുറയുമോ?

പുറമെ നിന്ന് ഭയങ്കര ബഹളവും ചീറലും കേട്ടു. ഒരുപക്ഷേ അവർ വല്ല ഹിന്ദുവിന്റെയും കട തകർക്കുകയായിരിക്കാം. എന്തോ കത്തിക്കരിയുന്നത് കണ്ണടച്ചു കൊണ്ടുതന്നെ അവനു മനസ്സിലാക്കാൻ കഴിഞ്ഞു. മതഭ്രാന്തന്മാർ കോടാലികളും പാരകളും കൈകളിലേന്തി ഉന്മാദ നൃത്തം ചെയ്യുന്നതും അവൻ മനക്കണ്ണിലൂടെ കണ്ടു.

തലേന്ന് അവൻ ഗൗതമിന്റെ വീട് സന്ദർശിച്ചിരുന്നു. ആ സുഹൃത്ത് കിടക്കുകയായിരുന്നു. കണ്ണുകൾക്കുതാഴെയും നെഞ്ചത്തും പുറത്തും

മുറിവുകളുണ്ട്. അവൻ ഒരു കൈ ഗൗതമിന്റെ കയ്യിൽവച്ച്, കട്ടിലിൽ അടുത്തിരുന്നു. സംസാരിക്കേണ്ട ആവശ്യം തോന്നിയില്ല. ഗൗതം അവനോടു പറഞ്ഞു.

“ദാദാ, ഞാനൊന്നും ചെയ്തില്ല. അവർ ഉച്ചതിരിഞ്ഞുള്ള നിസ്കാരം കഴിഞ്ഞു മടങ്ങുകയായിരുന്നു. വീട്ടിൽ സാധനങ്ങൾ ഒന്നുമില്ലാതിരുന്നതിനാൽ ഞാൻ കുറച്ചു മുട്ട വാങ്ങിക്കാൻ പോയതാണ്. അടുത്തുള്ള കടയിലേക്കല്ലേ പോകുന്നത്, പേടിക്കാനൊന്നുമില്ല. എന്നു ഞാൻ വിചാരിച്ചു. അവിടെ പണം കൊടുക്കുന്ന സമയത്ത്, പെട്ടെന്ന് എന്റെ പുറത്ത് അടി വീണു. ആറേഴു പേരുണ്ട്. ഞാനൊറ്റയ്ക്ക് എന്തു ചെയ്യാനാണ്? കടക്കാരനും അതിലെ കടന്നുപോയിരുന്നവരും എന്നെ തല്ലുന്നതു കണ്ടു ചിരിച്ചു. അവരെന്നെ നിലത്തു വലിച്ചിട്ട് തല്ലിച്ചതച്ചപ്പോഴും ഞാനൊരക്ഷരം മിണ്ടിയില്ല. അവരെന്നെ ചീത്തവിളിച്ചുകൊണ്ടിരുന്നു ‘വൃത്തികെട്ട താഴ്ന്ന ജാതി ഹിന്ദു...’ അവർ വിളിച്ചു പറഞ്ഞു. “തന്തയില്ലാത്തവനേ, നിന്നെ ഞങ്ങൾ കൊല്ലും. ഞങ്ങളുടെ മസ്ജിദ് പൊളിച്ചുകളഞ്ഞിട്ട് നീ രക്ഷപ്പെടാമെന്നു കരുതുന്നോ? നിങ്ങളെ എല്ലാവരെയും ഈ രാജ്യത്തുനിന്ന് പുറത്താക്കിയേ ഞങ്ങൾ അടങ്ങു.”

സുരഞ്ജൻ ശാന്തനായിരുന്ന് എല്ലാം കേട്ടു. അവനെ സമാധാനിപ്പിക്കാനെന്തെങ്കിലും പറയണമെന്ന് ആഗ്രഹമുണ്ടായിരുന്നു. വാക്കുകൾ പുറത്തുവന്നില്ല. ഹൃദയം ഉച്ചത്തിൽ മിടിച്ചുകൊണ്ടിരുന്നു. അവന്റെ ഹൃദയവും അതുപോലെയാണോ മിടിക്കുന്നത്? ഒരുപക്ഷേ ആയിരിക്കാം.

നീല ചായ കൊണ്ടുവന്നു. ചായ കുടിക്കവെ മായയെക്കുറിച്ചവർ സംസാരിച്ചു. “ഞാൻ മായയെക്കുറിച്ചോർത്ത് ശരിക്കും വിഷമിക്കുന്നു. അവൾ പെട്ടെന്ന് ജഹാംഗീറിനെ വിവാഹം കഴിക്കാൻ തീരുമാനിച്ചെങ്കിലോ?”

“നല്ലവനായ ദൈവമേ! സുരഞ്ജൻ ദാ! അതു ശരിയാണോ? വളരെ വൈകുന്നതിനു മുമ്പ് അവളെ തടയൂ. അതെങ്ങനെയാകുമെന്ന് നിങ്ങൾക്കറിയാമോ... നമ്മൾ പലപ്പോഴും ധൃതിപിടിച്ച് തീരുമാനങ്ങളെടുക്കുന്നു, ചുറ്റുപാടുകളുടെ സമ്മർദ്ദത്താൽ.”

“നമുക്കു നോക്കാം. ഞാൻ മടങ്ങിപ്പോകുമ്പോൾ പരുളിന്റെ വീട്ടിൽനിന്ന് അവളെ കൂട്ടിക്കൊണ്ടുപോകും. നിങ്ങൾക്കറിയാമോ, മായയിൽ വലിയ മാറ്റം വന്നതായി എനിക്കു തോന്നുന്നു. ജീവിക്കാനുള്ള മോഹം അവളെ സ്വന്തം പേര് ഫരീദാബീഗം എന്നോ മറ്റോ ആക്കി മാറ്റാൻ നിർബന്ധിച്ചേക്കാം... അതു വലിയ സ്വാർത്ഥതയാണ്.”

നീലയുടെ കണ്ണുകളിൽ യാഥാർത്ഥ്യബോധം നിറഞ്ഞുനിന്നു. അലോക് ഉറങ്ങി. അവന്റെ കവിളുകളിൽ വറ്റിയ കണ്ണീർചാലുകൾ കാണാം. പുലോക് എഴുന്നേറ്റ് അസ്വസ്ഥതയോടെ മുറിക്കുള്ളിൽ നടക്കാൻ തുടങ്ങി. അയാളുടെ അസ്വാസ്ഥ്യം കുറെയൊക്കെ സുരഞ്ജനിലേക്കും പടർന്നു. അവർ അപ്പോൾ ചായയുടെ കാര്യം മറന്നു; അതവിടെ ഇരുന്നു തണുത്തു. വാസ്തവത്തിൽ,

സുരഞ്ജൻ ചായ പ്രതീക്ഷിച്ചിരിക്കയായിരുന്നു. ആ ദാഹം എങ്ങനെ അപ്രത്യക്ഷമായി എന്നത് അതിശയമാണ്. അയാൾ കണ്ണുകളടച്ചു ചിന്തയിലാണ്ടു. എന്തൊക്കെ പറഞ്ഞാലും, ഈ രാജ്യം തന്റെ പൂർവ്വികന്മാരുടേതെന്നപോലെ തന്റേതുമാണ്, തന്റെ പിതാവിന്റേതുമാണ്. എന്നിട്ടും, എന്തുകൊണ്ട് ഒറ്റപ്പെട്ടവനായി തോന്നുന്നു? സ്വന്തം നാട്ടിൽ എന്തുകൊണ്ട് അവകാശങ്ങൾക്കായി നിലകൊള്ളാൻ കഴിയുന്നില്ല?

സ്വതന്ത്രമായി സംസാരിക്കാനുള്ള അവകാശമില്ല, ഇഷ്ടമുള്ളിടത്തു പോകാൻ കഴിയുന്നില്ല. ആഗ്രഹിക്കുന്ന തരം ഉടുപ്പുകൾ ധരിക്കാൻ കഴിയുന്നില്ല. സ്വന്തം ഇഷ്ടാനുസാരം ഒന്നും ചെയ്യാനാവില്ല, ആരൊക്കെയോ തന്നെ കഴുത്തുഞെക്കി ശ്വാസം മുട്ടിക്കുന്നതുപോലെ! അറിയാതെ അവന്റെ കരങ്ങൾ കഴുത്തിലേക്കു നീങ്ങി, ഇരുകൈകൾ കൊണ്ടും ശക്തമായി ഞെക്കി. ശ്വാസം മുട്ടുന്നതുപോലെ തോന്നിയപ്പോൾ പിടുത്തം അയച്ച് നൈരാശ്യത്തോടെ അലറി.

"പുലോക്, എനിക്കു സുഖം തോന്നുന്നില്ല..."

പുലോകിന്റെ നെറ്റിയിൽ വിയർപ്പുകണങ്ങൾ പൊടിഞ്ഞു. ഈ ശീതകാലത്തു വിയർക്കുന്നോ? സുരഞ്ജന്റെ കൈകൾ സ്വന്തം നെറ്റിയിലേക്കു നീണ്ടു. അവിടെയും വിയർത്തിരിക്കുന്നതുകണ്ട് അവൻ ഞെട്ടി. ഇതു പേടിച്ചിട്ടാണോ? ആരും അവരെ അടിക്കുന്നില്ല, ഞെക്കിക്കൊല്ലുന്നുമില്ല. പിന്നെ എന്തിനാണവർ ഇത്ര പേടിക്കുന്നത്? എന്താണവരുടെ ഹൃദയം ഇങ്ങനെ പിടക്കുന്നത്?

സുരഞ്ജൻ ടെലിഫോണിനരികിൽ ചെന്ന് ദിലീപ് ഡെയ്ക്ക് ഫോൺ ചെയ്തു. അവന്റെ ആ സ്നേഹിതൻ ഒരിക്കൽ പ്രശസ്ത വിദ്യാർത്ഥി നേതാവായിരുന്നു. ഭാഗ്യത്തിനയാൾ വീട്ടിലുണ്ട്.

"സുഖം തന്നെയല്ലേ, ദാദാ? എന്തെങ്കിലും പ്രശ്നമുണ്ടോ? പ്രധാനപ്പെട്ട എന്തെങ്കിലും സംഭവമുണ്ടായോ?"

"ഇല്ല. അങ്ങനെ പ്രശ്നമൊന്നുമില്ല. എന്തുകൊണ്ടോ എനിക്കൊരു സുരക്ഷിതത്വം തോന്നുന്നില്ല. എന്തായാലും, ഞാൻ മാത്രമല്ല പ്രശ്നങ്ങൾ അഭിമുഖീകരിക്കുന്നത്, രാജ്യം മുഴുവനുമാണ്."

"അതെ, തീർച്ചയായും"

"നിങ്ങൾക്കു സുഖമല്ലേ? ചിറ്റഗോംഗിലെ നിലയെക്കുറിച്ച് നിങ്ങൾ കേട്ടിരിക്കുമല്ലൊ!"

"അവിടെ എന്താണ് സംഭവിക്കുന്നത്?"

"സന്ദീപ് പോലീസ് സ്റ്റേഷൻ അതിർത്തിയിലെ നിരവധി അമ്പലങ്ങൾ തകർക്കപ്പെട്ടു. വീടുകൾ കൊള്ളയടിക്കപ്പെട്ടു. ആളുകൾ ആക്രമിക്കപ്പെട്ടു. കത്തികാട്ടി ആയിരങ്ങൾ തട്ടിയെടുക്കുന്നു..."

"എങ്ങനെയാണ് ഇത്രയും വിശദമായി നിങ്ങൾക്കു വിവരങ്ങൾ ലഭിക്കുന്നത്?"

"ഞാൻ ചിറ്റഗോംഗിൽ നിന്നുള്ളവനാണെന്ന വിവരം നിങ്ങൾ മറക്കുന്നു. ഞാൻ വാർത്തകൾ അന്വേഷിച്ചാലും ഇല്ലെങ്കിലും അതെന്നെത്തേടി വരുന്നു."

ദിലീപ്ഡെ പറഞ്ഞുകൊണ്ടിരുന്ന, തകർക്കപ്പെട്ട അമ്പലങ്ങളുടെയും കൊള്ളയടിക്കപ്പെട്ട വീടുകളുടെയും, ആക്രമിക്കപ്പെട്ട ഹതഭാഗ്യരായ ഹിന്ദുക്കളുടെയും പട്ടിക അങ്ങനെ നീണ്ടുപോകുകയാണ്...

"എത്രനേരം ഞാനിതു കേട്ടുകൊണ്ടിരിക്കണം, ദിലീപ്ദാ? എനിക്കു മതിയായി."

"നിനക്കു സുഖമല്ലേ, സുരഞ്ജൻ? നിന്റെ ശബ്ദം വ്യത്യാസപ്പെട്ടിരിക്കുന്നല്ലോ."

"എനിക്ക് ശരിക്കും അറിയില്ല."

അവൻ ഫോൺ താഴെ വച്ചപ്പോൾ, ദേബവ്രതയ്ക്ക് കുഴപ്പമൊന്നുമില്ലല്ലോ എന്നന്വേഷിക്കാൻ പുലോക് ആവശ്യപ്പെട്ടു. ദേബവ്രതയുമായി സംസാരിച്ച ശേഷം മഹാദേബ് ഭട്ടാചാര്യ, അസിറ്റ്പാൾ, സാജൻധർ, മാധബിഘോഷ്, കുന്താലാ ചൗധരി, സരൽഡെ, രബീന്ദ്രഗുപ്താ, നിഖിൽ സന്യാൽ, നിർമ്മൽ സെൻ ഗുപ്ത എന്നിവർക്കും സുരഞ്ജൻ ഫോൺ ചെയ്തു സുഖവിവരം ആരാഞ്ഞു. വളരെ കാലത്തിനുശേഷമാണ് അവൻ ഇവരുമായി സംസാരിക്കുന്നത്, അവർ പരസ്പരം നന്നായി അറിയുമെങ്കിലും. വിചിത്രമായൊരു ബന്ധം ഇപ്പോൾ അവരോടു തോന്നി.

ഫോൺ അടിച്ചു. ദേഷ്യത്തോടെ സുരഞ്ജൻ എടുത്തു. കോക്സ് ബസാറിൽനിന്ന് പുലോകിനുള്ള ഫോണാണ്. ഫോൺ സംഭാഷണം അവസാനിച്ചശേഷം അവൻ പറഞ്ഞു.

"കോക്സ് ബസാറിലെ ജമാത്തി ഷിബീറിൽ അവർ ദേശീയപതാക കത്തിച്ചത്രെ."

ഈ വാർത്തകേട്ട് തനിക്കു യാതൊരു താത്പര്യവും തോന്നാതിരുന്നതിൽ സുരഞ്ജൻ സ്വയം അദ്ഭുതപ്പെട്ടു. അവന് ദുഃഖവും വേദനയും തോന്നേണ്ടതാണ്. അതിശയമെന്നുപറയട്ടെ, ദേശീയപതാക കത്തിച്ചതിൽ അവനു യാതൊരു വികാരവും തോന്നിയില്ല. എന്തായാലും, അതവന്റെ ദേശീയ പതാകയല്ലല്ലോ, ആണോ? അങ്ങനെ ചിന്തിച്ചതിൽ അവൻ സ്വയം ശാസിച്ചു. അവനങ്ങനെ അല്പനും സ്വാർത്ഥിയുമാകാൻ എങ്ങനെ കഴിഞ്ഞു? എന്നാലും, ആ ഉദാസീനത വിട്ടുമാറിയില്ല. ദേഷ്യം വരേണ്ടിടത്ത് ഒരു നിർവ്വികാരതമാത്രം.

പുലോക് വന്നു സുരഞ്ജന്റെ അടുത്തിരുന്നു. അവൻ പറഞ്ഞു.

"ഇന്ന് വീട്ടിൽ പോകേണ്ട. ഞങ്ങളോടൊപ്പം തങ്ങു. തെരുവിലിറങ്ങിയാൽ എന്തു സംഭവിക്കുമെന്നു പറയാനാവില്ല. നമ്മളാരും ഈ സമയത്ത് പുറത്തിറങ്ങാൻ പാടില്ല."

തലേന്നു വൈകുന്നേരം ലുട്ഫോർ ഇതേ ഉപദേശമാണ് തന്നത്. പക്ഷേ, അതിന്റെ ധ്വനിയും അർത്ഥവും മറ്റൊന്ന്. പുലോകിന്റെ ഉപദേശം ആത്മാർത്ഥതയോടെയുള്ളതാണെന്ന് സുരഞ്ജൻ ഓർത്തു, ലുട്ഫോർ ധിക്കാരത്തിന്റേയും അധികാരത്തിന്റെയും മൂർത്തീകരണമാണ്.

നീല നിരാശയോടെ നെടുവീർപ്പിട്ടു.

"നമ്മുടെ രാജ്യത്ത് നമ്മൾക്കു ജീവിതം തുടരാൻ കഴിയുമോ എന്നു ഞാൻ സംശയിക്കുന്നു. ഇന്നു നമ്മൾ സുരക്ഷിതരാണെങ്കിൽ, നാളെ ഇരകളായിരിക്കും. എത്ര ഭയങ്കര അനിശ്ചിതത്വത്തിലാണ് നമ്മൾക്കെല്ലാം ജീവിക്കേണ്ടിവരുന്നത്! ഈ അനിശ്ചിതത്വത്തിൽ ജീവിക്കുന്നതിനേക്കാൾ ഭേദം ദാരിദ്ര്യത്തിൽ ജീവിക്കുന്നതാണെന്ന് ഞാൻ ശരിക്കും കരുതുന്നു."

അവിടെ താമസിക്കാനുള്ള പുലോകിന്റെ ക്ഷണം സുരഞ്ജൻ സ്വീകരിക്കാൻ തയ്യാറായതാണ്. എന്നാൽ സുധാമൊയിയും കിരൺമൊയിയും വീട്ടിൽ ഒറ്റയ്ക്കാണല്ലോ എന്ന ചിന്ത അയാളെ തിരിച്ചുപോകാൻ പ്രേരിപ്പിച്ചു.

അവൻ പറഞ്ഞു "എന്തായാലും ഒരു ഭാഗ്യപരീക്ഷണം നടത്തട്ടെ. അങ്ങേയറ്റം, ഞാൻ മുസ്ലിമുകളുടെ കയ്യിൽ ഒരു രക്തസാക്ഷിയായി തീർന്നേക്കാം. തിരിച്ചറിയപ്പെടാത്ത ഒരു ശരീരം ചപ്പുചവറുകൾക്കിടയിൽ അനാഥമായി കിടക്കുന്നതു കണ്ടെത്തിയേക്കും? ജനങ്ങൾ തിരിഞ്ഞുനോക്കി പറയും... അതൊരു ആക്സിഡന്റ് ആണ്... സുരഞ്ജൻ ഉച്ചത്തിൽ ചിരിച്ചു. പുലോകിന്റെയും നീലയുടെയും മുഖത്ത് നേരിയൊരു പുഞ്ചിരിപോലും പ്രത്യക്ഷപ്പെട്ടില്ല. തെരുവിൽവച്ച് സുരഞ്ജൻ ഒരു റിക്ഷ കണ്ടു. എന്നാൽ, രാത്രി എട്ടു മണിയല്ലേ ആയിട്ടുള്ളു. വീട്ടിൽ പോകാനവൻ ധൃതി കാണിച്ചില്ല. നല്ലൊരു പെൺകുട്ടിയെ കെട്ടി സുഖജീവിതം നയിക്കുന്ന പുലോകിന്റെ ഭാഗ്യത്തെ ക്കുറിച്ച് ചെറിയൊരു കയ്പോടെ അവൻ ഓർത്തു. സുരഞ്ജന്നു മാത്രം ഒന്നും നേടാനായില്ല. വിവാഹം കഴിച്ചു നല്ലൊരു ദാമ്പത്യജീവിതം നയിക്കണ മെന്നു ചിലപ്പോൾ അവനു തോന്നാറുണ്ട്. പർവീണിന്റെ വിവാഹ ശേഷം ആ ചിന്ത പാടെ ഉപേക്ഷിച്ചതായിരുന്നു. രണ്ടു മാസത്തിനുമുമ്പ് രത്ന എന്ന പെൺകുട്ടിയെ കണ്ടുമുട്ടിയപ്പോൾ, പഴയ ആഗ്രഹം ഹൃദയത്തിൽ വീണ്ടും മുളച്ചുവന്നു. അവളെ എന്തുമാത്രം താൻ സ്നേഹിക്കുന്നു എന്നവളെ അറിയിക്കാൻ ഇതുവരെ സമയമോ സന്ദർഭമോ ലഭിച്ചിട്ടില്ല. അവളെ അക്കാര്യം അറിയിക്കാതിരിക്കുന്ന പ്രശ്നമേ ഇല്ല!

ഞങ്ങൾ കണ്ടുമുട്ടിയ ദിവസം രത്ന ചോദിച്ചു: "നിങ്ങൾ എങ്ങനെയാണ് സമയം ചെലവഴിക്കുന്നത്? എന്തു ചെയ്യുന്നു?"

"ഒന്നും ചെയ്യുന്നില്ല." സുരഞ്ജൻ ആത്മാർത്ഥതയോടെ തുറന്നു പറഞ്ഞു.

“ജോലിയോ, ബിസിനസ്സോ, കച്ചവടമോ...?”

“ഇല്ല.”

“രാഷ്ട്രീയക്കാരനാണോ?”

“കുറച്ചൊക്കെ.”

“യൂത്ത് യൂണിയൻ അംഗമാണെന്നു കേട്ടല്ലോ.”

“ഇപ്പോൾ അതിലും താൽപര്യമില്ല.”

“എന്തിലാണ് ഇഷ്ടം?’

“കറങ്ങിയടിക്കാൻ, ജനസമ്പർക്കം നടത്താൻ.”

“നിങ്ങൾക്കു മരങ്ങളും പുഴകളും ഇഷ്ടമല്ലേ?”...

“അതെ, ഇഷ്ടമാണ്. എന്നാൽ ജനങ്ങളെയാണ് ഞാൻ ഏറ്റവും കൂടുതൽ ഇഷ്ടപ്പെടുന്നത്. എല്ലാ മനുഷ്യനിലും ഒരു നിഗൂഢത, അല്ലെങ്കിൽ റൊമാൻസ് ഉണ്ട്... മനുഷ്യമനസ്സിന്റെ ആ അജ്ഞാതമായ നിഗൂഢത കണ്ടെത്താൻ ഞാനാഗ്രഹിക്കുന്നു.”

“നിങ്ങൾ കവിത എഴുതാറുണ്ടോ?”

“ഇല്ല. ഒരിക്കലുമില്ല. എന്നാൽ എനിക്കു ചില കവി സുഹൃത്തുക്കളുണ്ട്.”

“നിങ്ങൾ മദ്യപിക്കുമോ?”

“വല്ലപ്പോഴും.”

“എന്തായാലും നന്നായി പുകവലിക്കുന്നുണ്ട്.”

“അതെ. സത്യത്തിൽ അതിനുള്ള പണമില്ല.”

“സിഗററ്റ് വലിക്കുന്നതു ഹാനികരമാണെന്നറിയാമോ?”

“അറിയാം. അക്കാര്യത്തിൽ എനിക്കൊന്നും ചെയ്യാനാവില്ല.”

“എന്താണ് നിങ്ങൾ വിവാഹം കഴിക്കാഞ്ഞത്?”

“ആരും എന്നെ തിരഞ്ഞെടുത്തില്ല.”

“ആരും!”

“ഒരാൾ തിരഞ്ഞെടുത്തു... ഒടുവിലവൾ ‘റിസ്ക്കെ’ടുത്തില്ല.”

“എന്തുകൊണ്ട്?”

“അവൾ മുസ്ലിമായിരുന്നു. നിനക്കറിയാമല്ലോ, ഞാൻ ഒരു ഹിന്ദുവാണെന്ന്. ഒരു ഹിന്ദുവിനെ കല്യാണം കഴിക്കാൻ അവൾക്കു ഹിന്ദുവായി മതം മാറേണ്ട ആവശ്യമില്ല. പക്ഷേ, ഞാൻ മതം മാറി ഒരു അബ്ദുസ് സബ്ബേറോ മറ്റോ ആകേണ്ടിവരും!”

അതുകേട്ട് രത്ന ചിരിച്ചു. അവൾ പറഞ്ഞു. “കല്യാണം കഴിക്കാതിരിക്കയാണ് ഏറ്റവും നല്ലത്. ജീവിതം ഹ്രസ്വമാണ്. യാതൊരു ബന്ധങ്ങളുമില്ലാതെ ജീവിക്കുകയാണ് നല്ലത്.”

"അതുകൊണ്ടാണോ നീ വിവാഹം കഴിക്കാത്തത്?"

"ശരിക്കും."

"ഒരു വിധത്തിൽ അതുതന്നെയാണ് നല്ലതെന്ന് എനിക്കും തോന്നുന്നു."

"നമ്മൾ ഇരുവരും ഒരേ മനോഗതിക്കാരായതിനാൽ, നമ്മുടെ സൗഹൃദം കരുത്തുള്ളതായിരിക്കും."

"എന്നെ സംബന്ധിച്ചിടത്തോളം സുഹൃദ്ബന്ധം വളരെ വിശാലമാണ്. ഏതാനും ചില താൽപര്യങ്ങളിൽ പൊരുത്തമുണ്ടായതുകൊണ്ടു മാത്രം സുഹൃത്തുക്കളാകാൻ പറ്റില്ല."

"നിങ്ങളുടെ സൗഹൃദം നേടാൻ വേണ്ടി ആളുകൾക്ക് തപസ്സിരിക്കേണ്ടി വരുമോ?"

സുരഞ്ജൻ ചിരിച്ചുകൊണ്ടു പറഞ്ഞു. "അങ്ങനെയെങ്കിൽ അതൊരു മഹാഭാഗ്യമാണ്..."

"സ്വയം ഒരാത്മവിശ്വാസമില്ലാത്തപോലെ തോന്നുന്നു."

"എന്നിൽ നല്ല വിശ്വാസമുണ്ട്, മറ്റുള്ളവരിലില്ല."

"എന്നെ എന്തുകൊണ്ടു വിശ്വസിക്കാൻ ശ്രമിച്ചുകൂടാ?"

അന്ന് സുരഞ്ജൻ വളരെ സന്തോഷവാനായിരുന്നു. ആ സംഭാഷണം മനസ്സിൽവച്ചു താലോലിച്ചു. രത്നയെക്കുറിച്ചോർത്ത് ആഹ്ലാദിച്ചു. അവൾ എങ്ങനത്തെ സ്ത്രീയായിരിക്കുമെന്ന് അതിശയത്തോടെ ഓർത്തു. ഈയിടെയായി അവളെക്കുറിച്ചെപ്പോഴും ചിന്തിച്ചുകൊണ്ടിരിക്കുന്നു. ഒരിക്കലെങ്കിലും ഒന്ന് അസിംപൂരിലേക്കു പോയെങ്കിലോ? വെറുതെ ചെന്ന അവളുടെ സുഖവിവരമന്വേഷിക്കാം. തന്നെ കാണുമ്പോൾ അവൾ അമ്പരക്കില്ലേ? എന്തുചെയ്യണമെന്നു സുരഞ്ജന് ഒരു രൂപവുമില്ല. കലുഷിതമായ ഈ അന്തരീക്ഷത്തിൽ, ആത്മരക്ഷയ്ക്കുവേണ്ടി ഒന്നിച്ചുചേരാൻ ഹിന്ദുക്കൾ ആഗ്രഹിക്കുന്നു എന്നതൊരു വാസ്തവമാണ്. അതുകൊണ്ടാണ് അയാൾ അവളെ കാണാൻ ചെന്നതെന്നു രത്ന കരുതുമോ? അവളുടെ സുരക്ഷിതത്വത്തെക്കുറിച്ചു തിരക്കാൻ വേണ്ടിയാണെന്ന് പറയാം. അയാളെ വീട്ടുപടിക്കൽ കാണുമ്പോൾ അവൾക്ക് അസാധാരണത്വമൊന്നും തോന്നില്ലായിരിക്കാം.

റിക്ഷാക്കാരനോട് വണ്ടി അസിംപൂരിലേക്കു തിരിക്കാൻ പറഞ്ഞു. വണ്ടി നീങ്ങിയപ്പോൾ അയാളുടെ ചിന്ത വീണ്ടും രത്നയെക്കുറിച്ചായി. അവൾക്കത്ര പൊക്കമില്ല, അവന്റെ തോളിന്റെ അത്രയേ വരൂ. ഉരുണ്ട മുഖവും വെളുത്ത നിറവുമുള്ള ഒരു സുന്ദരി. കണ്ണുകളിൽ വിഷാദം! അതു സുരഞ്ജനെ അദ്ഭുതപ്പെടുത്തി. അതിന്റെ കാര്യം എന്തായിരിക്കാമെന്ന് അതിശയത്തോടെ അവൻ ചിന്തിച്ചു. പോക്കറ്റ് ഡയറി എടുത്ത് അവളുടെ വിലാസം ഉറപ്പുവരുത്തി.

രത്ന വീട്ടിലില്ല.

ഒരു വൃദ്ധൻ വാതിൽ സ്വല്പം തുറന്ന്, ചോദിച്ചു.

"നിന്റെ പേരെന്താണ്?"

"സുരഞ്ജൻ."

"അവൾ ധാക്കയിൽനിന്നും പുറത്തു പോയിരിക്കയാണ്."

"എന്ന്? എവിടേക്ക്?" അവളെക്കുറിച്ചറിയാനുള്ള തന്റെ ജിജ്ഞാസയിൽ സുരഞ്ജനു നാണം തോന്നി.

"സിയാൽ ഹെറ്റ്"

"എന്നു തിരിച്ചുവരുമെന്ന് അറിയാമോ?"

"ഇല്ല."

ഔദ്യോഗിക ആവശ്യങ്ങൾക്കു വേണ്ടിയാണോ അവൾ സിയാൽ ഹെറ്റിലേക്കു പോയിരിക്കുന്നത്? അതോ ലീവിലാണോ? അതോ ധാക്കയിൽനിന്ന് ഓടിപ്പോയതാണോ? അല്ലെങ്കിൽ...അവൾ പോയിട്ടേ ഇല്ലായിരിക്കുമോ? തന്നെ ഒഴിവാക്കാൻ വേണ്ടി സിയാൽ ഹെറ്റിൽ പോയെന്നു നുണ പറഞ്ഞതാണോ? അയാൾ സ്വന്തം പേര് വെളിപ്പെടുത്തിയിരുന്നതാണ്. 'സുരഞ്ജൻ' ഹിന്ദുപേരാണെന്നു വ്യക്തമല്ലേ?... അവർ പേടിച്ചിട്ടായിരിക്കില്ല. അസിംപൂർ തെരുവുകളിലൂടെ നടക്കുമ്പോൾ ഇതെല്ലാമായിരുന്നു അവന്റെ തലച്ചോറിലൂടെ കടന്നുപോയ ചിന്തകൾ. ഒരു ഹിന്ദുവാണെന്ന് അവനെ ആരും തിരിച്ചറിഞ്ഞില്ല. അതിലെ നടന്നുപോയിരുന്ന മിക്കവാറും പേരുടെ തലയിൽ തൊപ്പിയുണ്ട്. ലഹളക്കാരായ യുവാക്കൾ ചുറ്റും കൂടിനിന്ന് എന്തോ ചർച്ച ചെയ്യുന്നു; മറ്റുള്ളവർ അലസരായി നിൽക്കുന്നു. എന്നാൽ ആരും അവനെ തിരിച്ചറിഞ്ഞില്ല. അവർ ആരെങ്കിലും ഞാൻ ഒരു ഹിന്ദുവാണെന്നു തിരിച്ചറിഞ്ഞിരുന്നെങ്കിൽ, ഇതിനകം തന്റെ ശവം ശ്മശാനത്തിലെത്തിയേനെ! ഒറ്റയ്ക്കു പൊരുതി ആത്മരക്ഷ നേടാനാവില്ല. സ്വന്തം ഹൃദയമിടിപ്പ് ഉറക്കെ കേൾക്കാമെന്നു തോന്നി, ഗൗതമിന്റെ കിടക്കയിലിരുന്നപ്പോൾ കേട്ടതുപോലെ. നെറ്റിയിൽ വിയർപ്പുകണങ്ങൾ പൊടിഞ്ഞു. അതൊരു വിചിത്രസംഭവം തന്നെ. മഞ്ഞുകാറ്റ് നനുത്ത ഉടുപ്പിൽ അടിച്ച് ശരീരം തണുപ്പിക്കുമ്പോൾ, നെറ്റിത്തടത്തിൽ വിയർപ്പു തുള്ളികൾ, മുത്തുമണികൾ പോലെ പൊന്തിവരുന്നു!

പലാഷി വരെ സുരഞ്ജൻ നടത്തം തുടർന്നു. ഇവിടെ നിർമ്മലേന്ദു ഗൂണിനെ കണ്ട് സുഖവിവരമറിയാമെന്നു കരുതി. എൻജിനീയറിംഗ് യൂണിവേഴ്സിറ്റിയിലെ നാലാം ക്ലാസു ജോലിക്കാരുടെ ഹൗസിങ് കോളനിയിൽ ആ സ്നേഹിതൻ ഒരു മുറി വാടകയ്ക്കെടുത്തിട്ടുണ്ട്. ഗൂണിനോട് തനിക്ക് വലിയ ബഹുമാനമാണ്; മാന്യനും സംസ്കാര സമ്പന്നനുമായ ഗൂൺ മനസ്സിലുള്ളത് തുറന്നു പറയുന്ന പ്രകൃതക്കാരനാണ്.

വാതിൽക്കൽ മുട്ടിയപ്പോൾ ഒരു പന്ത്രണ്ടുവയസ്സുകാരി വന്നു വാതിൽ തുറന്നു. നിർമ്മലേന്ദു ഗൂൺ കിടക്കയിലിരുന്ന് ടി.വി. ശ്രദ്ധിച്ചു കാണുകയാണ്.

സുരഞ്ജനെ കണ്ട ഉടനെ, ടാഗോറിന്റെ ഗാനത്തിലെ ഒരു വരി ആലപിച്ചു കൊണ്ടു സ്നേഹിതനെ സ്വീകരിക്കാനെത്തി. ആ വരി ഇതാണ്: "എന്റെ എളിയ മുറിയിലേക്കു ദയവായി വന്നാലും..."

"ടി.വി.യിൽ കാണാൻ എന്തെങ്കിലുമുണ്ടോ?"

"ഞാൻ പരസ്യങ്ങൾ കാണുകയായിരുന്നു, സൺലൈറ്റ്, ബാറ്ററി, സിയ സിൽക്ക് സാരി, പെപ്സ്ജെൻ ടൂത്ത് പേസ്റ്റ്... ഹമദ്നാഥും കൊറാൻ എർബാനിയും കാണും."

സുരഞ്ജനു ചിരിക്കാതിരിക്കാൻ കഴിഞ്ഞില്ല: "എങ്ങനെയാണ് നീ, പുറത്തു പോകാറില്ലെന്നു തോന്നുന്നു, അല്ലേ?"

"നാലു വയസ്സായൊരു മുസ്ലിം പയ്യൻ എന്റെ വീട്ടിലുണ്ട്. ഞങ്ങളുടെ ജീവൻ അവനെയാണ് ആശ്രയിച്ചിരിക്കുന്നത്. ഇന്നലെ ഞാൻ അഷിമിന്റെ വീട്ടിൽ പോയി. ഈ പയ്യനെ മുന്നിൽ നടത്തി ഞാനവനെ പിൻതുടർന്നു."

സുരഞ്ജൻ വീണ്ടും ചിരിച്ചു. "എന്നാൽ, ആരാണെന്ന് ചോദിക്കാതെ തന്നെ വാതിൽ മലർക്കെ തുറന്നല്ലോ. അതു മറ്റാരോ ആയിരുന്നെങ്കിലോ?"

ഇപ്പോൾ ചിരിച്ചതു ഗൂൺ ആണ്.

"ഇന്നലെ രാത്രി ഏകദേശം രണ്ടുമണിക്കു ചില യുവാക്കൾ റോഡിനു നടുവിൽ നിൽക്കുകയായിരുന്നു. ജാഥയ്ക്കുള്ള തയ്യാറെടുപ്പിലാണ്. ഹിന്ദു ക്കളെ ശക്തമായി അവഹേളിക്കാൻ പറ്റിയ മുദ്രാവാക്യങ്ങളെക്കുറിച്ചായിരുന്നു, വാസ്തവത്തിൽ അവരുടെ ചർച്ച. പെട്ടെന്ന് ഞാൻ ഉറക്കെ ചോദിച്ചു: 'ആരാ ണത്?' അവർ മെല്ലെ മാറി. നിനക്കറിയാമോ, പലരും എന്നെ ഒരു മൗലവി യായി തെറ്റിദ്ധരിച്ചിരിക്കയാണ്; എന്റെ തലമുടിയും താടിയും കണ്ടാൽ അങ്ങനെയേ തോന്നൂ."

"നീ കവിത എഴുതാറുണ്ടോ?"

"ഇല്ല. അതുകൊണ്ട് എന്തു കാര്യം? ഞാനതെല്ലാം നിർത്തി."

"രാത്രി അസിംപൂർ മാർക്കറ്റിൽ നീ ചൂതുകളിക്കാറുള്ളതു നേരാണോ?"

"അതെ. കുറച്ചുസമയം ഞാനവിടെ ചെലവഴിക്കാറുണ്ട്. പക്ഷേ, ഈയിടെ യായി പോകാറില്ല."

"എന്തുകൊണ്ട്?"

"ഞാൻ കട്ടിലിൽനിന്ന് എഴുന്നേൽക്കാറുപോലുമില്ല. പുറത്തുപോയാൽ അവരെന്നെ പിടികൂടിയെങ്കിലോ എന്നെനിക്കു ഭയങ്കര പേടിയാണ്!" "അവർ ടി.വി.യിൽ വല്ലതും കാണിക്കുന്നുണ്ടോ? ഞാൻ ഉദ്ദേശിച്ചത്, അമ്പലങ്ങൾ തകർക്കുന്നതിനെക്കുറിച്ചുള്ള വാർത്തകൾ എന്തെങ്കിലും?"

"ഇല്ല. യാതൊന്നുമില്ല. മതസൗഹാർദ്ദം നിലനിൽക്കുന്ന ഒരു രാജ്യ മായിട്ടേ ടി.വി. കാണുമ്പോൾ നിങ്ങൾക്കു തോന്നൂ. ഇവിടെ യാതൊരു വർഗ്ഗീയ

കലാപവും പൊട്ടിപ്പുറപ്പെട്ടിട്ടില്ല, അതെല്ലാം സംഭവിക്കുന്നത് ഇന്ത്യയിൽ മാത്രമാണ്."

"കഴിഞ്ഞ ദിവസം ആരോ പറഞ്ഞു, നാനൂറ് വർഗ്ഗീയ കലാപങ്ങളെങ്കിലും ഇന്ത്യയിൽ നടന്നിട്ടുണ്ട്. എന്നിട്ടും ഇന്ത്യയിലെ മുസ്ലിമുകൾ അവരുടെ രാജ്യം വിട്ടുപോകുന്നില്ല. എന്നാൽ, ഇവിടത്തെ ഹിന്ദുക്കൾ ഒരു കാൽ ബംഗ്ലാദേശിലും, മറ്റേത് ഇന്ത്യയിലുമാണ് വച്ചിട്ടുള്ളത്. മറ്റൊരു വിധത്തിൽ പറഞ്ഞാൽ, ഇന്ത്യയിലെ മുസ്ലിമുകൾ തങ്ങളുടെ ലക്ഷ്യത്തിനുവേണ്ടി പോരാടുന്നു, എന്നാൽ ബംഗ്ലാദേശി ഹിന്ദുക്കൾ ഓടിപ്പോകുന്നു."

ഗൂൺ ഗൗരവത്തോടെയാണ് സംസാരിച്ചത്.

"ഇന്ത്യയിലെ മുസ്ലിമുകൾക്കു പോരാടാനുള്ള ഒരന്തരീക്ഷമാണുള്ളത്. ഇന്ത്യയിലെ നില അതാണ്. ഇന്ത്യ ഒരു മതേതര രാഷ്ട്രമാണ്. ഇവിടെ മതമൗലികവാദികളുടെ കയ്യിലാണ് അധികാരം. ഈ രാജ്യത്തു പോരാടാനൊരു മാർഗ്ഗവുമില്ല, ഹിന്ദുക്കൾ രണ്ടാംക്ലാസു പൗരന്മാരാണ്. രണ്ടാം ക്ലാസു പൗരന്മാർക്ക് എപ്പോഴാണ് പോരാടാൻ അധികാരം ലഭിക്കുക?"

"നീ എന്തുകൊണ്ട് ഇതിനെക്കുറിച്ച് എഴുതുന്നില്ല?"

"പലപ്പോഴും എഴുതണമെന്നു തോന്നിയിട്ടുണ്ട്. ഞാനതു ചെയ്താൽ, ഉടനെ എന്നെ ഇന്ത്യൻ അനുഭാവിയായി മുദ്രകുത്തി തെറി വിളിക്കും. ഒരുപാട് വിഷയങ്ങളെക്കുറിച്ച് ഏഴുതണമെന്നുണ്ട്. മനപ്പൂർവ്വം ഞാൻ എഴുതാതിരിക്കുകയാണ്. അതു കൊണ്ടെന്തുകാര്യം!"

ഗൂൺ ടി.വി.യുടെ അടുത്തേക്കുതന്നെ പോയി. ഗീത ചായയുമായി എത്തി. സുരഞ്ജന് ചായ കുടിക്കണമെന്നു തോന്നിയില്ല. ഗൂണിന്റെ കാഴ്ചപ്പാടുകൾ അവനെ ഉത്തേജിപ്പിച്ചിരുന്നു.

പെട്ടെന്ന് ഗൂൺ പൊട്ടിച്ചിരിച്ചുകൊണ്ടു പറഞ്ഞു: "നീ എല്ലാവരുടെയും സുഖവിവരങ്ങളന്വേഷിച്ചു ചുറ്റിക്കറങ്ങുന്നു. നിന്റെ വിശേഷമെന്താണ്. പൂർണ്ണ സുരക്ഷിതത്വത്തിലാണോ?"

"ദാദാ, നിങ്ങൾ ചൂതുകളിയിൽ എന്തെങ്കിലും നേടിയിട്ടുണ്ടോ?"

"ഇല്ല."

"പിന്നെ എന്തിനാണ് കളിക്കുന്നത്?"

"ഞാൻ കളിച്ചില്ലെങ്കിൽ, അവർ തന്തയ്ക്കുവിളിച്ച് എന്നെ ചീത്ത പറയും. അതുകൊണ്ട് എനിക്കു കളിക്കേണ്ടിവരുന്നു."

സുരഞ്ജൻ പൊട്ടിച്ചിരിച്ചു, ഗൂണും ഒപ്പം ചിരിച്ചു. അവനു നല്ല നർമ്മരസമുണ്ട്. എവിടെയും അതിഥികളെ രസിപ്പിക്കാനുള്ള കഴിവുണ്ട്. 'ലാസ് വേഗാസിലെ' കാസിനൊയിൽ ചൂതുകളിക്കുന്നതും, 'പലാഷി'യിലെ ചേരി പ്രദേശങ്ങളിൽ കൊതുകുകടികൊണ്ടു ജനസേവനം നടത്തുന്നതും, അവൻ ഒരു പോലെ ആസ്വദിച്ചു. ഒരു കാര്യത്തിലും അവനു നിർബന്ധമില്ലായിരുന്നു;

ഒരിക്കലും ദേഷ്യപ്പെട്ടു കണ്ടിട്ടില്ല. തന്റെ കൊച്ചുമുറിയിലവൻ സംതൃപ്തനാണ്; കൊച്ചു കൊച്ചു വിനോദങ്ങളിലേർപ്പെട്ട് സന്തോഷത്തോടെ സമയം ചെലവഴിക്കുന്നു. അവന് ഇത്ര സന്തോഷത്തോടെ എങ്ങനെ ജീവിക്കാൻ കഴിയുന്നു എന്ന് സുരഞ്ജൻ അദ്ഭുതത്തോടെ ഓർത്തു. വാസ്തവത്തിൽ ഇതെല്ലാം അവൻ ഹൃദയത്തിൽ ഒളിച്ചുവച്ചിരിക്കുന്ന ദുഃഖങ്ങളുടെ ഒരു മുഖംമൂടിയല്ലേ? ജീവിതത്തിലെ നിഷ്ഠുര യാഥാർത്ഥ്യങ്ങളിൽനിന്ന് ഒളിച്ചോടാനാകില്ലെന്നു മനസ്സിലാക്കി സ്വയം സന്തോഷവാനായിരിക്കാൻ ശ്രമിക്കയാണോ?

സുരഞ്ജൻ എഴുന്നേറ്റു. അവന്റെ ഹൃദയത്തിൽ വേരൂന്നിക്കിടന്ന വേദനയും യാതനയും ഇപ്പോൾ വർധിക്കുകയാണ്. വേദന ഒരു പകർച്ചവ്യാധിയാണോ?

അവൻ പലാഷിവിട്ട് തികാതുലിയിലേക്കു നടന്നു. റിക്ഷ പിടിക്കാൻ തുനിഞ്ഞില്ല. അഞ്ചു ടക്കയേ കയ്യിലുള്ളു. പലാഷി ക്രോസിംഗിൽ നിന്ന് ഒരു സിഗററ്റ് വാങ്ങി. 'ബംഗ്ലാ ഫൈവ്' സിഗററ്റ് ആവശ്യപ്പെട്ടപ്പോൾ കടക്കാരൻ വിചിത്രമായൊരു നോട്ടം അവനു നേരെ പായിച്ചു. സുരഞ്ജന്റെ ഹൃദയം പിടച്ചു. താനൊരു ഹിന്ദുവാണെന്നയാൾ ഊഹിച്ചുകാണുമോ? ബാബറി മസ്ജിദ് പൊളിച്ചുമാറ്റിയതുമുതൽ ഹിന്ദുക്കളെ നിർദ്ദയമായി മർദ്ദിക്കുന്നുണ്ടെന്ന കാര്യം അയാൾക്കറിയാമോ? അവൻ പെട്ടെന്ന് സിഗററ്റിന്റെ കാശു കൊടുത്ത് വേഗം നടന്നു. തന്റെ വിചിത്ര ചിന്തയിൽ അവൻ സ്വയം അദ്ഭുതപ്പെട്ടു, മുമ്പൊരിക്കലും ഇങ്ങനെ തോന്നിയിട്ടില്ല. സിഗററ്റു കത്തിക്കാതെയാണവൻ ഷോപ്പിൽ നിന്നു പോന്നത്, താൻ ഹിന്ദുവാണെന്നയാൾ അറിഞ്ഞെങ്കിലോ എന്ന ഭയത്തിൽ!

ഒരാൾ ഹിന്ദുവാണെന്നോ മുസ്ലിമാണെന്നോ അയാളുടെ ശരീരത്തിൽ തീർച്ചയായും എഴുതിവച്ചിട്ടില്ല...എന്നാൽ തന്റെ നോട്ടം, സംസാരം, നടത്തം എന്നിവയിൽനിന്ന് ഒരു ഹിന്ദുവാണെന്നു തിരിച്ചറിയുമോ എന്നു സുരഞ്ജൻ ഭയപ്പെട്ടു. തികാതുലിയിലേക്കയാൾ നടക്കവെ ഒരു നായ ഉറക്കെ ഓരിയിട്ടു. സുരഞ്ജൻ പേടിച്ചുചാടാൻ പോയി. അതേസമയത്ത് ഒരു കൂട്ടം പിള്ളേർ "പിടിക്കു...പിടിക്കു." എന്ന് വിളിച്ചു പറയുന്നതവൻ കേട്ടു. പിൻ തിരിഞ്ഞു നോക്കാതെ കഴിയാവുന്നത്ര വേഗത്തിൽ അവൻ ഓടി; വിയർത്തു കുളിച്ചു, ഷർട്ടിന്റെ ബട്ടനുകൾ ഊരിയിരിക്കുന്നു, എന്നിട്ടും ഓട്ടം തുടർന്നു. കുറെ ദൂരം പോയപ്പോൾ, ഒരു മൂലയ്ക്കുനിന്ന് പിന്നിലേക്ക് ഒളിച്ചുനോക്കി. ആരെയും കാണാനില്ല. ഒരു കാരണവും കൂടാതെയാണോ അവൻ ഓടിയത്? ആ പയ്യന്മാർ വിളിച്ചുപറഞ്ഞത് അവന്റെ നേരെ അല്ലായിരിക്കുമോ? ഇല്ലാത്തതിനെ കാണുന്നതുപോലുള്ള തോന്നലാണോ? ഹലൂസിനേഷൻ?

രാത്രി വളരെ വൈകിയതിനാൽ സുരഞ്ജൻ തന്റെ വീടിന്റെ മുൻവാതിലിൽ മുട്ടാതെ സ്വന്തം മുറിയുടെ വാതിൽ തുറന്ന് അകത്തു കടന്നു. അപ്പോൾ, "ഭഗവാൻ...ഭഗവാൻ" എന്ന രോദനം അവൻ കേട്ടു. അതിനിടയിൽ ഉറക്കെ കരയുന്നുമുണ്ട്. ഏതെങ്കിലും ഹിന്ദു സുഹൃത്തോ, ബന്ധുവോ സന്ദർശിക്കാൻ വന്നിട്ടുണ്ടാകുമെന്നവൻ കരുതി. അപ്രകാരം ചിന്തിച്ചുകൊണ്ട്

അവൻ മാതാപിതാക്കളുടെ മുറിയിലേക്കു നടന്നു; കിരൺമൊയ് ഒരു മൂലയ്ക്ക് ഒരു കളിമൺ പ്രതിമയ്ക്കുമുന്നിൽ കുനിഞ്ഞിരിക്കുന്നതാണ് കണ്ടത്. അവൾ പ്രാർത്ഥന ചൊല്ലുന്നു, കുനിഞ്ഞുവണങ്ങിക്കരയുന്നു, "ഭഗവാൻ... ഓ... ഭഗവാൻ..." അപ്രതീക്ഷിതമായ ഈ ടേബ്ലോ കണ്ട് ഒരു നിമിഷം അവൻ ഞെട്ടി. എന്തുചെയ്യണമെന്നവനറിയില്ലായിരുന്നു. ആ കളിമൺ പ്രതിമയെടുത്തു പുറത്തേക്കു വലിച്ചെറിയണോ? അതോ, കിരൺമൊയിയുടെ കുനിഞ്ഞ ശിരസ്സു സ്വന്തം കൈകൾകൊണ്ടു പിടിച്ചുപൊക്കണോ? അങ്ങനെ കണ്ണിൽചോരയില്ലാത്ത ഒരു ദൈവത്തിനു മുന്നിൽ താഴ്മയോടെ കുനിയുന്ന ശിരസ്സു കാണാൻ അവനു വെറുപ്പാണ്.

അവൻ കിരൺമൊയിയുടെ അടുത്തുചെന്ന് അവളെ പിടിച്ചെഴുന്നേൽപ്പിച്ചു. ദേഷ്യത്തോടെ ചോദിച്ചു. "നിങ്ങൾക്കെന്തുപറ്റി? നമ്മുടെ സങ്കടങ്ങളിൽനിന്ന് ഈ വിഗ്രഹം നമ്മളെ മോചിപ്പിക്കുമോ?"

കിരൺമൊയ് നിയന്ത്രിക്കാനാകാതെ തേങ്ങിക്കരഞ്ഞു: "നിന്റെ അച്ഛന്റെ കയ്യും കാലും തളർന്നുപോയി. സംസാരം കുഴഞ്ഞു."

സുരഞ്ജൻ അച്ഛനെ നോക്കാനായി തിരിഞ്ഞു. അയാൾ കട്ടിലിൽ കിടന്ന് അവ്യക്തമായി എന്തോ പിറുപിറുക്കുന്നു. സുരഞ്ജൻ അടുത്തിരുന്ന് അച്ഛന്റെ വലതുകൈ എടുത്തുപിടിച്ചു. അതിനു യാതൊരു സെൻസേഷനുമില്ല. അതവന്റെ കയ്യിൽ തളർന്നുകിടന്നു. സംഗതിയുടെ ഗൗരവം അവന്റെ മനസ്സിൽ ഉദിച്ചുവന്നു. ഇതുപോലെത്തന്നെയാണ് അവന്റെ അച്ഛാച്ഛനും സംഭവിച്ചത്. ഡോക്ടർ സ്റ്റ്രോക്കാണെന്നു പറഞ്ഞു. ഒരുപാടു ടേബ്ലറ്റുകൾ കൊടുത്തു. ഫിസിയോതെറാപ്പിസ്റ്റു വന്നു കൈയിനും കാലിനും എക്സർസൈസ് നൽകിപോന്നു. സുരഞ്ജന്റെയും കിരൺമൊയിയുടെയും നേരെ സുധാമൊയ് വെറുതെ തുറിച്ചുനോക്കി, ശൂന്യമായ നോട്ടം.

ബന്ധുക്കളൊന്നും സമീപപ്രദേശത്തില്ല. ആരുടെ അടുക്ക ലേക്കാണയാൾ പോകുക? ഈ രാജ്യത്ത് തങ്ങൾക്ക് അടുത്ത ബന്ധുക്കളാരുമില്ല എന്നതാണു വാസ്തവം. സുരഞ്ജനു വല്ലാത്ത നിസ്സഹായാവസ്ഥയും നിരാശയും തോന്നി. എല്ലാം നഷ്ടപ്പെട്ടതുപോലെ! മകനെന്ന നിലയ്ക്കു താൻ കുടുംബത്തിന്റെ ഉത്തരവാദിത്തം ഏറ്റെടുക്കേണ്ടവനായിരുന്നു. എന്നാൽ താൻ ഒന്നിനും കൊള്ളാത്ത മുടിയനായ പുത്രനാണ്! ഇന്നുവരെ അവൻ മടിയനായി കഴിഞ്ഞുകൂടി. ഒരു ജോലിയിലും പിടിച്ചു നിൽക്കാനായില്ല; സ്വന്തമായി ഒരു ബിസിനസ്സും നടത്താൻ കഴിഞ്ഞില്ല. സുധാമൊയ് കിടപ്പിലായാൽ, ആഹാരത്തിനു യാതൊരു മാർഗ്ഗവുമില്ലാതാകും; തെരുവിലിറങ്ങേണ്ടിവരും.

"കമാലോ, മറ്റാരെങ്കിലുമോ വന്നിരുന്നോ?"

"ഇല്ല." കിരൺമൊയ് തലകുലുക്കി.

അവിശ്വസനീയം. അദ്ദേഹത്തിനെങ്ങനെയുണ്ടെന്നറിയാൻ ആരും വന്നില്ല! ഓരോരുത്തരുടെയും സുഖവിവരമറിയാൻ താൻ പട്ടണം മുഴുവൻ

കറങ്ങിയതാണെന്നോർത്തു. എല്ലാവരും സുഖമായിരിക്കുന്നു, തന്റെ കുടുംബ മൊഴിച്ച്.

ഒന്നാലോചിച്ചുനോക്കു, അവനറിയുന്ന ഒറ്റ കുടുംബവും അവരുടെ അത്രയും ദാരിദ്ര്യത്തിലും അനിശ്ചിതത്വത്തിലും കഴിയുന്നില്ല! അച്ഛന്റെ ഉപ യോഗശൂന്യമായ കൈ പിടിച്ചുകൊണ്ട് സുരഞ്ജൻ ഇരിക്കുകയാണ്. അച്ഛനെയോർത്ത് ഹൃദയം വല്ലാതെ വേദനിച്ചു. എല്ലാ ദുരിതങ്ങളും തലയിൽ കുന്നുകൂടിയപ്പോൾ മനപ്പൂർവ്വം അച്ഛൻ തളർവാതം വിളിച്ചു വരുത്തിയ താണോ!

“മായ മടങ്ങി വന്നില്ലേ?” സുരഞ്ജൻ പെട്ടെന്നു ചോദിച്ചു.

“ഇല്ല.”

“അവൾ എന്തുകൊണ്ടാണ് മടങ്ങിവരാത്തത്?” സുരഞ്ജൻ ശബ്ദമു യർത്തി. അപ്രതീക്ഷിതമായ അവന്റെ അലർച്ചകേട്ട് കിരൺമൊയ് ഞെട്ടി. അവളവനെ തുറിച്ചുനോക്കി. അവനെന്തൊക്കെ കുഴപ്പമുണ്ടെങ്കിലും ഒരിക്കലും ശബ്ദമുയർത്തുന്നതു കേട്ടിട്ടില്ല. അവനെന്തുപറ്റി? പരുളിന്റെ വീട്ടിലേക്കു മായ പോയതിൽ യാതൊരു തെറ്റുമില്ല. നേരെ മറിച്ച്, അവൾ അവിടെ സുരക്ഷിതയായിരിക്കുകയും ചെയ്യും.

സുരഞ്ജൻ മുറിയിൽ അങ്ങോട്ടുമിങ്ങോട്ടും അസ്വസ്ഥനായി ഉലാത്തി ക്കൊണ്ടിരുന്നു.

“അവൾ എന്തിനാണ് മുസ്ലിമുകളിൽ ഇത്രയും വിശ്വാസമർപ്പിക്കുന്നത്? എത്രകാലം അവർ അവളെ അവിടെ ജീവിക്കാനനുവദിക്കും?”

കിരൺമൊയ് ആകെ തളർന്നു. ഇതാ, സുധാമൊയ് ജീവനുവേണ്ടി പോരാടിക്കൊണ്ടു കിടക്കുന്നു. മായ മുസ്ലിം വീട്ടിൽ അഭയം തേടിയതു മാത്രമാണ് സുരഞ്ജനു ചിന്തിക്കാനുള്ളത്!

സുരഞ്ജൻ പിറുപിറുത്തു: “ഒരു ഡോക്ടറെ വിളിക്കണം. ആരാണ് ചികിൽസയ്ക്കു പണം ചെലവാക്കുക? ഒന്നിനും കൊള്ളാത്ത രണ്ടു പയ്യന്മാർ ഭീഷണിപ്പെടുത്തിയതിന്റെ പേരിൽ ഒരു മില്യന്റെ സ്വത്ത് വെറും രണ്ടു ലക്ഷത്തിന് അച്ഛൻ വിറ്റു. ഇങ്ങനെ നിസ്സഹായനായി, നിർദ്ധനനായി ജീവിക്കാനദ്ദേഹത്തിനു ലജ്ജ തോന്നുന്നില്ലേ.”

“ഒന്നിനും കൊള്ളാത്ത ആ പയ്യന്മാർ മൂലമാണതദ്ദേഹം ചെയ്തതെന്നു നീ കരുതുന്നുണ്ടോ? കേസ് അഭിമുഖീകരിക്കേണ്ടിവരുമല്ലോ എന്നതു കൊണ്ടും കൂടിയാണങ്ങനെ ചെയ്തത്.” കിരൺമൊയ് കടുത്ത സ്വരത്തിൽ പറഞ്ഞു.

സുരഞ്ജൻ ദേഷ്യത്തോടെ കസേരയിൽ ഒരു ചവിട്ടുവച്ചുകൊടുത്തു.

“നിങ്ങളുടെ മകൾ ഒരു മുസ്ലിമിനെ വിവാഹം കഴിക്കാൻ പോകുന്നു. ആ മുസ്ലിമുകൾ അവളെ പൊക്കിപ്പിടിച്ച്, ആഗ്രഹങ്ങളെല്ലാം സാധിപ്പിച്ചു കൊടുക്കുമെന്നാണവളുടെ വിചാരം. പണക്കാരിയാകാനവളാഗ്രഹിക്കുന്നു.”

സുരഞ്ജൻ വീട്ടിൽനിന്നു പുറത്തേക്കു പോയി. ഹരിപദ ഭട്ടാചാര്യ തിക്കാതുലി ക്രോസിംഗിലാണ് താമസിക്കുന്നത്. അവന്റെ വീടിന്റെ രണ്ടു വീട് അപ്പുറത്താണ് അംജദ്ഹുസൈനിന്റെ വീട്. ആരെയാണവൻ വിളിക്കുക? സുരഞ്ജൻ അശ്രദ്ധനായി നടന്നു. താൻ എന്തിനാണ് മായയെ ചീത്ത പറഞ്ഞത്? അവൾ തിരിച്ചുവരാത്തതുകൊണ്ടാണോ? അതോ, അവൾ മുസ്ലിമുകളെ ആശ്രയിക്കുന്നതുകൊണ്ടാണോ? വർഗ്ഗീയതയുടെ ലാഞ്ഛന തന്നിലും കാണാൻ തുടങ്ങിയോ? തിക്കാതുലി ക്രോസിംഗിലേക്കു നടക്കവെ തന്നിൽത്തന്നെ അവനു സംശയം ഉദിച്ചു.

നാലാം ദിവസം

ഹൈദർ സുരഞ്ജന്റെ വീട്ടിൽ വന്നത്, അവന്റെ സുഖവിവരങ്ങളറിയാനൊന്നുമല്ല. പരദൂഷണത്തിനു വേണ്ടിയായിരുന്നു. അവാമി ലീഗിനോടൊപ്പമാണ് ഹൈദർ. ഒരു കാലത്ത് സുരഞ്ജൻ അവനോടൊപ്പം ചേർന്ന് ഒരു ചെറിയ ബിസിനസ്സ് തുടങ്ങിയതാണ്. എന്നാൽ അതിന്റെ പോക്കു മനസ്സിലാക്കിയ സുരഞ്ജൻ അതിൽ നിന്നും പിൻവാങ്ങി. ഹൈദറിനു പ്രിയങ്കരമായ വിഷയം രാഷ്ട്രീയമാണ്, സുരഞ്ജനും അപ്രകാരംതന്നെ, ഈയിടെയായി അതിലവനു താത്പര്യമില്ലാതായി. എർഷദ് ചെയ്തതും ഖാലിദ് ചെയ്യുന്നതും, ഹസീന ചെയ്യാവുന്നതുമെല്ലാം അപ്രധാനമായി അവനു തോന്നി. ഇസ്ലാമിനെ ദേശീയ മതമാക്കിയതിനെക്കുറിച്ചാണ് ഹൈദർ സംസാരിക്കുന്നത്.

“ഒരു കാര്യം, ഹൈദർ” കട്ടിലിൽ ചാരി ഇരുന്നുകൊണ്ട് സുരഞ്ജൻ പറഞ്ഞു: “നിങ്ങളുടെ രാജ്യത്തിനോ പാർലിമെന്റിനോ, വിവിധ മതസ്ഥരെ തരം തിരിച്ചു കാണാൻ എന്തവകാശമാണുള്ളത്?”

ഹൈദർ മേശമേൽ കാലുകൾ കയറ്റിവച്ച് ഒരു പുസ്തകം മറിച്ചുനോക്കിക്കൊണ്ടു കസേരയിലിരിക്കയാണ്. സുരഞ്ജന്റെ ചോദ്യം കേട്ട് അവൻ പൊട്ടിച്ചിരിച്ചു; ‘നിങ്ങളുടെ രാജ്യം’ എന്നു നീ പറഞ്ഞതിന്റെ അർത്ഥമെന്താണ്? ഇതു നിന്റെയും രാജ്യമല്ലേ?”

“നിങ്ങളുടെ’ എന്ന പദം ഞാൻ മനപ്പൂർവ്വം പ്രയോഗിച്ചതാണ്.”

“ഞാൻ നിന്നോട് ചില ചോദ്യങ്ങൾ ചോദിക്കുകയാണ്. ശരിയായ ഉത്തരം നീ പറയുമെന്നു ഞാൻ കരുതുന്നു.”

ഹൈദർ മേശയിൽ നിന്നും കാലെടുത്തു മറുപടി നൽകി.

“നിന്റെ ചോദ്യത്തിനുള്ള മറുപടി വിവിധ മതസ്ഥരോട് ഈ രാജ്യം യാതൊരു വിവേചനവും കാണിക്കുന്നില്ല എന്നാണ്.”

സുരഞ്ജൻ സിഗററ്റ് നീട്ടിവലിച്ചുകൊണ്ടു ചോദിച്ചു. “ഏതെങ്കിലും ഒരു

മതത്തിനോ, മതങ്ങൾക്കോ രക്ഷാധികാരിയാകാൻ രാജ്യത്തിനോ പാർലിമെന്റിനോ അധികാരമുണ്ടോ?"

യാതൊരെതിർപ്പുമില്ലാതെ ഹൈദർ പറഞ്ഞു: "ഇല്ല."

സുരഞ്ജൻ മൂന്നാമത്തെ ചോദ്യം എടുത്തിട്ടു:

"രാജ്യത്തിനോ പാർലിമെന്റിനോ, പക്ഷപാതകരമാകാൻ അധികാരമുണ്ടോ?"

ഹൈദർ ഇല്ലെന്നു തല കുലുക്കി.

"പീപ്പിൾസ് ഡെമോക്രാറ്റിക് റിപ്പബ്ലിക് ഓഫ് ബംഗ്ലാദേശിന്റെ ഭരണഘടനയിലെ സുപ്രധാന വ്യവസ്ഥയായ മതേതരത്വം മാറ്റാൻ പാർലിമെന്റിന് അധികാരമുണ്ടോ?"

ഹൈദർ അവൻ പറയുന്നതു ശ്രദ്ധിച്ചുകേട്ടു.

"തീർച്ചയായുമില്ല."

സുരഞ്ജൻ തുടർന്നു: "രാജ്യത്തിന്റെ പരമാധികാരം അധിഷ്ഠിതമായിരിക്കുന്നത്, അവകാശങ്ങളിന്മേലുള്ള ജനങ്ങളുടെ സമത്വത്തിലാണ്. ഭരണഘടനാ മാറ്റങ്ങളിലൂടെ, ആ അടിസ്ഥാനം തന്നെ നമ്മൾ തകർക്കുകയല്ലേ ചെയ്യുന്നത്?"

ഹൈദർ സുരഞ്ജനെ സംശയദൃഷ്ട്യാ വീക്ഷിച്ചു. അവൻ തമാശ പറയുകയാണോ? മുമ്പെ മറുപടി പറഞ്ഞിട്ടുള്ള കാര്യങ്ങൾ എന്തിനാണവൻ എടുത്തിടുന്നത്?

സുരഞ്ജൻ ആറാമത്തെ ചോദ്യം ചോദിച്ചു: "ഇസ്ലാം ദേശീയമതമായി പ്രഖ്യാപിക്കപ്പെട്ടതുമൂലം ഈ രാജ്യത്തെ മുസ്ലിമുകളല്ലാത്ത പൗരന്മാർക്ക് രാജ്യത്തിന്റെ പിന്തുണ നിഷേധിക്കപ്പെടുകയല്ലേ ചെയ്തത്?"

ഹൈദർ മുരണ്ടു: "അതെ."

ഹൈദറിനും സുരഞ്ജനും ചോദ്യങ്ങൾക്കുള്ള ഉത്തരങ്ങൾ അറിയാമെന്ന് സംഭാഷണത്തിൽ നിന്നു വ്യക്തമാണ്. ഇക്കാര്യങ്ങളിൽ ഇരുവരും ഒരേ അഭിപ്രായക്കാരാണെന്നും സുരഞ്ജനറിയാം. ഹൈദറിന്റെ വർഗ്ഗീയത പുറത്തുവരുന്നുണ്ടോ എന്നറിയാൻ വേണ്ടിയാണ്, 8-ാം ഭരണഘടനാ ഭേദഗതിയെക്കുറിച്ചുള്ള ചോദ്യങ്ങൾ സുരഞ്ജൻ തൊടുത്തുവിട്ടത്.

സിഗററ്റ് ആഷ്ട്രേയിൽ കുത്തിക്കെടുത്തിക്കൊണ്ട് സുരഞ്ജൻ പറഞ്ഞു "എന്റെ അവസാനത്തെ ചോദ്യം ഇതാണ്: ബ്രിട്ടീഷ് ഭരണമവസാനിക്കുമ്പോൾ, ഇന്ത്യ രണ്ടു രാഷ്ട്രങ്ങളായി വിഭജിക്കപ്പെട്ടു. അതു വളരെ സങ്കീർണ്ണാവസ്ഥ സംജാതമാക്കി. ഇന്നു വീണ്ടും ബംഗ്ലാദേശ് എന്തിന് ഈ ദ്വിരാഷ്ട്ര വിവാദത്തിന്റെ നീർച്ചുഴിയിൽ ചെന്നു പതിക്കുന്നു? ഈ നില കൊണ്ട് ആർക്കാണ് പ്രയോജനം?"

ഹൈദർ മറുപടി നൽകിയില്ല. അവൻ ഒരു സിഗററ്റ് കൊളുത്തി പുകവിട്ട ശേഷം പറഞ്ഞു. "രാഷ്ട്രത്തിന്റെ ചട്ടക്കൂടിനെ സംബന്ധിച്ചു പറയുകയാണെങ്കിൽ ജിന്നപോലും ദ്വിരാഷ്ട്രസിദ്ധാന്തം അവഗണിച്ചു. അദ്ദേഹം പ്രഖ്യാപിച്ചു! 'ഈ ദിവസം മുതൽ ക്രിസ്ത്യാനികളും ബുദ്ധിസ്റ്റുകളും ഹിന്ദുക്കളും മുസ്ലിമുകളും തങ്ങളുടെ മതമനുസരിച്ചല്ല അറിയപ്പെടുക, പാക്കിസ്താനികൾ എന്നായിരിക്കും."

സുരഞ്ജൻ നേരെ ഇരുന്നു. "പാക്കിസ്താനികളായിരുന്നപ്പോൾ ഇതിനേക്കാൾ സന്തുഷ്ടരായിരുന്നു നമ്മൾ. അല്ലേ?"

വികാരാവേശത്തോടെ പെട്ടെന്നു ചാടി എഴുന്നേറ്റ് ഹൈദർ പറഞ്ഞു.

"അല്ല... പാക്കിസ്താൻ ഒട്ടും നല്ലതല്ലായിരുന്നു. ഇതു പാക്കിസ്താനായിരുന്നിടത്തോളം കാലം നിങ്ങൾക്കു യാതൊരു ഭാവിയുമില്ലായിരുന്നു. ബംഗ്ലാദേശ് ജന്മംകൊണ്ടപ്പോഴാണ് നിങ്ങൾക്ക് ഒന്നാംക്ലാസ് പൗരന്മാർക്കുള്ള അവകാശങ്ങളും സൗകര്യങ്ങളും ലഭിച്ചത്. കാരണം, ഇതൊരു മതേതര രാഷ്ട്രമായി. എന്നാൽ നിങ്ങളുടെ സ്വപ്നങ്ങളും അഭിലാഷങ്ങളും പുതിയതായി രൂപം കൊണ്ട ബംഗ്ലാദേശിലും പൂർത്തീകരിക്കാനാവില്ലെന്നു കണ്ടപ്പോൾ നിങ്ങൾ വേദനിച്ചു."

സുരഞ്ജൻ പൊട്ടിച്ചിരിച്ചു. അടക്കിച്ചിരിച്ചുകൊണ്ട് പറഞ്ഞു.

"നിനക്കും പറയേണ്ടിവന്നല്ലോ 'നിങ്ങളുടെ സ്വപ്നങ്ങൾ, നിങ്ങളുടെ അഭിലാഷങ്ങൾ!' ആരാണ് ഈ നിങ്ങൾ? ഹിന്ദുക്കൾ അല്ലേ? ഇത്രയും കാലം അങ്ങനെ വിശ്വസിക്കാത്ത എന്നെ നീ ഹിന്ദുവായി ഇപ്പോൾ മുദ്ര കുത്തി."

സുരഞ്ജൻ കിടക്കയിൽ നിന്നും എഴുന്നേറ്റ്, മുറിക്കുള്ളിൽ അസ്വസ്ഥതയോടെ നടക്കാൻ തുടങ്ങി. "ഇന്ത്യയിൽ നൂറുകണക്കിനാളുകൾ കൊല്ലപ്പെട്ടിരിക്കുന്നു. എട്ടു മതമൗലികവാദികളെ പൊലീസ് അറസ്റ്റുചെയ്തു. അവരിൽ ബി.ജെ.പി പ്രസിഡന്റ് മുരളി മനോഹർ ജോഷിയും എൽ.കെ. അദ്വാനിയും ഉൾപ്പെടും. ബാബറി മസ്ജിദ് പൊളിച്ചുമാറ്റിയതിന്റെ പേരിൽ ഇന്ത്യയിൽ ഭാരത്ബന്ദ് പ്രഖ്യാപിച്ചിരിക്കയാണ്. ബോംബെയിലും റാഞ്ചിയിലും, കർണ്ണാടകത്തിലെ മഹാരാഷ്ട്രയിലെ ചില നഗരങ്ങളിലും വർഗ്ഗീയ കലാപം അരങ്ങേറി." ഹിന്ദു മതഭ്രാന്തന്മാരുടെ പ്രവൃത്തിയിൽ വെറുപ്പു പ്രകടിപ്പിച്ച് സുരഞ്ജൻ കൈകൾ കൂട്ടിത്തിരുമ്മി. തനിക്കു ശക്തിയുണ്ടായിരുന്നെങ്കിൽ, ലോകത്തിലെ എല്ലാ മുക്കിലും മൂലയിലും ഉള്ള മതഭ്രാന്തന്മാരെ വരിയായി നിർത്തി വെടിവച്ചു കൊന്നേനെ.

ബംഗ്ലാദേശിലെ വർഗ്ഗീയവാദികൾ പ്രഖ്യാപിച്ചു: "ബാബറി മസ്ജിദിന്റെ ഉന്മൂലനത്തിന് ഉത്തരവാദികൾ ഇന്ത്യാഗവൺമെന്റാണ്...ഇന്ത്യാ ഗവൺമെന്റിന്റെ ഈ കുറ്റത്തിന് ബംഗ്ലാദേശിലെ ഹിന്ദുക്കൾ ഉത്തരവാദികളല്ല. ഈ നാട്ടിലെ ഹിന്ദുക്കളോട് ഞങ്ങൾക്കു യാതൊരു വിദ്വേഷവുമില്ല. അതുപോലെ അവരുടെ ആരാധനാലയങ്ങളോടും. യഥാർത്ഥ ഇസ്ലാമീയ ആദർശങ്ങൾക്കൊത്തുയർന്ന് നമ്മൾക്കു മതസൗഹാർദ്ദം നിലനിർത്താം."

അവരുടെ ഈ സന്ദേശം ടെലിവിഷനിലും റേഡിയോയിലും വലിയ പ്രാധാന്യത്തോടെ പ്രക്ഷേപണം ചെയ്യപ്പെട്ടു. അതെന്തായാലും, ഈ പ്രക്ഷേപണം വെറും നാട്യമായിരുന്നു. ബാബറി മസ്ജിദ് പ്രതിഷേധ ഹർത്താൽ ദിനത്തിൽ ഗുണ്ടകൾ ഭയങ്കരമായ നാശനഷ്ടങ്ങൾ വരുത്തിവച്ചു. മുൻ കാലങ്ങളിലെ വർഗ്ഗീയ കലാപങ്ങളെ പിന്തള്ളി, ഹിന്ദുക്കളെ വ്യാപകമായി ഉന്മൂലനം ചെയ്തു. ഇതൊന്നും ടെലിവിഷനിൽ വാർത്തയായില്ല.

1971ൽ പ്രതിഷേധത്തിന്റെ പേരിൽ ഘതക്ദലാൽ നിർമുൽ കമ്മിറ്റിയുടെയും കമ്യൂണിസ്റ്റ് പാർട്ടിയുടെയും ഓഫീസുകൾ അവർ കത്തിച്ചു. എന്തുകൊണ്ട് ജമായത്തി ഇസ്ലാമി പാർട്ടി പ്രതിനിധികൾ ബി.ജെ.പി. നേതാക്കളെ കണ്ടു? എന്താണവർ ചർച്ച ചെയ്തത്? എന്തു ഗൂഢാലോചനയാണവർ പ്ലാൻ ചെയ്തത്? ഉപഭൂഖണ്ഡം മുഴുവൻ വർഗ്ഗീയലഹള, മതത്തിന്റെ പേരിൽ തഴച്ചുവളരുകയാണ്, ന്യൂനപക്ഷങ്ങൾ ക്രൂശിക്കപ്പെടുന്നു. ഒരു ന്യൂനപക്ഷ വിഭാഗക്കാരനായ സുരഞ്ജന് അതിന്റെ വിഷമസ്ഥിതി നന്നായി മനസ്സിലാകും. ബോസ്നിയയിലും ഹർസെഗോവിനായിലും നടക്കുന്ന ക്രൂരകൃത്യങ്ങൾക്കു ബംഗ്ലാദേശിലെ ക്രിസ്ത്യാനികൾ ഉത്തരവാദികളല്ലല്ലൊ, അതുപോലെ, ഇന്ത്യയിൽ മുസ്ലിമുകൾക്കു നേരെ ഉണ്ടായ ദ്രോഹങ്ങൾക്ക് ബംഗ്ലാദേശിലെ ഹിന്ദുക്കളെ പഴിചാരാനാകില്ല. ലളിതമായ ഈ കാര്യം സുരഞ്ജന് ജനത്തെ എങ്ങനെ ബോധ്യപ്പെടുത്താനാകും. അവൻ പറയുന്നത് ആരു കേൾക്കാനാണ്?

ഹൈദർ പറഞ്ഞു: "വരു, വരു, തയ്യാറാകു. മത സൗഹാർദ്ദ മനുഷ്യച്ചങ്ങല സംഘടിപ്പിക്കാൻ പോകുകയാണ്. നമ്മൾക്കും പോയി അതിൽ ചേരാം."

മനുഷ്യച്ചങ്ങല! സ്വാതന്ത്ര്യലബ്ധിയും അതിനെ ചുറ്റിപ്പറ്റിയുള്ള എല്ലാ സ്വപ്നങ്ങളും ദേശീയ ഐക്യത്തിന്റെയും കാഴ്ചപ്പാടിന്റെയും ഫലമായി ഉണ്ടായതാണ്: സ്വാതന്ത്ര്യവും രാഷ്ട്രത്തിന്റെ പരമാധികാരവും കാത്തുരക്ഷിക്കാൻ സാഹോദര്യത്തിന്റെ ആത്മാവാണ് ആവശ്യം. അതുകൊണ്ട് 1971ൽ വർഗ്ഗീയതയ്ക്കും ഫാസിസത്തിനുമെതിരായി ഒരു പ്രക്ഷോഭണം ആരംഭിച്ചു. സാഹോദര്യം ശക്തിപ്പെടുത്തുന്നതിന്റെ ആവേശം നാടൊട്ടുക്കു വ്യാപിച്ചു. അന്തർദ്ദേശീയ സാഹോദര്യത്തിലൂടെ ലോകസമാധാനം നേടുവാൻ നാഷനൽ ഇന്റഗ്രേഷൻ കമ്മിറ്റിയിലൂടെ പ്രവർത്തനം തുടങ്ങി. ഈ കമ്മിറ്റിയാണ് രാജ്യത്തുടനീളം മനുഷ്യച്ചങ്ങല സംഘടിപ്പിക്കുന്നത്.

"എനിക്കതുമായി എന്തു ബന്ധമാണുള്ളത്?" സുരഞ്ജൻ ചോദിച്ചു.

"നീ എന്താണുദ്ദേശിക്കുന്നത്? നിനക്കതിൽ ഒന്നും ചെയ്യാനില്ലേ?" ഹൈദർ അദ്ഭുതത്തോടെ തിരിച്ചുചോദിച്ചു.

ശാന്തമായി അളന്നുമുറിച്ചതായിരുന്നു സുരഞ്ജന്റെ മറുപടി.

"ഇല്ല."

എഴുന്നേറ്റുനിന്ന ഹൈദർ, ഷോക്കേറ്റ പോലെ കസേരയിലിരുന്നു. അവൻ മറ്റൊരു സിഗററ്റിനു തീകൊളുത്തിക്കൊണ്ടു ചോദിച്ചു:

"ഒരു ചായ കിട്ടുമോ?"

സുരഞ്ജൻ കട്ടിലിൽ കിടന്നു പറഞ്ഞു.

"വീട്ടിൽ പഞ്ചസാരയില്ല."

ബഹദൂർഷാ പാർക്കിൽ നിന്ന് തുടങ്ങുന്ന മനുഷ്യച്ചങ്ങല അവസാനിക്കുന്നത് നാഷനൽ പാർലിമെന്റ് ഹൗസിലാണ്. രാവിലെ 11 മണി മുതൽ ഉച്ചയ്ക്ക് ഒരു മണിവരെ ആ വഴിയിൽ വാഹനഗതാഗതം തടഞ്ഞിരിക്കയാണ്. ഹൈദർ മനുഷ്യച്ചങ്ങലയെക്കുറിച്ച് കൂടുതൽ വിശദീകരിക്കാൻ തുടങ്ങുമ്പോഴേക്കും, സുരഞ്ജൻ ഇടയ്ക്കുകയറി പറഞ്ഞു.

"ഇന്നലത്തെ അവാമിലീഗ് മീറ്റിംഗിൽ ഹസീന എന്താണ് പറഞ്ഞത്?"

"സമാധാന മീറ്റിംഗാണോ നീ ഉദ്ദേശിക്കുന്നത്?"

"അതെ."

"മതസൗഹാർദ്ദം നിലനിർത്താനായി ഓരോ പ്രദേശത്തും ഓരോ സമാധാന ബ്രിഗേഡ് വേണമെന്നു നിർദ്ദേശിച്ചു."

"ഇതു ഹിന്ദുക്കളെ, 'ഞങ്ങളെ' രക്ഷിക്കുമോ? ഞങ്ങളുടെ ജീവൻ വിട്ടുതരുമോ?"

ഹൈദർ ഒന്നും മിണ്ടാതെ സുരഞ്ജനെ നിരീക്ഷിച്ചുകൊണ്ടു നിന്നു. സുരഞ്ജൻ അന്നു രാവിലെ ഷേവ് ചെയ്തിട്ടില്ല, മുടി ചീകിയിട്ടുമില്ല. പെട്ടെന്ന് ഹൈദർ വിഷയം മാറ്റി.

"മായ എവിടെ?" അവൻ ചോദിച്ചു.

"അവൾ നരകത്തിലേക്കു പോയി."

ഹൈദർ ഞെട്ടി. സമനില വീണ്ടെടുത്ത്, ഒരു തമാശ പറയാൻ ശ്രമിച്ചു. അവൻ ചിരിച്ചുകൊണ്ടു പറഞ്ഞു.

"ഈ നരകം ഏതുപോലെയുണ്ടെന്ന് നിനക്കു പറയാമോ?"

"പാമ്പുകൾ കടിക്കുന്നു, സർപ്പങ്ങൾ കൊത്തുന്നു. ദേഹം മുഴുവൻ തീജ്വാലകൊണ്ടു പൊതിയുന്നു, സാവധാനം കത്തിച്ചാമ്പലാകുന്നു, എന്നാലും നിങ്ങൾ മരിക്കുന്നില്ല."

"മഹത്തരം! എന്നേക്കാൾ വളരെ നന്നായി നിനക്കു നരകത്തെക്കുറിച്ചറിയാം."

"എനിക്കറിയാതെപറ്റില്ല; കാരണം, ഞങ്ങളാണിപ്പോൾ അതിൽ പെട്ടിരിക്കുന്നത്."

"വീട് എന്താണിത്ര നിശ്ശബ്ദമായിരിക്കുന്നത്? നിന്റെ അച്ഛനും അമ്മയും എവിടെയാണ്? നീ അവരെ എവിടേക്കെങ്കിലും പറഞ്ഞയച്ചോ?"

"ഇല്ല."

“നീ ഒരു കാര്യം ശ്രദ്ധിച്ചോ സുരഞ്ജൻ? ബാബറി മസ്ജിദ് പ്രശ്നത്തിന്റെ മറവിൽ, ഘോലാം അസമിന്റെ നീതി അപേക്ഷ മറ്റൊരു വെളിച്ചത്തിലൂടെ ജമായത്തികൾ തയ്യാറാക്കാൻ പോകുകയാണ്.”

“ആയിരിക്കാം. നിന്നോട് ഞാനൊരു കാര്യം പറയാം. നിന്നെ പ്പോലെ ഘോലാം അസമിന്റെ കാര്യത്തിൽ എനിക്കൊരു വികാരവും തോന്നുന്നില്ല. അവനെ തൂക്കിക്കൊന്നാലും ഇല്ലെങ്കിലും എനിക്കൊരു ചുക്കുമില്ല.”

“നീ ആകെ മാറിയിരിക്കുന്നു.”

“ഹൈദർ, ഖാലിദാ സിയപോലും ബാബറിമസ്ജിദ് പുനർനിർമ്മാണം നടത്തണമെന്ന് ആവശ്യപ്പെട്ടിട്ടുണ്ട്. എന്തുകൊണ്ടവൾ ക്ഷേത്രങ്ങളുടെ പുനർനിർമ്മാണത്തെപ്പറ്റി പറയുന്നില്ല?”

“ക്ഷേത്രങ്ങൾ പുനർനിർമ്മാണം നടത്തണമെന്ന് നീ ശരിക്കും ആഗ്രഹിക്കുന്നുണ്ടോ?”

“എനിക്ക് അമ്പലത്തിലോ പള്ളിയിലോ യാതൊരു താത്പര്യവുമില്ലെന്ന് നിനക്കറിയാമല്ലോ. പുനർനിർമ്മാണ വിഷയം വരുമ്പോൾ, എന്തുകൊണ്ട് പള്ളികൾ മാത്രം വേണം?”

ഹൈദർ മറ്റൊരു സിഗററ്റ് കത്തിച്ചു. മനുഷ്യച്ചങ്ങലയുടെ ദിവസം എന്തുകൊണ്ട് സുരഞ്ജൻ വീട്ടിൽ നിൽക്കുന്നു എന്ന് ഹൈദറിനു മനസ്സിലാക്കാൻ കഴിഞ്ഞില്ല. ഈ വർഷം മാർച്ച് 26നു ജനകീയ കോടതി നിലവിൽ വന്നപ്പോൾ, സുരഞ്ജനാണവനെ വീട്ടിൽച്ചെന്നു വിളിച്ചുണർത്തിയത്. അന്നൊരു ഭയങ്കര മഴ ദിവസമായിരുന്നു. ഹൈദറിനു വീടുവിട്ടുപോകാനിഷ്ടമില്ലായിരുന്നു. അവൻ സുരഞ്ജനോടു പറഞ്ഞു.

“നമ്മൾക്കിന്നു വീട്ടിൽ പൊരി തിന്നുകൊണ്ടിരിക്കാം.”

എന്നാൽ സുരഞ്ജൻ സമ്മതിച്ചില്ല.

“നീ അതിൽ പങ്കെടുക്കണം.” സുരഞ്ജൻ എഴുന്നേറ്റുനിന്ന് പറഞ്ഞു “വേഗം തയ്യാറാകു. നമ്മൾ പിൻമാറിയാൽ എല്ലാം തകരാറിലാകും.”

അങ്ങനെ കാറ്റും മഴയും ശക്തമായി അടിച്ചിട്ടും, അവർ അന്നു പുറത്തുപോയി. ഇന്ന് അതേ സുരഞ്ജനാണ് മീറ്റിങ്ങുകളോടും സമ്മേളനങ്ങളോടും വെറുപ്പു കാണിക്കുന്നത്. ‘മനുഷ്യച്ചങ്ങല വെറും നാടകമാണ്’ അവൻ പറഞ്ഞു.

അന്നു രാവിലെ ഒമ്പതു മണിമുതൽ പതിനൊന്നു മണിവരെ സുരഞ്ജനെ മനുഷ്യച്ചങ്ങലയിൽ ചേരേണ്ട ആവശ്യകതയെക്കുറിച്ച് പറഞ്ഞു വിശ്വസിപ്പിക്കാൻ ഹൈദർ ശ്രമിച്ചു. എങ്കിലും അവന് ആ ശ്രമത്തിൽ വിജയിക്കാനായില്ല.

കിരൺമൊയ് പരുളിന്റെ വീട്ടിൽനിന്നും മായയെ കൂട്ടിക്കൊണ്ടുവന്നു. വീട്ടിലെത്തിയതോടെ അവൾ കരച്ചിൽ തുടങ്ങി. കിടപ്പിലായ അച്ഛന്റെ

നെഞ്ചിൽ മുഖം അമർത്തിവച്ചു പൊട്ടിക്കരഞ്ഞു. സുധാമൊയിക്കവളെ ആശ്വസിപ്പിക്കാൻ കഴിഞ്ഞില്ല. അടുത്ത മുറിയിൽ സുരഞ്ജന്റെ മനസ്സിൽ കോപം തിളച്ചുമറിയുകയായിരുന്നു. അർത്ഥമില്ലാത്ത കണ്ണുനീർ അവൻ വെറുത്തു. ഈ ലോകത്ത് കണ്ണുനീർകൊണ്ട് എന്തെങ്കിലും നേടാൻ കഴിഞ്ഞിട്ടുണ്ടോ? അടിയന്തിര വൈദ്യ സഹായമാണിപ്പോൾ വേണ്ടത്. ഡോ. ഹരിപദയുടെ കുറിപ്പനുസരിച്ചുള്ള മരുന്നുകൾ, മൂന്നു ദിവസത്തേക്കുള്ളത്, സുരഞ്ജൻ വാങ്ങിക്കൊണ്ടുവന്നിരുന്നു. ഒരുപക്ഷേ കുറെ മരുന്നുകൾ കിരൺമൊയിയുടെ അലമാരിയിൽ കാണും. പക്ഷേ, അവൾക്കതിനെക്കുറിച്ചൊന്നുമറിയില്ല.

സുരഞ്ജന്റെ ദേഷ്യം ആത്മാനുകമ്പയായി മാറി. താൻ ജോലി ഇല്ലാത്തവനായതിനാൽ വീട്ടിലാരും തന്നെ മാനിക്കുന്നില്ലെന്ന് അവനു തോന്നി. സ്ഥിരമായൊരു ജോലിയിലും പിടിച്ചുനിൽക്കാനവനു കഴിഞ്ഞില്ലെന്നതൊരു വാസ്തവമാണ്. എന്നാലത്, മറ്റുള്ളവർക്കുവേണ്ടി ജോലി ചെയ്യുന്നതവൻ വെറുക്കുന്നതിനാലാണ്. ഹൈദറോടൊപ്പം മുമ്പു തുടങ്ങിയ ബിസിനസ്സ് വീണ്ടും തുടങ്ങിയെങ്കിലോ എന്നവൻ ചിന്തിച്ചു. അവനു വല്ലാത്ത വിശപ്പ് അനുഭവപ്പെട്ടു, തന്നോടുതന്നെ സഹാനുഭൂതി തോന്നി. ഈ സമയത്ത് ആരോടു ചോറു ചോദിക്കാനാണ്? തന്റെ മുറിയിൽ വന്ന് വിശക്കുന്നുണ്ടോ എന്നു ചോദിക്കാൻ അമ്മയോ മായയോ ശ്രദ്ധിക്കുന്നില്ല. 'ഭക്ഷണം തയ്യാറായോ' എന്ന് ചോദിക്കണം. താൻ ജോലിയില്ലാത്തവനും അലസനുമാണെന്നു വച്ച് ഇങ്ങനെ അവഗണിക്കണമായിരുന്നോ?

ഇന്നെന്തുകൊണ്ടോ അവൻ അച്ഛന്റെ അടുത്തു പോയിട്ടില്ല. കുടുംബാംഗങ്ങളുമായുള്ള ബന്ധങ്ങൾക്ക് കാര്യമായ മാറ്റങ്ങളൊന്നും ഉണ്ടായിട്ടില്ല. കുടുംബത്തിനു വേണ്ടി പ്രത്യേകിച്ചൊന്നും ചെയ്യാനില്ല. അവരിൽനിന്ന് ഒരുപാടു പ്രതീക്ഷിക്കുകയും ചെയ്യുന്നു. കൂട്ടുകാരൊത്ത് അലക്ഷ്യമായി കറങ്ങലും വാചകമടിച്ചിരിക്കലുമാണ് സ്ഥിരം ജോലി. വീട്ടിൽ പൂർണ്ണ അലസതയും ഒടക്കും! പാർട്ടി നിർദ്ദേശങ്ങൾ ശിരസ്സാ വഹിക്കും. മാർക്സിന്റെയും ലെനിന്റെയും സിദ്ധാന്തങ്ങൾ മനപ്പാഠമാണ്. അതുകൊണ്ട് അവനോ കുടുംബത്തിനോ എന്തു പ്രയോജനമാണ്?

ഹൈദർ പോയി, അതു നന്നായി. രാഷ്ട്രീയം പൂർണ്ണമായി വിടാൻ സുരഞ്ജൻ തീരുമാനിച്ചില്ലെങ്കിലും, താൻ എന്തിനു മനുഷ്യച്ചങ്ങലയിൽ ചേരണം എന്നവൻ ചിന്തിച്ചു. അത്തരം പ്രവൃത്തികൾ, ഈയിടെ ഉണ്ടായ തന്റെ ഒറ്റപ്പെടലിനു പരിഹാരമല്ലെന്നവൻ വിശ്വസിച്ചു. തീർച്ചയായുമല്ല. ജീവിതത്തിന്റെ അനിശ്ചിതത്വത്തിൽനിന്ന് ഉടലെടുത്ത, സുരഞ്ജന്റെ അവിശ്വാസവും കോപവും മൂലമാണങ്ങനെ തോന്നുന്നത്.

പല ദശകങ്ങളോളം നീണ്ട സൗഹൃദമാണ് സുരഞ്ജനും ഹൈദറും തമ്മിലുള്ളത്. മാനുഷികമായി എല്ലാ വിഷയങ്ങളെക്കുറിച്ചും അവർ നീണ്ട ചർച്ചകൾ നടത്താറുണ്ട്, സ്വന്തം രാജ്യത്തിന്റെ സാംസ്കാരിക പാരമ്പര്യം കാത്തുരക്ഷിക്കാനായി അവർ ഒന്നിച്ച് ജനങ്ങളോടഭ്യർത്ഥിക്കാറുണ്ട്;

മനുഷ്യാവകാശങ്ങൾക്കുവേണ്ടി പോരാടിയിട്ടുണ്ട്. അവരുടെ യത്നങ്ങൾ അനാവശ്യമായിരുന്നെന്ന് പെട്ടെന്നവനു തോന്നി. അതിനേക്കാൾ നല്ലത് കുടിച്ചു മദിച്ചു നടക്കുന്നതാണ്. അല്ലെങ്കിൽ പൂർണ്ണ ഉത്തരവാദിത്തമുള്ള ഒരു കുടുംബാംഗമായി നല്ല കുട്ടിയായി ചമഞ്ഞുനടക്കുന്നതാണ്.

ആദർശവാദം പ്രയോജനമില്ലാത്തതാണ്; ആവശ്യമില്ലാത്ത ഉൽക്കണ്ഠയും മനോവിഷമങ്ങളും അതു വരുത്തിവയ്ക്കുന്നു! ഈ ചിന്ത അയവിറക്കിക്കൊണ്ട് അവൻ സിഗററ്റു കത്തിച്ചു. വളരെ വേഗം അവൻ ഒരു നൈരാശ്യവാദിയായി മാറി. മേശപ്പുറത്തു കിടന്നിരുന്ന ഒരു കൊച്ചു പുസ്തകത്തിലേക്ക് അവന്റെ ശ്രദ്ധ തിരിഞ്ഞു. മുമ്പൊരിക്കലും ഇതവിടെ കണ്ടിട്ടില്ല. 1990ലെ വർഗ്ഗീയ സംഘട്ടനത്തെക്കുറിച്ചുള്ളതായിരുന്നു ആ പുസ്തകം. അതു തുറന്ന് വായന തുടങ്ങി, പുസ്തകത്തിലേക്ക് ആഴ്ന്നിറങ്ങി.

പഞ്ചനധാം ആശ്രമത്തിൽ കൊള്ളയും കൊള്ളിവയ്പും, ചട്ടേശ്വരി മന്ദിറിന്റെ പരിസരഗ്രാമത്തിൽ ആക്രമണം, ക്ഷേത്രം കൊള്ളയടിച്ചു നശിപ്പിച്ചു. ചിറ്റഗോംഗ് പ്രദേശത്തു കൊള്ളയും കൊള്ളിവയ്പ്പും... കൊള്ളയുടെയും കൊലപാതകങ്ങളുടെയും ക്ഷേത്രധ്വംസനങ്ങളുടെയും ഗ്രാമീണ സ്ത്രീകളെ തീയിലിട്ടുകൊന്നതിന്റെയും വിഗ്രഹങ്ങളിൽ മൂത്ര മൊഴിച്ചതിന്റെയും നിരവധി കഥകൾ.

സുരഞ്ജന്റെ കണ്ണുകൾ ഈറനണിഞ്ഞു. ദേവാലയവിഗ്രഹങ്ങളിൽ അക്രമികൾ ഒഴിച്ച മൂത്രം തന്റെ ശരീരത്തിലൂടെ ഒഴുകുകയാണെന്നവനു തോന്നി! വെറുപ്പോടെ ആ പുസ്തകം വലിച്ചെറിഞ്ഞു.

മായയ്ക്കും കിരൺമൊയിക്കും, സുധാമൊയിയുടെ കൈകാലുകൾ എക്സർസൈസ് ചെയ്യാനുള്ള പരിശീലനം ഡോ. ഹരിപദ നൽകി. അങ്ങനെ അയാളുടെ ആരോഗ്യം വീണ്ടെടുക്കാമെന്നവർ ആശിച്ചു. വാസ്തവത്തിൽ അയാളുടെ നില മെച്ചപ്പെട്ടുവരികയും ചെയ്തു. എന്നാൽ ഒരിക്കലും പഴയ സുധാമൊയ് ആയില്ല. ഇതിൽ ഏറ്റവും വേദനിച്ചത് മായ ആയിരുന്നു. ശക്തനും ആവേശഭരിതനുമായിരുന്ന അച്ഛൻ കിടക്കയിലൊരു മരത്തടി പോലെ കിടക്കുന്നതുകണ്ട് അവളുടെ ചുറുചുറുക്കും ഊർജ്ജസ്വലതയും നഷ്ടമായി. അടഞ്ഞ ശബ്ദത്തിൽ സുധാമൊയ് "മായാ... മായാ..." എന്നു വിളിക്കുമ്പോൾ അവൾ ഉൽക്കണ്ഠയോടെ വേദനിച്ചു പുളയും. അയാൾ അവിടെ പഴയ സുധാമൊയിയുടെ നിഴലായി കിടക്കുമ്പോഴും, അയാളുടെ വികാരപ്രകടനമില്ലാത്ത കണ്ണുകൾ സ്വന്തം മകളോട് എന്തൊക്കെയോ പറയാനുള്ളതുപോലെ മിഴിച്ചുനോക്കും.

അച്ഛൻ എപ്പോഴും ഉപദേശിക്കുമായിരുന്നു: 'നേർവഴിയേ സഞ്ചരിക്കുക, സത്യസന്ധത പാലിക്കുക.' അയാൾ തെറ്റുകൾക്കെതിരെ സത്യസന്ധമായി പോരാടി. സമൂഹത്തിന്റെ കടുത്ത വിമർശനങ്ങളെ ശക്തിയുക്തം നേരിട്ടു. തങ്ങളുടെ മകൾ പ്രായമായി വരികയാണെന്ന് കിരൺമൊയ് ഭർത്താവിനെ

ഓർമ്മിപ്പിക്കും. അവളെ വിവാഹം കഴിപ്പിച്ച് അയക്കേണ്ടതിനെക്കുറിച്ചു ചിന്തിക്കണം. സുധാമൊയ് എപ്പോഴും ആ ആശയത്തെ എതിർക്കും.

"അവൾക്ക് ഇനിയും പഠിച്ച് ഉയരാനുണ്ട്..." അയാൾ പറയും: "...എന്നിട്ടൊരു ജോലി സമ്പാദിക്കണം. അതല്ല, അവൾക്കു കല്യാണം കഴിക്കണമെന്നാണാഗ്രഹമെങ്കിൽ അതുമാകാം."

ഒരു ദീർഘനിശ്വാസത്തോടെ കിരൺമൊയ് ഭർത്താവിന്റെ വാദഗതികൾ അംഗീകരിക്കും. പിന്നീട് ഇഷ്ടപ്പെട്ട മറ്റൊരു കാര്യത്തിലേക്കു സംഭാഷണം തിരിയും–മായയെ കൽക്കത്തയിലുള്ള അമ്മാവന്റെ വീട്ടിലേക്കയയ്ക്കൽ. അഞ്ജലി, അഭാ, നീലിമാ, ഷിഭാനി എല്ലാം മായയുടെ ഒപ്പമുണ്ടായിരുന്നവരാണ്. ഉപരിപഠനത്തിനായി അവരെല്ലാം കൽക്കത്തയിലേക്കു പോയി. ഭാര്യയുടെ വാദം കേട്ട് സുധാമൊയ് കുപിതനാകും.

"അവൾ എന്തിനു പോകണം? ഈ രാജ്യത്ത് വിദ്യാഭ്യാസം നിരോധിച്ചിട്ടുണ്ടോ? സ്കൂളുകളും കോളേജുകളും നിർത്തിവച്ചോ"

"നമ്മുടെ മകൾ വളർന്നു. എനിക്കു രാത്രി ഉറങ്ങാനാകുന്നില്ല. ബിജൊയ കോളേജിൽ പോകുമ്പോൾ ആ പയ്യന്മാർ തടഞ്ഞില്ലേ?"

"അത്തരം സംഭവങ്ങൾ മുസ്ലിം പെൺകുട്ടികൾക്കും ഉണ്ടാകുന്നുണ്ട്. മുസ്ലിം പെൺകുട്ടികളെ ബലാത്സംഗം ചെയ്തിട്ടില്ലെന്നാണോ നീ പറയുന്നത്? അവരെ തട്ടിക്കൊണ്ടുപോയിട്ടില്ലേ?"

"അതെ, നിങ്ങൾ പറയുന്നതു സത്യമാണ്. എന്നാലും..."

സാവധാനത്തിൽ, മായയെക്കുറിച്ചുള്ള തന്റെ പദ്ധതി ഒരിക്കലും സുധാമൊയ് അംഗീകരിക്കില്ലെന്നു കിരൺമൊയിക്കു മനസ്സിലായി. അവർക്കു പൂർവ്വികമായുള്ള മണ്ണ് നഷ്ടപ്പെട്ടെങ്കിലും കാലുകുത്താൻ സ്വന്തം രാജ്യമുണ്ടല്ലോ. ഭർത്താവിന് ഇതു ധാരാളം മതി. വാസ്തവത്തിൽ, കൽക്കത്തയിൽ പോകാൻ മായയ്ക്കും അത്ര താൽപര്യമൊന്നുമില്ലായിരുന്നു. അവൾ ഒരിക്കലേ അമ്മായിയുടെ വീട്ടിലേക്കു പോയിട്ടുള്ളു. അവൾക്കത് അത്ര സുഖകരമായ ഓർമ്മയല്ല. അവളുടെ കസിനുകൾ പൊങ്ങച്ചക്കാരികളാണ്. അവളെ താഴ്ന്നവളായാണവർ കണ്ടത്. അവരോടൊപ്പം സമയം ചെലവഴിക്കാനവളെ ഒരിക്കലും വിളിക്കാറില്ല; അധികസമയവും അവൾ ബംഗ്ലാദേശിലെ സ്വന്തം വീടിനെക്കുറിച്ചോർത്ത് ഒറ്റക്കിരിക്കും. പൂജാ ഒഴിവുകാലം മുഴുവൻ കൽക്കത്തയിൽ ചെലവഴിക്കാനായിരുന്നു ആദ്യത്തെ പ്ലാൻ. എന്നാൽ, ഒഴിവുകാലം തീരുന്നതിനുമുമ്പേ, തന്നെ സ്വന്തം നാട്ടിലേക്കയക്കാൻ അവൾ അമ്മാമനോട് അപേക്ഷിച്ചു. അവളുടെ അമ്മായി പറഞ്ഞു: "പത്തുദിവസത്തേക്കല്ലേ ദീദി നിന്നെ ഇങ്ങോട്ടയച്ചത്?"

"വീടിനെക്കുറിച്ച് ഓർത്ത് എനിക്കു വേദന തോന്നുന്നു..." മായ പറഞ്ഞു. അവളുടെ കണ്ണുകളപ്പോൾ നിറഞ്ഞിരുന്നു. പൂജാകാലത്ത് കൽക്കത്ത നഗരം ദീപാലങ്കാരങ്ങൾകൊണ്ടു നിറഞ്ഞിരിക്കും; എവിടെയും ആഹ്ലാദവും

ഉല്ലാസവും കലാപരിപാടികളും തന്നെ! എന്നാൽ, മായയ്ക്കതിൽ യാതൊരു താത്പര്യവും തോന്നിയില്ല. അവൾ ഏഴുദിവസത്തിനകം തിരിച്ചെത്തി. കൽക്കത്തയോടുള്ള ഇഷ്ടംമൂലം മകൾ കൂടുതൽ ദിവസം അവിടെ നിൽക്കുമെന്നാണ് കിരൺമൊയ് വിചാരിച്ചിരുന്നത്.

മായ സുധാമൊയിയുടെ തലയ്ക്കലിരുന്ന് ജഹാംഗീറിനെക്കുറിച്ചോർത്തു. പരുളിന്റെ വീട്ടിൽവച്ച് അവൾ അവനോടു രണ്ടുപ്രാവശ്യം ടെലിഫോണിലൂടെ സംസാരിച്ചിരുന്നു. അവളോടുള്ള അവന്റെ പഴയ ഉൽസാഹം നഷ്ടപ്പെട്ടപോലെ. അവന്റെ ഒരു അങ്കിൾ അമേരിക്കയിലുണ്ട്. അയാളോടൊപ്പം നിന്ന് ഉപരിപഠനം നടത്താൻ ആവശ്യപ്പെട്ടിരിക്കയാണ്. താൻ പോകാനുള്ള തയ്യാറെടുപ്പിലാണെന്ന് ജഹാംഗീർ അവളോടു പറഞ്ഞു. മായ ഞെട്ടിപ്പോയി. അവൾ ഉറക്കെ നിലവിളിച്ചു. ഒരു വിധത്തിൽ സമനില വീണ്ടെടുത്ത് അവൾ ചോദിച്ചു.

''നീ ശരിക്കും പോകുകയാണോ?"

"പിന്നല്ലാതെ, അതമേരിക്കയാണ്. തീർച്ചയായും ഞാൻ പോകും!"

"നീ അവിടെ എന്തു ചെയ്യും?"

"തൽക്കാലം ഞാൻ അതും ഇതും ചെയ്തു കഴിയും, എനിക്കു പൗരത്വം കിട്ടുന്നതുവരെ."

"നീ തിരിച്ചു വരില്ലേ.?"

"തിരിച്ചുവന്നിട്ടെന്തുചെയ്യാനാണ്? ഏതെങ്കിലും ബോധമുള്ള മനുഷ്യൻ ഈ നശിച്ച നാട്ടിൽ ജീവിക്കുമോ?"

"നീ എന്നാണ് പോകുന്നത്?"

"അടുത്ത മാസം. ചാച്ചാ എന്നെ നിർബന്ധിക്കയാണ്. പ്രാദേശിക രാഷ്ട്രീയത്തിൽ ഞാൻ മുഴുകുമോ എന്നാണദ്ദേഹത്തിന്റെ ഭയം."

"ഓ"

തന്റെ അസാന്നിദ്ധ്യത്തിൽ മായ എന്തു ചെയ്യുമെന്ന് ജഹാംഗീർ സംഭാഷണത്തിനിടെ ഒരിക്കൽപോലും ചോദിച്ചില്ല. മായ അവനോടൊപ്പം പോകുമെന്നവൻ പ്രതീക്ഷിക്കുന്നുണ്ടോ? ചുരുങ്ങിയത്, അവനുവേണ്ടി കാത്തിരിക്കുകയെങ്കിലും ചെയ്യുമെന്ന്. നാലുവർഷങ്ങൾ നീണ്ടുനിന്ന പ്രേമബന്ധം, റസ്റ്റോറന്റുകളിലെ ആനന്ദം നിറഞ്ഞ സന്ദർശനങ്ങൾ, ക്രസന്റ് തടാകതീരത്തിരുന്ന് വിവാഹത്തെക്കുറിച്ച് തുടർച്ചയായി നടത്താറുള്ള കൂടിയാലോചനകൾ... അമേരിക്കയെക്കുറിച്ചുള്ള കിനാവുകൾ മൂലം ഇതെല്ലാം അവൻ മറന്നുവോ? മായയെ അവനെങ്ങനെ മറക്കാൻ കഴിഞ്ഞു? സുധാമൊയിയുടെ അരികിലിരിക്കുമ്പോൾ മായയ്ക്ക് ജഹാംഗീറിനെക്കുറിച്ചോർക്കാതിരിക്കാനായില്ല. എത്ര ശ്രമിച്ചിട്ടും അവൾക്കവനെ മറക്കാൻ കഴിഞ്ഞില്ല. അങ്ങനെ തളർന്നു കിടക്കുന്ന അച്ഛന്റെ വേദനയോടൊപ്പം സ്വന്തം പ്രശ്നങ്ങളിലും അവൾ നീറിക്കൊണ്ടിരുന്നു.

കിരൺമൊയിയുടെ വേദന അതിനേക്കാൾ കഠിനമായിരുന്നു, പെട്ടെന്ന് പാതിരാത്രിക്ക് അവൾ കരഞ്ഞുകൊണ്ട് എഴുന്നേറ്റിരിക്കും. എന്തിനാണ് കരഞ്ഞതെന്നോ, ആർക്കുവേണ്ടിയാണ് കരഞ്ഞതെന്നോ അവൾ വെളിപ്പെടുത്തിയില്ല.

കുറച്ചു കഴിയുമ്പോൾ കണ്ണുനീർ താനെ വറ്റും; നിശ്ശബ്ദം അവൾ വീട്ടുജോലികളിൽ മുഴുകും - പാചകം, വീടു വൃത്തിയാക്കൽ, ഭർത്താവിന്റെ ശുശ്രൂഷ...

നെറ്റിയിൽ സിന്ദൂരമിടലും കൈകളിൽ വള ഇടലും കിരൺമൊയ് നിർത്തി. വിവാഹിതകളായ ഹിന്ദു സ്ത്രീകളുടെ സമ്പ്രദായമാണിത്. 1971ൽ ഈ ആചാരം വേണ്ടെന്നു വയ്ക്കാൻ സുധാമൊയ് ആവശ്യപ്പെട്ടു. 1975 ഓടെ പൂർണ്ണമായും ഈ ശീലം കിരൺമൊയ് ഉപേക്ഷിച്ചു. തന്റെ പ്രിയപ്പെട്ട ദോത്തി ധരിക്കുന്ന സ്വഭാവം സുധാമൊയിയും മാറ്റി. അയാൾ തുന്നൽക്കാരൻ താരു ഖാലിഫയുടെ അടുത്തുപോയി ഒരു ജോടി പൈജാമ തുന്നിച്ചു. അവിടന്നു തിരിച്ചുവന്ന സുധാമൊയിക്ക്, അന്നതു വല്ലാത്ത തലവേദനയും പനിയുമായിരുന്നു. അയാളുടെ മനസ്സ് വിഷമിക്കുമ്പോഴെല്ലാം ഇതു പതിവാണെന്നു കിരൺമൊയിക്കറിയാം.

ഇത്തരം വിഷമസന്ധിയിൽ കുടുംബത്തോടുള്ള സുരഞ്ജന്റെ അകൽച്ച മായയെ അദ്ഭുതപ്പെടുത്തുകയും അമ്പരപ്പിക്കുകയും ചെയ്തു! ദിവസം മുഴുവൻ അവൻ സ്വന്തം മുറിയിൽ കഴിച്ചുകൂട്ടുന്നു. ഭക്ഷണത്തിലും താത്പര്യമില്ല. വിശന്നാൽ പോലും ഭക്ഷണം ആവശ്യപ്പെടില്ല. രോഗിയായി മരിക്കാറായി കിടക്കുന്ന അച്ഛന്റെ കാര്യത്തിൽപോലും ശ്രദ്ധയില്ല. സുഹൃത്തുക്കൾ സന്ദർശിക്കാനായി മുറിയിൽ വരും. അവരവിടെ ഇരുന്ന് ഉറക്കെ സംസാരിക്കും. ഇഷ്ടമുള്ളപ്പോളവൻ പുറത്തു പോകും. എങ്ങോട്ടാണ് പോകുന്നതെന്നോ, എപ്പോഴാണ് തിരിച്ചുവരികയെന്നോ പറയാറില്ല. ഒരു ഉത്തരവാദിത്തവും ഇല്ലാതെ... അവന്റെ അനിയത്തി വേദനയോടെ ഓർത്തു. ആരും അവനോടു പണം ചോദിക്കുന്നില്ല. ഒരു മകനെന്ന നിലയ്ക്ക് അച്ഛനെ ശുശ്രൂഷിക്കേണ്ട ചുമതല അവനുള്ളതല്ലേ? അവൻ ഡോക്ടറെ വിളിക്കേണ്ടവനും മരുന്ന് വാങ്ങിച്ചു കൊണ്ടുവരേണ്ടവനുമാണ്. അച്ഛന്റെ അടുത്തിരുന്ന് ആശ്വസിപ്പിക്കയെങ്കിലും ചെയ്യേണ്ടതല്ലേ? മകൻ അടുത്തുവന്ന്, തന്റെ ആരോഗ്യനില അന്വേഷിക്കണമെന്ന് അച്ഛനു മോഹമുണ്ടാകില്ലേ? ഡോ. ഹരിപദയുടെ ചികിൽസയും തെറാപ്പിയും മൂലം സുധാമൊയിയുടെ ആരോഗ്യനില നന്നായി മെച്ചപ്പെട്ടിട്ടുണ്ട്. സംസാരത്തിന് ഇപ്പോൾ അത്ര കുഴച്ചലില്ല. എന്നാൽ വാതം പിടിപെട്ട കൈകാലുകൾക്കു സ്വാധീനം തിരിച്ചു കിട്ടിയിട്ടില്ല. സ്ഥിരമായ എക്സർസൈസുകൊണ്ടു നില തീർച്ചയായും മെച്ചപ്പെടുമെന്നു ഡോക്ടർ വാക്കുകൊടുത്തിട്ടുണ്ട്. മായ എപ്പോഴും അച്ഛന്റെ അടുത്തുതന്നെ ഉണ്ടാകും. അച്ഛന്റെ എല്ലാ കാര്യങ്ങളും നോക്കുന്നത് അവളാണ്. ട്യൂഷൻ വേണ്ടെന്നു വച്ചതിനാലാണ് അവൾക്ക് ഇത്രയും നേരം കിട്ടുന്നത്. അവളുടെ അവസാന വിദ്യാർഥി മിനാട്ടി ഇന്ത്യയിലേക്കു

പോകുന്നതിനാൽ, ഇനി ട്യൂഷൻ ആവശ്യമില്ലെന്ന് ആ കുട്ടിയുടെ അമ്മ പറഞ്ഞു.

"എന്തിനാണ് ഇന്ത്യയിലേക്കു പോകുന്നത്?" മായ ചോദിച്ചു.

മിനാട്ടിയുടെ അമ്മ വിഷാദം നിറഞ്ഞ ഒരു പുഞ്ചിരി സമ്മാനിച്ചതല്ലാതെ, മറുപടി ഒന്നും പറഞ്ഞില്ല.

മിനാട്ടിയെക്കുറിച്ചുള്ള ചില കാര്യങ്ങൾ മായയുടെ മനസ്സിൽ തെളിഞ്ഞു വന്നു. 'ദി കുറിണ്ണീസാ' സ്കൂളിലാണവർ പഠിച്ചിരുന്നത്. ഒരു ദിവസം കണക്കു പഠിപ്പിച്ചുകൊണ്ടിരിക്കവെ, അവൾ പിറുപിറുക്കുന്നത് മായ കേട്ടു"അൽ അംദൊ ലില്ലാഹി റബ്ബിൽ ആലെമീൻ... അർ റഹ്മനിർ റഹിം..."

മായ അദ്ഭുതത്തോടെ ചോദിച്ചു. "നീ എന്താണീ പറയുന്നത്?"

മിനാട്ടി നിസ്സംശയം മറുപടി നൽകി. "എന്തേ, 'സുരാ'യിൽനിന്നുള്ള വാചകങ്ങൾ ഞങ്ങൾ അസംബ്ലിയിൽ ഉരുവിടാറുണ്ട്..."

"വാസ്തവമാണോ? അപ്പോൾ, നിങ്ങളുടെ സ്കൂൾ അസംബ്ലിയിൽ 'സുരാ' ചൊല്ലുന്നുണ്ട്?"

"ഉവ്വ്. രണ്ടു 'സുരാ'. അതിനുശേഷം ദേശീയഗാനം."

"'സുരാ' ചൊല്ലുമ്പോൾ നീ എന്താണ് ചെയ്യാറ്?"

"ഞാനും ചൊല്ലും. അപ്പോൾ ശിരസ്സു മറയ്ക്കുകയും ചെയ്യും."

"ഹിന്ദുക്കളുടെയും ക്രിസ്ത്യാനികളുടെയും ബുദ്ധിസ്റ്റുകളുടെയും പ്രാർത്ഥനകൾ പാടാറുണ്ടോ?"

"ഇല്ല."

മായയ്ക്ക് ഭയങ്കര ദേഷ്യം വന്നു. തലസ്ഥാനത്തെ ഏറ്റവും പ്രശസ്ത മായ സ്കൂളുകളിൽ ഒന്നായ ഈ സ്ഥാപനത്തിൽ എല്ലാ മതങ്ങളുടെയും പ്രാർത്ഥനകൾ രാവിലത്തെ അസംബ്ലിയിൽ ആലപിക്കാതിരിക്കുന്നത് അധാർമ്മികമാണ്.

താൻ പഠിപ്പിച്ചിരുന്ന മറ്റൊരു പെൺകുട്ടിയെക്കുറിച്ച് മായ ഓർത്തു. പരുളിന്റെ ബന്ധുവായ അവളുടെ പേര് സുമയ്യാ എന്നാണ്. ഒരു ദിവസം അവൾ പെട്ടെന്നു മായയോടു പറഞ്ഞു.

"ദീദി, ഇനി നിങ്ങൾ ഒരിക്കലും എന്നെ പഠിപ്പിക്കില്ല..."

"എന്തുകൊണ്ടില്ല?"

"അബ്ബ ഒരു മുസ്ലിം ടീച്ചറെ നിർത്തുമെന്നു പറയുന്നു."

"ഓ, അതു ശരി."

ഇങ്ങനെയാണ് മായയ്ക്കു രണ്ടു വിദ്യാർത്ഥികളും നഷ്ടപ്പെട്ടത്. ഇക്കാര്യം

വീട്ടിലെ ആരോടും അവൾ സൂചിപ്പിച്ചിട്ടില്ല; ആവശ്യമില്ലാതെ അവരുടെ മനസ്സമാധാനം എന്തിനു നശിപ്പിക്കണം?

ഇപ്പോൾത്തന്നെ സുരഞ്ജൻ, ആവശ്യത്തിനുള്ള പണം വീട്ടിൽ നിന്നാണു വാങ്ങിക്കുന്നത്. മായയും അതുതന്നെ ചെയ്താൽ കിരൺ മൊയിക്കു കാര്യങ്ങൾ എങ്ങനെ നടത്തിക്കൊണ്ടുപോകാനാകും?

കിരൺമൊയ് അടുക്കളയിൽ ചോറും പരിപ്പും പാകം ചെയ്യുകയാണ്. സുധാമൊയിക്കുവേണ്ടി കുറച്ചു സൂപ്പും ഫ്രൂട്ട് ജ്യൂസും ഉണ്ടാക്കണം. എന്നാൽ ഫ്രൂട്സ് ആര് വാങ്ങിക്കൊണ്ടുവരാനാണ്? എന്തെങ്കിലും സഹായം ആവശ്യമുള്ളപ്പോൾ, മകൻ സദാസമയം മുറിയിൽത്തന്നെ കിടക്കുന്നല്ലോ എന്നവൾ വിഷമത്തോടെ ഓർത്തു. മറ്റൊരു കാര്യത്തിലും മായയ്ക്ക് ചേട്ട നോടു ദേഷ്യം തോന്നി. കലാപസാധ്യതയുള്ള ഏഴാം തീയതി അവർക്കൊരു അഭയകേന്ദ്രം കണ്ടുപിടിക്കാനായി അവൾ ചേട്ടനോട് കേണപേക്ഷിച്ചതാണ്. സുരഞ്ജൻ സഹായത്തിനായി ഒരു വിരൽപോലും ഇളക്കിയില്ല. ഇപ്പോഴും അവരുടെ നില പരുങ്ങലിലാണ്. അപകടസന്ധി തരണം ചെയ്തിട്ടില്ല. എന്നാൽ അവളുടെ പ്രയോജനമില്ലാത്ത ചേട്ടൻ ആകട്ടെ അലസനായി കിടക്കുകയാണ്.

ചേട്ടന്റെ താത്പര്യമില്ലായ്മയിലും ഉദാസീനതയിലും മനംമടുത്ത മായയും അപകടസന്ധി തരണം ചെയ്യാനുള്ള പരിപാടികൾ ആസൂത്രണം ചെയ്യാൻ താത്പര്യമെടുത്തില്ല. വീട്ടിലെ അന്തരീക്ഷം ഉൾക്കൊള്ളാനവൾ ശ്രമിച്ചു, സാവധാനം, ഉൽസാഹമെല്ലാം നഷ്ടപ്പെട്ടു. അവരുടെ സുരക്ഷിതത്വ ത്തിലും നന്മയിലും സുരഞ്ജന് ശ്രദ്ധയില്ലെങ്കിൽ അവൾക്കെന്തു ചെയ്യാൻ കഴിയും? ആരുടെ വീട്ടിലഭയം പ്രാപിച്ചാലാണ് ജീവൻ രക്ഷിക്കാനാകുക എന്ന് അവൾക്കറിയില്ല. പരുളിന്റെ വീട്ടിൽ പോലും അവൾ അസ്വസ്ഥ യായിരുന്നു. തീർച്ചയായും പരുൾ നല്ലൊരു സുഹൃത്താണ്. അവളുടെ സാന്നിദ്ധ്യത്തെ വീട്ടിലാരും ഒരിക്കലും ചോദ്യം ചെയ്തിട്ടില്ല. ഇപ്രാവശ്യം പരുളിന്റെ വീട്ടുകാരുടെ നോട്ടത്തിൽ ചില വ്യത്യാസം വന്നതുപോലെ അവൾക്കു തോന്നി. അവർക്കവളെ നന്നായി അറിയാമെങ്കിലും, ഒരു അപരിചിതയെ വീക്ഷിക്കുന്നതുപോലെ! അവരുടെ നോട്ടത്തിന്റെ അർത്ഥം ഇതായിരുന്നില്ലേ? "നീ എന്താണിവിടെ?" ഇവിടെ കൂടുതൽ ദിവസം നിൽക്കു ന്നത് മായയ്ക്ക് അപകടമാണെന്നു പരുൾ പോലും പറയുകയുണ്ടായി.

എന്തു മര്യാദയില്ലായ്മയാണ്! മായ ചിന്തിച്ചു. അവളുടെ കാര്യത്തിൽ മാത്രമേ അപകടമുള്ളോ? പരുളിനെപ്പോലുള്ളവർക്കൊരു കുഴപ്പവുമില്ലേ? പരുളിന് എപ്പോഴെങ്കിലും മായയുടെ വീട്ടിൽ അഭയം തേടേണ്ടിവരുമോ? അതൊരിക്കലും വേണ്ടിവരില്ലെന്നു മായ ഓർത്തു.

ഒരിക്കൽ പരുളിന്റെ വീട്ടിലെത്തിയ അതിഥികൾ മായയെ ചോദ്യം ചെയ്തു.

"നിന്റെ പേരെന്താണ്?"

"മായ"

"മുഴുവൻ പേര്?"

ഈ സമയത്ത് പരുൾ ഇടപെട്ടു, തന്റെ സ്നേഹിതയുടെ പേര് സകിയ സുൽത്താൻ എന്നാണെന്നു പറഞ്ഞു. മായയുടെ പേര് മാറ്റിപ്പറഞ്ഞതിന്റെ കാരണം അവൾ പിന്നീടു മായയ്ക്കു വിശദീകരിച്ചുകൊടുത്തു.

"അവർ നമ്മളിൽനിന്നും വ്യത്യസ്തരീതിയിലുള്ളവരാണ്... പുരോഹിതന്മാരെ പോലെ. അവർ നടന്നു പറഞ്ഞേക്കും ഞങ്ങൾ ഹിന്ദുക്കൾക്ക് അഭയം നൽകിയിരിക്കയാണെന്ന്."

"ഓ."

സ്നേഹിതയുടെ കാഴ്ചപ്പാടിലൂടെ ഈ സംഭവത്തെ വീക്ഷിക്കാൻ മായ ശ്രമിച്ചു. എന്നിട്ടും അവളുടെ ഹൃദയം വേദനിച്ചു. ഹിന്ദുക്കൾക്ക് അഭയം നൽകുന്നതൊരു കുറ്റമാണോ? കുറച്ചുകാലമായി അവളുടെ മനസ്സിനെ അലട്ടിയിരുന്ന ഒരു ചോദ്യത്തിന് ഈ സംഭവം ശരിയായ ഉത്തരം കണ്ടെത്തി. അവൾക്കതു വലിയ ആശ്വാസം പകർന്നു. എന്തായാലും ഹിന്ദുക്കൾ എന്തിനു അഭയം തേടണം? മായ തന്റെ പരീക്ഷയിൽ ഡിസ്റ്റിങ്ഷനോടെയാണു വിജയിച്ചിട്ടുള്ളത്. ഇന്റർമീഡിയറ്റ് പരീക്ഷയിൽ റാങ്കുണ്ട്. പരുൾ പാസ്സായതു വെറും സെക്കൻഡ് ക്ലാസ്സോടെയാണ്. എന്നാലും, പലപ്പോഴും പരുൾ ആണ് മിടുക്കി എന്ന മട്ടിലായിരുന്നു പെരുമാറ്റം!

"ബാബാ, വിരലുകൾ മടക്കു. കൈകൾ ഒന്നു പൊക്കാൻ ശ്രമിച്ചുനോക്കു."

സുധാമൊയ് അനുസരണയുള്ളൊരു കുട്ടിയെപ്പോലെ ചെയ്തു. വിരലുകൾക്കു കുറെശ്ശെ സ്വാധീനം തിരിച്ചുകിട്ടി എന്നു കണ്ടു മായയ്ക്ക് ആവേശമായി. അവൾ അച്ഛന്റെ കൈകൾ പിടിച്ചു.

"ദാദാ ഊണു കഴിക്കുന്നില്ലേ?" അവൾ അമ്മയോടു ചോദിച്ചു.

"ആർക്കറിയാം? അവൻ ഉറങ്ങുന്നത് ഞാനിപ്പോൾ കണ്ടു." സുരഞ്ജന്റെ കാര്യത്തിൽ കിരൺമൊയിക്കു യാതൊരു താത്പര്യവും തോന്നിയില്ല.

കിരൺമൊയിയും ഊണുകഴിച്ചിട്ടില്ല. എന്നാൽ മായയ്ക്കുള്ള ചോറു മാറ്റിവച്ചിട്ടുണ്ട്. മായ വല്ലാതെ ക്ഷീണിച്ചിട്ടുണ്ട്, ഇരുന്ന് ഉറക്കം തൂങ്ങി, പെട്ടെന്നവൾ ഉണർന്നു. വാതിലും ജനലുമെല്ലാം അടച്ച് കുറ്റിയിട്ടു. ഇരുളടഞ്ഞ മുറിയിലേക്കു മുദ്രാവാക്യങ്ങൾ കടന്നുവന്നു.

"ഹിന്ദുക്കളേ, നിങ്ങൾക്കു ജീവിക്കണമെന്നുണ്ടെങ്കിൽ ഈ രാജ്യം വിട്ടു പൊയ്ക്കോളൂ."

സുധാമൊയ് ഈ മുദ്രാവാക്യം കേട്ടു. മായയുടെ കയ്യിൽ പിടിച്ചിരുന്ന അയാളുടെ വിരലുകൾ മുറുകി. ശക്തി തിരിച്ചുവരുന്നതിന്റെ മറ്റൊരു ലക്ഷണം.

വിശപ്പുകൊണ്ടു സുരഞ്ജന്റെ വയറു കത്തി. മുമ്പ്, അവൻ കഴിച്ചാലും ഇല്ലെങ്കിലും ഒരു പാത്രം ചോറ് മേശപ്പുറത്തു വച്ചിരിക്കും, അതവനുവേണ്ടി അവിടെ കാത്തിരിക്കും! കുടുംബത്തിൽ അവനെക്കുറിച്ചുള്ള ചിന്ത കുറഞ്ഞു

തുടങ്ങിയതു വ്യക്തമാണ്. എന്നാലും തനിക്കു വിശക്കുന്നെന്ന് അവൻ ആരോടും പറയില്ലെന്നു തീരുമാനിച്ചു. അവൻ മുറ്റത്തേക്കു നടന്നുചെന്നു ബാത്റൂമിൽ കയറി മുഖം കഴുകി, അഴയിൽ ഞാത്തിയിട്ടിരുന്ന ഒരു ടവൽ എടുത്തു മുഖം തുടച്ചു. മുറിയിൽ തിരിച്ചെത്തി, ഷർട്ടെടുത്തിട്ട്, വീട്ടിൽനിന്നു പുറത്തേക്കിറങ്ങി. തെരുവിലെത്തിയപ്പോഴാണ്, എങ്ങോട്ടു പോകണമെന്നവൻ ചിന്തിച്ചത്. ഹൈദറിന്റെ അടുത്തു പോയാലോ? എന്നാൽ ഈ സമയത്തവൻ വീട്ടിൽ കാണില്ല. ബലാലിന്റേയോ, കമാലിന്റേയോ അടുത്തു പോകാം. ഒരുപക്ഷേ, അവൻ അഭയം തേടി ചെന്നതാണെന്നവർ കരുതിയെങ്കിലോ? അല്ലെങ്കിൽ സഹതാപം തേടി?

ഇല്ല. നഗരത്തിൽ അലഞ്ഞു തിരിയുക തന്നെ എന്നവൻ തീരുമാനിച്ചു. എന്തായാലും, നഗരം എന്റേതല്ലേ! ഒരു കാലത്ത് മെയ്മൊൻസിംഗ് വിടാൻ അവനു വിഷമമായിരുന്നു. അപ്പോൾ, ഒരു രാത്രി സുധാമൊയ് ആ വീട് റെയിസുദ്ദീനു വിറ്റു, സ്വന്തം മകനെ അക്കാര്യം അറിയിക്കാതെ. പിറ്റേന്നു രാവിലെ അവൻ എഴുന്നേറ്റപ്പോൾ, അവനറിയില്ലായിരുന്നു താൻ ജനിച്ച മണ്ണ് നഷ്ടപ്പെട്ടുകഴിഞ്ഞെന്ന്! അവൻ ജനിച്ച മണ്ണ്, കാമിനി പൂക്കളുടെ സുഗന്ധം പരത്തുന്ന പരിസരം, അവൻ നീന്തിക്കളിച്ചിരുന്ന സ്ഫടികജലം നിറഞ്ഞ കുളം, ഈ 'ദത്താബാരി' (ദത്തമാരുടെ ഗൃഹം)... ഒന്നും അവന്റേതല്ലാതായിരിക്കുന്നു! അവർക്ക് ഒരാഴ്ചയ്ക്കുള്ളിൽ വീട് ഒഴിഞ്ഞു കൊടുക്കണമെന്ന് അറിഞ്ഞപ്പോൾ സുരഞ്ജൻ വല്ലാതെ കോപിച്ചു, വീട്ടിൽ നിന്നോടിപ്പോയി. പിന്നെ രണ്ടു ദിവസം കഴിഞ്ഞാണ് വീട്ടിൽ തിരിച്ചെത്തിയത്!

താൻ ഇത്രയും വികാരം കൊള്ളുന്നതെന്തിനാണെന്ന് സുരഞ്ജനു യഥാർത്ഥത്തിൽ, അറിയില്ലായിരുന്നു. എന്താണ് തന്റെ അഭിമാനത്തെ മുറിപ്പെടുത്തുന്നത്? ചിലപ്പോൾ തോന്നും താനടക്കമുള്ള തന്റെ കുടുംബത്തെയാണ് കുറ്റപ്പെടുത്തേണ്ടതെന്ന്. മറ്റു ചിലപ്പോൾ തോന്നും പർവീണിന്റെ കൂറുമാറ്റംകൊണ്ടാണ് തനിക്കിങ്ങനെ ഒരു ദുർവിധി വന്നതെന്ന്. ഒരു കാലത്ത് അവളുമായി താൻ പ്രേമത്തിലായിരുന്നു എന്ന ചിന്തപോലും വികാരങ്ങളെ ആഴത്തിൽ വ്രണപ്പെടുത്തുന്നതായിരുന്നു. അവൾ അവന്റെ മുറിയിൽ വന്നു പറയുമായിരുന്നു "വരു, നമ്മൾക്ക് ഓടിപ്പോകാം..."

"എങ്ങോട്ട്?"

"വളരെ ദൂരേക്ക്, മലകളിലേക്ക്"

"എവിടെയാണ് മലകൾ? സിയാൽ ഹെറ്റിലേക്കോ, ചിറ്റഗോംഗിലേക്കോ പോകേണ്ടിവരും മലകൾ കാണാൻ."

"നമ്മൾ എന്താണ് തിന്നുക? പുല്ലോ?"

അതുകേട്ട് പൊട്ടിച്ചിരിച്ചുകൊണ്ടവൾ സുരഞ്ജന്റെ മേൽ വീഴും.

"നീയില്ലാതെ എനിക്കു ജീവിക്കാനാവില്ല."

"കാര്യഗൗരവമില്ലാത്ത പെൺകുട്ടികൾ സാധാരണ പറയാറുള്ള കാര്യങ്ങളാണ് ഇതെല്ലാം. യഥാർത്ഥത്തിൽ, ആരും മരിക്കാനൊന്നും പോണില്ല."

സുരഞ്ജൻ പറഞ്ഞതു ശരിയായിരുന്നു. പർവീൺ മരിച്ചില്ല. നേരെമറിച്ച്, അനുസരണയുള്ളൊരു കുട്ടിയെപ്പോലെ അച്ഛനമ്മമാർ നിശ്ചയിച്ച വിവാഹത്തിനു സമ്മതിച്ചു. വിവാഹത്തിന് രണ്ടു ദിവസം മുമ്പ് അവൾ സുരഞ്ജന്റെ അരികിൽവന്നു പറഞ്ഞു, അവനോട് ഇസ്ലാമിലേക്കു മതം മാറണമെന്നു വീട്ടുകാർ ആവശ്യപ്പെട്ടു എന്ന്.

സുരഞ്ജൻ ചിരിച്ചു "ഞാൻ മതത്തിൽ വിശ്വസിക്കുന്നില്ലെന്ന് നിനക്കു നന്നായി അറിയാമല്ലോ."

"ഇല്ല, പറ്റില്ല. നീ മുസ്ലിം ആകണം"

"എനിക്കു മുസ്ലിമാകാൻ ആഗ്രഹമില്ല."

"അതിന്റെ അർത്ഥം നിനക്കെന്നെ വേണ്ടെന്നല്ലേ?"

"തീർച്ചയായും എനിക്കു നിന്നെ വേണം. അതിനുവേണ്ടി ഞാനെന്തിനു മുസ്ലിം ആകണം?"

പർവീണിന്റെ മുഖം ദേഷ്യംകൊണ്ടു ചുകന്നു. പർവീണിനു മേൽ വീട്ടുകാർ സമ്മർദ്ദതന്ത്രം പ്രയോഗിച്ചത്, അവൾ എന്നെന്നേക്കുമായി തന്നിൽനിന്ന് ഒഴിഞ്ഞുപോരാൻ വേണ്ടിയായിരുന്നെന്നു സുരഞ്ജൻ മനസ്സിലാക്കി. അവളുടെ സഹോദരൻ ആരുടെ ഭാഗത്തായിരിക്കാം എന്നവൻ അതിശയത്തോടെ ചിന്തിച്ചു. അവളുടെ സഹോദരൻ ഹൈദർ സുരഞ്ജന്റെ സുഹൃത്തായിരുന്നെങ്കിലും, അവരുടെ ബന്ധത്തെക്കുറിച്ച് ഒരഭിപ്രായവും പറഞ്ഞിട്ടില്ല. ഹൈദറിന്റെ ഒരിടത്തും തൊടാത്ത മനോഭാവം സുരഞ്ജനെ അസ്വസ്ഥനാക്കിയെങ്കിലും തന്റെ കാര്യം നിർബന്ധിപ്പിക്കാൻ ഒരു മാർഗ്ഗവും കണ്ടിരുന്നില്ല.

സുരഞ്ജൻ ഇസ്ലാമിലേക്കു മതം മാറാൻ തയ്യാറായില്ല. അങ്ങനെ, അവനോടൊപ്പം മലകളിൽ ജീവിക്കാനുള്ള പർവീണിന്റെ സ്വപ്നങ്ങളും അണഞ്ഞുപോയി. സ്വപ്നങ്ങൾ ഇത്ര എളുപ്പം മുങ്ങിച്ചാകുമോ? പൂജയ്ക്കു വേണ്ടി നിർമ്മിക്കപ്പെട്ട കളിമൺ വിഗ്രഹങ്ങൾ വെള്ളത്തിൽ മുക്കിത്താഴ്ത്തുന്നതുപോലെ? ആളുകൾക്കു താൽക്കാലിക ആനന്ദം നൽകുവാൻ വേണ്ടി മാത്രമുള്ളതാണോ സ്വപ്നങ്ങൾ?

പർവീൺ ഒരു മുസ്ലിം ബിസിനസ്സുകാരനെ വിവാഹം കഴിച്ചു. വളരെ വേഗം ആ വിവാഹം തകർച്ചയിലേക്കു നീങ്ങി. ഹൈദർ ഒരു ദിവസം അവനോടു പറഞ്ഞു.

"പർവീൺ ഭർത്താവിൽനിന്ന് വിവാഹമോചനം നേടിയേക്കും."

"വിവാഹമോചനമോ, രണ്ടുകൊല്ലത്തിനുള്ളിൽ?" പറയണമെന്നുണ്ടായിരുന്നു. പക്ഷേ, പറഞ്ഞില്ല.

പർവീണിനെ മനസ്സിൽനിന്നു മായ്ച്ചുകളഞ്ഞതായിരുന്നു. എങ്കിലും എന്നാൽ വിവാഹമോചനത്തിനുള്ള സാധ്യത അവനെ ആഹ്ലാദിപ്പിച്ചു. പഴയ

മധുരസ്മരണകൾ ഉയിർത്തെഴുന്നേറ്റു. ഹൃദയത്തിന്റെ കള്ളറയിൽ പർവീണിന്റെ നാമം മൃദുവായി ഭദ്രമായി, പൊതിഞ്ഞു സൂക്ഷിച്ചു വച്ചിരിക്കുകയായിരുന്നോ? ആയിരിക്കാം. അവളെ അവസാനമായി കണ്ടിട്ടു കാലമെത്രയായി? കഴിഞ്ഞുപോയ നല്ലകാലത്തെക്കുറിച്ചുള്ള വിഷാദം അവന്റെ മനസ്സിനെ മുക്കിക്കളഞ്ഞു.

വളരെ പ്രയാസപ്പെട്ട് അവൻ ചിന്തകൾ രത്നയുടെ നേരെ തിരിച്ചു. രത്നമിത്ര. അവൾ ഒരു സുന്ദരി പെൺകുട്ടിയാണ്. മറ്റൊരു മായികസ്വപ്നമായി അവൾ ഹൃദയത്തിൽ പതിഞ്ഞുപോയിരുന്നു. അപ്പോൾ പർവീൺ വിവാഹമോചനം നടത്താൻ പോകുകയാണത്രെ. അതവനെ എങ്ങനെ ബാധിക്കാനാണ്? അവൾ ഒരു മുസ്ലിമിനെ വിവാഹം കഴിച്ചു, അവളുടെ വീട്ടുകാർ തീരുമാനിച്ച രീതിയിൽ. അതെ, അന്നു മുതൽ എല്ലാം ശാന്തമായി നീങ്ങുമെന്നാണ് എല്ലാവരും പ്രതീക്ഷിച്ചത്, ജാതിയും മതവും പൊരുത്തപ്പെട്ടു വിവാഹം കഴിച്ചാൽ എല്ലാം സുരക്ഷിതമായി എന്നതുപോലെ! അവൾക്ക് എന്തുകൊണ്ടു തിരിച്ചുവരേണ്ടിവന്നു? ഭർത്താവ് അവളെ മലകളിലേക്കു കൊണ്ടുപോയില്ലേ? സ്വപ്നങ്ങൾ സാക്ഷാൽക്കരിക്കപ്പെട്ടില്ലേ? അവന്റെ സ്ഥാനം എവിടെയാണ്? അവൻ ജോലിരഹിതനായ ഒരു ഹിന്ദു യുവാവ്; വെറുതെ തെരുവിൽ കറങ്ങി നടക്കുന്നവൻ. അപ്പോൾ അവനെങ്ങനെ യോഗ്യതയുള്ള പയ്യനാകും?

തിക്കാതുലി ക്രോസിങ്ങിൽ വച്ച് സുരഞ്ജൻ ഒരു റിക്ഷ പിടിച്ചു. പർവിണിന്റെ രൂപം മനസ്സിൽനിന്നും തീർത്തും മാഞ്ഞുപോയില്ല' ഹൃദയത്തിന്റെ കള്ളറയിൽനിന്ന് അവളുടെ മുഖം പുറത്തേക്കു ചാടി അവനെ കശക്കാൻ തുടങ്ങി. അവർ ഒന്നിച്ചായിരുന്നപ്പോൾ, അവനെ ഉമ്മവയ്ക്കും. അവനവളെ ഇറുകെ പിടിച്ചു പറയും "നീ ഒരു കൊച്ചുകുരുവിയാണ്."

പർവീൺ പൊട്ടിച്ചിരിച്ചു മറുപടി നൽകും. "നീ ഒരു കുരങ്ങനാണ്."

യഥാർത്ഥത്തിൽ താനൊരു ഒരു കുരങ്ങൻ ആണോ? അതെ! കുരങ്ങൻ തന്നെ. അല്ലെങ്കിൽ, താനെന്തിനിങ്ങനെ സ്വച്ഛമായി, പ്രവർത്തനരഹിതനായി നിൽക്കണം? അഞ്ചുവർഷങ്ങൾ കടന്നുപോയി; എന്നാൽ അതിനിടയിൽ എന്തെങ്കിലും നേടിയോ? ഇല്ല, ഒരു വിധത്തിലുമില്ല! പർവീൺ സ്നേഹിച്ചതുപോലെ ആരും അവനെ സ്നേഹിച്ചില്ല. ആരും പർവീൺ പറഞ്ഞതുപോലെ അവനോടു പറഞ്ഞിട്ടില്ല. "നിന്നെ ഞാൻ അത്രമാത്രം സ്നേഹിക്കുന്നു."

ഇതു പർവീൺ പറഞ്ഞ ദിവസം അവൻ അവളോടു ചോദിച്ചു. "നീ ആരോടെങ്കിലും വാതു വച്ചിട്ടുണ്ടോ?"

"നീ എന്താണുദ്ദേശിക്കുന്നത്?"

"അതായത്..ഈ വാക്കുകൾ എന്നോടു പറയാമെന്ന്?"

"ഇല്ല, ഒരിക്കലുമില്ല."

"നീ പറഞ്ഞത് ആലോചിച്ചിട്ടു തന്നെയാണോ?"

"തീർച്ചയായും. ഞാൻ ആലോചിക്കാതെ ഒന്നും പറയാറില്ല."

ഇത്രയും ദൃഢവിശ്വാസത്തോടെ സംസാരിച്ച അതേ പെൺകുട്ടി വിവാഹത്തെക്കുറിച്ചു വീട്ടുകാർ നിർബന്ധം പിടിച്ചപ്പോൾ തകരാൻ തുടങ്ങി. അവളുടെ മോഹന സ്വപ്നങ്ങളെല്ലാം ആവിയായിപ്പോയി, ഒപ്പം അവളുടെ വ്യക്തിത്വവും, നേടാനാഗ്രഹിച്ച ജീവിതവും!- എല്ലാം പോയ്മറഞ്ഞു. പർവീൺ പ്രതിഷേധം ഉയർത്തിയില്ല എന്നതിൽ അവൻ വല്ലാതെ വിഷാദവാനായി. "ആ വീട്ടിൽ താമസിക്കുന്ന കുരങ്ങനെ എനിക്കു വിവാഹം കഴിക്കണം!" എന്നവൾ പറഞ്ഞില്ലല്ലൊ. വിവാഹദിവസം അവൾ അലങ്കാരങ്ങളണിഞ്ഞ്, നിശ്ശബ്ദമായി വിധേയിയായി നിന്നു. അവന്റെ വീട്, അവളുടെ വീടിന്റെ രണ്ടു വീടുകൾക്കപ്പുറത്താണ്. കിരൺ മൊയിയും മായയും വിവാഹത്തിനു പോയിരുന്നു, സുരഞ്ജൻ പോയില്ല.

റിക്ഷക്കാരനോട് ചമേലിബാഗിലേക്കു വിടാൻ അവൻ പറഞ്ഞു. സന്ധ്യയായി. വിശപ്പും ദാഹവും തോന്നി. കഴിഞ്ഞ ദിവസം വയറ്റിനു സുഖമില്ലായിരുന്നു; ഇപ്പോഴും ദഹനക്കേടുണ്ട്. അച്ഛൻ അന്റാസിഡ് കുറിച്ചുതരുമായിരുന്നു. ചുണ്ടുകൾ വെളുപ്പിക്കുന്ന മരുന്നുകൾ കഴിക്കാനവനിഷ്ടപ്പെട്ടിരുന്നില്ല. അതിനും പുറമെ ടാബ്ലറ്റുകൾ കൊണ്ടു നടക്കാനെപ്പോഴും മറക്കുന്നു. പുലോകിന്റെ വീട്ടിലേക്കു പോകാം. അവിടന്ന് എന്തെങ്കിലും കഴിക്കാം. കഴിഞ്ഞ അഞ്ചു ദിവസങ്ങളായി പുറത്തുപോകാൻ കഴിയാത്തതിനാൽ പുലോക് തീർച്ചയായും വീട്ടിലുണ്ടാകും.

വാതിൽ തുറന്ന ഉടനെ സുരഞ്ജൻ ആദ്യം പറഞ്ഞത് "ദയവായി എനിക്കെന്തെങ്കിലും കഴിക്കാൻ തരു. എന്റെ വീട്ടിൽ ഭക്ഷണം ഒന്നും പാകം ചെയ്തിട്ടുണ്ടെന്നു തോന്നുന്നില്ല."

"എന്തുകൊണ്ട്?"

"ഡോ. സുധാമൊയ് ദത്തയ്ക്ക് ഒരു സ്ട്രോക്ക് ഉണ്ടായി. അദ്ദേഹത്തിന്റെ ഭാര്യയും മകളും അദ്ദേഹത്തെ ശുശ്രൂഷിക്കുന്നതിൽ മുഴുകിയിരിക്കുകയാണ്. ധനികനായിരുന്ന സുകുമാർ ദത്തയുടെ പുത്രൻ സുധാമൊയ് ദത്ത സ്വന്തം ചികിൽസയ്ക്കു പണമില്ലാതെ കിടപ്പാണ്."

"വാസ്തവത്തിൽ, നീ ക്രിയാത്മകമായ എന്തെങ്കിലും ചെയ്യണം. അതായത്, എന്തെങ്കിലും ജോലി സമ്പാദിക്കണം. എന്നാൽ..."

"ഓഹ്, ഞാൻ ശ്രമിച്ചു! ഒരു മുസ്ലിം രാജ്യത്ത് ജോലി കിട്ടുവാൻ പ്രയാസമാണ്. അതിനും പുറമെ ഈ പഠിപ്പില്ലാത്തവരുടെ കീഴിൽ ആര് ജോലി ചെയ്യാനാണ്?"

പുലോക് ഞെട്ടിപ്പോയി. അവൻ പറഞ്ഞു:

"നീ മുസ്ലിമുകളെ നിന്ദിക്കയാണോ, സുരഞ്ജൻ?"

"നിനക്കു പേടിക്കേണ്ട യാതൊരു കാര്യവുമില്ല. ഞാനവരെ ചീത്ത പറയുന്നതു ശരി തന്നെ. അതൊക്കെ നിന്നോടു മാത്രം. അവരുടെ മുഖത്തുനോക്കി ചീത്ത പറയാൻ സാധിക്കുമെന്ന് നിനക്കു തോന്നുന്നുണ്ടോ? അവർ ഈ തല എന്റെ ശരീരത്തിൽ നിന്നു വേർപെടുത്തില്ലേ?"

കുറച്ചുനേരത്തിനുള്ളിൽ നീല വന്ന് ചോറും കറിയും വിളമ്പി, ഉൽക്കണ്ഠയും വിഷമവും നിറഞ്ഞ സ്വരത്തോടെ ചോദിച്ചു.

“സുരഞ്ജൻ ദാ, ഇന്നു നിങ്ങൾ ഒന്നും കഴിച്ചിട്ടില്ലേ?”

സുരഞ്ജൻ ദുർബ്ബലമായൊരു പുഞ്ചിരി വരുത്തി “ഞാൻ എന്തെങ്കിലും കഴിക്കുന്നുണ്ടോ എന്ന് ആരു ശ്രദ്ധിക്കാൻ?”

“നിങ്ങൾ വിവാഹം കഴിക്കണമെന്നാണ് എനിക്കു പറയാനുള്ളത്.”

“വിവാഹം?” ചോറ് സുരഞ്ജന്റെ തൊണ്ടയിൽ തങ്ങി.

“എന്നെ ആരു വിവാഹം കഴിക്കും?”

“ആ പർവീൺ എന്ന പെൺകുട്ടി കാരണം വിവാഹത്തെക്കുറിച്ചുള്ള ചിന്ത നിങ്ങൾ ഉപേക്ഷിക്കുന്നതു ശരിയല്ല.”

“അല്ല, അല്ല... അതുകൊണ്ടല്ല. വാസ്തവത്തിൽ ഞാനക്കാര്യം മറന്ന താണ്; ഒരു ദിവസം വിവാഹം കഴിക്കേണ്ടിവരും.”

പുലോകും നീലയും ഖേദപൂർവ്വം പുഞ്ചിരിച്ചു.

സുരഞ്ജൻ ഭക്ഷണം ആസ്വദിച്ചല്ല കഴിച്ചുകൊണ്ടിരുന്നത്. വായയ്ക്കു സ്വാദില്ലാത്തപോലെ. എന്നാലും വിശപ്പടക്കാനായി കഴിച്ചു;

“എനിക്കു കുറച്ചു പണം കടം തരാമോ, പുലോക്?” ഭക്ഷണം കഴിച്ചു കൊണ്ടിരിക്കവെ അവൻ ചോദിച്ചു.

“എത്ര?”

“നിനക്കു കഴിയുന്നത്ര. വീട്ടിൽ സാമ്പത്തിക കാര്യത്തെക്കുറിച്ച് ആരും എന്നോടൊന്നും പറയുന്നില്ല. എന്നാൽ, അമ്മയുടെ പേഴ്സ് കാലി ആയെന്നാ ണെനിക്കു തോന്നുന്നത്.”

“ശരി. നിനക്ക് ആവശ്യമുള്ളത്ര തരാം. അതിനിടയ്ക്ക്, നാട്ടിൽ നടക്കുന്ന സംഭവങ്ങളെക്കുറിച്ച് നീ അറിയുന്നുണ്ടോ? ഭോല, ചിറ്റഗോംഗ്, സിയാൽ ഹെറ്റ്, കോക്സ് ബസാർ, ഫിറോസ്പൂർ എന്നിവിടങ്ങളിലെ?”

“നീ എന്താണു പറയാൻ പോകുന്നതെന്ന് എനിക്കറിയാം... അവർ അത്ര യധികം ക്ഷേത്രങ്ങൾ തകർത്തു, ഹിന്ദു ഗൃഹങ്ങൾ കത്തിച്ചു, ഹിന്ദുക്കളെ തല്ലുകയും കൊല്ലുകയും ചെയ്തു, അവരുടെ സ്ത്രീകളെ ബലാത്സംഗം ചെയ്തു... വേറെ എന്തെങ്കിലും പുതിയ കാര്യങ്ങളുണ്ടെങ്കിൽ പറയു.”

“ഇതെല്ലാം സാധാരണ സംഭവങ്ങളായി നിനക്കു തോന്നുന്നോ?”

“ഇന്നത്തെ അവസ്ഥയിൽ എല്ലാം സാധാരണകാര്യമാണ്. മറ്റെന്താണ് ഈ രാജ്യത്തിൽ നിന്ന് പ്രതീക്ഷിക്കാനുള്ളത്?”

പുലോക് തീൻമേശയ്ക്കു മുന്നിലിരുന്ന് നിശ്ശബ്ദത പാലിച്ചു. കുറച്ചു കഴിഞ്ഞ് അവൻ പറഞ്ഞു തുടങ്ങി.

“സിയാൽഹറ്റിൽ, ചൈതന്യദേബിന്റെ വീട് അവർ കത്തിച്ചു. പഴയ ലൈബ്രറിപോലും അവർ ഒഴിവാക്കിയില്ല. ഏറ്റവും പുതിയ വാർത്തകളു മായി എന്റെ സഹോദരൻ സിയാൽഹറ്റിൽ നിന്ന് എത്തിയിട്ടുണ്ട്...”

കത്തിച്ചുചാമ്പലാക്കിയ അമ്പലങ്ങളുടെയും ബസാറുകളുടെയും ജിമ്നേഷ്യങ്ങളുടെയും ചുട്ടുകൊന്ന ആളുകളുടെയും നീണ്ട ലിസ്റ്റ് പുലോക് നിരത്തി.

“അതു ശരിയാണോ?”

“എല്ലാതരം കാര്യങ്ങളും സംഭവിച്ചുകൊണ്ടിരിക്കുന്നു, സുരഞ്ജൻ. ഈ നാട്ടിൽ നമ്മൾ എങ്ങനെ ജീവിച്ചുപോകുമെന്ന്, വാസ്തവത്തിൽ, എനിക്കറിയില്ല. ചിറ്റഗോംഗിൽ ജമായത്തികളും ബി.എൻ.പിയും കൈകോർത്തു പിടിച്ചാണ് അമ്പലങ്ങളും ഗൃഹങ്ങളും തകർക്കാൻ പോകുന്നത്. ഹിന്ദു വീടുകളിലുള്ള സാധനങ്ങളെല്ലാം അവർ എടുത്തുകൊണ്ടുപോകുന്നു. അർദ്ധരാത്രി വീട്ടിൽ കയറി പെൺകുട്ടികളെ തട്ടിക്കൊണ്ടുപോയി, പുലർച്ചയ്ക്കു തിരിച്ചുകൊണ്ടുവിടുന്നു... നിങ്ങൾ ഇതിനെതിരായി പ്രതിഷേധമുയർത്തുന്നില്ലേ?”

“നമ്മൾ പ്രതിഷേധമുയർത്തിയാൽ എന്താണ് സംഭവിക്കുക എന്ന് നിനക്കറിയാമോ? ഡി.എൽ. റോയിയുടെ പാട്ട് ഓർക്കുക... അപ്പോൾ, ഞാൻ നിന്നെ ഇടിച്ചു, ശരിതന്നെ. എന്നാൽ, അതുകൊണ്ട് വേദനിച്ചു എന്നുപറയാൻ നിനക്കെങ്ങനെ ധൈര്യമുണ്ടായി?”

സുരഞ്ജൻ കസേരയിൽ ചാഞ്ഞിരുന്നു കണ്ണുകളടച്ചു.

ഭോലയിലും തജ്മുദ്ദീനിലും തകർക്കപ്പെട്ട വീടുകളുടെ വിവരണം പുലോക് തുടർന്നു.

സുരഞ്ജൻ ചിരിച്ചുകൊണ്ടു പറഞ്ഞു.

“ഒരു പത്രപ്രവർത്തകനെപ്പോലെ വിശദമായ റിപ്പോർട്ട് നീ ഇപ്പോൾ തന്നു. ഈ സംഭവങ്ങളിൽ നിനക്കു ദുഃഖം തോന്നുന്നുണ്ടോ?”

പുലോക് അദ്ഭുതത്തോടെ സുരഞ്ജനെ തുറിച്ചുനോക്കി.

“നിനക്കു വിഷമമില്ലേ?”

സുരഞ്ജൻ പൊട്ടിച്ചിരിച്ചു.

“ഇല്ല, എനിക്കു യാതൊരു ദുഃഖവുമില്ല.”

പുലോക് അന്ധാളിച്ചു.

“വാസ്തവത്തിൽ, എന്റെ കുറെ ബന്ധുക്കൾ അവിടെ താമസിക്കുന്നുണ്ട്. എനിക്കവരെ ഓർത്തു വിഷമിക്കാതിരിക്കാനാകില്ല.”

“മുസ്ലിമുകൾ, അവർക്കു ചെയ്യാവുന്നതു ചെയ്തു. എന്നാൽ ഹിന്ദുക്കൾക്കു പ്രതികാരം ചെയ്യാനാവില്ല. എനിക്കു നിന്നോട് സഹതപിക്കാനാവില്ല, പുലോക് ക്ഷമിക്കണം.”

പുലോക് സുരഞ്ജനെ അതിശയത്തോടെ നോക്കി. എന്നിട്ടു മുറിവിട്ടു പോയി. രണ്ടായിരം ടക്കയുമായി തിരിച്ചുവന്നു, സുരഞ്ജനു നൽകി. പണം പോക്കറ്റിൽ തിരുകിക്കയറ്റിക്കൊണ്ട് സുരഞ്ജൻ ചോദിച്ചു.

“അലോക് എങ്ങനെയുണ്ട്? അവനെ സുഹൃത്തുക്കൾ ടീമിൽ ഉൾപ്പെടുത്തിയോ.”

“ഇല്ല. ദിവസം മുഴുവൻ അവൻ ഒറ്റയ്ക്കാണ്. പുറത്തു കൂട്ടുകാർ കളിക്കുന്നതു നോക്കിയിരിക്കുന്നു. അവൻ ഒറ്റയ്ക്കു മുറിയിലിരിക്കുന്നതിൽ വിഷമമുണ്ട്.”

“നിനക്കൊരു കാര്യമറിയാമോ, പുലോക്? നമ്മൾ വർഗ്ഗീയ വിരുദ്ധരെന്നോ, അല്ലെങ്കിൽ നമ്മുടെ സ്വന്തം ആളുകളെന്നോ, സ്വന്തം സുഹൃത്തുക്കളെന്നോ കരുതുന്നവർ ഭയങ്കര വർഗ്ഗീയവാദികളാണ്. നമ്മൾ ഈ രാജ്യത്തിലെ മുസ്ലിമുകളോട് അത്രയ്ക്ക് ഇടപഴകിയാണ് ജീവിച്ചത്. അസ്സലാമു അലൈക്കും, ഖുദാഹഫീസ് എന്നെല്ലാം വണങ്ങാൻ നമ്മൾ യാതൊരു അനിഷ്ടവും കാണിച്ചിട്ടില്ല. ‘ജൽ’ എന്നതിന് ‘പാനി’ എന്നും, സ്നാനത്തിന് ‘ഗൊസൊൽ’ എന്നും പറയാൻ വിഷമം കാണിച്ചിട്ടില്ല. നമ്മൾ അവരുടെ മതാചാരങ്ങളെ ആദരിക്കുന്നു; റംസാൻ മാസത്തിൽ പരസ്യമായി നമ്മൾ ചായ കുടിക്കുകയോ പുകവലിക്കുകയോ ചെയ്യാറില്ല. നോയ്മ്പുകാലത്ത് റസ്റ്റോറന്റുകളിൽ പോലും നമ്മൾ പോകാറില്ല. എന്നാൽ, സത്യത്തിൽ അള്ളാഹുവിനോട് അവർ എത്ര അടുത്തിട്ടുണ്ട്? ആർക്കു വേണ്ടിയാണ് നമ്മൾ ഈ ത്യാഗം സഹിക്കുന്നത്? ദുർഗപൂജയ്ക്ക് എത്ര ഒഴിവു കിട്ടുന്നുണ്ട്? എന്നിട്ടും ഹിന്ദുക്കൾക്കുമേലെ വല്ലാത്ത സമ്മർദ്ദമാണ്; ആസ്പത്രികളിൽ ദീർഘനേരം ജോലി ചെയ്യേണ്ടിവരുന്നു. അവർ പലതവണ ഈദ് ഒഴിവുകൾ ആഘോഷിക്കുന്നു. 8-ാം ഭരണ ഭേദഗതി പാസ്സാക്കിയപ്പോൾ അവാമി ലീഗുകാർ മുറവിളികൂട്ടിയത് മിച്ചം. ഹസീനതന്നെ തല മറച്ചുകൊണ്ടാണു നടക്കുന്നത്, ഹജ്ജു കഴിഞ്ഞ് തിരിച്ചെത്തിയതുപോലെ! അവരെല്ലാവരും ഒന്നാണ്, പുലോക്... എല്ലാവരും ഒരേ കണക്കിലുള്ളവർ... നമ്മൾക്കവശേഷിച്ച ഒരേ പ്രവൃത്തി ആത്മഹത്യയോ, കുടിയേറ്റമോ ആണ്.”

സുരഞ്ജൻ വാതിൽക്കലേക്കു നടന്നു. മെയ്മൊൻസിംഗിൽ പോയി റെയിസുദ്ദീനെ കാണണമെന്ന് ഈയിടെ അമ്മ ആവശ്യപ്പെട്ടിരുന്നു. നിസ്സാര വിലയ്ക്കു തങ്ങളുടെ വീടും പറമ്പും വാങ്ങിച്ച അയാൾ ഈ വിഷമസന്ധിയിൽ അവരെ സഹായിച്ചേക്കാം. എന്നാൽ റെയിസുദ്ദീനോടു ധനസഹായം അഭ്യർത്ഥിക്കാൻ സുരഞ്ജൻ ആഗ്രഹിച്ചില്ല. കടം വാങ്ങുന്നത് അവൻ എന്നും വെറുത്തിരുന്നു. പക്ഷേ കാലം മോശമാണ്. പാലചരക്കുകടയിലും മറ്റും പണം കൊടുക്കാനുണ്ട്. റെയിസുദ്ദീന്റെ അടുത്തു പോകുന്നതിനു പകരം പുലോകിനോടു കടംചോദിക്കാനവൻ തീരുമാനിച്ചു. ഒരുപക്ഷേ മുമ്പ് അവൻ പുലോകിനെ സഹായിച്ചിട്ടുള്ളതുകൊണ്ടായിരിക്കാം. അതുമാത്രമല്ല, ഒരു ഹിന്ദു സഹജീവി ആയതിനാൽ, മറ്റാരേക്കാളുമേറെ ന്യൂനപക്ഷ സമുദായത്തിന്റെ വേദനകളും കഷ്ടപ്പാടുകളും പുലോകിനു മനസ്സിലാക്കാൻ കഴിഞ്ഞേക്കും. അതെ, കുറച്ചു ദിവസങ്ങളായി, ഒറ്റ മുസ്ലിമിനോടും സഹായമഭ്യർത്ഥിക്കില്ലെന്നു സുരഞ്ജൻ പ്രതിജ്ഞയെടുത്തതാണ്.

പുലോകിനും കുടുംബത്തിനും ഗുഡ്ബൈ പറഞ്ഞ് അവൻ വീട്ടിലേക്കു നടന്നു. അങ്ങനെ നടക്കവെ, തന്നോട് വീട്ടിലുള്ളവരുടെ പെരുമാറ്റത്തെക്കുറിച്ചവൻ ഓർത്തു. ആരും തനിക്കൊരു ചുമതല തരാനാഗ്രഹിക്കുന്നില്ല. ഒരുപക്ഷേ താനൊരു "രാജ്യസ്നേഹി" ആണെന്നും, "രാജ്യത്തിന്റെ നന്മയെക്കുറിച്ചു മാത്രമേ ചിന്തിക്കുന്നുള്ളൂ" എന്നും, മറ്റൊന്നിനും സമയമില്ലെന്നും അവർ കരുതുന്നുണ്ടാകം. അല്ലെങ്കിൽ, അവനെ ശല്യപ്പെടുത്തുന്നതിൽ അർത്ഥമില്ലെന്നു കരുതിയിരിക്കാം. ഇന്നവൻ കിരൺമൊയിക്കു പണം നൽകും. അമ്മ കുടുംബം നയിച്ചുകൊണ്ടുപോകുന്ന രീതിയോർത്ത് അവൻ അതിശയിച്ചു. അവൾ ഒരിക്കലും, ഒന്നിനെക്കുറിച്ചും പരാതിപ്പെട്ടിട്ടില്ല, ഒന്നിനും കൊള്ളാത്ത മകനെക്കുറിച്ചുപോലും! അവർ പല പ്രശ്നങ്ങളിലൂടെയും കടന്നുപോയിട്ടുണ്ട്; എന്നാൽ കിരൺമൊയ് ഒരിക്കൽപോലും പരാതിപ്പെട്ടിട്ടില്ല.

ഈ ജീവിതം ഇങ്ങനെ തുടരുന്നതിൽ യാതൊരർത്ഥവുമില്ലെന്ന് പെട്ടെന്ന് സുരഞ്ജനു തോന്നി. സുധാമൊയ് ജീവനും മരണത്തിനുമിടയിൽ ആടിക്കൊണ്ടിരിക്കുന്നു, നീണ്ട ഒരു കാത്തിരിപ്പുപോലെ. ഇത്തരം ജീവിതം കൊണ്ടെന്തു പ്രയോജനമാണ്? കുറച്ചു ആംപ്യൂൾസ് പെത്തെഡ്രിൻ വാങ്ങിച്ചു കുത്തിവച്ചു മരിച്ചെങ്കിലോ എന്നവൻ ഒരു നിമിഷം ചിന്തിച്ചു. എന്തിനാണ് സുരഞ്ജൻ ജീവിക്കുന്നത്? ഒരു നിമിഷത്തിനുള്ളിൽ സ്വന്തം മരണം വിഭാവനം ചെയ്യാനവനു കഴിഞ്ഞു! അവൻ കിടക്കയിൽ മരിച്ചു കിടക്കുകയാണ്, പക്ഷേ വീട്ടുകാരത് അറിയുന്നില്ല. അവർ വിചാരിക്കും, അവൻ ക്ഷീണിച്ചു കിടന്നുറങ്ങുകയാണ്, അവനെ ശല്യപ്പെടുത്തേണ്ട, എന്ന്. സാവധാനം, മായ വന്നു പറയും.

"ദാദാ, എണീക്കൂ, നമ്മൾ ബാബയ്ക്കു വേണ്ടി എന്തെങ്കിലും ചെയ്യണം..." അപ്പോൾ, അവളുടെ ദാദ മറുപടി പറയില്ല!

അവൻ ഇത്തരം ചിന്തയിൽ മുഴുകി നടക്കുമ്പോൾ ബിജോയ് നഗർ ക്രോസിംഗിലൂടെ ഒരു ജാഥ കടന്നുപോകുന്നതു കണ്ടു. മതസൗഹാർദ്ദ ജാഥയാണ്. ഹിന്ദു മുസ്ലിം സാഹോദര്യത്തിൽ ഊന്നിക്കൊണ്ടുള്ള മുദ്രാവാക്യമാണവർ വിളിക്കുന്നത്. ഒരു ദോഷൈകദൃക്കിനെപ്പോലെ ചിരിക്കാതിരിക്കാൻ സുരഞ്ജനു കഴിഞ്ഞില്ല.

വീട്ടിൽ പോകുന്നതിനുമുമ്പ് അവൻ ഗൗതമിന്റെ വീട്ടിൽ ചെന്നു. അവനു ഭേദമുണ്ട്. എങ്കിലും പേടി മാറിയിട്ടില്ല. ചെറിയ ശബ്ദം കേൾക്കുമ്പോഴേക്കും ഞെട്ടുന്നു. രാഷ്ട്രീയത്തിൽ യാതൊരു താത്പര്യവുമില്ലാത്ത ഈ മെഡിക്കൽ വിദ്യാർഥിയെ തല്ലിച്ചതച്ചത് വിധിവൈപരീത്യമെന്നല്ലാതെ എന്തു പറയാനാണ്. സമീപപ്രദേശങ്ങളിൽ അവനു യാതൊരു ശത്രുവുമില്ല. ഇന്ത്യയിൽ ബാബറി മസ്ജിദ് പൊളിച്ചുമാറ്റിയതിന്റെ പേരിൽ അവൻ നിർദ്ദാക്ഷിണ്യം മർദ്ദിക്കപ്പെട്ടിരിക്കുന്നു!

അടുത്തിരുന്ന ഗൗതമിന്റെ അമ്മ, പുറത്തു കേൾക്കാത്ത രീതിയിൽ സുരഞ്ജന്റെ ചെവിയിൽ മന്ത്രിച്ചു.

"ഞങ്ങൾ ദൂരേക്കു പോകുകയാണ്?"

"ദൂരെ പോകുകകയോ?..." സുരഞ്ജൻ ഒന്നു ഞെട്ടി.

"അതെ. ഞങ്ങൾ ഈ വീടു വിൽക്കാൻ ശ്രമിക്കുകയാണ്."

അവർ എവിടേക്കാണ് പോകുന്നതെന്നറിയാൻ സുരഞ്ജൻ ആഗ്രഹിച്ചില്ല. കൂടുതൽ സമയം ഇരുന്നെങ്കിൽ, അവർ രാജ്യം വിട്ടുപോകുകയാണെന്ന ഭീകരസത്യം കേൾക്കേണ്ടി വന്നേനെ! അതുകൊണ്ടവൻ കസേര തള്ളിമാറ്റി, പെട്ടെന്നു പോകാനായി എഴുന്നേറ്റു. എന്നാൽ ഗൗതമിന്റെ അമ്മ അവനെ തടഞ്ഞുകൊണ്ടു പറഞ്ഞു. "നിൽക്കൂ, മോനേ, പോകല്ലേ. ഞങ്ങൾ പോകുന്നതിനു മുമ്പു വീണ്ടും കാണാൻ പറ്റുമോ എന്നു ദൈവത്തിനുമാത്രമേ അറിയൂ ഇരിക്കൂ, കുറച്ചു നേരം സംസാരിക്കാം..." അവളുടെ തൊണ്ട അടഞ്ഞു, കണ്ണുകൾ നിറഞ്ഞു.

"ക്ഷമിക്കണം, മാഷിമാ, എനിക്കു വീട്ടിൽ കുറച്ചു പണിയുണ്ട്. ഞാൻ മറ്റൊരിക്കൽ വന്നു കാണാം."

ഗൗതമിനെയോ, അവന്റെ അമ്മയെയോ തിരിഞ്ഞുനോക്കാതെ സുരഞ്ജൻ പുറത്തുകടന്നു. നിരാശ നിറഞ്ഞ ദീർഘനിശ്വാസം അടക്കി ദൃഷ്ടികൾ നിലത്തു പതിപ്പിച്ചുകൊണ്ട് അവൻ നടന്നുനീങ്ങി.

അഞ്ചാം ദിവസം

സുരഞ്ജന്റെ രാഷ്ട്രീയപാർട്ടിയിൽപെട്ട, പരിശ്രമിച്ചുപഠിക്കുന്ന, ഒരു യുവാവാണ് 'ബിരൂപാക്ഷൻ'. അന്നു രാവിലെ ഉറക്കമുണരുന്നതിനു മുമ്പു തന്നെ ബിരൂപാക്ഷൻ അവന്റെ മുറിയിലേക്കു കടന്നു ചെന്നു.

"പത്തുമണിയായി; ഇനിയും നീ എഴുന്നേറ്റില്ലേ?"

"ഞാൻ ഉറങ്ങുകയല്ല, വെറുതെ കിടക്കുകയാണ്. ഒന്നും ചെയ്യാനില്ലാത്തപ്പോൾ, കിടക്കുന്നതാണ് ഏറ്റവും നല്ലത്. പള്ളികൾ തകർക്കാനുള്ള ചങ്കൂറ്റം നമ്മൾക്കില്ല; അപ്പോൾ കിടക്കുകയല്ലാതെ എന്തു ചെയ്യാൻ."

"നീ പറഞ്ഞതു വളരെ ശരിയാണ്. അവർ നൂറു കണക്കിന് അമ്പലങ്ങൾ തകർക്കുന്നു; നമ്മൾ മോസ്കിനുനേരെ ഒരു കല്ലെറിയുകയെങ്കിലും ചെയ്താലത്തെ അനന്തരഫലം സങ്കല്പിക്കാൻ കഴിയുമോ! നാനൂറു കൊല്ലം പഴക്കമുള്ള റൊമോനോ കാളിബാഡി തകർത്ത് തരിപ്പണമാക്കി; ഒരു ഗവൺമെന്റും അതു പുനർനിർമ്മാണം ചെയ്തുകൊടുക്കാമെന്ന് ഉറപ്പു കൊടുത്തില്ല!"

"ബാബറി മസ്ജിദ് പുനർനിർമ്മാണത്തെക്കുറിച്ച് ഹസീനാ എപ്പോഴും പ്രസംഗിക്കുന്നുണ്ട്. ബംഗ്ലാദേശിലെ ക്ഷേത്രങ്ങൾ പുനരുദ്ധരിക്കുന്നതിനെക്കുറിച്ച് അവരൊന്നുംതന്നെ പറഞ്ഞില്ല. പ്രളയജലത്തിൽ ബംഗ്ലാദേശിലേക്ക്

ഒഴുകിവന്നവരാണ് ഹിന്ദുക്കൾ എന്നാണവർ കരുതുന്നത്! ആരെയും പോലെ നമ്മളും ഈ രാജ്യത്തെ പൗരന്മാരാണ്. നമ്മൾക്കും ജീവിക്കാനുള്ള അവകാശമുണ്ട്. സ്വത്തും ആരാധനാലയങ്ങളും സംരക്ഷിക്കാനുള്ള അവകാശമുണ്ട്."

"ഇവിടെ അരങ്ങേറുന്ന കൊള്ളകളെല്ലാം ബാബറി മസ്ജിദ് പ്രശ്ന ത്തിന്റെ പേരിലുള്ളതല്ല. 1992 മാർച്ച് 21നു രാവിലെ ബഗേർഹത്ത ഗ്രാമത്തിൽ, കലീന്ദ്ര ഹൽദാറിന്റെ മകൾ പുതുൽറാണിയെ മൊക്ലേസുർ റഹ്മാനും ചാന്ദ്മിയ താലുക്ദാറും കൂടി തട്ടിക്കൊണ്ടുപോയി. അവർ അവിടത്തുകാർ തന്നെ ആയിരുന്നു. അതുപോലെ, എത്രയെത്ര ഗ്രാമങ്ങളിൽ എത്രയെത്ര പീഡനങ്ങളും കൊള്ളകളും തട്ടിക്കൊണ്ടുപോകലുകളും നടന്നു... ബോഗാ ഗ്രാമത്തിൽ ചിത്തരഞ്ജൻ ചക്രവർത്തി കൊയ്തുവച്ച നെല്ല് മുഴുവൻ കട്ടുകൊണ്ടുപോയി. ചിത്തബാബു കേസു കൊടുത്തപ്പോൾ, അതു പിൻവലി ച്ചില്ലെങ്കിൽ കൊന്നുകളയുമെന്നവർ ഭീഷണിപ്പെടുത്തി..."

സുരഞ്ജൻ ഒരു സിഗററ്റു കത്തിച്ചു. അവൻ അറിയാതെ സംഭാഷണ ത്തിലേക്കു വലിച്ചിഴക്കപ്പെടുകയാണ്. സിഗററ്റ് ആഞ്ഞുവലിച്ചുകൊണ്ടു, ജൽക്കാബറിൽ പിരിവിന്റെ പേരിൽ സ്വപൻ ചന്ദ്രഘോഷിൽനിന്ന് 20,000 ടക്ക തോക്കു ചൂണ്ടി പിടിച്ചുപറിച്ച സംഭവം വിവരിച്ചു. ഇത്തരം പിരിവുകൾ മഹാശല്യമായി മാറിയിരിക്കയാണ്; സംഭാവന നൽകിയില്ലെങ്കിൽ കടകളിൽ കയറി ജോലിക്കാരെ പോലും പൊതിരെ തല്ലും. സിദ്ദിക്ബസാറിൽ നടന്നതും ഇപ്രകാരം തന്നെ...

കുറച്ചുനേരത്തെ നിശ്ശബ്ദതയ്ക്കു ശേഷം സുരഞ്ജൻ തുടർന്നു. "വിളവു മോഷ്ടിക്കൽ, സ്ത്രീകളെ തട്ടിക്കൊണ്ടുപോകൽ, അവരെ ബലാത്സംഗം ചെയ്യൽ, സ്വത്തു കണ്ടുകെട്ടൽ, മർദ്ദിച്ച് വീട്ടിൽ നിന്നോ രാജ്യത്തിൽനിന്നോ പുറത്താക്കൽ... ഇതെല്ലാം നമുക്കു ചുറ്റും മാത്രമല്ല നടക്കുന്നത്, രാജ്യത്തി ലുടനീളമാണ്. നാടിനകത്ത് ശരിക്കും നടക്കുന്ന പീഡനങ്ങൾ നമ്മൾ എത്ര മാത്രം അറിഞ്ഞിട്ടുണ്ട്! മാതൃരാജ്യം ഉപേക്ഷിച്ചുപോകാൻ നിർബന്ധിത രായവരുടെ കൃത്യമായ എണ്ണം നമ്മൾക്കറിയാമോ!"

സുരഞ്ജൻ കിടക്കയിൽ നിന്നെഴുന്നേറ്റു കുളിക്കാൻ പോയി. കുളിമുറി യിലേക്കു പോകുംവഴി ഒന്നുനിന്നു കിരൺമൊയിയോടു രണ്ടുകപ്പു ചായ കൊണ്ടുവരുവാനാവശ്യപ്പെട്ടു. തലേന്നു രാത്രി അവൻ അമ്മയ്ക്കു രണ്ടായിരം ടക്കാ നൽകിയിരുന്നു. തന്റെ മകൻ തീരെ ഉത്തരവാദിത്തമില്ലാത്തവനാണെന്ന് തീർച്ചയായും അവൾ കരുതില്ല. അവളുടെ മുഖത്ത് ചെറിയൊരു ഉന്മേഷ മുണ്ട്. താൽക്കാലികമായെങ്കിലും സാമ്പത്തികനില മെച്ചപ്പെട്ടതുമൂലമായി രിക്കാം,

സുരഞ്ജൻ സ്വന്തം മുറിയിൽ തിരിച്ചെത്തിയപ്പോൾ, ബിരൂപാക്ഷ കസേര യിൽ നിർന്നിമേഷനായി ഇരിക്കുന്നതു കണ്ടു. അവനോടു വിഷമിക്കാതിരി ക്കാൻ പറഞ്ഞു. തന്റെ മാനസികനില ഇപ്പോൾ വളരെ മെച്ചപ്പെട്ടിട്ടുണ്ടെന്ന് സുരഞ്ജന് തോന്നി. സുധാമൊയിയുടെ മുറിയിൽച്ചെന്ന്, അച്ഛന്റെ

സുഖവിവരം ആരായണമെന്ന് തോന്നി. അപ്പോൾ മായ രണ്ടു കപ്പു ചായയുമായി അവിടെ എത്തി. "ഹെയ്, നീ കുറച്ചു ദിവസം കൊണ്ടു വല്ലാതെ മെലിഞ്ഞു പോയല്ലൊ. പരുളിന്റെ വീട്ടുകാർ നിനക്ക് ആവശ്യത്തിന് ആഹാരം തരുന്നില്ലേ?" മായ അവന്റെ ചോദ്യം അവഗണിച്ച് പുറത്തേക്കു പോയി. ചേട്ടനോടവൾക്കു ഭയങ്കര ദേഷ്യം തോന്നി. സുധാമൊയ് സുഖമില്ലാതെ കിടക്കുമ്പോൾ തമാശ പറഞ്ഞുചിരിക്കുന്നതു തീർച്ചയായും ഉചിതമല്ലെന്ന വൾ കരുതി. മായയുടെ തണുപ്പൻ പ്രതികരണം അവനെ ശാന്തനാക്കി.

ബിരൂപാക്ഷ അവനെ ചിന്തയിൽ നിന്നുണർത്തി. അവൻ പറഞ്ഞു.

"സുരഞ്ജൻ ദാ, നിങ്ങൾ മതത്തിൽ വിശ്വസിക്കുന്നില്ല, ശരിയല്ലേ? നിങ്ങൾ പ്രാർത്ഥിക്കുന്നില്ലെന്നും എനിക്കറിയാം പശു ഇറച്ചി കഴിക്കുന്നുമുണ്ട്. നിങ്ങൾ പരിശുദ്ധ ഹിന്ദുവല്ലെന്നും പാതി-മുസ്ലിം ആണെന്നും അവരോട് എന്തുകൊണ്ടു പറയുന്നില്ല?"

"ഞാനൊരു മനുഷ്യജീവിയാണെന്നുള്ളതാണ് വാസ്തവം. അതിനെയാണവർ എതിർക്കുന്നതും. അതിശയമെന്നു പറയട്ടെ, ഹിന്ദു മതഭ്രാന്തന്മാരും മുസ്ലിം മതഭ്രാന്തന്മാരും തമ്മിൽ യാതൊരു വഴക്കുമില്ല! അഭിപ്രായ വ്യത്യാസവുമില്ല! ഈ രാജ്യത്തെ ജമായത്തിയും ഇന്ത്യയിലെ ബി.ജെ.പിയും തമ്മിൽ ഉള്ള സാമ്യം നീ ശ്രദ്ധിച്ചുകാണും. ഇരുപാർട്ടികളും താന്താങ്ങളുടെ രാജ്യത്ത് സ്വന്തം ശക്തി സ്ഥാപിക്കാൻ ശ്രമിക്കുന്നു. "ഇന്ത്യയിൽ ബി.ജെ.പിയല്ല, കോൺഗ്രസ്സാണ് വർഗ്ഗീയ കലാപത്തിന് ഉത്തരവാദികൾ..." നിനക്കറിയാമോ ആരാണ് ഈ പ്രസ്താവന ഇറക്കിയതെന്ന്? ബൈത്തുൾ മൊകാറം പ്രാർത്ഥനാ യോഗത്തിൽ നിസാമി തന്നെ പ്രസ്താവിച്ചതാണ്..." "ഇന്ത്യയിലെ കലാപത്തിൽ ആയിരം പേർ മരിച്ചു. വിശ്വഹിന്ദു പരിഷത്, ആർ.എസ്.എസ്., ബജ്രംഗ്ദൾ, ജമായത്തി ഇസ്ലാമി എന്നീ പാർട്ടികൾ നിരോധിക്കപ്പെട്ടു. അതിനിടയ്ക്ക് സിയാൽഹെറ്റിൽ അവർ സമരത്തിന് ആഹ്വാനം നൽകി. ഫിറോസ്പൂരിൽ സെക്ഷൻ 144 പ്രഖ്യാപിച്ചു, ഭോലയിൽ കർഫ്യൂവും. രാജ്യമാസകലം മതസൗഹാർദ്ദ ജാഥകൾ നടത്തുന്നുണ്ട്. ഈ ജാഥകളിൽ മുഴങ്ങുന്ന ചില മുദ്രാവാക്യങ്ങൾ ജിജ്ഞാസ ഉളവാക്കുന്നവയത്രെ! "നിസാമി, അദ്വാനി ഭായിഭായി..." ഇരു പാർട്ടികളും തമ്മിലുള്ള സാമ്യം ഇതിൽനിന്നു വ്യക്തമാണ്. ഇന്ന് എല്ലാ പാർട്ടികളും വർഗ്ഗീയതയെ എതിർത്തുകൊണ്ടു സമാധാനസന്ദേശവുമായി ഒത്തുകൂടിയിട്ടുണ്ട്. ഇംഗ്ലണ്ടിലും അമ്പലങ്ങൾക്കു നേരെ ആക്രമണങ്ങളുണ്ടായിട്ടുണ്ട്! ഭോലയിൽ സന്ദർശനം നടത്തി എത്തിയ തൊഫേൽ അഹമ്മദ് പറഞ്ഞത്, 'ബംഗ്ലാദേശ് റൈഫിൾസിനെ അങ്ങോട്ടയയ്ക്കണമെന്നാണ്. ആ പ്രദേശം വളരെ മോശനിലയിലാണത്രെ!"

"എന്താണിതിന്റെ ഒക്കെ അർത്ഥം? എല്ലാം കത്തിച്ചു ചാമ്പലാക്കിയ ശേഷം 'ബംഗ്ലാദേശ് റൈഫിൾസ്' എന്തു ചെയ്യാനാണ്? ചാരം അടിച്ചു കൂട്ടുകയോ? 6നു തൊഫേൽ എവിടെ ആയിരുന്നു? അതേ രാത്രി എന്തുകൊണ്ടയാൾ സുരക്ഷിതത്വം ഉറപ്പുവരുത്തിയില്ല?"

സുരഞ്ജൻ വികാരഭരിതനായി. അവൻ പറഞ്ഞു. "അവാമി ലീഗിലുള്ള വരും പുണ്യവാളന്മാരാണെന്നു കരുതേണ്ട."

"അവാമിലീഗ്, വർഗ്ഗീയ ലഹള തടയാൻ ശ്രമിച്ചില്ല എന്നതു വാസ്തവ മായിക്കൂടെ? കാരണം നിയമ സാമാധാന തകർച്ചയ്ക്ക് ഈ സർക്കാരിനെ അവർക്കു കുറ്റപ്പെടുത്താമല്ലൊ."

"എനിക്കറിയില്ല, അതു സാധ്യമാണെന്നു തോന്നുന്നില്ല. എല്ലാവർക്കും വോട്ട് ആണാവശ്യം. ഈ രാജ്യത്ത് വോട്ടടിസ്ഥാനമായ രാഷ്ട്രീയത്തിനേ അതിജീവിക്കാനാകു. ആദർശത്തിനാരും വില കല്പിക്കുന്നില്ല. എന്തു കുതന്ത്രമുപയോഗിച്ചാലും വോട്ട് നേടണം. ഹിന്ദു വോട്ടുകൾ ലഭിക്കുമെന്ന് അവാമി ലീഗ് കരുതുന്നു. എന്താണതിന്നവർ പറയുന്നത്? 'വോട്ട് ബാങ്ക്'... നിനക്കറിയാമോ, ചില സ്ഥലങ്ങളിൽ അവർ തന്നെ നശീകരണത്തിനു പ്രേരണ നൽകിയിട്ടുണ്ട്."

"അവാമി ലീഗ് പതിവായി ജയിക്കാറുള്ള നിയോജക മണ്ഡലത്തിൽ ബി.എൽ.പി. ആക്രമണമഴിച്ചുവിട്ട്, ക്ഷേത്രങ്ങൾ തകർത്തശേഷം അവിടത്തെ ജനങ്ങളോടു ചോദിക്കുന്നു-നിങ്ങൾ വോട്ടു ചെയ്ത് ജയിപ്പിച്ച ജനപ്രതിനിധി എവിടെ? അതുപോലെ ബി.എൻ.പി. ശക്തി കേന്ദ്രങ്ങളിൽ അവാമിലീഗ് നാശനഷ്ടങ്ങൾ വരുത്തിയ ശേഷം അതേ ചോദ്യം തന്നെ ചോദിക്കുന്നു! ബി.എൻ.പി. ഈ തന്ത്രം അവാമി ലീഗ് ഭോലയിലും മഹേശ്കാളി ഘിയോ റിലും മണിക് ഗംജിലും കളിച്ചു!" "അതെ, രാഷ്ട്രീയം ഒരു കളിയാണ്. ഒന്നു ചോദിച്ചോട്ടെ, എല്ലാ പത്രങ്ങളിലും ഒരേ രീതിയിലുള്ള മുഖപ്രസംഗ മാണോ വന്നിട്ടുള്ളത്? എല്ലാവരും മതസൗഹാർദ്ദത്തിനുവേണ്ടി അഭ്യർത്ഥി ച്ചിരിക്കയാണെന്നു തോന്നുന്നു."

"നീ പത്രം വായിക്കാറില്ലേ?"

"വായിക്കാൻ തോന്നുന്നില്ല"

ഈ സമയത്ത് മായ മുറിയിലേക്കു കടന്നുവന്നു. അവൾ ഒരു കവർ മേശപ്പുറത്തുവച്ച് പറഞ്ഞു.

"മാ പറഞ്ഞു ഇതു ചേട്ടനു തരാൻ. ഇത് അമ്മയ്ക്ക് ആവശ്യമില്ലെന്ന്."

എന്താണതെന്ന് സുരഞ്ജൻ ചോദിക്കുന്നതിനുമുമ്പ് അവൾ മുറിവിട്ടു പോയ്ക്കളഞ്ഞു. സുരഞ്ജൻ കവർ തുറന്നുനോക്കി. തലേന്നു രാത്രി അവൻ അമ്മയ്ക്കു കൊടുത്ത രണ്ടായിരം ടക്ക അതിലുണ്ട്. സുരഞ്ജനു വല്ലാത്ത അപമാനം തോന്നി. എന്തു ചെയ്യുന്നെന്നാണു കിരൺമൊയിയുടെ വിചാരം? അവന്റെ പണം നിരസിച്ചത് അഹന്തകൊണ്ടാണോ? അതോ, ജോലിരഹിത നായ അവളുടെ മകൻ പണം മേഷ്ടിച്ചതാണെന്നോ? സുരഞ്ജൻ ആകെ അസ്വസ്ഥനായി. ആരോടും സംസാരിക്കാനവനു തോന്നിയില്ല; ബിരൂപാ യോട് പോലും! ഒറ്റയ്ക്കിരിക്കാനവനാഗ്രഹിച്ചു.

കിരൺമൊയിയുടെ അച്ഛൻ അഖിൽ ചന്ദ്ര ഭാസു ഒരു പ്രശസ്ത വക്കീലായിരുന്നു. തന്റെ പതിനാറു വയസ്സായ മകളെ യുവാവായൊരു ഡോക്ടർക്കു വിവാഹം കഴിച്ചുകൊടുത്തു. എന്നിട്ട് അധികം താമസിയാതെ മകളും മരുമകനും അവരോടു ചേരുമെന്നായിരുന്നു അദ്ദേഹത്തിന്റെ വിശ്വാസം. കിരൺമൊയിയും, അതുതന്നെ കരുതി. പ്രത്യേകിച്ചും, അവരുടെ കുടംബം കൽക്കത്തയിലുള്ള നിലയ്ക്കു സുധാമൊയ് ഇന്ത്യയിലേക്കു കുടിയേറി പാർക്കാൻ തയ്യാറാകുമെന്നവൾ ആശിച്ചു. എന്നാൽ അസാധാരണമായൊരു കുടുംബത്തിലേക്കായിരുന്നു അവൾ വിവാഹിതയായി ചെന്നത്! ആറു വർഷം അവൾ ഭർത്താവിന്റെ മാതാപിതാക്കളോടൊപ്പം കഴിഞ്ഞു. അതിനിടയിൽ നിരവധി സുഹൃത്തുക്കളും ബന്ധുക്കളും കൂട്ടമായി ഇന്ത്യയിലേക്കു ചേക്കേറി. എന്നാൽ അവളുടെ ഭർത്താവ് ഒരിക്കൽപോലും നാടു വിടുന്ന കാര്യം സൂചിപ്പിച്ചില്ല. കിരൺമൊയ് രഹസ്യമായി ഇരുന്നു കണ്ണീരൊഴുക്കും. കൽക്കത്തയിൽനിന്ന് അവളുടെ അച്ഛൻ എഴുതും.

"എന്റെ പ്രിയപ്പെട്ട കിരൺ,

ഒടുവിൽ നിങ്ങൾ വരുന്നില്ലെന്നു തീരുമാനമെടുത്തോ? ഒരിക്കൽകൂടി ചിന്തിച്ചുനോക്കാൻ സുധാമൊയിയോട് ആവശ്യപ്പെടു. ഞങ്ങൾക്കും സ്വന്തം നാടു വിട്ടുപോരാൻ താൽപര്യമൊന്നുമുണ്ടായിരുന്നില്ല; ഞങ്ങളങ്ങനെ ചെയ്യാൻ നിർബന്ധിതരായതാണ്. ഇവിടെ ഞങ്ങൾ അത്ര സന്തുഷ്ടരാണെന്നൊന്നുമല്ല അതിന്റെ അർത്ഥം. ഞങ്ങളും മാതൃരാജ്യത്തെ സ്നേഹിക്കുന്നവരാണ്. എന്നാൽ, നമ്മൾ പ്രായോഗികതയും യാഥാർത്ഥ്യബോധമുള്ളവരുമായിരിക്കണം. ഞാൻ നിന്നെക്കുറിച്ചോർത്ത് അസ്വസ്ഥനാണ്.

–നിന്റെ അച്ഛൻ."

കിരൺമൊയ് ഈ കത്തു വായിച്ച് ഒറ്റക്കിരുന്നു കരയും. രാത്രിയിൽ സുധാമൊയിയെ പറഞ്ഞു സമ്മതിപ്പിക്കാനവൾ ശ്രമിക്കും.

"നിങ്ങളുടെ മിക്കവാറുമെല്ലാ ബന്ധുക്കളും പോയി, അതുപോലെ എന്റെയും. ഈ പ്രശ്നങ്ങൾക്കിടയിൽ നമ്മൾ ഇവിടെ ജീവിതം തുടർന്നാൽ, ഒരു ഗ്ലാസ്സ് വെള്ളം പോലും ആരും തന്നു സഹായിക്കാനുണ്ടാകില്ല."

ഇതുകേട്ടു സുധാമൊയ് ഭാര്യയെ പരിഹസിച്ചുചിരിക്കും. "നിനക്കു വെള്ളത്തിനു യാചിക്കേണ്ടിവരുമെന്നോ! ബ്രഹ്മപുത്ര മുഴുവൻ ഞാൻ നിനക്കു തരും. നിനക്കെത്ര കുടിക്കാൻ പറ്റുമെന്നു നമ്മൾക്കു നോക്കാം. തീർച്ചയായും, ബന്ധുക്കളുടെ പക്കൽ ബ്രഹ്മപുത്രയേക്കാൾ കൂടുതൽ വെള്ളം കാണില്ല."

സുധാമൊയിയുടെ കുടുംബത്തിൽ ആരും ബംഗ്ലാദേശ് വിട്ടുപോകുന്ന കാര്യം ചിന്തിച്ചിട്ടേ ഇല്ല. സുധാമൊയിയുടെ അച്ഛനും സുധാമൊയിയും സുരഞ്ജൻ പോലും! അതുകൊണ്ട് അവരുടെ തീരുമാനം അനുസരിക്കയല്ലാതെ കിരൺമൊയിക്കു മറ്റൊരു മാർഗ്ഗമില്ല. എല്ലാ പ്രശ്നങ്ങളും തരണം

ചെയ്യാനുള്ള കുടുംബച്ചുമതല അവൾ ഏറ്റെടുത്തു. അവൾ ഒരു ഒച്ചപ്പാടു മുണ്ടാക്കിയില്ല. ഡോ. ഹരിപദയുടെ പത്നിക്കു തന്റെ ഒരു ജോടി സ്വർണ്ണവള വിറ്റതായിരുന്നു അവസാനത്തെ ത്യാഗം. ഇക്കാര്യം വീട്ടിലെ ആരുമായി അവൾ കൂടി ആലോചിച്ചില്ല. ആവശ്യം വരുമ്പോൾ വിൽക്കാതിരിക്കാൻ മാത്രം അത്ര അമൂല്യമായ വസ്തുവൊന്നുമല്ല സ്വർണ്ണം! തൽക്കാലം, സുധാമൊയി യുടെ ചികിൽസയും, അദ്ദേഹത്തെ വേഗം പഴയ ആരോഗ്യനിലയിലേക്കു കൊണ്ടുവരലും ആണ് മുഖ്യവിഷയം.

സമയം കിട്ടുമ്പോൾ, ഭർത്താവുമായുള്ള സ്നേഹബന്ധത്തിന്റെ ഉറവിടം കിരൺമൊയ് ചികഞ്ഞുനോക്കും. ശാരീരിക ബന്ധമല്ല; കാരണം, 1971നു ശേഷം അവർ ലൈംഗികബന്ധത്തിലേർപ്പെട്ടിട്ടില്ല! അയാൾ പലപ്പോഴും ഭാര്യയോടു പറയുമായിരുന്നു.

“കിരൺമൊയ്, ഞാൻ നിന്നെ ചതിച്ചെന്നു തോന്നുന്നു, ശരിയല്ലേ?”

ഭർത്താവ് പറയാൻ പോകുന്നതെന്താണെന്ന് അവൾക്കറിയാമായി രുന്നെങ്കിലും, അവൾ മറുപടി നൽകിയില്ല. വാസ്തവത്തിൽ അവൾ പറയാനാ ഗ്രഹിച്ചത് ഇതാണ്.

“ഇല്ല... ഞാൻ ചതിക്കപ്പെട്ടിട്ടില്ല. ആരു പറഞ്ഞു?” എന്നാൽ ആശയം പ്രകടിപ്പിക്കാൻ ഉചിതമായ പദങ്ങൾ അവൾക്കു കിട്ടിയില്ല, അതുകൊണ്ടു മിണ്ടാതിരിക്കും.

സുധാമൊയ് നിരാശയോടെ നെടുവീർപ്പിട്ടു പറയും “നീ എന്നെ ഉപേക്ഷിച്ചു പോകുമോ, കിരൺ? ചിലപ്പോൾ എനിക്കു വല്ലാത്ത പേടി തോന്നുന്നു.”

അങ്ങനെയൊരു പ്രശ്നമേ ഇല്ല. അവൾ ഒരിക്കലും അയാളെ ഉപേക്ഷി ക്കില്ല സെക്സ് മാത്രമാണോ ഒരു പുരുഷനും സ്ത്രീയുമായുള്ള ബന്ധ ത്തിലെ പ്രധാനഘടകം? മുപ്പത്തഞ്ചുവർഷത്തെ ദാമ്പത്യജീവിതത്തിന് യാതൊരു വിലയുമില്ലെന്നോ? കുടുംബത്തിന്റെ പൂർണ്ണതയ്ക്കായി ഒന്നിച്ച് അനുഭവിച്ച സുഖദുഃഖങ്ങൾ അത്ര എളുപ്പം അവഗണിക്കാനാകുമോ? ഇല്ല, കിരൺമൊയ് തന്നോടുതന്നെ പറയും. നമ്മുടെ ഈ ജീവിതം ഇനി നമ്മൾ ക്കായി തിരിച്ചുവരില്ല. അതുകൊണ്ടു നല്ലതും ചീത്തയുമായ കാര്യങ്ങളിൽ നിന്ന് ഏറ്റവും നല്ലതു സൃഷ്ടിക്കണം.

നിർഭാഗ്യവശാൽ, അവരുടെ ജീവിതത്തിന്റെ ഒരു ഭാഗം ഉൽപ്പാദനശേഷി യില്ലാത്തതായിത്തീർന്നു. രാത്രിയിൽ കിരൺമൊയിയെ വിളിച്ചെഴു ന്നേൽപ്പിച്ചു തന്റെ ലൈംഗികശേഷിയില്ലായ്മയെക്കുറിച്ച് സുധാമൊയ് ക്ഷമാപണപൂർവ്വം സംസാരിക്കും. തന്റെ കഴിവില്ലായ്മയിൽ അവൾക്കു ദുഃഖമുണ്ടോ എന്നു ചോദിക്കുമ്പോൾ, അവൾ എപ്പോഴും പറയും “ഇല്ല, ഞാനെന്തിനു ദുഃഖിക്കണം?”

തന്റെ ലൈംഗികശേഷി ഇല്ലായ്മയിൽ സുധാമൊയിയുടെ ഹൃദയം വേദനയും നിരാശയുംകൊണ്ടു നിറഞ്ഞിരിക്കയാണെന്ന് അവൾക്കറിയാം.

പ്രത്യേകിച്ച്, അയാൾ തലയിണയിൽ മുഖം ഒളിപ്പിച്ചുകിടക്കുമ്പോൾ, കിരൺമൊയ് ചുമരിലേക്കു തലതിരിച്ച് ഉറക്കമില്ലാത്ത രാത്രികൾ ചെല വഴിക്കും. ചിലപ്പോൾ സുധാമൊയ് അവളോടു പറയും.

"നിനക്ക് ഒരു പുതിയ ജീവിതം ആരംഭിക്കണമെന്നുണ്ടെങ്കിൽ, എനിക്ക തിൽ വിരോധമില്ല."

കിരൺമൊയിക്കു ലൈംഗികവികാരം ഉണ്ടായിട്ടില്ല എന്നു പറയുന്നത് തെറ്റായിരിക്കും. സുധാമൊയിയുടെ സുഹൃത്തുക്കൾ സന്ദർശിക്കാൻ എത്തു മ്പോൾ സംസാരിച്ചുകൊണ്ടിരിക്കുന്ന അവരുടെ നിഴലുകൾ അവളുടെ മടിയിൽ പതിക്കും. ആ നിഴലുകൾക്കു ജീവനുണ്ടായിരുന്നെങ്കിൽ എന്ന വളറിയാതെ ഓർത്തുപോകും. എങ്കിൽ എന്തു രസമായിരിക്കും! മടിയിൽ തല വച്ചു കിടക്കുക! അവളുടെ ചിന്ത കാടുകയറും.

എന്തായാലും കിരൺമൊയിയുടെ ശാരീരികാഗ്രഹം അവളുടെ ശരീരം ആ പോരായ്മയുമായി പൊരുത്തപ്പെട്ടു. എന്തുവന്നാലും, ജീവിതം ഒരു ബിന്ദുവിൽ കുടുങ്ങിക്കിടക്കില്ല, നീങ്ങിക്കൊണ്ടിരിക്കും. അങ്ങനെ നീങ്ങവേ, അവൾക്കു വയസ്സായി. പഴയ ആഗ്രഹങ്ങൾ മാഞ്ഞു നിഴലുകളായി മാറി. അതിനുശേഷം ഇരുപത്തൊന്നു വർഷങ്ങൾ കടന്നുപോയി. ശാരീരിക പോരായ്മകൾ അവളെ അലട്ടാതായി. ചിലപ്പോളവൾ ഓർക്കും: ഞാൻ മറ്റൊരാളെ സ്വീകരിച്ചശേഷം അയാളും ലൈംഗിക പോരായ്മയുള്ള വനാണെന്നു തെളിഞ്ഞാലോ? അല്ലെങ്കിൽ അവൻ കഴിവുള്ളൊരു കാമുകനാണെങ്കിലും സുധാമൊയിയെപ്പോലെ വിശാലമനസ്കനും നല്ലവനുമല്ലെങ്കിലോ?

സുധാമൊയ് തന്നെ വളരെയധികം സ്നേഹിക്കുന്നുണ്ടെന്ന് കിരൺ മൊയിക്കറിയാം. പല മാർഗ്ഗങ്ങളിലൂടെയും അവൾ അത് അനുഭവിച്ചറി ഞ്ഞതാണ്. അതവളുടെ മനസ്സു നിറച്ചിട്ടുണ്ട്. അയാൾ ഒരിക്കലും അവളി ല്ലാതെ ആഹാരം കഴിച്ചിട്ടില്ല. മീനിന്റെ വലിയ കഷണം അവളുടെ പ്ലെയിറ്റി ലിടും. പണിക്കാരി ഒഴിവെടുത്ത ദിവസമാണെങ്കിൽ, (അതവർ ഇപ്പോഴത്തെ തകർന്ന നിലയിലെത്തുന്നതിനു മുമ്പാണ്) അയാൾ തുണി അലക്കാനും മുറി വൃത്തിയാക്കാനും സഹായിക്കും. സന്ധ്യകളിൽ, കിരൺമൊയ് ഒറ്റയ്ക്കിരിക്കയാണെങ്കിൽ, അയാൾ അവളുടെ മുടി ചീകിക്കൊടുക്കും. അല്ലെങ്കിൽ റൊമോനൊ ഭവനിൽ പോയി അവൾക്കായി കുറച്ചു സാരികൾ വാങ്ങിക്കാമെന്നു പറയും.

"നിനക്കു വീട്ടിലുടുക്കാൻ ആവശ്യത്തിനു സാരികളില്ല..."

അല്ലെങ്കിൽ, അയാൾ പറയും. ''എന്റെ കയ്യിൽ ആവശ്യത്തിനു പണമു ണ്ടെങ്കിൽ, കിരൺ, ഞാൻ നിനക്കുവേണ്ടി വലിയൊരു ബംഗ്ലാവ് നിർമ്മിക്കും. പാദരക്ഷയില്ലാതെ നിനക്കു മുറ്റത്തു നടക്കാനാവും. എല്ലാതരം ഫലവൃക്ഷ ങ്ങളും ആ തോട്ടത്തിലുണ്ടാകും, എല്ലാകാലത്തേയും പച്ചക്കറികളും,

പൂക്കളും അവിടെയുണ്ടാകും. ഹസ്നുഹെന്നയുടെ സുഗന്ധം നിന്റെ മുറിയിലേക്കു പറന്നുവരും. ബ്രഹ്മപള്ളി വീടായിരുന്നു നിനക്ക് ഏറ്റവും യോജിച്ചത്. നിനക്കറിയാമായിരുന്നല്ലോ എന്റെ പ്രശ്നം. പണം എനിക്കു പ്രധാനമായിരുന്നില്ല. അതായിരുന്നില്ല എന്റെ ലക്ഷ്യം. ഞാൻ പണം ഉണ്ടാക്കുമായിരുന്നില്ല എന്നതിനർത്ഥമില്ല. എന്റെ വീടു കണ്ടിട്ടാണല്ലോ നിന്റെ അച്ഛൻ എന്റെ സാമ്പത്തികഭദ്രത ഉറപ്പുവരുത്തിയത്. ഇപ്പോൾ എനിക്കു സ്വന്തമായൊരു വീടില്ല, സ്വത്തുമില്ല. ദാരിദ്ര്യരേഖയിലൂടെയാണ് നമ്മൾ നീങ്ങുന്നത്. എനിക്കു കഴിഞ്ഞുകൂടാൻ പ്രയാസമില്ല. എന്നാൽ നിനക്ക്, ഉറപ്പാണ് കിരൺ, നീ വല്ലാതെ വിഷമിക്കുന്നുണ്ട്."

ആ ശുദ്ധാത്മാവ് തന്നെ ആത്മാർത്ഥമായി സ്നേഹിക്കുന്നുണ്ടെന്ന് ഇതിൽനിന്നെല്ലാം കിരൺമൊയ് മനസ്സിലാക്കി. ജീവിതത്തിലെ ചെറിയ സന്തോഷങ്ങൾ (ഒരുപക്ഷേ വലിയ സന്തോഷങ്ങൾ പോലും) ഈ സ്നേഹ ത്തിനുവേണ്ടി പകരം കൊടുക്കേണ്ടിവന്നാലും അത് ഒരു പ്രശ്നമല്ല. ഇരുപത്തെട്ടു വയസ്സുമുതൽ അവളുടെ ചില മോഹങ്ങൾ സാക്ഷാൽക്കരിക്ക പ്പെട്ടില്ലെങ്കിലും, ഹൃദയത്തിന്റെ അടിത്തട്ടിലും ആത്മാവിലും അയാൾക്കു വേണ്ടി ഒരു പ്രേമസാഗരം തിളച്ചുമറിയുകയായിരുന്നു. ഓരോ പ്രാവശ്യം ശാരീരികാസ്വാസ്ഥ്യം അനുഭവപ്പെടുമ്പോഴും ആ സാഗരത്തിലെ വെള്ളം കൊണ്ട് അതു കഴുകിക്കളയുമായിരുന്നു.

അവളുടെ ചിന്തകൾ മകനിലേക്കു തിരിഞ്ഞു. അവൻ പണം കടം വാങ്ങിച്ചിരിക്കാനാണ് സാധ്യത. ഒന്നിനും കൊള്ളാത്തവനാണ് താൻ എന്നവനു സ്വയം തോന്നിയിരിക്കാം. അവനു ജോലിയൊന്നുമില്ലല്ലോ. എന്നാലും അവന്റെ അമ്മ തീരെ കഴിവില്ലാത്തവളായിട്ടില്ല. കാര്യങ്ങൾ നടത്തിക്കൊണ്ടുപോകാൻ കഴിയും. കൈയിൽ കുറച്ചു പണം ഇപ്പോഴും ബാക്കിയുണ്ട്. കാരണം, സുധാമൊയ് പണം ഒന്നും സ്വയം സൂക്ഷിക്കാറില്ല. തുച്ഛമായ വരുമാനമേ ഉണ്ടായി രുന്നുള്ളൂ എങ്കിലും അപ്പോഴപ്പോൾ ഭാര്യയെ ഏൽപ്പിക്കുമായിരുന്നു. അതിനും പുറമെ, കുറച്ചു സ്വർണ്ണാഭരണങ്ങളും ബാക്കിയുണ്ട്. അതുകൊണ്ടാണ് സുരഞ്ജന്റെ പണം അമ്മ തിരിച്ചേൽപ്പി ച്ചത്. ഈ പ്രവൃത്തി സുരഞ്ജനെ പ്രകോപിപ്പിക്കുമെന്ന് ഒട്ടും അറിഞ്ഞില്ല. അവൻ അമ്മയുടെ മുറിയിലേക്കു പാഞ്ഞുചെന്ന് ഒച്ചവച്ചപ്പോൾ, അവൾ അദ്ഭുതത്തോടെ അവനെ തുറിച്ചുനോക്കി.

"ഞാൻ ആരുടെയെങ്കിലും പണം കൊള്ളയടിച്ചതാണെന്നു നിങ്ങൾ കരുതുന്നുണ്ടോ? അതോ ജോലിരഹിതനായി ഒന്നിനും കൊള്ളാതെ നടക്കുന്ന എന്നിൽനിന്നു പണം വാങ്ങാൻ നിങ്ങൾക്കു ലജ്ജ തോന്നുന്നുണ്ടോ? അതെ, നിങ്ങൾക്കെല്ലാം വേണ്ടി ഒന്നും ചെയ്യാനെനിക്കാവില്ലെന്നറിയാം... എനിക്ക് പറ്റുന്നിടത്തോളം ചെയ്യാൻ കഴിഞ്ഞെങ്കിൽ എന്നു ഞാനാഗ്രഹിച്ചുപോകുന്നു. അത്രയ്ക്കെങ്കിലും നിങ്ങൾക്കു മനസ്സിലാക്കാൻ കഴിയുന്നില്ലേ?"

അവന്റെ വാക്കുകൾ അവളുടെ ഹൃദയത്തിലേക്കു തുളച്ചുകയറി. അവൾ സ്തംഭിച്ചുനിന്നുപോയി.

സുരഞ്ജൻ രത്നയുടെ വാതിൽക്കൽ മുട്ടി. അവൾതന്നെ വന്നു വാതിൽ തുറന്നു. അവനെ കണ്ട് അദ്ഭുതപ്പെട്ടതായി തോന്നിയില്ല. അവനെ പ്രതീക്ഷിച്ചിരിക്കുന്നതുപോലെ ഉണ്ടായിരുന്നു. നേരെ അവളുടെ മുറിയിലേക്ക് അവനെ കൊണ്ടുപോയി. ഒരു സാധാരണ കോട്ടൺ സാരിയാണവൾ ഉടുത്തിരിക്കുന്നത്. നെറ്റിയിൽ ചുകന്ന ഒരു പൊട്ടു തൊട്ടിരുന്നെങ്കിൽ നല്ല ചേർച്ച ഉണ്ടായേനെ എന്നവനു തോന്നി... നേരിയ ചുകന്ന സിന്ദൂരം സീമന്തരേഖയിലും. മതത്തിന്റേതായ സദാചാരനിയമങ്ങളിലൊന്നും സുരഞ്ജനു വിശ്വാസമില്ല. എന്നിട്ടും അയാൾ എന്നും വളകളും സിന്ദൂരവും ശംഖനാദവും ഇഷ്ടപ്പെട്ടു. അവന്റെ കുടുംബം മതാചാരങ്ങളൊന്നും അനുഷ്ഠിച്ചിരുന്നില്ല. എങ്കിലും പൂജാ ആഘോഷങ്ങളിൽ പങ്കുകൊള്ളുന്നതിനു നിബന്ധനകളൊന്നുമില്ലായിരുന്നു.

രത്ന അവനുവേണ്ടി ചായ കൊണ്ടുവരുവാൻ പോയി. അതുവരെ ആകെ അവനോടു സംസാരിച്ചത് “എങ്ങനെയുണ്ട്?” എന്നുമാത്രമാണ്. സുരഞ്ജനും കാര്യമായൊന്നും പറഞ്ഞില്ല. വാക്കുകൾ കിട്ടുന്നില്ല. കാരണം പർവീണിനു ശേഷം ഒരാളെ പ്രേമിക്കാനവൻ ചെന്നിരിക്കയാണെന്ന ഒരു ബോധം അവനിലുണ്ടായിരുന്നു. കുറച്ചു നാൾക്കുശേഷം അവൻ ഷേവ് ചെയ്ത്, ഇസ്തിരി ഇട്ട ഷർട്ടും ധരിച്ചാണ് വന്നിരിക്കുന്നത്. കുറച്ചു കൊളോൺ പൂശിയിട്ടുമുണ്ട്.

രത്നയുടെ മാതാപിതാക്കൾ വൃദ്ധരാണ്. ഒരു സഹോദരനുണ്ട്. വിവാഹിതനും രണ്ടു കുട്ടികളുടെ അച്ഛനുമാണ്. ഇവരോടൊപ്പമാണു രത്ന താമസിക്കുന്നത്. കുട്ടികൾ (അവനെ അവരോടു പരിചയപ്പെടുത്തിയിട്ടില്ല) സ്വാഭാവികമായും ജിജ്ഞാസയോടെ നോക്കി. അവർ വാതിലിനു പിറകിൽ നിന്ന് ഇടയ്ക്കിടെ ഒളിഞ്ഞുനോക്കുന്നുണ്ട്. ഏഴു വയസ്സായ പെൺകുട്ടിയെ അവൻ അരികിലേയ്ക്കു വിളിച്ചു. അവളോട് പേരെന്താണെന്നു ചോദിച്ചു.

“മൃട്ടിക്” അവൾ ഉല്ലാസത്തോടെ പറഞ്ഞു.

“എന്തു സുന്ദരമായ പേര്. രത്നയുടെ ആരാണ്?”

“അവരെന്റെ അമ്മായിയാണ്.”

“ഒഹ്”

“നിങ്ങൾ എന്റെ അമ്മായിയുടെ ഓഫീസിലാണോ ജോലി ചെയ്യുന്നത്?”

“ഞാൻ ജോലി ചെയ്യുന്നില്ല. ചുമ്മാ കറങ്ങിനടക്കുന്നു.”

എന്തായാലും, ‘കറങ്ങി നടക്കുന്നു’ എന്ന വാക്കു മൃട്ടിക്കയ്ക്ക് ഇഷ്ടപ്പെട്ട പോലെ തോന്നി. അവൾ കൂടുതൽ സംസാരിക്കാൻ തുടങ്ങുമ്പോഴേക്കും ഒരു ട്രേയിൽ ചായയും ബിസ്കറ്റും മധുരപലഹാരങ്ങളുമായി രത്ന പ്രവേശിച്ചു.

"ഇതു നോക്കു!" സുരഞ്ജൻ പറഞ്ഞു. "ഹിന്ദു ഗൃഹങ്ങളിൽ ഇക്കാലത്തു ഭക്ഷണം കിട്ടാൻ പ്രയാസമാണെന്നവർ പറയുന്നു. കാരണം, അവർക്കു പുറത്തേക്കിറങ്ങാൻ പറ്റില്ല. എന്നാൽ ഈ വീടിനെ സംബന്ധിച്ചിടത്തോളം അതു സത്യമല്ല. ഇതുകൊണ്ടു നിനക്കൊരു കട തുടങ്ങാം! അപ്പോ, സിയാൽ ഹെറ്റിൽ നിന്നെന്നാണ് നീ വന്നത്?"

"സിയാൽഹെറ്റ് അല്ല. ഹബിഗഞ്ച്, സുനംഗഞ്ച്, മൗലവിബസാർ എന്നിവിട ങ്ങളിലേക്കു പോയിരുന്നു. എന്റെ കൺമുന്നിൽവച്ച് ഹബിഗഞ്ചിലെ മൂന്നു ക്ഷേത്രങ്ങൾ അവർ കത്തിച്ചു."

"ആരാണീ പ്രവൃത്തികൾ ചെയ്യുന്നത്?"

"അവരല്ലാതെ ആരാ? തൊപ്പിയും താടിയും വച്ച മുസ്ലിമുകൾ. ഷോപ്പിംഗ് സെന്ററിന്റെ മുന്നിലെ കാളീക്ഷേത്രം തകർത്തശേഷം എന്റെ ബന്ധു തപൻദാസ് ഗുപ്തയുടെ ക്ലിനിക്ക് കൊള്ളയടിച്ചു തീയിട്ടു... ബ്രഹ്മൻ ബസാറിൽ ഏഴു ഷോപ്പുകൾ കൊള്ളയടിക്കപ്പെട്ടു."

"ഹിന്ദു ഷോപ്പുകളായിരിക്കും."

രത്നയ്ക്കു ചിരിക്കാതിരിക്കാൻ കഴിഞ്ഞില്ല.

"പിന്നെല്ലാതെ!"

അവൾ ചായയും പലഹാരങ്ങളും സുരഞ്ജനു നേരെ നീക്കി വച്ചു.

"ഈ രാജ്യത്തു ജീവിക്കാൻ നമുക്ക് പറ്റുമെന്ന് കരുതുന്നുണ്ടോ?"

"എന്തുകൊണ്ടില്ലാ? ഈ രാജ്യം മുസ്ലിമുകളുടെ സ്വത്താണോ?"

ഒരു വിഷാദഭാവം രത്നയുടെ പുഞ്ചിരിയെ മായ്ച്ചുകളഞ്ഞു.

"അവർ ഭോലയിൽ നിസ്സാരവിലയ്ക്കു സ്വത്തുക്കൾ വിൽക്കുന്നു.

"ആരാണ് ഭോല വിടുന്നത്? ഹിന്ദുക്കളോ?"

"അതെ."

പലഹാരം കഴിച്ചു കൊണ്ട് സുരഞ്ജൻ ചോദിച്ചു. "നീയെന്താണൊന്നും മിണ്ടാത്തത്?"

ആക്രമിക്കപ്പെട്ടവർ ഹിന്ദുക്കളാണെന്നു പ്രത്യേകം എടുത്തുപറയേണ്ട കാര്യമില്ലെന്ന് അവനറിയാം. "ഹിന്ദു"ക്കളായതുകൊണ്ടാണവർ ആ പ്രദേശത്തു പീഡിപ്പിക്കപ്പെട്ടത്, ആ പ്രദേശത്തുകാരായതുകൊണ്ടല്ല എന്ന് അവളുടെ നാവിൽനിന്നുതന്നെ അവനു കേൾക്കണം!

അവൾ എങ്ങനെയാണ് മനസ്സിലാക്കിയതെന്നറിയില്ല. അവൻ ലഘു ഭക്ഷണം കഴിക്കുന്നതും നോക്കി രത്ന ഇരുന്നു.

സുരഞ്ജന്റെ ശ്രദ്ധ ഒരേ ഒരു കാര്യത്തിലായിരുന്നു കേന്ദ്രീകരിച്ചത്. ഇന്നവളോട് എല്ലാം തുറന്നു പറയാൻ മനസ്സാ തയ്യാറെടുത്താണവൻ

വന്നിരിക്കുന്നത്. യാതൊരു സങ്കോചവും കൂടാതെ കാര്യങ്ങൾ അവതരിപ്പിക്കണം. "ഞാൻ നിന്നെ വളരെ വളരെ ഇഷ്ടപ്പെടുന്നു. നിനക്കു താൽപര്യമുണ്ടെങ്കിൽ എനിക്കു നിന്നെ വിവാഹം കഴിക്കാൻ സന്തോഷമാണ്."

രത്ന എഴുന്നേറ്റ് ഒരു ഗ്ലാസ് വെള്ളമെടുക്കാൻ പോയി. അവൾ കടന്നുപോകുമ്പോൾ അവളുടെ സാരിത്തലപ്പ് അവന്റെ കയ്യിൽ തട്ടി. അവൻ ആ സ്പർശനത്തിൽ പുളകമണിഞ്ഞു. അവൻ വിചാരിച്ചു. രത്നയ്ക്ക് എളുപ്പത്തിൽ എന്റെ ഭാര്യയാകാൻ കഴിയും! തന്റെ കുത്തഴിഞ്ഞ ജീവിതം അടുക്കും ചിട്ടയുമുള്ളതാക്കാൻ വേണ്ടി മാത്രമല്ല താൻ വിവാഹം കഴിക്കാൻ പോകുന്നത്. താൻ ശരിക്കും ആ ദാമ്പത്യജീവിതം ആസ്വദിക്കും എന്നതുകൊണ്ടാണ്. ദിവസം മുഴുവൻ അവളുടെ അടുത്തു കിടന്ന്, അവളുടെ വിരലുകൾ പിടിച്ചു കളിക്കും. അവർ കൊച്ചുകുഞ്ഞുങ്ങളായിരുന്ന കാലത്തെ കാര്യങ്ങൾ പറയും: അതിവേഗം അവർക്കിടയിലുള്ള മതിലുകൾ തകർക്കപ്പെടും. ഭാര്യയായി മാത്രമല്ല അയാൾക്കു രത്നയെ വേണ്ടത്, ഒരു സുഹൃത്തായിട്ടുകൂടിയാണ്.

അവളുടെ മനസ്സിലെന്താണ്? അവളുടെ കണ്ണുകളിൽ അന്തർലീനമായിരിക്കുന്നതെന്താണ്? തനിക്കതറിയില്ലല്ലോ എന്നോർത്ത് സുരഞ്ജനു വിഷമം തോന്നി. അവൻ പറഞ്ഞു.

"നീ പീഡിപ്പിക്കപ്പെട്ടിട്ടില്ലല്ലോ എന്നറിയാനാണ് ഞാൻ വന്നത്."

"പീഡിപ്പിക്കുകയോ?" ഈ വാക്കിന്, ആണുങ്ങളെക്കുറിച്ചാകുമ്പോൾ ഒരർത്ഥവും, പെണ്ണുങ്ങളെക്കുറിച്ചാവുമ്പോൾ മറ്റൊരർത്ഥവുമാണ്.

"നിങ്ങൾ എന്തു കാണാനാണു ശരിക്കും വന്നത്?"

"രണ്ടും."

രത്ന ചിരിച്ചു തലതാഴ്ത്തി. അവളുടെ നാണിച്ച ചിരി കാണാൻ രസമായിരുന്നു. അവളുടെ മുഖത്തുനിന്നു കണ്ണെടുക്കാൻ തോന്നിയില്ല. അവളുടെ മുമ്പിൽ തനിക്കു വളരെ പ്രായക്കൂടുതലുണ്ടോ എന്നവൻ ചിന്തിച്ചു. ഈ പ്രായത്തിൽ തനിക്ക് കുടുതൽ വയസ്സു തോന്നിക്കുമോ? താൻ വിവാഹിതനാകാൻ യോഗ്യനല്ലേ? ഇത്തരം ചിന്തകളിൽ നിമഗ്നനായിരിക്കെ, രത്ന വീണ്ടും അവനിൽ കണ്ണു നട്ടിരിക്കുന്നതായി അവൻ കണ്ടു. അവളുടെ കണ്ണുകളിൽ പ്രേമത്തിന്റെ തിളക്കം!

"വിവാഹം കഴിക്കില്ലെന്ന തീരുമാനത്തിൽ നിങ്ങൾ ഇപ്പോഴും ഉറച്ചു നിൽക്കുകയാണോ?" രത്ന ഒരു പുഞ്ചിരിയോടെ ചോദിച്ചു. മറുപടി പറയുവാൻ സുരഞ്ജൻ അല്പസമയമെടുത്തു.

"ജീവിതം ഒരു നദിപോലെയാണ് എന്നു നിനക്കറിയാമോ? ഏതെങ്കിലും സമയത്ത് അത് ഒഴുകാതെ നിൽക്കുന്നുണ്ടോ? തീരുമാനം ഇടയ്ക്കൊക്കെ മാറിക്കൊണ്ടിരിക്കും. മാറ്റമില്ലാതെ, എപ്പോഴും നിശ്ചലമായിരിക്കില്ല."

സുരഞ്ജൻ പോകാനെഴുന്നേറ്റപ്പോൾ അവൾ ഹൃദ്യമായി ചിരിച്ചു കൊണ്ടു പറഞ്ഞു "താങ്ക് ഗോഡ്!" ഹിന്ദുക്കളുടെ പൊതുവേയുള്ള ദയനീയാവസ്ഥ ഓർത്താണതു പറഞ്ഞതെങ്കിലും "താങ്ക് ഗോഡ്' എന്ന വാക്ക് ആ സമയത്ത് അനുചിതമായി തോന്നി.

എന്നാൽ സുരഞ്ജൻ പ്രതിഷേധിച്ചില്ല. അവൾ എന്താണ് ഉദ്ദേശിച്ചതെന്നു ചോദിക്കേണ്ട ആവശ്യമില്ലായിരുന്നു. കാരണം, അവൾ ആ അഭിപ്രായം പ്രകടിപ്പിച്ചതെന്തുകൊണ്ടാണെന്നു ശരിക്കും അറിയാമായിരുന്നു. പവിത്രമായ ആനന്ദമാണു രത്ന അവനു പ്രദാനം ചെയ്തത്! അവളുടെ മെലിഞ്ഞ കൊച്ചുവിരലുകൾ അമർത്തിപ്പിടിച്ച് ഇപ്രകാരം പറയണമെന്നവൻ ആഗ്രഹിച്ചു.

"വരൂ, നമ്മൾക്കു സാൽവനത്തിലേക്കു പോകാം, അവിടെ നമ്മൾ ക്കൊന്നിച്ചു കിടക്കാം. ഞാനും നീയും മാത്രം. ചന്ദ്രൻ നമ്മളെ സംരക്ഷിക്കും. തന്റെ പ്രകാശം മറയ്ക്കല്ലേ എന്നു നമ്മൾ ചന്ദ്രനോടാവശ്യപ്പെടും... നമ്മൾ ഉണ്ടാക്കിയ സ്ഥായിയായ തീരുമാനങ്ങളും ആശയങ്ങളും നമ്മൾക്കു മാറ്റാം. എന്നിട്ട് എന്തെങ്കിലും കൂട്ടായി പ്രവർത്തിക്കാം."

ആഗ്രഹിച്ചതൊന്നും പറയാനാവാതെ നിമിഷങ്ങൾ നീങ്ങി. പടിവരെ ചെന്ന് രത്ന അവനെ യാത്രയാക്കി.

"ദയവായി വീണ്ടും വരിക. നിങ്ങൾ വന്നപ്പോൾ, ആരെങ്കിലും ഞങ്ങളോടൊപ്പമുണ്ടെന്ന ആത്മവിശ്വാസം തോന്നുന്നു. ഞങ്ങൾ ഒറ്റപ്പെട്ടിട്ടില്ലല്ലോ..."

ആഹ്ലാദവദിയായ കുരുവി, പർവീൺ, ഒരിക്കൽ തന്റെ ഹൃദയത്തിൽ ഉണർത്തിയ വസന്തത്തിന്റെ ചലനം സുരഞ്ജനു വ്യക്തമായി അനുഭവപ്പെട്ടു. ഒരു കാലത്തു പർവീൺ അവനുവേണ്ടി തുറന്നുകൊടുത്ത ആനന്ദത്തിന്റേതായ സ്വർഗ്ഗലോകത്തേക്ക് ഉയർന്നുപോകുന്നതായി അവനു തോന്നി.

ആറാം ദിവസം

രാവിലത്തെ ചായയോടൊപ്പം സുരഞ്ജൻ ദിനപത്രം കയ്യിലെടുത്തു. ഇന്നയാൾക്കു നല്ല ഉന്മേഷം തോന്നി. രാത്രി നന്നായി ഉറങ്ങിയിരുന്നു. പത്രം ഒന്നോടിച്ചുനോക്കിയ ശേഷം മായയെ വിളിച്ചു.

"നിനക്കെന്തുപറ്റി മായ? നീ എന്താണ് എപ്പോഴും ഇത്ര വിഷാദത്തോടെ ഇരിക്കുന്നത്?"

"ഒന്നുമില്ല...നിങ്ങളാണ് അസാധാരണമായ രീതിയിൽ പെരുമാറുന്നത്. ഒരിക്കൽപോലും നിങ്ങൾ ബാബയോടൊപ്പം ഇരുന്നിട്ടില്ല."

"എനിക്കത്തരം കാര്യങ്ങൾ കൈകാര്യം ചെയ്യാനറിയില്ല. പൂർണ ആരോഗ്യവാനും ഉല്ലാസവാനുമായിരുന്ന ആൾ ഒരു മരത്തടി പോലെ

കിടക്കുന്നതു കാണുമ്പോൾ എനിക്കു സഹിക്കാനാകുന്നില്ല! അതിനേക്കാൾ വിഷമമാണു നിങ്ങൾ രണ്ടുപേരും അവിടെ ഇരുന്നു കരയുന്നതു കാണുവാൻ. അതിനിടയിൽ ഒന്നു ചോദിച്ചോട്ടെ, ഞാൻ കൊടുത്ത പണം മാ എന്തിനാണു മടക്കിയത്? അവരുടെ കയ്യിൽ ഒരുപാടു പണമുണ്ടോ?"

"മാ അവരുടെ സ്വർണ്ണാഭരണങ്ങൾ വിറ്റു."

"കൊള്ളാം, അതു നന്നായി. എനിക്ക് ആഭരണങ്ങൾ തീരെ ഇഷ്ടമല്ല."

"നിങ്ങൾക്ക് ഇഷ്ടമല്ലേ? അപ്പോൾ എന്തിനാണ് 'പർവീൺ ആപാ'യ്ക്കു മുത്തിന്റെ മോതിരം കൊടുത്തത്?"

"ഓ, അന്ന് ഞാൻ ഒരു പക്വതയില്ലാത്തവനായിരുന്നു. അത്ര ബുദ്ധിയില്ലാത്തവൻ. നീ എന്നോടു ചോദിച്ചാൽ..."

"കൊള്ളാം, ഇപ്പോൾ പക്വത വന്നോ?" മായ പുഞ്ചിരിച്ചുകൊണ്ടു ചോദിച്ചു.

അനിയത്തിയുടെ സന്തോഷം കണ്ടിട്ട് കാലം കുറെ ആയി. ആ പുഞ്ചിരി നിലനിൽക്കട്ടെ എന്നാലോചിച്ച്, വായിച്ചിരുന്ന പത്രത്തിന്റെ മുൻപേജ് അവൾക്കു കാണിച്ചുകൊടുത്തു.

"നോക്കു..." അവൻ പറഞ്ഞു" എല്ലാ മതക്കാരും ജാതിക്കാരും മതസൗഹാർദ്ദത്തോടെ ജീവിക്കുന്ന ഒരു രാജ്യത്താണ് നമ്മൾ ജീവിക്കുന്നത്. വർഗ്ഗീയത അവസാനിപ്പിക്കുകയും കലാപമുയർത്തി കൂട്ടക്കൊലയും കൊള്ളയും നടത്തിയവരെ ശിക്ഷിക്കുകയും ചെയ്യുക... 'ഓൾ പാർട്ടി പീസ് മിഷ'ന്റെ അടിയന്തര സന്ദേശമാണിത്. ഇന്ത്യയിൽ ഇപ്പോൾ വെറുപ്പും വിദ്വേഷവും തടഞ്ഞുനിർത്തിയിരിക്കുന്നു. ബാബറി മസ്ജിദിലും പരിസരത്തും ബലമായി കയ്യേറിയ ഭൂമി നിയമനിഷേധമാണെന്നു ഹൈക്കോടതി പ്രഖ്യാപിച്ചിരിക്കുന്നു. യു.പി. ഗവൺമെന്റാണു ബാബറി മസ്ജിദ് പൊളിച്ചു മാറ്റിയതിന് ഉത്തരവാദിയെന്ന് നരസിംഹറാവു പ്രഖ്യാപിച്ചിരിക്കുന്നു. കേന്ദ്രത്തിനതിൽ യാതൊരു ഉത്തരവാദിത്തവുമില്ല. പശ്ചിമബംഗാൾ, ഗുജറാത്ത്, മഹാരാഷ്ട്ര എന്നീ സംസ്ഥാനങ്ങൾ പട്ടാളത്തിന്റെ നിയന്ത്രണത്തിലാണിപ്പോഴും. ഇടതുപക്ഷ ശക്തികൾ വർഗ്ഗീയതയ്ക്കെതിരെ പൂർണ്ണയുദ്ധം പ്രഖ്യാപിച്ചുകഴിഞ്ഞു. ബംഗ്ലാ കമ്മ്യൂണിസ്റ്റ് പാർട്ടി ആഹ്വാനം ചെയ്ത ഒരു മീറ്റിംഗ് ഇന്നു പൽട്ടാൻ ജംക്ഷനിൽ നടക്കും. മതസൗഹാർദ്ദം പുനഃസ്ഥാപിക്കാൻ അവാമി ലീഗ് 'പീസ് ബ്രിഗേഡ്' നിർദ്ദേശിച്ചിരിക്കുന്നു. കലാപത്തിനു പ്രേരിപ്പിക്കുന്നവരെ അറസ്റ്റു ചെയ്യണമെന്നു 'സിറ്റി കോർഡിനേഷൻ കമ്മിറ്റി' ആവശ്യപ്പെട്ടു. 'കമ്മിറ്റി ഫോർ ടോട്ടൽ ഇറാഡിക്കേഷൻ ഓഫ് കമ്മ്യൂണിലിസം' ഒരു സമ്മേളനം സംഘടിപ്പിക്കുന്നു. 'കൾച്ചറൽ കോംഗ്ലോമെറേറ്റ് മുദ്രാവാക്യം ഉയർത്തി. "ബംഗ്ലാദേശ് വർഗ്ഗീയ ശക്തികളെ ഇല്ലായ്മ ചെയ്യും." ...ധംറായിൽ അമ്പലം കൊള്ളയടിച്ച ഇരുപത്തെട്ടുപേരെ അറസ്റ്റുചെയ്തു. ലോകത്തിന്റെ ദൃഷ്ടിയിൽ ഇന്ത്യ യ്ക്കു മുഖം നഷ്ടപ്പെട്ടെന്ന് പശ്ചിമബംഗാൾ മുഖ്യമന്ത്രി ജ്യോതിബാസു അഗാധമായ ദുഃഖത്തോടെ പറഞ്ഞു."

"നിങ്ങൾ നല്ല വാർത്തകൾ മാത്രമേ വായിച്ചുള്ളു..." കിടക്കയിൽ ചമ്രം പടിഞ്ഞിരുന്നുകൊണ്ട് മായ പ്രതികരിച്ചു. അവൾ ചേട്ടന്റെ കയ്യിൽ നിന്നും പത്രം തട്ടിയെടുത്തു ചോദിച്ചു.

"ബാക്കി വാർത്തകളെന്തൊക്കെയാണ്? ഭോലയിൽ 10000 കുടുംബങ്ങൾ ഭവനരഹിതരായി. 700 വീടുകൾ ചിറ്റഗോംഗിൽ തീവച്ചു ചാമ്പലാക്കി..."

"ഒരു ചീത്ത വാർത്തയും ഇന്നെനിക്കു കേൾക്കേണ്ട. ഞാനിന്നു നല്ല മൂഡിലാണ്." സുരഞ്ജൻ ദൃഢമായി പ്രഖ്യാപിച്ചു.

"പർവീൺ ആപാ വിവാഹമോചനം നടത്താൻ പോകുന്നതു കൊണ്ടാണോ? ഇന്നലെ അവൾ എത്തി. എന്നും രാത്രി ഭർത്താവ് തല്ലുമായി രുന്നെന്ന് അവൾ പറഞ്ഞു."

"ഇനിയെന്ത്? അവൾ മുസ്ലിമിനോടൊപ്പമേ സന്തുഷ്ടയായിരിക്കൂ എന്ന വർക്കു ബോധ്യമായല്ലോ! എന്റെ നല്ല മൂഡു പർവീണിനെക്കുറിച്ചോർ ത്തിട്ടല്ല. ഇനി, മുസ്ലിമുകൾ ഇല്ല...വിവാഹം കഴിക്കാനാഗ്രഹിക്കുമ്പോൾ, അതിനു മുമ്പായി ഗദ്ഗദത്തോടെ ഇരുവർക്കും "നിന്റെ മതം മാറാമോ" എന്ന് ഇനി ചോദിക്കേണ്ടിവരില്ല."

മായ ഹൃദയം തുറന്നു ചിരിച്ചു. അവൻ മനോഹരമായ ആ ചിരി കേട്ടിട്ട് എത്ര കാലമായി!

സുരഞ്ജൻ പെട്ടെന്ന് ഗൗരവത്തോടെ ചോദിച്ചു.

"ബാബയ്ക്കിപ്പോൾ എങ്ങനെയുണ്ട്? വേഗം എഴുന്നേറ്റു നടക്കാനാ കുമോ?"

"താരതമ്യേന ഭേദമാണ്. ഇപ്പോൾ നന്നായി സംസാരിക്കുന്നുണ്ട്. പരസഹായത്തോടെ ആണെങ്കിലും കുളിമുറിയിലേക്കു നടക്കുകയും ചെയ്യു ന്നുണ്ട്. ഭക്ഷണം ഒരുവിധം കഴിക്കുന്നു; തനി ദ്രാവകമല്ല, പാതി ഉറച്ചത്. ഓ, അതിനിടയ്ക്ക്, ബലാൽഭായി ഇന്നലെ വൈകുന്നേരം വന്നു. നിങ്ങളെ ക്കുറിച്ചന്വേഷിച്ചു. അയാൾ ബാബയെ കണ്ടു. നിങ്ങൾ ഈ സമയത്തു പുറമെ പോകരുതെന്നു പറഞ്ഞു, അതപകടമാണ്."

'ഓഹ്.'

സുരഞ്ജൻ പെട്ടെന്നു ചാടി എഴുന്നേറ്റു. അയാളുടെ അത്യാവശ്യം എന്താണെന്നു മായയ്ക്ക് അറിയാവുന്നതുപോലെ തോന്നി.

"എന്താണിത്? നിങ്ങൾ പുറത്തുപോകുകയാണോ?"

"വീടിനുള്ളിൽ ചടഞ്ഞുകൂടിയിരിക്കുന്ന ടൈപ്പ് ആളാണോ, ഞാൻ?"

"നിങ്ങൾ പുറത്തുപോയാൽ, മാ ഒരുപാടു വേദനിക്കും. ദാദാ, ദയവായി പോകരുത്. എനിക്കു ഭയങ്കര വിഷമവും പേടിയുമാണ്."

“എനിക്ക് ഈ പണം പുലോകിനു തിരിച്ചുകൊടുക്കണം. നിന്റെ കയ്യിൽ പണമുണ്ടോ? നീ ഒരു ജോലി ഉള്ളവളല്ലേ? എനിക്കു സിഗററ്റ് വാങ്ങാൻ നിന്റെ കയ്യിൽനിന്ന് കുറച്ചുപണം തരു.”

“ഇല്ല. സിഗററ്റു വാങ്ങാൻ ഞാൻ പണം തരില്ല. നിങ്ങൾ വേഗം ചാകണ മെന്നു ഞാനാഗ്രഹിക്കുന്നില്ല.”

ഇങ്ങനെ പറഞ്ഞുകൊണ്ടുതന്നെ അവൾ പോയി, നൂറു ടക്കാനോട്ട് എടുത്തു കൊടുത്തു. അവൻ അനിയത്തിയെ വാൽസല്യപൂർവ്വം നോക്കി. വളരെ വർഷങ്ങൾക്കുമുമ്പു നടന്ന ഒരു സംഭവം അവൻ ഓർത്തു. മായ അന്നു ചെറിയ കുട്ടിയാണ്. സ്കൂളിലെ ചില പെൺകുട്ടികൾ അവളെ “ഹിന്ദു, ഹിന്ദു... ഹിന്ദുക്കൾ പശുത്തല തിന്നും...” എന്നു പറഞ്ഞു കളിയാക്കിയ പ്പോൾ അവളുടെ മനസ്സു തകർന്നു.

അവൾ സുരഞ്ജനോടു ചോദിച്ചു. “ഞാൻ ഹിന്ദു ആണോ, ദാദാ?”

അവൻ പറഞ്ഞു: “അതെ”

“എനിക്കിനി ഹിന്ദു ആകേണ്ട. അവരെന്നെ അതു പറഞ്ഞു കളിയാ ക്കുന്നു.”

ഈ സംഭാഷണം കേട്ട സുധാമൊയ് പറഞ്ഞു. “ആരു പറഞ്ഞു നീ ഹിന്ദുവാണെന്ന്? നീയൊരു മനുഷ്യജീവിയാണ്. അതിനേക്കാൾ മീതെ ഒന്നുമില്ല.”

ആ സമയത്ത് അച്ഛനോടുള്ള ആദരവാൽ സുരഞ്ജന്റെ ഹൃദയം നമിച്ചു. അവൻ പല ആളുകളുമായി ഇടപെട്ടിട്ടുണ്ട്. അച്ഛനെപ്പോലെ ഇത്രയും ശ്രേഷ്ഠതയും ക്ഷമാശീലവും ചിന്താശക്തിയും പരിഗണനയുമുള്ള ഒരു മനുഷ്യനെ വേറെ കണ്ടിട്ടില്ല.

1964ൽ സുധാമൊയ് ഒരു മുദ്രാവാക്യം രൂപപ്പെടുത്തി, “പൂർവ്വ പാക്കി സ്താൻ, അവരെ തടയുക,..അവരെ എതിർക്കുക...” കലാപം തടയാൻ വേണ്ടിയുള്ള മുദ്രാവാക്യം. ഭാഗ്യവശാൽ, ഷെയിക് മുജീബർ റഹ്മാൻ ഇടപെട്ടതുകൊണ്ട് അതു പടർന്നുപിടിച്ചില്ല. വാസ്തവത്തിൽ, അയൂബ് ഖാന്റെ കിങ്കരന്മാരുടെ പ്രേരണമൂലം സൃഷ്ടിക്കപ്പെട്ടതായിരുന്നു ആ കലാപം. സർക്കാർ വിരുദ്ധ പ്രകടനങ്ങൾ തുരങ്കം വയ്ക്കലായിരുന്നു ലക്ഷ്യം. കലാപത്തിന്റെ പേരും പറഞ്ഞ് വിദ്യാർഥികളുടെയും രാഷ്ട്രീയ നേതാക്കന്മാ രുടെയും നേരെ പ്രതികാര നടപടികൾ കോടതികളെക്കൊണ്ടു ഗവൺ മെന്റു ചെയ്യിച്ചു.

സുധാമൊയിയും അതിൽപ്പെട്ടു.

പഴയ കാലം സ്വയമറി യാതെ അയാളുടെ മനസ്സിലേക്കു കടന്നുവരുക യായിരുന്നു.

ഭൂതകാലസ്മരണകൾ അയാളെ വിഷാദവാനാക്കി. നാട്ടുകാര്യങ്ങളിൽ മുഴുകൽ, നാടിന്റെ പുരോഗതി, അതിന്റെ ഭാവി... അതെല്ലാം കൊണ്ടെത്തിച്ച തെവിടെയാണ്? 1975നുശേഷം മതമൗലികവാദികൾ പതുക്കെ ഭരണ നിയന്ത്രണം ഏറ്റെടുത്തു. ജനങ്ങൾ എല്ലാം മനസ്സിലാക്കിയെങ്കിലും ആരും പ്രതികരിക്കാനാഗ്രഹിച്ചില്ല. ഈ തലമുറയ്ക്കു മൂല്യങ്ങളെക്കുറിച്ചു യാതൊരു ബോധവുമില്ലെന്നോ? കഴിഞ്ഞ കാലത്തെ ആവേശം എവിടെ പോയ്മറഞ്ഞു? 1952ൽ ബംഗാളി ദേശീയ ഭാഷയാക്കാനായി യുവതലമുറയെ തെരുവി ലിറക്കിയ ആവേശം. അക്കാലത്തെ യുവാക്കൾക്കു കൂട്ട നരഹത്യയെ അഭിമുഖീകരിക്കേണ്ടിവന്നു. 1969ലെ ജനമുന്നേറ്റത്തിൽ രക്തസാക്ഷികളായ വരുടെ പ്രതിരൂപങ്ങൾ ഇപ്പോൾ എവിടെ? 1971ലെ മൂന്നു മില്യൻ രാജ്യ സ്നേഹികളെവിടെ? അവരുടെ ധീരതയും അർപ്പണബോധവും എവിടെ? സുധാമൊയിയെ പ്രസ്ഥാനത്തിലേക്കാകർഷിച്ച ആവേശവും ഉൽസാഹവു മെവിടെ? ആ ഊർജ്ജസ്വലത ഇപ്പോൾ എവിടെ? എന്തുകൊണ്ട് ഇന്നത്തെ ചെറുപ്പക്കാരുടെ തൊലി സർപ്പത്തിന്റേതുപോലെ തണുപ്പനായി? ഒരു മതേതര രാഷ്ട്രത്തിലേക്കു വർഗ്ഗീയത എങ്ങനെ ഹാർദ്ദമായി സ്വീകരിക്ക പ്പെട്ടു? വരാൻ പോകുന്ന കാലം എത്ര ഭീകരമായിരിക്കുമെന്ന് ആരും എന്തുകൊണ്ടു മനസ്സിലാക്കുന്നില്ല? ഇത്തരം ചിന്തകളിൽ മുഴുകി സുധാ മൊയ് കിടക്കയിൽ നിന്ന് എഴുന്നേൽക്കാൻ ശ്രമിച്ചു. പക്ഷേ പറ്റിയില്ല. അയാളുടെ ക്ഷീണിച്ച മുഖത്തു വേദനയും പരാജയബോധവും വ്യാപിച്ചു.

അയൂബ്ഖാന്റെ വെറുക്കപ്പെട്ട 'എനിമി പ്രോപ്പർട്ടി ആക്ട്' മറ്റൊരു പേരിൽ അവാമി ലീഗിന്റെ നിയമമന്ത്രാലയം പാർലിമെന്റിൽ അവതരിപ്പിച്ചു. "അക്വയേർഡ് പ്രോപ്പർട്ടി ആക്ട്". മുൻ ഭരണകാലത്ത്, രാജ്യം വിട്ട ഹിന്ദു ക്കളുടെ സ്വത്ത് "ശത്രുസ്വത്താ"യി പ്രഖ്യാപിക്കപ്പെട്ടിരുന്നു. മറ്റു വിധത്തിൽ പറഞ്ഞാൽ, സുധാമൊയിയുടെ അമ്മാവന്മാർ രാജ്യത്തിന്റെ ശത്രുക്കളാണ്! അവർക്കു ധാക്കയിലും, സമീപപ്രദേശങ്ങളായ സൊനാഗാംവ്, നർഷിന്ദി, കിഷോർഗംജ്, ഫരിദ്പൂർ എന്നിവിടങ്ങളിലും ഭൂമിയും ഗംഭീര ബംഗ്ലാവു കളുമുണ്ട്. അവയിൽ ചിലതിൽ വിദ്യാഭ്യാസ സ്ഥാപനങ്ങളും വെറ്ററിനറി ആശുപത്രികളും ഫാമിലി പ്ലാനിംഗ് ഓഫിസുകളും ഇൻകംടാക്സ് ഓഫീസു കളും മറ്റും പ്രവർത്തിക്കുന്നു. സുധാമൊയ് ഒരു കുട്ടി ആയിരുന്നപ്പോൾ അനിൽ അങ്കിളിന്റെ വീട്ടിൽ പതിവായി പോകുമായിരുന്നു. രാമകൃഷ്ണ മിഷൻ റോഡിലെ ഒരു കൂറ്റൻ ബംഗ്ലാവിലാണദ്ദേഹം താമസിച്ചിരുന്നത്. അദ്ദേഹത്തിന്റെ കുതിരലായത്തിൽ പത്തു കുതിരകളുണ്ടായിരുന്നു. അനില ങ്കിൾ അതിലൊന്നിൽ സുധാമൊയിയെ ഇരുത്തി കുതിര സവാരി പഠിപ്പിച്ചത് അയാൾ ഓർക്കുന്നു.

ഇന്ന്, ഇരുളും നനവുമാർന്ന തികാതുലി ഗൃഹത്തിൽ സുധാമൊയ് ജീവിക്കുന്നു. അതിനടുത്ത് അയാളുടെ ഒരു അങ്കിളിന്റെ കൂറ്റൻ ബംഗ്ലാവ് ഉണ്ട്. എന്നാലതു ഗവൺമെന്റ് ഏറ്റെടുത്തിരിക്കയാണ്. "അക്വയേർഡ് പ്രോപ്പർട്ടി ഏക്ട്" തയ്യാറാക്കിയിട്ടുള്ളതു നാടുവിട്ടു പോയവരുടെ ഏറ്റവും

അടുത്ത ബന്ധുക്കളെ സഹായിക്കാനാണെങ്കിൽ സ്വന്തം രാജ്യത്തു പിടിച്ചു നിൽക്കുന്ന ഹിന്ദുക്കളുടെ കഷ്ടപ്പാടുകൾ കുറെയൊക്കെ മാറിക്കിട്ടും. ഇക്കാര്യം പല ഉന്നത ഓഫീസർമാരെയും പറഞ്ഞുധരിപ്പിക്കാൻ സുധാമൊയ് ശ്രമിച്ചു. പക്ഷേ എല്ലാം പരാജയത്തിലവസാനിക്കുകയായിരുന്നു. അയാൾക്കു നേരിട്ട നിരവധി പരാജയങ്ങളോടൊപ്പം മറ്റൊന്നുകൂടി. മനസ്സു തളർന്നുകഴിഞ്ഞു, ശരീരവും! ഭാഗികമായി തളർവാതം പിടിച്ച ജീവിതം നയിക്കാനാണു വിധി. ജീവിക്കാനുള്ള എല്ലാ ആശയും അയാൾക്കു നഷ്ടപ്പെട്ടു. നിശ്ശബ്ദനായി മെത്തയിൽ കിടന്നു മരിക്കണം, ആർക്കും ഒരു ബുദ്ധിമുട്ടാകരുത്. കിരൺമൊയിയുടെ ഉറക്കമില്ലാത്ത രാത്രികളും തുടർച്ചയായ ദുരിതങ്ങളും അവസാനിപ്പിക്കണം.

കിടക്കയിൽ നിസ്സഹായനായി കിടക്കവെ, ഹിന്ദുപൗരന്മാരെ സംരക്ഷിക്കുന്നതിൽ പരാജയപ്പെട്ട ഗവൺമെന്റിനെക്കുറിച്ചു ചിന്തിക്കാതിരിക്കാൻ സുധാമൊയിക്കു കഴിഞ്ഞില്ല.

1965ലെ ഇന്ത്യാ പാക്ക് യുദ്ധത്തിനു ശേഷം രണ്ടു പരിഗണനകളാണ് 'എനിമി പ്രോപ്പർട്ടി ആക്ടി'ലേക്കു നയിച്ചത്-ഫാസിസ്റ്റ് പാക്കിസ്താൻ ഗവൺമെന്റിന്റെ പൂർവ്വ പാക്കിസ്താനോടുള്ള ചിറ്റമ്മനയവും തികഞ്ഞ വർഗ്ഗീയ സ്വഭാവവും; സ്വാതന്ത്ര്യലബ്ധിക്കുശേഷം സുധാമൊയിയെ ശല്യം ചെയ്യാനായി അതേ ആക്ട് സമർത്ഥമായി മറ്റൊരു പേരിൽ നിലനിർത്തി. പുതുതായി സ്വതന്ത്രയായ ബംഗാളിരാഷ്ട്രം കൊണ്ടുവന്ന ലജ്ജാകരമായൊരു ആക്ട് ആയാണതിനെ സുധാമൊയിക്കു കാണാൻ കഴിഞ്ഞത്. പൗരന്മാരുടെ മൗലികവും മനുഷ്യത്വപരവും ജനാധിപത്യപരവുമായ അവകാശങ്ങൾ അത് അടിച്ചമർത്തി: സമർത്ഥമായി പ്ലാൻ ചെയ്തു പുനർനാമകരണം ചെയ്ത പ്രസ്തുത ആക്ടിന്റെ മറവിൽ തുല്യാവകാശങ്ങൾ നൽകാതിരുന്നത് ഇരുപതു മില്യൻ ഹിന്ദുക്കൾക്കു കനത്ത നാശം വരുത്തിവച്ചു. വാസ്തവത്തിൽ, അവർ സ്വന്തം വീടുകളിൽനിന്ന് പിഴുതെറിയപ്പെട്ടു. അവർ ശൈത്യത്തിലേക്കു വലിച്ചെറിയപ്പെട്ടു. ഇത്തരം പ്രകോപനങ്ങൾക്കിടയിൽ ഹിന്ദുക്കൾക്ക് അരക്ഷിതാവസ്ഥ തോന്നിയാൽ, അവരെ ആർക്കെങ്കിലും കുറ്റപ്പെടുത്താനാകുമോ? വർഗ്ഗീയതയുടെ വേര് ഈ രാജ്യത്തു വളരെ ആഴത്തിൽ ഇറങ്ങിച്ചെന്നിരിക്കുന്നു. വീണ്ടും ചോദിക്കട്ടെ അതവരുടെ കുറ്റമാണോ?

രാഷ്ട്രത്തിന്റെ ഭരണഘടന അതിന്റെ എല്ലാ പൗരന്മാർക്കും ഒരേ സംരക്ഷണവും ഒരേ അവകാശങ്ങളുമാണ് ഉറപ്പു നൽകിയിരിക്കുന്നത്. പക്ഷേ 'എനിമി പ്രൊട്ടക്ഷൻ ആക്ട്' ഭരണഘടനയുടെ വ്യക്തമായ ലംഘനമാണ്. രാജ്യത്തിന്റെ പരമാധികാരത്തേയും സ്വതന്ത്ര സ്വഭാവത്തേയും അപമാനിക്കലാണ്. മൗലികാവകാശങ്ങളെക്കുറിച്ച് ഭരണഘടന വളരെ വ്യക്തമായി പ്രതിപാദിച്ചിട്ടുള്ള നയങ്ങളിൽനിന്നുള്ള വ്യതിചലനമാണത്.

1966നുശേഷം പൂർവ്വ പാക്കിസ്താൻ ഗവൺമെന്റ് ഒരു ഔദ്യോഗിക സർവ്വെ നടത്തി. 1947ലും 1950ലെയും 1954ലെയും വർഗ്ഗീയ കലാപശേഷവും

ഇന്ത്യയിലേക്കു പ്രവഹിച്ച കുടിയേറ്റക്കാരുടെ സ്വത്ത് 'എനിമി പ്രോപ്പർട്ടി' ആയി വെളിപ്പെടുത്തപ്പെട്ടു. അവരുടെ വീടുകൾ, തോട്ടങ്ങൾ, ശ്മശാനങ്ങൾ, ദേവാലയങ്ങൾ, കൃഷിസ്ഥലങ്ങളും കൃഷിയിറക്കാത്ത സ്ഥലങ്ങളും മറ്റും തിരിച്ചു നൽകുമെന്ന ഉറപ്പിലാണവർ പോയത്. അതിനും പുറമെ, ഇന്ത്യയിൽ പോകാത്ത, എന്നാൽ വിദേശത്തുപോയശേഷം ഇന്ത്യയിൽ താൽക്കാലിക വാസം തേടിയവരുമുണ്ടായിരുന്നു. അവരുടെ സ്വത്തും 'എനിമി പ്രോപ്പർട്ടി' ലിസ്റ്റിൽ ഉൾപ്പെടുത്തപ്പെട്ടു. ഇന്ത്യയിലോ വിദേശത്തോ പാർക്കുന്ന മുസ്ലിമുകളുടെ സ്വത്തുക്കൾ കണ്ടുകെട്ടുകയുണ്ടായില്ല. അവ സർവ്വെ ചെയ്തുമില്ല. ഹിന്ദു കൂട്ടുകുടുംബ നിയമമനുസരിച്ച് ഗൃഹനാഥന്റെ മരണശേഷം ജീവിച്ചിരിക്കുന്ന അംഗങ്ങൾക്ക് അവകാശപ്പെട്ടതാണ് അയാളുടെ സ്വത്ത്. ഗവൺമെന്റ് ഈ പാരമ്പര്യവും നിയമവുമെല്ലാം കാറ്റിൽ പറത്തി; ആ സ്വത്തുക്കൾ തട്ടിയെടുത്തു.

നിയാസ് ഹുസൈൻ, ഫസ്ലുൽ ആലം, അന്വാർ അഹമ്മദ് എന്നിവരും മറ്റനേകം പേരും അമേരിക്കയിലേക്കും യു.കെ.യിലേക്കും കുടുംബസമേതം പോയതു സുധാമൊയ് ഓർത്തു. അവരുടെ വീടുകളിൽ ഏതെങ്കിലും അകന്ന ബന്ധുക്കളോ, വാടകക്കാരോ ആയിരുന്നു താമസം. എന്നാൽ അവരുടെ സ്വത്തുക്കൾ 'എനിമി പ്രോപ്പർട്ടി' ആയി കണക്കാക്കപ്പെട്ടതേ ഇല്ല. അത്തരം അനീതികളെക്കുറിച്ചോർത്ത്, സുധാമൊയ് കിടക്കയിൽ നിന്നെഴുന്നേൽക്കാൻ കഷ്ടപ്പെട്ട് ഒരു ശ്രമം നടത്തി. അയാൾ വിയർത്തു കുളിച്ചു. വീട്ടിൽ ആരുമില്ല. മായയും കിരൺമൊയിയും സുരഞ്ജനും എവിടെപ്പോയി?

പഴയ ധാക്കാ തെരുവിലൂടെ സുരഞ്ജൻ നടന്നു. മെയ്മൊൻസിംഗിനെക്കുറിച്ചവൻ ഗൃഹാതുരത്വത്തോടെ ഓർത്തു. എത്രയോ വർഷങ്ങളായി ധാക്കയിലാണവൻ ജീവിക്കുന്നതെങ്കിലും മധുരിക്കുന്ന ആ ഓർമ്മകൾ അവന്റെ ഹൃദയത്തിൽ സദാ തങ്ങി നിന്നു. താൻ ജനിച്ച നഗരം, ബാല്യകാലവും കൗമാരവും ചെലവഴിച്ച നഗരം. ധാക്കയിലെ ബൂഡി ഗംഗയിലെ വെള്ളത്തിൽ കാലുകൾ മുക്കുമ്പോൾ, മെയ്മൊൻസിംഗിലെ ബ്രഹ്മപുത്രയായിരിക്കും അവന്റെ മനസ്സിൽ. ജീവനുള്ളിടത്തോളം കാലം അവനു തന്റെ ജന്മനാടിനേയോ, ജന്മനാട്ടിലൂടെ ഒഴുകുന്ന നദിയേയോ മറക്കാനാവില്ല.

ഗൗതമിന്റെ കുടുംബം രാജ്യം വിട്ടു പോകുകയാണ്. ഈ രാജ്യത്തു സുരക്ഷിതമായി ജീവിക്കാനാവില്ലെന്ന് അവർക്കു ബോധ്യമായിത്തുടങ്ങി. അതു സത്യമാണെന്നവർക്കു തോന്നിയെങ്കിൽ, പോകുന്നതിനെക്കുറിച്ചോർത്ത് എന്തിനിത്രയധികം കണ്ണീരൊഴുക്കണം? അഞ്ചുവർഷത്തിനു മുമ്പ് സുരഞ്ജന്റെ അങ്കിൾ കൽക്കത്തയിൽ നിന്നും അവരുടെ ബ്രഹ്മൻ ബാരിയയിലെ വസതി സന്ദർശിക്കാനെത്തിയിരുന്നു. അന്നദ്ദേഹം ഹൃദയം തകർന്ന് ഒരു കുഞ്ഞിനെപ്പോലെ പൊട്ടിക്കരഞ്ഞു. അങ്കിളിനോടൊപ്പം കൽക്കത്തയിലേക്കു പോകുന്നോ എന്നു കിരൺമൊയി സുരഞ്ജനോടു ചോദിച്ചു. അവനാ നിർദ്ദേശത്തെ ശക്തിയായി എതിർത്തു.

അഞ്ചാറു വർഷങ്ങൾക്കു മുമ്പു സുരഞ്ജനു പാർട്ടി പ്രവർത്തനത്തിനായി മെയ്മൊൻസിംഗിൽ പോകേണ്ടിവന്നു. തീവണ്ടിയിൽ ജനാലയ്ക്കടുത്തിരുന്നു പച്ചപിടിച്ചു പരന്നുകിടക്കുന്ന നെൽപ്പാടങ്ങളിലേക്കവൻ ആർത്തിയോടെ തുറിച്ചു നോക്കിക്കൊണ്ടിരുന്നു. നിരനിരയായി നിൽക്കുന്ന മരങ്ങൾ, കളിമൺ കൂരകൾ, വൈക്കോൽതുറുകൾ, കുളങ്ങളിൽ കൊച്ചുവലകളുമായി മീൻ പിടിക്കാൻ വെള്ളത്തിലൂടെ ഓടി നടക്കുന്ന നഗ്നരായ കുട്ടികൾ, ട്രെയിൻ ചൂളമടിച്ചു പായുന്നതു നിർന്നിമേഷം നോക്കി നിൽക്കുന്ന നിഷ്കളങ്കരായ കർഷകർ. ഈ കാഴ്ചകൾ കണ്ടു സുരഞ്ജന്റെ ഹൃദയം നിറഞ്ഞുതുളുമ്പി. രാജ്യത്തിന്റെ ഹൃദയത്തിലേക്കാണു താൻ കടന്നുവന്നിരിക്കുന്നതെന്ന് അവനു തോന്നി. കവി ജിബാനന്ദ ദാസിന്റെ വരികൾ അവൻ ഓർത്തു. 'അതി മനോഹരമായ പ്രകൃതിഭംഗി ആസ്വദിക്കാൻ ഇതു വിട്ടു മറ്റൊരു ലോക ത്തേക്കും പോകേണ്ടതില്ല.'

രാമലക്ഷ്മൺപൂർ സ്റ്റേഷന്റെ പേരു മാറ്റി 'അഹമ്മദ് ബാഡി' എന്നാക്കി യതു കണ്ടപ്പോൾ അവന്റെ സകല ഉന്മേഷവും ചോർന്നുപോയി. താമസം വിനാ മറ്റൊരു കാര്യം കൂടി അവൻ കണ്ടു. കാളി ബസാറിനു ഫാത്തിമാ നഗർ എന്നു പുനർനാമകരണം ചെയ്തിരിക്കുന്നു. കൃഷ്ണനഗർ, ഔലിയ നഗർ എന്നാണറിയപ്പെടുന്നത്! രാജ്യം മുഴുവൻ ഇസ്ലാമീകരിച്ചിരിക്കുന്നു. മെയ്മൊൻസിംഗിലെ ചെറിയ റെയിൽവേ സ്റ്റേഷനെപ്പോലും അവർ ഒഴിവാക്കിയില്ല!

ബ്രഹ്മബാഡിയ ബി. ബാഡിയ എന്നും ബാരിസൽ ബ്രോജൊ കോളേജ്, ബി.എം. കോളേജ് എന്നും മുരാരിചന്ദ് കോളേജ് എം.സി. കോളേജ് എന്നും വിളിക്കപ്പെടുന്നതിന്റെ കാരണം അവൻ മനസ്സിലാക്കി. ഒരു കാരണവശാലും ജനങ്ങളുടെ വായിൽനിന്നൊരു ഹിന്ദുനാമം ഉയരരുത്! അതുകൊണ്ടാണ് ഈ ചുരുക്കപ്പേരുകൾ. ഈ ചുരുക്കപ്പേരുകൾ അതിവേഗം മുഹമ്മദലി കോളേജ്, സിറാജുദ്ദൗള കോളേജ് എന്നെല്ലാം ആയി മാറിയേക്കാമെന്നു സുരഞ്ജൻ മനോവേദനയോടെ ചിന്തിച്ചു! ധാക്കാ യൂണിവേഴ്സിറ്റിയിലെ ജിന്നാഹാളിന്റെ പേര് സൂര്യസെൻ ഹാൾ എന്നാക്കിയപ്പോഴുണ്ടായ കോലാഹലം അവൻ ഓർത്തു! സ്വാതന്ത്ര്യലബ്ധിക്കുശേഷം ഇരുപത്തൊന്നു വർഷം കഴിഞ്ഞിട്ടായിരുന്നു ഇത്. സ്വാതന്ത്ര്യത്തെ എതിർത്തിരുന്ന വിഭാഗം സൂര്യസെന്നിനെ ഒരു കൊള്ളക്കാരനായിട്ടാണു ചിത്രീകരിച്ചിരുന്നത്. അത്തരം ഒരാളുടെ പേര് ഹാളിനിടുന്നതു തെറ്റാണെന്നവർ പ്രഖ്യാപിച്ചു! പേരുമാറ്റുന്നതു കൊള്ളക്കാരനെ ന്യായീകരിക്കാനുള്ളൊരു മറയാണെന്നവർ വാദിച്ചു. അവർ അധികാരത്തിൽ പങ്കാളികളായിട്ടിരിക്കുന്നിടത്തോളം കാലം, മൗലിക വാദികളുടെ താളത്തിനനുസരിച്ചു ഗവൺമെന്റു തുള്ളുമെന്ന കാര്യത്തിൽ അവനു സംശയമില്ല; അതിശയവുമില്ല.

പഴയ ധാക്കയിൽ തകർക്കപ്പെടാത്ത ഹിന്ദു കടകൾ അടഞ്ഞുകിടക്കുന്നതു സുരഞ്ജൻ കണ്ടു. എങ്ങനെയാണ് കടകൾ തുറക്കുക? ഭയപ്പെടാനൊന്നുമില്ലെന്ന് ആര് ഉറപ്പു കൊടുക്കും? 1990ലെ കലാപത്തിനുശേഷം അവർ

കടകൾ തുറന്നിരുന്നു. ഒരുപക്ഷേ 1992ലും അപ്രകാരം തന്നെ സംഭവിച്ചേക്കാം; കാരണം ഹിന്ദുക്കൾ തൊലിക്കട്ടി ഉള്ളവരാണെന്നാണു കരുതപ്പെടുന്നത്. അതുകൊണ്ടാണവർക്കു വീടുകൾ പുനർനിർമാണം നടത്താനും തകർന്ന കടകൾ പുനരുദ്ധരിക്കാനും കഴിഞ്ഞത്. സിമന്റും ഇഷ്ടികയും ചാന്തു കൂട്ടുമുണ്ടെങ്കിൽ ഇവയെല്ലാം വീണ്ടും നിർമിച്ചെടുക്കാം. എന്നാൽ അവരുടെ ഹൃദയങ്ങൾ എന്തുപയോഗിച്ചു കൂട്ടിച്ചേർക്കും?

1990ൽ വിതച്ച നാശങ്ങളിലേക്കവന്റെ മനസ്സു പാഞ്ഞു. ശാൻഘരി ബസാറിലെ പടവാലി ബ്രഹ്മസമാജ്, ശ്രീധർ വിഗ്രഹമന്ദിർ എന്നിവയും നയാ ബസാറിലെ പ്രാചീൻ മഠവും കൈത്തുളി ശാമ്പ് മന്ദിറുമെല്ലാം അഗ്നിക്കിരയാക്കി. പ്രശസ്ത ഫാക്ടറികൾ, ഹോട്ടലുകൾ, റസ്റ്റോറന്റുകൾ, ജ്വല്ലറികൾ, സ്റ്റോറുകൾ കൊള്ളയടിച്ചു. നയാ ബസാർ മുനിസിപ്പൽ സ്വീപ്പർ കോളനി തീയിട്ടു. ധാക്കാ ഡിസ്ട്രിക്ട് കോർട്ട് സ്വീപ്പർ കോളനിയും കത്തിച്ചു... അങ്ങനെ എത്രയെത്ര വീടുകളും അമ്പലങ്ങളും തകർക്കപ്പെട്ടു!

ഇത്തരം പല ക്രൂരകൃത്യങ്ങളും സുരഞ്ജൻ നേരിൽ കണ്ടിട്ടുള്ളതാണ്; മറ്റുള്ളവ പറഞ്ഞു കേട്ടതും.

കുറെ സമയമായി അവൻ ലക്ഷ്യമില്ലാതെ അലഞ്ഞുനടക്കുന്നു. എങ്ങോട്ടു പോകണമെന്ന് ഒരു രൂപവുമില്ല. ഈ ധാക്കാ നഗരത്തിൽ തന്റേതെന്നു പറയാൻ ആരുണ്ട്? ആരോടാണു കുറച്ചു നേരം സംസാരിക്കുക? മായ തൃപ്തിയോടെ അല്ലെങ്കിലും നൂറു ടക്കാ അവനു കൊടുത്തിട്ടുണ്ട്. എന്തു കൊണ്ടോ ആ പണം ചെലവാക്കാനാവനു മനസ്സുവന്നില്ല. ഒരു പാക്കറ്റ് 'ബംഗ്ലാ ഫൈവ്' വാങ്ങാനവൻ പല പ്രാവശ്യം തുനിഞ്ഞതാണ്. എന്നാൽ വേണ്ടെന്നുവച്ചു. സിഗററ്റ് അധികനേരം നിലനിൽക്കില്ലല്ലോ. പിന്നെ എന്താണു പ്രയോജനം?... അവനു പണത്തിനോടു യാതൊരു ദൗർബ്ബല്യവുമില്ല. പുതിയ ഷർട്ടും പാന്റും തുന്നിക്കാനായി സുധാമൊയ് പണം കൊടുക്കുമ്പോൾ അവനതു സുഹൃത്തുക്കൾക്കുവേണ്ടി ചെലവാക്കും. അവരിലാരെങ്കിലും കല്യാണം കഴിക്കാനായി ഒളിച്ചോടിയാൽ സുരഞ്ജനായിരിക്കും അവർക്കു പണം കൊടുത്തു സഹായിക്കുക. ഒരിക്കൽ സുരഞ്ജൻ തന്റെ പരീക്ഷാഫീസ്. റഹ്മത്ത് എന്നൊരു കുട്ടിക്കു കൊടുക്കുകയുണ്ടായി. അവന്റെ അമ്മ ആസ്പത്രിയിലാണ്. ആരും പണം കൊടുത്തു സഹായിക്കാനില്ല. ഇതു മനസ്സിലാക്കിയ ഉടനെ തന്റെ പരീക്ഷാഫീസ് എടുത്തുകൊടുക്കാൻ സുരഞ്ജന് ഒരു മടിയുമില്ലായിരുന്നു.

രത്നയെ ചെന്നു കണ്ടെങ്കിലോ എന്നവൻ ചിന്തിച്ചു. രത്നമിത്ര, വിവാഹത്തിനുശേഷവും അവൾക്ക് ഈ പേര് നിലനിർത്താനാകുമോ? വിവാഹം കഴിക്കുമ്പോൾ എന്തിനാണ് പെൺകുട്ടികൾ പേരു മാറ്റുന്നത്? വിവാഹത്തിനു മുമ്പ് അച്ഛന്റെ പേര് ഒരു വാലായി വേണം, വിവാഹശേഷം ഭർത്താവിന്റേതും. നോൺസെൻസ്!

ചിലപ്പോൾ സുരഞ്ജനു തോന്നും തന്റെ 'സർനെയിം' ദത്ത എടുത്തു കളയണമെന്ന്. പേരും ജാതിയും കുലവും മതവുമൊക്കെയാണു മനുഷ്യനും

മനുഷ്യനുമായുള്ള ബന്ധങ്ങൾ തകർക്കുന്നത്. ഒരു ബംഗാളി ഹിന്ദു ആയാലും മുസ്ലിമായാലും ബംഗാളി പേര് നൽകണം. അവൻ പലപ്പോഴും വിചാരിക്കാറുള്ളതാണു മായയുടെ പേരു 'നിലഞ്ജനാ മായ' എന്നായിരുന്നെങ്കിൽ എന്ന്. പിന്നെ തന്റെ പേര്...തന്റെ പേര്... നിബ്ബീർ സുരഞ്ജൻ എന്നോ, സുരഞ്ജൻ സുധാ എന്നോ, അല്ലെങ്കിൽ നിഖിൽ സുരഞ്ജൻ എന്നോ ഇതുപോലെ വല്ലതുമായിരുന്നെങ്കിൽ മതമുദ്ര വീഴില്ലായിരുന്നു. അറബി പേരുകൾ സ്വീകരിക്കാനുള്ള ചില ബംഗാളി മുസ്ലിമുകളുടെ പ്രവണത അവൻ ശ്രദ്ധിച്ചിട്ടുണ്ട്. ബംഗാളി സംസ്കാരത്തിൽ മുങ്ങിയിട്ടുള്ളവർ പോലും, ഫൈസൽ റഹ്മാൻ, തൗഹിദുൾ ഇസ്ലാം, ഫൈസ് ചൗധരി എന്നീ പേരുകളിടുന്നു. എന്തുകൊണ്ട്? എന്തുകൊണ്ട് ബംഗാളികൾ അറബി പേരുകൾ സ്വീകരിക്കുന്നു? സുരഞ്ജൻ ഓർത്തു, സ്വന്തം മകൾക്ക്, സ്രോട്ടോ സ്വിനി, ഭലോഭാഷ, അത്തായ് നീലിമാ എന്നീ പേരുകൾ ഇടണം. വാസ്തവത്തിൽ അത്തായ് നീലിമയാണ് മായാ നിലഞ്ജനയോടു ചേരുക. അതുകൊണ്ട് ആ പേര് സ്വന്തം മകൾക്കുവേണ്ടി കരുതിവയ്ക്കണം.

സുരഞ്ജൻ ലക്ഷ്യമില്ലാത്ത നടത്തം തുടർന്നു. വീടു വിട്ടിറങ്ങുമ്പോൾ, ഒരുപാടു കാര്യങ്ങൾ ചെയ്യാനുണ്ട് എന്നൊരു തോന്നൽ മനസ്സിലുണ്ടായിരുന്നു. എങ്കിലും! തനിക്കു ചുറ്റും നഗരം തിരക്കുപിടിക്കുകയാണ്. ആളുകൾ ധൃതിയിൽ, ജോലിയിൽ വ്യാപൃതരായപോലെ, അങ്ങോട്ടുമിങ്ങോട്ടും നടക്കുന്നു. തനിക്കു മാത്രം ഒരു ധൃതിയുമില്ല, ഒന്നും ചെയ്യാനില്ല. ഭീതിയുടേയും പരിഭ്രാന്തിയുടേതുമായ ഈ നഗരത്തിൽ എവിടെയെങ്കിലുമിരുന്ന്, ആരോടെങ്കിലും സംസാരിക്കാനവൻ ആഗ്രഹിച്ചു. ബൽഷാളിലെ ദുലാലിനെ സന്ദർശിച്ചാലോ? അല്ലെങ്കിൽ, അസിംപൂരിലെ മഹാദേവിന്റെ വീട്ടിൽ പോയാലോ? അല്ലെങ്കിൽ ഇസ്പഹാനി കോളനിയിൽ പോയി കാജൻ ദേബ്നാഥിനെ കാണാം. താൻ എന്തുകൊണ്ടാണ് എപ്പോഴും ഹിന്ദുക്കളെ മാത്രം സന്ദർശിക്കാൻ വിചാരിക്കുന്നത്?

ഇന്നലെ ബലാൽ അവനെ കാണാൻ ചെന്നു. തീർച്ചയായും അവനെ തിരിച്ചും സന്ദർശിക്കേണ്ടതാണ്. മറ്റൊരു ദിവസം ഹൈദർ വന്നിരുന്നു. അവനേയും സന്ദർശിക്കേണ്ടതല്ലേ? അവരെ സന്ദർശിക്കുന്നതു നിരുൽസാഹപ്പെടുത്തുന്ന മുഖ്യവിഷയം, ബാബറി മസ്ജിദ് ചർച്ചയ്ക്കുള്ള സാധ്യതയാണ്! എന്താണു ഇന്ത്യയിൽ സംഭവിക്കുന്നത്? എത്രപേർ കൊല്ലപ്പെട്ടു? ബി.ജെ.പി. നേതാക്കൾ എന്താണ് പറയുന്നത്? ഏതൊക്കെ നഗരങ്ങളാണ് പട്ടാളം ഏറ്റെടുത്തിരിക്കുന്നത്? ആരെയൊക്കെ അറസ്റ്റു ചെയ്തു? ഏതൊക്കെ പാർട്ടികളെ നിരോധിച്ചു?

ഇത്തരം വിഷയങ്ങൾ-സുരഞ്ജന് ഇതു കേട്ടു മടുത്തു. ഇന്ത്യയിൽ ബി.ജെ.പി. എങ്ങനെയാണോ അതുപോലെയാണ് ബംഗാളിൽ ജമായത്ത്-ഇസ്ലാമി. രണ്ടു പാർട്ടികളുടെയും ലക്ഷ്യം ഒന്നാണ്- മതമൗലികവാദം കെട്ടിപ്പടുക്കുക. രണ്ടു പാർട്ടികളുടേയും രാഷ്ട്രീയ അജണ്ടയിൽ നിന്നു മതം എടുത്തു മാറ്റിയിരുന്നെങ്കിൽ!

സാമൂഹികനഭോമണ്ഡലത്തിൽ മതം അത്ര കരു ത്തോടെ പിടിച്ചു ഞെരിക്കുന്നതിനാൽ ദരിദ്രരും നിന്ദിതരും പീഡിതരുമായ മൂന്നാം ലോകത്തിലെ ജനത്തിനു കരകയറാനാകില്ല. തനിക്കു പ്രിയങ്കരനായ കാറൽ മാർക്സ് പറഞ്ഞിട്ടുള്ളതു സുരഞ്ജൻ ഓർത്തു. “പ്രായോഗിക തലത്തിലെ ദൂഷ്യങ്ങളുടെ വെളിപ്പെടുത്തലാണ് വാസ്തവത്തിൽ മതപരമായ പ്രശ്നങ്ങൾ; ആ ദൂഷ്യങ്ങളോടുള്ള പ്രതിഷേധവും. പീഡിപ്പിക്കപ്പെടുന്നവരുടെയും ക്രൂശിക്കപ്പെടുന്നവരുടെയും നെടുവീർപ്പാണ് മതം. ഹൃദയമില്ലാത്ത ലോകത്തിന്റെ ഹൃദയം. ആത്മാവില്ലാത്ത ഒരു സമൂഹത്തിന്റെ ആത്മാവ് പോലെ. മനുഷ്യരെ മയക്കുന്ന കറുപ്പാണ് മതം.”

തിരക്കുപിടിച്ച നഗരവീഥിയിലൂടെ നടക്കുമ്പോൾ ഈ വാക്കുകൾ സുരഞ്ജൻ സ്വയം ഉരുവിട്ടു: “ആത്മാവില്ലാത്ത സമൂഹത്തിന്റെ ആത്മാവ് പോലെ...”

വാരി, നബാബ്പൂർ, തണ്ടിബസാർ, കോടതിപ്രദേശം, രജനി ബസാക് ലെയിൻ, ഗെന്ഡാരിയ, ബീഗംബസാർ എന്നീ സ്ഥലങ്ങളിൽ ചുറ്റിനടന്ന ശേഷം, ഒടുവിൽ സന്ധ്യയാകാറായപ്പോൾ, കാജലിന്റെ വീട്ടിലെത്തി. ഇക്കാലത്തു മറ്റെല്ലാ ഹിന്ദുക്കളെയും പോലെ കാജലും പുറത്തിറങ്ങാതെ വീട്ടിനുള്ളിലിരിക്കുകയായിരുന്നു. കാജലിന്റെ വീട്ടിൽ മറ്റു പലരുമുണ്ടായിരുന്നു. സുഭാഷ് സിൻഹാ, തപസ്പാൾ, ദിലീപ്ഡെ, നിർമ്മൽ ചാറ്റർജി, അൻജൻ മജുന്ദാർ, ജതിൻ ചക്രവർത്തി, സയിദുർ റഹ്മാൻ, കബീർ ചൗധരി തുടങ്ങിയവർ.

“പുതുതായി എന്തൊക്കെയുണ്ട് വിശേഷങ്ങൾ? തികച്ചും ഒരു ഹിന്ദു സമ്മേളനം തന്നെയാണല്ലോ.” സുരഞ്ജന്റെ കമന്റു കേട്ട് ആരും ചിരിച്ചില്ല; സ്വന്തം തമാശയിൽ അവൻ മാത്രം ചിരിച്ചു.

“എന്താണു കാര്യം? എന്താണു എല്ലാവരും വിഷാദിച്ചിരിക്കുന്നത്? ഹിന്ദുക്കളെ തല്ലിത്തകർക്കുന്നതുകൊണ്ടാണോ?” സുരഞ്ജൻ ചോദിച്ചു.

“സന്തോഷിക്കാനെന്തെങ്കിലും വകയുണ്ടോ?” സുഭാഷിന്റെ മറുചോദ്യം.

‘ഹിന്ദു-ബുദ്ധിസ്റ്റ്-ക്രിസ്ത്യൻ ഐക്യ അസ്സോസിയേഷൻ’ മെംബർ ആണു കാജൽ ദേബ്നാഥ്. അതിനൊരു വർഗ്ഗീയച്ചുവ ഉണ്ടെന്നു പറഞ്ഞു സുരഞ്ജൻ ആ അസ്സോസിയേഷനെ പിന്താങ്ങുന്നില്ല. അതിനെ പിന്താങ്ങിയാൽ രാഷ്ട്രീയം മതത്തിനതീതമായിരിക്കണമെന്നു പറയുന്നതിന്നർത്ഥമില്ലല്ലോ. നാൽപ്പതുകൊല്ലത്തെ ആഗ്രഹങ്ങൾക്കും പ്രതീക്ഷകൾക്കും ശേഷം അസ്സോസിയേഷന് ആത്മാഭിമാനവും സ്വാതന്ത്ര്യവും കാത്തു രക്ഷിക്കാനുള്ള യത്നത്തിൽ ഏർപ്പെടാൻ കഴിഞ്ഞു എന്നാണ് കാജലിന്റെ കാഴ്ചപ്പാട്.

“ഈ രാജ്യത്തിനുമേൽ വർഗ്ഗീയവാദികൾ ആക്രമണം നടത്തുന്നതായി ഖാലിദാ എപ്പോഴെങ്കിലും സമ്മതിച്ചിട്ടുണ്ടോ?” ആ ഗ്രൂപ്പിലെ ഒരാൾ ഈ ചോദ്യം ഉന്നയിച്ചപ്പോൾ, മറ്റൊരുവൻ ചോദിച്ചു. “ഇക്കാര്യത്തിൽ അവാമി

ലീഗ് എന്താണു ചെയ്തത്. അവർ ഒഴിവുകഴിവുകൾ പറഞ്ഞ്, നില വിശദീകരിക്കാൻ ശ്രമിച്ചു. ജമായത്തികളും അതു തന്നെയാണ് ചെയ്തത്. കഴിഞ്ഞ തിരഞ്ഞെടുപ്പിൽ അവാമിലീഗ് അധികാരത്തിലേറിയ ശേഷം കള്ള വാഗ്ദാനങ്ങൾ വിതരണം ചെയ്തു. 'ബിസ്മില്ല എന്ന വാക്ക് ഭരണഘടനയിൽനിന്നു നീക്കം ചെയ്യും' എന്ന്. ഇപ്പോൾ അവർക്ക് അധികാരം നഷ്ടപ്പെട്ടു. 8-ാം ഭരണഘടനാ ഭേദഗതിക്കെതിരായിനിന്നാൽ ജനപ്രീതി നഷ്ടപ്പെടുമെന്ന് അവർ കരുതുന്നു. തിരഞ്ഞെടുപ്പിൽ ജയിക്കുക മാത്രമാണോ ലക്ഷ്യം? അതോ ആദർശത്തിനുവേണ്ടി നിലകൊള്ളുകയോ? ആദർശമാണ് വലുതെങ്കിൽ എന്തുകൊണ്ട് 8-ാം ഭരണഘടനാ ഭേദഗതിയെക്കുറിച്ച് അവർ മിണ്ടുന്നില്ല? "ആദ്യം അധികാരത്തിലേറുക, പിന്നീട് പരിഷ്കാരം വരുത്തുക, എന്നതാണു പ്രായോഗികമെന്ന് കരുതുന്നുണ്ടാകാം. സെയിദൂർ റഹ്മാൻ അവാമിലീഗിന് അനുകൂലമായി ഇറങ്ങിയിട്ടുണ്ട്."

"ആരെയും നിങ്ങൾക്കു വിശ്വസിക്കാനാവില്ല. ആര് അധികാരത്തിലേറിയാലും ഇസ്ലാമിനെ സ്തുതിക്കും. ഇന്ത്യയെ വിമർശിക്കുകയും ചെയ്യും. ഈ രാജ്യത്തെ ജനങ്ങൾക്ക് ഇവ രണ്ടും പ്രിയങ്കരമാണ്. ഇന്ത്യയെ വിമർശിക്കലും പഴിക്കലും, ഇസ്ലാമിനെ വാഴ്ത്തലും." ഒരു ജ്ഞാനിയെപ്പോലെ കാജൽ അഭിപ്രായപ്പെട്ടു.

പെട്ടെന്നു സുരഞ്ജൻ വിഷയം മാറ്റി. "കാജൽദാ, നിങ്ങളുടെ ഈ വർഗ്ഗീയ അസ്സോസിയേഷനു പകരം, വർഗ്ഗീയമല്ലാത്തൊരു സംഘടന രൂപീകരിക്കാൻ നിങ്ങൾക്കു ശ്രമിച്ചുകൂടെ? "എന്തുകൊണ്ട് സെയ്ദുർ റഹ്മാൻ ഈ അസ്സോസിയേഷനിൽ അംഗമല്ല?"

"ഞങ്ങളുടെ തെറ്റുകൊണ്ടല്ല സെയിദുർ റഹ്മാൻ അംഗമാകാത്തത്..." ജതിൻ ചക്രവർത്തി ഗൗരവത്തിൽ പറഞ്ഞു. "ദേശീയമതം ഉണ്ടാക്കിയവരുടെ തെറ്റുകൊണ്ടാണ്. ഇത്രയും കാലം ഒരു സംഘടനയുണ്ടാക്കാൻ ഞങ്ങൾക്കു കഴിഞ്ഞിട്ടില്ല. ഇപ്പോൾ എന്തുകൊണ്ട്? ബംഗ്ലാദേശ് സ്വയം ഉണ്ടായതല്ല. ഹിന്ദു, മുസ്ലിം, ബുദ്ധിസ്റ്റ്, ക്രിസ്ത്യാനി എന്നിവരുടെ കൂട്ടായ പ്രയത്നംകൊണ്ടാണു ബംഗ്ലാദേശ് ജന്മമെടുത്തത്. അതുകൊണ്ട് ഒരു മതത്തെ മാത്രം ദേശീയമതമായി പ്രഖ്യാപിക്കുന്നത്, മറ്റു മതസ്ഥരോടു വിവേചനം കാണിക്കാൻ വേണ്ടിയാണ്. സ്വന്തം ദേശത്തോടുള്ള ഒരാളുടെ സ്നേഹത്തിന്റെ അളവ് ജാതിയും മതവുമനുസരിച്ചു കൂടിയും കുറഞ്ഞുമിരിക്കുന്നില്ല. രാജ്യസ്നേഹം സാർവത്രികമായ ഒരു വികാരമാണ്. പ്രഖ്യാപിത ദേശീയമതക്കാരല്ലെന്നതിന്റേ പേരിൽ, തങ്ങളുടെ മതത്തെ രണ്ടാംകിട മതമായി അവഗണിക്കപ്പെടുകയും തങ്ങൾ രണ്ടാംതരം പൗരന്മാരായി കരുതപ്പെടുകയും ചെയ്യുമ്പോൾ, അഭിമാനം വല്ലാതെ ക്ഷതപ്പെടുന്നു. അതുകൊണ്ടു ദേശീയത വർഗ്ഗീയതയായി മാറിയാൽ നിങ്ങൾക്കവരെ കുറ്റപ്പെടുത്താമോ?"

ചോദ്യം സുരഞ്ജനു നേരെ ആയിരുന്നതിനാൽ മറുപടി പറയാൻ ബാധ്യസ്ഥനാണ്. അവൻ പതിഞ്ഞ സ്വരത്തിൽ പറഞ്ഞു.

"ഒരു ആധുനികരാഷ്ട്രത്തിൽ ഇത്തരം വർഗ്ഗീയ സംഘടനയുടെ സാന്നിദ്ധ്യം എങ്ങനെ ന്യായീകരിക്കും?"

ജിതിൻ ചക്രവർത്തി പെട്ടെന്നു മറുപടി നൽകി.

"ന്യൂനപക്ഷങ്ങൾക്കിടയിൽ വർഗ്ഗീയചിന്തയുണ്ടാക്കിയതിന് ആരാണ് ഉത്തരവാദി? ഇപ്പറഞ്ഞ ദേശീയമതത്തിന്റെ ജനയിതാക്കളല്ലെന്നു പറയാമോ? ഒരു സമൂഹത്തിന്റെ മതം തിരഞ്ഞെടുത്ത്, അതു ദേശീയമതമാണെന്നു പ്രഖ്യാപിച്ചാൽ, ആ രാജ്യത്തിന്റെ ദേശീയസ്വഭാവം നഷ്ടമാകുന്നു. ദേശീയ മതം പ്രഖ്യാപിച്ച രാജ്യത്തിന് തങ്ങളുടേത് മതരാഷ്ട്രമായും പ്രഖ്യാപിക്കാം. രാജ്യം ക്രമേണ വർഗ്ഗീയമായിത്തീരുകയാണ്. 'ഈ സമയത്തു 'നാഷനൽ ഇന്റഗ്രേഷനെ'ക്കുറിച്ചു പറയുന്നതു വെറും നാട്യമാണ്. 8-ാം ഭരണഘടനാ ഭേദഗതി ഒരു വഞ്ചനയാണ്. അതുമൂലം കഷ്ടതകളനുഭവിച്ച ന്യൂനപക്ഷം ഇപ്പോഴതു മനസ്സിലാക്കാൻ തുടങ്ങി."

"ഇസ്ലാം ദേശീയ മതമായി പ്രഖ്യാപിച്ചതുകൊണ്ട് മുസ്ലിമിന് ഏതെങ്കിലും വിധത്തിൽ ഗുണമുണ്ടാകുമെന്നു കരുതുന്നുണ്ടോ? എനിക്കു തോന്നുന്നില്ല."

"തീർച്ചയായുമില്ല. ഇപ്പോൾ അവരതു മനസ്സിലാക്കുന്നില്ല; ഒരുനാൾ മനസ്സിലാക്കും."

"ഈ വിഷമഘട്ടത്തിൽ അവാമി ലീഗിനു നല്ലൊരു പങ്കു വഹിക്കേണ്ട തുണ്ട് എന്നാണെനിക്കു തോന്നുന്നത്." അൻജൻ പറഞ്ഞു.

"അവാമി ലീഗിന്റെ ബില്ലിലും 8-ാം ഭരണ ഘടനാ ഭേദഗതി എടുത്തു കളയുന്നതിനെക്കുറിച്ചു സൂചിപ്പിച്ചിട്ടില്ല. ജനാധിപത്യ രാഷ്ട്രത്തിൽ ജീവിക്കുന്ന ഏതൊരുവനുമറിയാം, ജനാധിപത്യത്തിന്റെ അടിസ്ഥാനതത്ത്വം മതേതരത്വമാണെന്ന്. 86 ശതമാനം മുസ്ലിമുകളുള്ള ഒരു രാജ്യത്ത് ഇസ്ലാം ദേശീയമതമാണെന്നു പ്രഖ്യാപിക്കേണ്ട ആവശ്യമെന്താണെന്ന് എനിക്കു മനസ്സിലാകുന്നില്ല, ബംഗ്ലാ ദേശിൽ മുസ്ലിമുകൾ മതഭക്തരാണ്. അവർക്കു വേണ്ടി ഒരു ദേശീയമതം പ്രഖ്യാപിക്കേണ്ട ആവശ്യമേ ഇല്ല." സുരഞ്ജൻ അഭിപ്രായപ്പെട്ടു.

ജതിൻബാബു എഴുന്നേറ്റിരുന്നു പറഞ്ഞു: "ആദർശങ്ങളിൽ വിട്ടുവീഴ്ച യുടെ പ്രശ്നമേ ഉദിക്കുന്നില്ല. അവാമി ലീഗ് ചില രീതിയിൽ വിട്ടുവീഴ്ചയ്ക്കു തയ്യാറായി. അവരെ അധിക്ഷേപിച്ചുകൊണ്ടുള്ള പ്രചാരണങ്ങൾ നടക്കുന്നു ണ്ടെന്നവർക്കു തോന്നി."

സുഭാഷ് ചർച്ച ശ്രദ്ധിച്ചുകേൾക്കുകയായിരുന്നു. അവൻ സംസാരിച്ചു തുടങ്ങി: "ബി.എൻ.പിയെയും ജമായത്തിയെയും കുറിച്ചു ചർച്ച

ചെയ്യുന്നതിനുപകരം, അവാമിലീഗിനെക്കുറിച്ചു പറയുന്നതെന്തിന്? അവാമി ലീഗിനേക്കാൾ ഭേദമായി എന്തെങ്കിലും കോപ്പുണ്ടോ അവർക്ക്?"

കാജൽ ഇടയ്ക്കുകയറി പറഞ്ഞു. "നമുക്ക് വ്യക്തമായറിയാവുന്ന ശത്രുക്കളെക്കുറിച്ച് നമ്മളെന്തു പറയാനാണ്. നമ്മൾ വിശ്വാസമർപ്പിച്ചിരുന്നവർ ചെയ്യുന്ന വഞ്ചനയിലാണ് നമ്മൾക്കു ശരിക്കും വേദന തോന്നുന്നത്."

കബീർ ചൗധരി പെട്ടെന്നു പറഞ്ഞു.

"മതേതരത്വത്തെക്കുറിച്ച് ഒരുപാടു പറഞ്ഞു. ഒരു കാര്യം മാത്രം ചൂണ്ടിക്കാണിച്ചില്ല. മതേതരത്വമെന്നാൽ എല്ലാ മതങ്ങളോടും ഒരേ രീതിയിലുള്ള ഏകകണ്ഠമായ മനോഭാവം വളർത്തിയെടുക്കലാണ്. യാതൊരുവിധ പക്ഷഭേദത്തിനും ഇടംകൊടുക്കരുത്. രാഷ്ട്രീയത്തെ മതത്തിൽനിന്നും വേർതിരിച്ചു നിർത്തലാണ് യഥാർത്ഥ മതേതരത്വം."

കാജൽ ദേബ്നാഥ് കോപത്തോടെ പറഞ്ഞു തുടങ്ങി: "രാഷ്ട്രം വിഭജിക്കപ്പെട്ടപ്പോൾ. മുസ്ലിം മൗലികവാദം പാക്കിസ്താനു ജന്മം നൽകി. ഇന്ത്യയിൽ ഹിന്ദുമതമൗലികവാദികൾ പുറം തള്ളപ്പെട്ടു. തൽഫലമായി, ഇന്ത്യയ്ക്ക് ഒരു ആധുനിക ജനാധിപത്യ മതേതരരാഷ്ട്രമാകാൻ കഴിഞ്ഞു. ഇന്ത്യയിൽ മുസ്ലിമുകൾക്കു ഹിന്ദുക്കൾക്കു ലഭിച്ച അത്രതന്നെ ബഹുമാനം ലഭിച്ചു. അതു സ്വാഭാവികമായും ഇരുരാജ്യങ്ങളിലെയും മുസ്ലിമുകളുടെ ധാർമ്മികവിജയമായി, കരുതുന്നവരുണ്ട്. ഹിന്ദുക്കൾ ഇന്ത്യയിൽ നഷ്ടപ്പെട്ടവരാണെങ്കിൽ, ബംഗ്ലാദേശിൽ അവർ സമൂഹത്തിന്നൊരു ഭാരമായി കരുതപ്പെട്ടു. സമൂഹത്തിന്റെ ഒരു അവിഭാജ്യഘടകമായി അവർ കണക്കാക്കപ്പെട്ടിട്ടില്ല. ഹിന്ദുക്കളെ ഇവിടെനിന്നും ഓടിച്ച് അവരുടെ സ്വത്തെല്ലാം കൈക്കലാക്കലായിരുന്നു ലക്ഷ്യം. വീണ്ടുമിതാ 'ഇസ്ലാ മൈസേഷനു'വേണ്ടിയുള്ള കോലാഹലം, പാക്കിസ്താൻ ഭരണകാലത്തു നടന്നതുപോലെത്തന്നെ! സ്വാഭാവികമായും ഹിന്ദുക്കൾ ആശങ്കാകുലരാകുന്നു; മതേതര രാഷ്ട്രമായി പ്രഖ്യാപിക്കപ്പെട്ടില്ലെങ്കിൽ ഹിന്ദുക്കൾക്ക് ഇവിടെ ജീവിച്ചുപോകാൻ ബുദ്ധിമുട്ടാകും. 'എനിമി പ്രോപ്പർട്ടി' നിയമം എടുത്തുകളയാൻ നമ്മൾ നിർബന്ധിക്കണം. നമ്മൾക്കു പോരാടാനായി വേറെയും കാര്യങ്ങളുണ്ട്. ഒറ്റ ഹിന്ദുവും ഭരണത്തിലില്ല. പാക്കിസ്താന്റെ കാലം മുതൽ ഒരു ഹിന്ദുവിനെയും സെക്രട്ടറി പദവിയിൽ നിയമിച്ചിട്ടില്ല. വിരലിലെണ്ണാവുന്നത്ര ഹിന്ദുക്കളാണ് പട്ടാളത്തിലുള്ളത്. ഒരു നിലയ്ക്കപ്പുറത്ത് അവർക്കു ജോലിക്കയറ്റം കൊടുക്കുന്നില്ല. എയർഫോഴ്സിലും നേവിയിലും ഒറ്റ ഹിന്ദുപോലുമുണ്ടെന്നെനിക്കു തോന്നുന്നില്ല."

നിർമ്മൽ പറഞ്ഞു: "കാജൽദാ, ഒറ്റ ഹിന്ദുവും ബ്രിഗേഡിയറിനോ മേജർ ജനറലിനോ മുകളിലില്ല എന്നതൊരു വാസ്തവമാണ്. 70 കേണൽമാരിൽ ഒരാൾ മാത്രമാണ് ഹിന്ദു, 450 ലെഫ് കേണൽമാരിൽ എട്ടുപേർ,

1000 മേജർമാരിൽ 40പേർ, 1300 ക്യാപ്റ്റൻമാരിൽ എട്ടുപേർ, 900 സെക്കന്റ് ലെഫ്റ്റനന്റുമാരിൽ മൂന്നുപേർ; 80000 പട്ടാളക്കാരിൽ 500 പേർ മാത്രം ഹിന്ദുക്കൾ, 40000 ബി.ഡി.ആർ.മാരിൽ 300 പേരാണ് ഹിന്ദുക്കൾ. സെക്രട്ടറിമാരുടെ കാര്യമെടുത്തുനോക്കു, ഹിന്ദുക്കൾ മാത്രമല്ല, ബുദ്ധിസ്റ്റു കളും ക്രിസ്ത്യാനികളും ഒരുപോലെ അവഗണിക്കപ്പെട്ടവരാണ്. അഡിഷ ണൽ സെക്രട്ടറിമാരായിട്ടും ആരുമില്ല. 134 ജോയന്റ് സെക്രട്ടറിമാരിൽ ഒരേ ഒരു ജോയിന്റ് സെക്രട്ടറിയാണ് ഹിന്ദുവായിട്ടുള്ളത്."

കാജൽ വീണ്ടും പറഞ്ഞു തുടങ്ങി. "ബംഗ്ലാദേശിലെ ന്യൂനപക്ഷ സമുദായമായ ഹിന്ദുക്കളിൽനിന്ന് ആരെങ്കിലും ഫോറിൻ സർവീസിലുണ്ടോ? എനിക്കു തോന്നുന്നില്ല."

സുഭാഷ് പെട്ടെന്നു സ്റ്റൂളിൽ നിന്നെഴുന്നേറ്റു പറഞ്ഞു.

"ഇല്ല, കാജൽദാ, ഇല്ല."

ഒരു കാർപ്പെറ്റ് നിലത്തു വിരിച്ചിട്ടുണ്ട്. സുരഞ്ജൻ കാർപ്പെറ്റിലിരുന്ന് തലയിണയിലേക്കു ചാഞ്ഞു. അവൻ സ്വയം സംഭാഷണം ആസ്വദിക്കുക യായിരുന്നു.

കബീർ ചൗധരി പറഞ്ഞു "പാക്കിസ്താന്റെ കാലം മുതൽ ഇതുവരെ മനോരഞ്ജൻ ധാറിനെ മാത്രമാണ് ബംഗ്ലാദേശ് അംബാസിഡറായി അയച്ചി ട്ടുള്ളത്, അതും ജപ്പാനിലേക്കു ചെറിയൊരു കാലയളവിൽ! വിദേശത്ത് ഉപരിപഠനത്തിന്നയയ്ക്കേണ്ട സന്ദർഭങ്ങളിൽ ഹിന്ദുക്കൾ ഒഴിവാക്ക പ്പെടുന്നു. ഹിന്ദുക്കൾക്കു നല്ല ബിസിനസ്സ് നടത്താനാവില്ല. ഒരു ഹിന്ദുവിനു ബിസിനസ് തുടങ്ങണമെങ്കിൽ മുസ്ലിമിനെ പങ്കാളിയാക്കണമെന്നു നിർബന്ധ മാണ്. എന്നാൽ മാത്രമേ ലൈസൻസു കിട്ടുകയുള്ളു. ഹിന്ദുവിന് ഒരു സ്ഥാപനത്തിൽനിന്നും വ്യാവസായിക വായ്പ കിട്ടുകയില്ല."

"അതെ, നീ പറഞ്ഞതു ശരിയാണ്." സുരഞ്ജൻ പിൻതാങ്ങി. "ഞാൻ ഒരു തുണിഷാപ്പ് തുടങ്ങാൻ ആഗ്രഹിച്ചിരുന്നു. കടം എടുക്കാനായി ഞാൻ പോകാത്ത ഇടമില്ല. നടന്നു ചെരിപ്പു തേഞ്ഞുപോയതുതന്നെ മെച്ചം! ഒറ്റ ബാങ്കും എനിക്കു കടം തന്നില്ല. അപ്പോൾ, ഞാൻ അഫ്സറിനോട് എന്റെ പാർട്നറാകാൻ ആവശ്യപ്പെട്ടു. പിന്നെ കടംകിട്ടാൻ പ്രയാസമുണ്ടായില്ല."

"നീ ഒരു കാര്യം ശ്രദ്ധിച്ചിട്ടുണ്ടോ...?"സുഭാഷ് ചോദിച്ചു. "എല്ലാ ടി.വി– റേഡിയോ പരിപാടികളും തുടങ്ങുന്നതു ഖുറാൻ പാരായണത്തോടു കൂടി യാണ്. ഗീതയോ, ത്രിപിടയോ വായിക്കാ റില്ല. അവ പുണ്യഗ്രന്ഥങ്ങളായി കണക്കാക്കപ്പെട്ടിട്ടില്ല."

സുരഞ്ജൻ അഭിപ്രായപ്പെട്ടു: "ഇതെല്ലാം അനാവശ്യമാണ്. ഇതെല്ലാം നിരോധിക്കണമെന്നാണ് എന്റെ അഭിപ്രായം. ടി.വിയിലും റേഡിയോയിലും മതപരിപാടികൾ നിരോധിക്കണം."

ഒരു നിമിഷം എല്ലാവരും നിശ്ശബ്ദരായി ഇരുന്നു. സുരഞ്ജന് ഒരു കപ്പു ചായ കിട്ടിയാൽ കൊള്ളാമെന്നു തോന്നി, എന്നാൽ, ഈ വീട്ടിൽനിന്ന് അതു കിട്ടാൻ സാധ്യതയില്ല. അതുകൊണ്ട് കാർപ്പറ്റിൽ കിടന്ന്, അവിടെ കൂടിയിരുന്നവരുടെ പ്രശ്നങ്ങളും വേദനകളും കേൾക്കാം.

കാജൽദേബ്നാഥ് വീണ്ടും സംസാരിക്കാൻ തുടങ്ങി. "ഗവൺമെന്റിന്റെയും സൊസൈറ്റികളുടെയും അസ്സോസിയേഷനുകളുടെയും പരിപാടികളിൽ ഖുറാൻ അർപ്പണമനോഭാവത്തോടെ വായിക്കുന്നു. എന്തുകൊണ്ടൊരിക്കലും ഗീത വായിക്കുന്നില്ല? ഒരു വർഷത്തിൽ രണ്ടു ദിവസമേ ഹിന്ദുക്കൾക്ക് ഒഴിവുദിവസമായി കൊടുക്കുന്നുള്ളു. ഒറ്റ സ്പെഷ്യൽ ഒഴിവും അനുവദിക്കില്ല. എല്ലാ പൊതുയോഗങ്ങളിലും പുതിയ പള്ളികൾ നിർമ്മിക്കാനുള്ള നിർദ്ദേശങ്ങൾ ഉയരും... എന്നാൽ ഒരിക്കലും ക്ഷേത്രങ്ങൾ പണിയാനോ, നഗരത്തിൽ നിലവിലുള്ള ക്ഷേത്രങ്ങളും ചർച്ചുകളും പഗോഡകളും അറ്റകുറ്റപ്പണി ചെയതു നന്നാക്കാനോ ആരും നിർദ്ദേശിക്കാറില്ല."

സുരഞ്ജൻ തല ഉയർത്തി ചോദിച്ചു: "ടി.വിയിലും റേഡിയോയിലും ഗീത വായിച്ചാൽ നിങ്ങൾക്കു സന്തോഷമാകുമോ? പുതിയ ക്ഷേത്രങ്ങളുടെ നിർമ്മാണം നമ്മളെ പ്രീതരാക്കുമോ? ഇരുപത്തി ഒന്നാം നൂറ്റാണ്ടു വരികയാണ്. എന്നിട്ടും, മതത്തിലൂടെ നമ്മുടെ സാന്നിദ്ധ്യം സമൂഹത്തിലും സർക്കാരിലും അറിയിക്കാനാണ് നിങ്ങൾ ശ്രമിക്കുന്നത്. അതിനുപകരം ഭരണത്തിൽ നിന്നും സമൂഹത്തിൽനിന്നും വിദ്യാഭ്യാസ സ്ഥാപനങ്ങളിൽ നിന്നും മതത്തെ ഒഴിവാക്കാൻവേണ്ടി നിങ്ങൾ എന്തുകൊണ്ടു ശ്രമിക്കുന്നില്ല? മതേതരത്വം കൊണ്ടുവരുവാൻ നിങ്ങൾ ആഗ്രഹിക്കുന്നുണ്ടെങ്കിൽ, അതിനുവേണ്ടി ടി.വി.യിലും റേഡിയോയിലും ഖുറാൻ വായിക്കുന്നതുപോലെ ഗീത വായിക്കണമെന്നില്ല. രാഷ്ട്രത്തിന്റെ പ്രവർത്തന പദ്ധതികളിലെല്ലാം, മതത്തെ അകറ്റിനിർത്തുകയാണ് വേണ്ടത്. സ്കൂളുകളിലും കോളജുകളിലും യൂണിവേഴ്സിറ്റികളിലും എല്ലാതരം മതപ്രവർത്തനങ്ങൾ, പ്രാർത്ഥനകൾ, മതപഠനം, മതാചാര്യന്മാരെ വാഴ്ത്തുന്ന ജീവചരിത്രങ്ങൾ തുടങ്ങിയവ നിരോധിക്കണം. അതുപോലെ, മതസമ്മേളനങ്ങളിൽ നിന്ന് രാഷ്ട്രീയത്തെയും ഒഴിവാക്കണം. ഏതെങ്കിലും രാഷ്ട്രീയ നേതാവ് മതസമ്മേളനത്തിൽ പങ്കെടുക്കുകയോ, അതിന്റെ പേട്രനായി സേവനമനുഷ്ഠിക്കുകയോ ചെയ്താൽ അവരെ പാർട്ടിയിൽനിന്നു പുറത്താക്കണം. മതപ്രചാരണത്തിനുള്ള ഒരു ഉപകരണമായി ഗവൺമെന്റിനെ ഉപയോഗിക്കരുത്. ആരെങ്കിലും ജോലിക്ക് അപേക്ഷിക്കുമ്പോൾ, ഒരു പരിതഃസ്ഥിതിയിലും അയാളുടെ ജാതിയും മതവും പരിഗണിക്കരുത്."

സുരഞ്ജൻ പറഞ്ഞു നിർത്തിയപ്പോൾ കാജൽ ദേബ് നാഥ് ചിരിച്ചു.

"നിന്റെ ചിന്ത വളരെ പുരോഗമനപരമായിരിക്കുന്നു. ഈ നിർദ്ദേശങ്ങളെല്ലാം ഒരു മതേതര രാഷ്ട്രത്തിൽ നടപ്പാക്കാനായേക്കും. എന്നാൽ ഈ രാജ്യത്തിലല്ല."

ഒരവസരം പാർത്തിരുന്ന സുഭാഷ് എന്തോ പറയാൻ തയ്യാറായി.

“ബംഗ്ലാദേശ് സ്റ്റുഡന്റ്സ് യൂത്ത് കോൺഗ്രസ്സ് അസ്സോസിയേഷന്റെ പേരിൽ ഞാനിന്നൊരു സമ്മേളനം സംഘടിപ്പിച്ചിട്ടുണ്ട്. നശിപ്പിക്കപ്പെട്ട ക്ഷേത്രങ്ങൾ പുനർനിർമ്മാണം ചെയ്തു കൊടുക്കുക, കത്തിച്ചുകളഞ്ഞ വീടുകൾ വീണ്ടും നിർമ്മിക്കാൻ ധനസഹായം നൽകുക, വീടില്ലാതായ നിസ്സഹായർക്കു നഷ്ടപരിഹാരം നൽകുക, ഏറ്റവും പ്രധാനമായി കുറ്റവാളികളെ ശിക്ഷിക്കുകയും വർഗ്ഗീയപാർട്ടികളെ നിരോധിക്കുകയും ചെയ്യുക, തുടങ്ങിയ നിർദ്ദേശങ്ങൾ വച്ചുകൊണ്ട് ഞാൻ ആഭ്യന്തരമന്ത്രിക്ക് ഒരു നിവേദനം അയച്ചിട്ടുണ്ട്.”

സുരഞ്ജൻ കാർപ്പെറ്റിൽ നീണ്ടുനിവർന്നു കിടന്നു. തലപൊക്കി സുഭാഷിനോടു പറഞ്ഞു.

“ഈ ഗവൺമെന്റ് നിന്റെ ഒരു നിർദ്ദേശം പോലും സ്വീകരിക്കില്ല.”

കബീർ ചൗധരി പിൻതാങ്ങി. “തികഞ്ഞ രാജ്യദ്രോഹിയാണ് ആഭ്യന്തര മന്ത്രി.”

സെയ്ദൂർ റഹ്മാൻ പറഞ്ഞു: “ഇത്തരം രാജ്യദ്രോഹികൾ അധികാരത്തിലിരിക്കുന്നതു ഭയങ്കരം തന്നെ. ഷെയിക് മുജീബ് അവർക്കു മാപ്പു നൽകി, സിയാ ഉർ റഹ്മാൻ അവരെ അധികാരത്തിലേറ്റി. എർഷദ് അവർക്കു കൂടുതൽ അധികാരങ്ങൾ നൽകി. ഖാലിദാ അവരുടെ സഹായത്തോടെയാണ് അധികാരത്തിലേറിയത്.”

ക്ഷമയോടെ അവസരം കാത്തിരുന്ന തപസ് പാൾ അപ്പോൾ പറഞ്ഞു.

“എനിക്കു കോക്സ് ബസാറിൽ നിന്നുള്ള വാർത്ത ഇപ്പോൾ ലഭിച്ചു. സെബക്കോളക്ഷേത്രം തകർത്തിരിക്കുന്നു. ചിത്രാ മന്ദിറിലെ ക്ഷേത്രത്തിന്റെ ഗതിയും അതുതന്നെ. ജലാലബാദ് ബസാറിലെ സെൻട്രൽ കാളിമന്ദിർ, ഹിന്ദുപ്പൂരിലെ ദുർഗ്ഗാമന്ദിർ, മമ്പാപാഡയിലെ മാനസമന്ദിറും ഹരിമന്ദിറും അവിടത്തെ ക്ലബ്ബ് ഹൗസ് എന്നിവയും ജമായത്തികൾ കത്തിച്ചിരിക്കുന്നു. ഇസ്ലാമബാദിലെ ദുർഗ്ഗാമന്ദിർ, ബോൽകാളി ദുർഗ്ഗാമന്ദിർ ആദിത്യാചിന്താ ഹരിമഠ്, അതിന്റെ മുഖ്യപൂജാരിയുടെ വീട്, മറ്റനേകം ദേവാലയങ്ങൾ അവർ അഗ്നിക്കിരയാക്കി. ആ പ്രദേശത്തുള്ള മിക്കവാറും എല്ലാ ഹിന്ദു വീടുകളും കടകളും പുരോഹിതഗൃഹങ്ങളും, കീർത്തനാലയങ്ങളും, മുക്കുവക്കുടിലുകളും കൊള്ളയടിച്ചശേഷം കത്തിച്ചുകളഞ്ഞു. കുത്തബ്ദിയായിൽ മൂന്നു കുട്ടികളെ അഗ്നിക്കിരയാക്കി. ഫത്തേക്കൻ റുഖുലിലെ അനേകം വീടുകൾക്കു തീവച്ചു...”

തപസ് പാളിന്റെ വിവരണം തുടരവെ സുരഞ്ജൻ പെട്ടെന്ന് ഇടപെട്ടു.

“ദൈവത്തെ ഓർത്ത് നിർത്തു. ഇതിനുപകരം നിനക്കൊരു പാട്ടു പാടിക്കൂടേ?”

“പാട്ടോ!” എല്ലാവരും ഞെട്ടിപ്പോയി! ഈ പരിതഃസ്ഥിതിയിൽ ആർക്കെങ്കിലും പാടാൻ കഴിയുമോ? ഇത് സാധാരണ ദിവസമല്ല. നഗരത്തിൽ

വീടുകളും ദേവാലയങ്ങളും കടകളും കത്തി എരിയുകയാണ്. സുരഞ്ജൻ പാട്ടു പാടാനാവശ്യപ്പെടുന്നോ!

സുരഞ്ജൻ പെട്ടെന്ന് ഒരിക്കൽ കൂടി വിഷയം മാറ്റി. "കാജൽദാ, എനിക്കു ശരിക്കും നല്ല വിശപ്പുണ്ട്. എനിക്കു കുറച്ചു ചോറു തരാമോ?"

ഈ സമയത്തു ചോറോ! സുരഞ്ജന് എന്തുപറ്റി?

എന്നാൽ സുരഞ്ജനു വേണ്ടതു കുറച്ചു ചോറും ഉണക്കമീനുമാണ്– അത് ഈച്ചക്കൂട്ടത്തെ ആകർഷിക്കും–ഇടതുകൈകൊണ്ട് അവയെ ആട്ടിക്കളഞ്ഞ്, അവൻ ഊണുകഴിക്കും. ബ്രഹ്മപള്ളി വീട്ടിൽ രാംരത്തിയ എങ്ങനെയായിരുന്നു ചോറും മീനും കഴിച്ചിരുന്നതെന്ന് അവൻ ഓർത്തു. മുറ്റത്തിരുന്നാണയാൾ കഴിക്കാറ്. രാജ്ബാഡി സ്കൂളിലെ തൂപ്പുകാരനാണ്ു രാംരത്തിയ. ഒരു ദിവസം അയാൾ മായയെ സ്കൂളിൽ നിന്നും കൊണ്ടുവന്നു. അന്നവൾ വളരെ ചെറിയ കുട്ടി ആയിരുന്നു. ആ ദിവസം അവൾക്കു വയറ്റിന് അസുഖം വന്നു. കക്കൂസിൽ പോകണമെന്നു പറയാനുള്ള ബോധം അവൾക്കില്ലായിരുന്നു; അങ്ങനെ വെളുത്ത പൈജാമ മഞ്ഞനിറമായി! മായ തോട്ടത്തിൽ നിന്നു പൊട്ടിക്കരയുകയാണ്. ഹെഡ്മിസ്ട്രസ് അതുകണ്ട് അവളെ രാംരത്തിയയോടൊപ്പം വീട്ടിലേക്കയച്ചു. കിരൺമൊയ് അയാൾക്കു ചോറു കൊടുത്തു. അയാളത് എത്ര സ്വാദോടെയാണു കഴിച്ചിരുന്നതെന്ന കാര്യം സുരഞ്ജന് ഒരിക്കലും മറക്കാനാവില്ല.

അന്നു രാംരത്തിയ ചോറുണ്ണുന്നതു കണ്ടില്ലായിരുന്നെങ്കിൽ, ഊണിന് ഇത്ര സന്തോഷം നൽകാനാകുമെന്ന് അറിയില്ലായിരുന്നു. ഇതാ ഇപ്പോൾ, ഇത്രയും ആളുകളുടെ മുന്നിൽവച്ച് സുരഞ്ജൻ ഒരു പ്ലേറ്റു ചോറ് ആവശ്യപ്പെടുന്നു. അവനു ഭ്രാന്തു പിടിച്ചോ? ഒരു പക്ഷേ ഭ്രാന്തായിരിക്കില്ല. ഭ്രാന്തു പിടിക്കാൻ മാത്രം അവിടെ നടന്ന സംഭാഷണങ്ങൾ അവനെ ബാധിച്ചിട്ടുണ്ടോ? അവിടെ നടക്കുന്നതു ഗൗരവമായ ചർച്ചയാണ്. ഇതിനിടയിൽ ഇവ്വിധം ആക്രാന്തം കാണിക്കണമെങ്കിൽ, അതു ശരിക്കും അപഹാസ്യമാണ്. ദിവസം മുഴുവൻ അവൻ വെയിലും കൊണ്ടു നടക്കുകയായിരുന്നു. അവൻ വിശന്നു തളർന്നിട്ടുണ്ട്. ആരോ പറയുന്നതു മയക്കത്തിലെന്നപോലെ സുരഞ്ജൻ കേട്ടു.

"നർഷിന്ദി ഡിസ്ട്രിക്ടിലെ ലൊഹാർ കന്ദാ ഗ്രാമത്തിൽ, ബഷോണാ റാണി ചൗധരിയെ ഗ്രാമവാസികൾ പുറത്താക്കി. കഠാരി കാട്ടി അവരുടെ മകനെ ഭീഷണിപ്പെടുത്തി എഴുതാത്ത മുദ്രക്കടലാസിൽ ഒപ്പ് ഇടുവിച്ചു. ഇത് ആരെങ്കിലും അറിഞ്ഞാൽ ബഷോണാ റാണിയെയും രണ്ടു മക്കളെയും കൊന്നുകളയുമെന്ന് അവർ താക്കീതു നൽകുകയും ചെയ്തു."

കിരൺമൊയിയെപ്പോലെ മൃദു സ്വഭാവവും മാന്യതയും, സമാധാനപ്രിയയുമായ സ്ത്രീയായിരിക്കും ബഷോണ എന്നു മയക്കത്തിനിടയിലും സുരഞ്ജൻ ഓർത്തുപോയി!

"മദരിപ്പൂരിലെ രാംസൻപൂർ ഗ്രാമത്തിൽ സബിദാറാണിയെയും പുഷ്പാറാണിയെയും യൂനസ് സദാറിന്റെ ഗുണ്ടകൾ ബലാത്സംഗം ചെയ്തു.

ഖുൽനയിൽ ദുമാരിയ, അർച്ചനാറാണി ബിസ്വാസ്, ഭഗവതി ബിസ്വാസ് എന്നിവർ മാർക്കറ്റിൽനിന്നു വീട്ടിലേയ്ക്കു മടങ്ങുമ്പോൾ, റൗഡികൾ അവരെ പിടികൂടി ബലാത്സംഗം ചെയ്തു. ആരാണിതെല്ലാം ചെയ്തത്? ആര്? അവരുടെ പേരുകൾ മാധു, ഷൗക്കത്ത്, അമിനൂർ എന്നിങ്ങനെയാണ്. ചിറ്റഗോംഗിലെ പോട്ടിയായിൽ പരിമൾദാസിന്റെ മകൻ ഉത്തംദാസിനെ ബാദ്ഷാ മിയ, നൂർഹുസ്സൈൻ, നൂർ ഇസ്ലാം എന്നിവർ ചേർന്നു കൊലപ്പെടുത്തി. ഉത്തമിന്റെ ആളുകൾ കേസു കൊടുത്തു. എന്നാൽ, അവരെ സ്വന്തം വീടുകളിൽ നിന്നോടിക്കാൻ ഇപ്പോൾ ഗൂഢാലോചന നടക്കുകയാണ്. സിയാൽ ഹെറ്റിലെ ബോർ ലേഖാ കോളേജ് വിദ്യാർത്ഥിനി സബിതാ റാണിഡെ രാത്രി മുറിയിലിരുന്നു പഠിക്കുമ്പോൾ നിസാമുദ്ദീനും അയാളുടെ ഗുണ്ടകളും വന്നു വീട്ടിൽ കയറി അവളെ പൊക്കിക്കൊണ്ടുപോയി. അതിനു ശേഷം സബിതാ റാണിയെക്കുറിച്ചൊരു വിവരവുമില്ല! ബോഗുരയിൽ നൃപേന്ദ്ര ചന്ദ്രദത്തയുടെ മകൾ ഷെഫാലിറാണി ദത്തയെ തട്ടിക്കൊണ്ടുപോയി എന്നു മാത്രമല്ല, ഇസ്ലാമിലേക്കു മതം മാറ്റുകയും ചെയ്തു. ഭരണമേധാവികളോട് ഇക്കാര്യം അന്വേഷിക്കാനപേക്ഷിച്ചിട്ടും യാതൊരു ഫലവുമുണ്ടായില്ല. ജസ്സോറിലെ സുരോ, ബാഘ്ദംഗാ എന്നീ ഗ്രാമങ്ങളിൽ ഹിന്ദുക്കളുടെ വീടുകൾ അക്രമികൾ വളഞ്ഞ്, തല്ലിച്ചതച്ചു. അവിടെ ഉണ്ടായിരുന്ന പതിനൊന്നു ഹിന്ദു പെൺകുട്ടികളെ രാത്രി മുഴുവൻ ബലാൽസംഗം ചെയ്തു."

"പിന്നെ?"

ഇനിയും കേൾക്കാൻ എന്തൊക്കെയോ ഉണ്ടെന്ന ജിജ്ഞാസയിൽ അവരിൽ ചിലർക്കു കൂടുതൽ അറിയാനാഗ്രഹമുണ്ട്. അവരുടെ കണ്ണുകളിൽ പ്രതിഫലിച്ചത് ഭീതിയോ വെറുപ്പോ അതോ മറ്റെന്തെങ്കിലും വികാരമോ? സുരഞ്ജൻ കണ്ണുകളടച്ചു കിടക്കുകയാണ്. അവനുറക്കം വരുന്നുണ്ട്. ഈ വാർത്തകൾ കേൾക്കുമ്പോഴുള്ള സുഹൃത്തുക്കളുടെ പ്രതികരണം ശ്രദ്ധിക്കാൻ അവൻ ശ്രമിച്ചില്ല.

നാശത്തിന്റെ പട്ടിക അവർ പിന്നെയും നിരത്തുകയാണ്.

"നവോഖലിഘോഷ് ബാഘ് പ്രദേശത്ത സാബിത്രി ബാലാറോയ്, അവളുടെ ഭർത്താവ് മോഹൻ ബാഷിറോയ്, അവരുടെ യുവതിയായ മകൾ എല്ലാവരേയും അവർ തെരുവിലിറക്കി വിട്ടു. അലിപ്പൂരിലെ അബ്ദുൾ ഹലിം നൂണും അബ്ദുൾ റബ് ബച്ചുമിയായും ഒരു ദിവസം പെട്ടെന്നു സാബിത്രി ബാലായുടെ വീട്ടിൽ കടന്നുചെന്ന 18000 ടക്കാ ആവശ്യപ്പെട്ടു. ഒരു കഷണം ഭൂമി വിറ്റു, മകളുടെ കല്യാണത്തിനായി വച്ച പണമായിരുന്നു അത്. ബാക്കിയുള്ള ഭൂമി ആ ഗുണ്ടകളുടെ പേരിൽ എഴുതിക്കൊടുത്ത് ഇന്ത്യയിലേക്കു പോകാനവർ ആജ്ഞാപിച്ചു. ഇല്ലെങ്കിൽ ഭവിഷ്യത്തു ഭീകരമായിരിക്കുമെന്നും അവർ ഭീഷണിപ്പെടുത്തി. തൊഴുത്തിൽ കയറി അവിടെ ഉണ്ടായിരുന്ന പശുക്കളെയും അവർ അഴിച്ചുകൊണ്ടുപോയി. സാബിത്രി ബാലയും കുടുംബവും ഇന്ത്യയിലേക്കു പലായനം ചെയ്തില്ലെങ്കിൽ എന്തായിരിക്കും സംഭവിക്കുക? അവരുടെ മകളെ കൊന്നുകളഞ്ഞേനെ..."

അതുപോലെ, ഷേർപൂരിലും കിഷോർഗംജിലും ദാപുരായിലും മെയ്മൊൻസിംഗിലും ജയ്പൂരിലും നടന്ന വഞ്ചനയുടെയും ക്രൂരതയുടെയും കഥകൾ വിവരിക്കപ്പെട്ടു. ഹിന്ദുഗൃഹങ്ങൾ കൊള്ളയടിച്ച്. മുദ്രക്കടലാസിൽ നിർബന്ധപൂർവ്വം അവരെക്കൊണ്ട് ഒപ്പ് ഇടുവിച്ച്, അവരുടെ സ്വത്തുക്കൾ മുഴുവൻ ഗുണ്ടകൾ കയ്യടക്കി. ഹിന്ദു പുരയിടങ്ങളിൽ അവർ സ്വന്തം വീടുകൾ പണിയിച്ചു!

പാതി ഉറക്കത്തിലായിരുന്നെങ്കിലും സുഹൃത്തുക്കൾ പറയുന്നതെല്ലാം സുരഞ്ജൻ കേൾക്കുന്നുണ്ടായിരുന്നു. ആരോ വിളിച്ചു.

“എഴുന്നേൽക്കു, സുരഞ്ജൻ. ഇതാ ചോറ് എത്തിയിരിക്കുന്നു, കഴിക്കു.”

കാജൽദാ ആയിരിക്കണം അവനെ വിളിച്ചത്. മായ ഇപ്രകാരം വിളിക്കാറുള്ളത് അവൻ ഓർത്തു “ദാദ, വരു, ചോറു വിളമ്പി. വന്നു കഴിക്കു...”

മായ കൊടുത്ത പണംകൊണ്ട് ഇന്നു കുറെ ഉറക്കഗുളികകൾ വാങ്ങിക്കണമെന്നവൻ വിചാരിച്ചു. കുറെക്കാലമായി ഉറങ്ങിയിട്ടില്ല എന്നൊരു തോന്നൽ. രാത്രി ആയാൽ മൂട്ടകൾ പുറത്തുവന്നു കടിക്കാൻ തുടങ്ങും. അവന്റെ കിടക്ക നിറയെ മൂട്ടകളാണ്. താൻ കുട്ടി ആയിരുന്നപ്പോൾ അമ്മ എങ്ങനെയാണു കിടക്ക വൃത്തിയാക്കാറുള്ളതെന്നു സുരഞ്ജൻ ഓർത്തു. ഇന്നു രാത്രിതന്നെ മായയോടു കിടക്ക വൃത്തിയാക്കാൻ പറയണമെന്നവൻ മനസ്സിൽ കുറിച്ചിട്ടു. രാത്രി മുഴുവൻ മൂട്ടകടി കൊള്ളുന്നു. തലയിൽപോലും അവ കടിക്കും. ആ ചിന്ത അവനു തലവേദന ഉണ്ടാക്കി. അവനു സുഖം തോന്നിയില്ല. അതിനിടയ്ക്ക് ആരോ പറഞ്ഞു (തപസ് ആണെന്നു തോന്നുന്നു) മുപ്പതു ക്ഷേത്രങ്ങൾ അവിടെ തകർക്കപ്പെട്ടു. അമ്പലത്തിനു ചുറ്റുമുള്ള വീടുകളെല്ലാം കത്തിച്ചുകളഞ്ഞു. ആരോ ഒരാൾ അപ്പോൾ കവിതാലാപനം പോലെ പറഞ്ഞുകൊണ്ടിരുന്നു “ഞാൻ പറയുന്നതു ശ്രദ്ധിക്കു... നവഖാലിയെക്കുറിച്ചു ഞാൻ പറയട്ടെ...” വീണ്ടും കൊള്ളയുടെയും കൊലയുടെയും ബലാത്സംഗത്തിന്റെയും വിവരണങ്ങൾ...

സുരഞ്ജനു ചെവിയിൽ പഞ്ഞിവച്ച് അടയ്ക്കാൻ പറ്റിയിരുന്നെങ്കിൽ!

തനിക്കു ചുറ്റും ഉയരുന്ന വാർത്തകൾ ബാബറിമസ്ജിദിന്റെയും കൊള്ളിവയ്പിന്റെയും നാശനഷ്ടങ്ങളുടെയും കഥകൾ മാത്രം. മറ്റൊരു വിഷയവുമില്ല. കുറച്ചു ശാന്തമായ അന്തരീക്ഷത്തിലിരിക്കാൻ കഴിഞ്ഞിരുന്നെങ്കിൽ! മെയ്മൊൻസിംഗിലേയ്ക്കു രക്ഷപ്പെടാൻ കഴിഞ്ഞിരുന്നെങ്കിൽ അവനു സന്തോഷമായേനെ. അവിടെ കലാപം താരതമ്യേന കുറവാണ്. എന്നും ഉച്ചതിരിഞ്ഞ് ബ്രഹ്മപുത്രയിലെ വെള്ളത്തിൽ കുളിച്ചാൽ ഒരുപക്ഷേ ശരീരത്തിന്റെ പുകച്ചിൽ കുറെയൊക്കെ കുറഞ്ഞുകിട്ടുമായിരുന്നു. പെട്ടെന്നവൻ ഞെട്ടി എഴുന്നേറ്റു. മുറിയിലുണ്ടായിരുന്നവർ അധികം പേരും സ്ഥലം വിട്ടു കഴിഞ്ഞിരുന്നു. സുരഞ്ജനും പോകാൻ തയ്യാറായപ്പോൾ കാജൽദാ പറഞ്ഞു “ചോറ് മേശപ്പുറത്തുണ്ട്. നീ കഴിക്കുന്നില്ലേ? നിനക്കെങ്ങനെ ഈ സമയത്ത് ഉറങ്ങാൻ കഴിയുന്നു? നിനക്കു സുഖമില്ലേ?”

സുരഞ്ജൻ എഴുന്നേറ്റു പറഞ്ഞു.

"ഇല്ല, കാജൽദാ, ഞാൻ ചോറുണ്ണുന്നില്ല. എനിക്കു കഴിക്കാൻ തോന്നുന്നില്ല. നിങ്ങൾ പറഞ്ഞതു ശരിയാണ്. എനിക്കു തീരെ സുഖം തോന്നുന്നില്ല."

"പറയു. എന്താണു നീ ഉദ്ദേശിക്കുന്നത്?"

"ഇല്ല! ഒന്നും ഉദ്ദേശിച്ചില്ല. എനിക്കെന്താണ് ചെയ്യാൻ കഴിയുക? ചില പ്പോൾ എനിക്കു ഭയങ്കര വിശപ്പാണ്, എന്നാൽ ഭക്ഷണം കഴിക്കുന്നതിനു മുമ്പുതന്നെ വിശപ്പില്ലാതാകുന്നു. അസിഡിറ്റി ആയിരിക്കാം. എനിക്ക് ഉറക്കം വരുന്നു, എന്നാൽ ഉറങ്ങാൻ കഴിയുന്നില്ല."

ജതിൻ ചക്രവർത്തി സുരഞ്ജന്റെ തോളിൽ കയ്യിട്ടുകൊണ്ടു പറഞ്ഞു.

"നീ ആകെ തകർന്നുകൊണ്ടിരിക്കയാണ്, സുരഞ്ജൻ. നീ സ്വയം ശ്രദ്ധി ക്കണം. നമ്മളിലാർക്കും ഇങ്ങനെ സംഭവിക്കാനനുവദിച്ചുകൂടാ. എന്തായാലും ജീവിതം മുന്നോട്ടു കൊണ്ടുപോകാതെ പറ്റില്ലല്ലോ."

സുരഞ്ജൻ തല താഴ്ത്തി നിന്നു. ജതിൻദായുടെ വാക്കുകൾ, സുധാ മൊയിയുടെ ഉപദേശം പോലെ അവനു തോന്നി. രോഗിയായ അച്ഛന്റെ അരികിലവൻ ഇരുന്നിട്ടു നാളുകൾ കുറെ ആയി. ഉടനെ വീട്ടിലേക്കു മടങ്ങാനവൻ തീരുമാനിച്ചു. കാജൽദായെ സന്ദർശിക്കുമ്പോഴെല്ലാം അവന ങ്ങനെ അനുഭവപ്പെടാറുണ്ട്. എപ്പോഴും അവിടെ നിറയെ ആളുകളുണ്ടാകും. രാഷ്ട്രീയത്തെയും മറ്റു വിഷയങ്ങളെയും കുറിച്ച് രാത്രിയാകുന്നതുവരെ നീളുന്ന ചർച്ചകളുണ്ടാകും.

ഊണു കഴിക്കാതെ അവൻ സ്ഥലംവിട്ടു. വീട്ടിൽനിന്നു ഭക്ഷണം കഴിച്ചിട്ടു കുറച്ചുനാളായി. ഇന്നു മായയും കിരൺമൊയിയും സുധാമൊയിയുമൊത്തി രുന്ന് ഊണുകഴിക്കണമെന്നവൻ വിചാരിച്ചു. അവനും കുടുംബത്തിനു മിടയ്ക്കു മതിലുകൾ സൃഷ്ടിക്കപ്പെട്ടിരിക്കുന്നു. അതിന്റെ കാരണം സുരഞ്ജൻ തന്നെയാണ്. ഇന്ന് ആ മതിലുകളെല്ലാം തകർത്തുകളയണം. എല്ലാവരോടും താൻ വീണ്ടും ചിരിച്ചു സംസാരിക്കും. ഇന്നു രാവിലത്തേതു പോലെ സന്തുഷ്ടനും സംതൃപ്തനുമായിരിക്കും. അവർ പഴയ കാലങ്ങളെ ക്കുറിച്ചു സംസാരിക്കും. വെയിൽ കാഞ്ഞിരുന്ന്, ആവിയിൽ വേവിച്ച അട തിന്നിരുന്ന ബാല്യകാലത്തെക്കുറിച്ചു സംസാരിക്കും. കർശനമായ വ്യത്യാസ ങ്ങളില്ലാതെ-അച്ഛൻ, മകൻ, സഹോദരൻ, സഹോദരി എന്ന ഭേദമല്ലാതെ- എല്ലാവരും സുഹൃത്തുക്കളായിരിക്കും, വളരെ അടുത്ത മിത്രങ്ങൾ! ഇന്നിനി മറ്റാരുടെ വീട്ടിലും പോകില്ല. പുലോകിന്റേയോ, രത്നയുടേയോ വീട്ടിൽ പോലും! നേരെ തിക്കാതുലിയിലേക്കു പോകും, അവിടെ ഉള്ളത് എന്താ ണെന്നുവച്ചാൽ കഴിക്കും, ഓരോരുത്തരോടും വളരെ വൈകുന്നതുവരെ സംസാരിച്ചിരിക്കും. പിന്നെ മനസ്സമാധാനത്തോടെ കിടന്നുറങ്ങും.

കാജൽദാ പടിവരെ വന്ന് അവനെ യാത്രയാക്കി. ഉൽക്കണ്ഠയോടെ അയാൾ പറഞ്ഞു. "ഇങ്ങനെ നീ കറങ്ങി നടക്കരുത്. ഞങ്ങൾ അയൽപക്കം വരെയേ പോകാറുള്ളു. നീയാണെങ്കിൽ നഗരം മുഴുവൻ കറങ്ങിയടിക്കുകയാണ്. എന്താണു സംഭവിക്കുകയെന്നു നിനക്കൊരിക്കലും ഉറപ്പിക്കാനാവില്ല.'

സുരഞ്ജനന് ഒന്നും പറയാനില്ലായിരുന്നു. അവൻ വേഗം നടന്നു നീങ്ങി. റിക്ഷ പിടിക്കാം. ആവശ്യത്തിനുള്ള പണമുണ്ട്. മായയുടെ പണം ചെലവാക്കാനവനു മനസ്സു വന്നില്ല. അവൻ ആ ദിവസം സിഗററ്റു വലിച്ചിട്ടില്ല. രാത്രി ആയപ്പോൾ, പണത്തെക്കുറിച്ചോർത്തുള്ള വിഷമമുണ്ടെങ്കിലും പുകവലിക്കാൻ തോന്നി. അവൻ ഒരു കടയ്ക്കു മുന്നിൽ നിന്ന് ഒരു 'ബംഗ്ലാഫൈവ്' വാങ്ങി കത്തിച്ചു. അപ്പോൾ ഒരു രാജാവിനെപ്പോലെ അവനു തോന്നി! അവൻ കക്രൈയിൽ ജംക്ഷൻവരെ നടന്ന് ഒരു റിക്ഷ പിടിച്ചു. ഈയിടെയായി നഗരം വേഗത്തിൽ ഉറങ്ങുന്നതായി അവനു തോന്നി, ഒരു രോഗിയെപ്പോലെ! നഗരത്തിന്റെ രോഗം എന്താണ്? അതിനെക്കുറിച്ചു ചിന്തിക്കവെ, തന്റെ ഒരു സ്നേഹിതനു പുറത്തു കുരു വന്ന കാര്യം അവനോർത്തു. ദിവസം മുഴുവൻ അവൻ വേദനിച്ചു നിലവിളിക്കും. എന്നാലും ചികിൽസിക്കില്ല. മരുന്നിനേയും മറ്റേതു തരം ചികിൽസയേയും അവന് ഏറെ പേടിയാണ്. പ്രത്യേകിച്ച്, കുത്തിവയ്പ്പ്. ഈ നഗരത്തിന്റെ പുറത്തു കുരു വന്നോ? റിക്ഷയിലിരുന്നു വീട്ടിലേക്കു നീങ്ങുമ്പോൾ സുരഞ്ജൻ വിചാരിച്ചു. ഉവ്വ്.'

"മായാ, സുരഞ്ജനെന്തുപറ്റി? എവിടേക്കാണവൻ പോയതെന്ന് നിനക്കറിയാമോ?" സുധാമൊയ് ചോദിച്ചു.

"പുലോക്ദായുടെ വീട്ടിൽ പോകുകയാണെന്നാണു പറഞ്ഞത്. അവിടെ ഇരുന്നു വൈകിപ്പോയതായിരിക്കും."

"ഇരുട്ടാകുന്നതിനുമുമ്പു വീട്ടിലെത്താതിരിക്കാൻ അതൊരു കാരണമാണോ?"

"അറിയില്ല... എനിക്കു മനസ്സിലാകുന്നില്ല. ഇതിനകം എത്തേണ്ടതാണ്."

"നമ്മുടെ ഉൽക്കണ്ഠയും വേദനയും അവൻ മനസ്സിലാക്കുന്നില്ലല്ലോ. വീട്ടിലേക്കു സമയത്തിനു മടങ്ങേണ്ടതല്ലേ..."

മായ സുധാമൊയിയെ ആശ്വസിപ്പിക്കാൻ ശ്രമിച്ചു. "സാരമില്ല. അച്ഛനധികം സംസാരിക്കാൻ പാടില്ല. സംസാരം കൂടുതൽ വിഷമമുണ്ടാക്കും. ശാന്തനായി കിടക്കുക. ഊണുകഴിക്കാൻ സമയമായി. അതിനുശേഷം വായിക്കാനാഗ്രഹമുണ്ടെങ്കിൽ, വായിച്ചുതരാൻ എനിക്കു സന്തോഷമേ ഉള്ളു. പത്തുമണിക്ക് ഉറക്കഗുളിക കഴിച്ചു കിടന്നുറങ്ങണം. അപ്പോഴേക്കും ദാദ തീർച്ചയായും തിരിച്ചെത്തും. വിഷമിക്കേണ്ട."

"നിന്റെ ശുശ്രൂഷകൊണ്ട് എന്റെ ആരോഗ്യം വീണ്ടും പഴയ നിലയിലാകും, മായ. കുറച്ചുകാലം കൂടി കിടക്കയിലങ്ങനെ കിടന്നാൽ നന്നായിരുന്നെന്നു തോന്നുന്നു. നിനക്കറിയാമോ, സുഖം പ്രാപിച്ചാൽ ചില ദൂഷ്യങ്ങളുണ്ട്."

"എന്തു ദൂഷ്യങ്ങൾ?" മായ കട്ടിലിൽ ഇരുന്ന് അച്ഛനുള്ള ചോറു കുഴച്ചു കൊണ്ടു ചോദിച്ചു.

"നീ എന്നെ ഊട്ടുന്നു. നിന്റെ അമ്മ എന്റെ ദേഹം തഴുകിത്തരുന്നു. ചെന്നി ഞെക്കിത്തരുന്നു... ഞാൻ സുഖം പ്രാപിച്ചാൽ, ഈ സ്നേഹം നിറഞ്ഞ ശുശ്രൂഷ കിട്ടുമോ? പിന്നെ, ഞാൻ രോഗികളെ നോക്കുന്ന തിരക്കിലായിരിക്കും. മാർക്കറ്റിൽ പോകണം, ചിലപ്പോൾ നിന്നോടു വഴക്കിടുക പോലും ചെയ്യും..." അതു പറഞ്ഞ സുധാമൊയ് പൊട്ടിച്ചിരിച്ചു. അയാളുടെ മകൾ അദ്ഭുതത്തോടെ വാപൊളിച്ചിരുന്നുപോയി. രോഗിയായശേഷം ആദ്യമാണയാൾ പൊട്ടിച്ചിരിക്കുന്നത്.

അതിനുമുമ്പ് അയാൾ കിരൺമൊയിയോടു പറഞ്ഞിരുന്നു. "ഇന്ന് എല്ലാ ജനലും നീ തുറന്നിടണം. മുറി ഇങ്ങനെ ഇരുട്ടുപിടിച്ചു വിഷാദം നിറഞ്ഞിരിക്കുന്നത് എനിക്കിഷ്ടമല്ല. കുറച്ചു ശുദ്ധവായു കേറട്ടെ. ശീതകാലക്കാറ്റു ഞാനനുഭവിച്ചിട്ടില്ല. വസന്തകാലത്തു മാത്രം ശുദ്ധവായു ശ്വസിച്ചാൽ മതിയോ? ചെറുപ്പത്തിൽ തണുത്തു വിറക്കുന്ന ശീതകാലത്ത്, നനുത്ത ഒരു ഷർട്ടുമാത്രമിട്ടു ചുമരുകളിൽ പോസ്റ്ററുകളൊട്ടിക്കാൻ ഞാൻ അലഞ്ഞു തിരിയുകയായിരുന്നു. സുഷോംഗ് ദുർഗ്ഗാപൂരിലെ കുന്നിൻ പ്രദേശം മുഴുവൻ മോനിസിംഗിനോടൊപ്പം ഞാൻ കറങ്ങിയിട്ടുണ്ട്. അക്കാലത്തെ ടോങ്ക് പ്രക്ഷോഭത്തെക്കുറിച്ചും ഹജോംഗ് വിപ്ലവത്തെക്കുറിച്ചും നിനക്കെന്തെങ്കിലും അറിയാമോ, കിരൺമൊയ്?"

കിരൺമൊയിയും മാനസികമായി ഉന്മേഷത്തിലായിരുന്നു. അവൾ ഭർത്താവിനോടു പറഞ്ഞു.

"വിവാഹം കഴിഞ്ഞ സമയത്ത് ഇതിനെക്കുറിച്ച് എത്ര പ്രാവശ്യം പറഞ്ഞിരിക്കുന്നു. എന്റെ ഓർമ്മ ശരിയാണെങ്കിൽ, നെട്രാകോനയിലെ അപരിചിതമായൊരു വീട്ടിൽ മോനിസിംഗിനോടൊപ്പം ഒരു രാത്രി നിങ്ങൾക്കു ചെലവഴിക്കേണ്ടിവന്നിട്ടുണ്ട്."

"കിരൺമൊയ്..." സുധാമൊയ് പെട്ടെന്നു ചോദിച്ചു" സുരഞ്ജൻ വുള്ളൻ ഉടുപ്പ് ധരിച്ചിട്ടുണ്ടോ? മായ ഗോഷ്ടികാട്ടിക്കൊണ്ടു പറഞ്ഞു "ഇല്ല തീർച്ചയായിട്ടും ഇല്ല... അവനും നിങ്ങളെപ്പോലെ നേരിയ ഉടുപ്പാണ് ഇട്ടിരിക്കുന്നത്. അവൻ ഒരു ആധുനിക വിപ്ലവകാരിയല്ലേ? പ്രകൃതിദത്തമായ കാറ്റൊന്നും അവനെ ബാധിക്കില്ല. കാലത്തിന്റെ കാറ്റിനെ നേരിടുന്ന തിരക്കിലാണവൻ."

കിരൺമൊയ് ദേഷ്യപ്പെട്ടു "ദിവസം മുഴുവൻ അവൻ എവിടെയാണ് അലഞ്ഞുതിരിയുന്നതെന്നു ദൈവത്തിനുമാത്രമറിയാം... എന്താണാവോ

അവൻ കഴിക്കുന്നത്...വല്ലതും കഴിക്കുന്നുണ്ടോ ആവോ? ദിവസം ചെല്ലും തോറും അവന്റെ അനുസരണക്കേടു കൂടുന്നതായി തോന്നുന്നു..."

ആ സമയത്ത് വാതിൽക്കലൊരു മുട്ടുകേട്ടു. അതു സുരഞ്ജനാണോ? സുധാമൊയിയുടെ കട്ടിലിനരികിൽ ഇരുന്നിരുന്ന കിരൺമൊയ് വാതിൽ തുറക്കാനായി എഴുന്നേറ്റു. ശരിക്കും അതേ രീതിയിലാണു സുരഞ്ജൻ മുട്ടാറുള്ളത്. എന്നാൽ, വൈകിയാൽ സാധാരണയായി അവൻ നേരെ സ്വന്തം മുറിയിലേക്കുള്ള വാതിൽ തുറന്നാണു പോകാറുള്ളത്. മിക്കവാറും ദിവസങ്ങളിൽ ആ വാതിൽ പുറത്തുനിന്ന് അടക്കാറാണു പതിവ്; ഉള്ളിൽനിന്ന് അടച്ചാൽ ത്തന്നെ വാതിൽ തുറക്കാനവനറിയാം. വളരെ വൈകിയതിനാൽ അതു സുരഞ്ജൻതന്നെ ആയിരിക്കും.

സുധാമൊയിക്കു കൊടുക്കുവാൻ ചോറും പരിപ്പും കൂട്ടി കുഴക്കുകയാണു മായ. ചെറിയ ഉരുളകളാക്കി വച്ചാൽ അച്ഛനു കഴിക്കാൻ സൗകര്യമായിരിക്കുമെന്നവൾ കരുതി. രോഗിയായി കിടപ്പിലായശേഷം ദ്രാവക രൂപത്തിലുള്ള ഭക്ഷണം കഴിച്ചായിരുന്നു സുധാമൊയ് ജീവൻ നിലനിർത്തിയത്. അർദ്ധ ദ്രാവക രൂപത്തിലുള്ള ആഹാരം നൽകാൻ ഈയിടെ മാത്രമാണ് ഡോക്ടർ സമ്മതിച്ചത്. ഇന്നു കുറച്ചു മീൻകറിയും ചോറും പരിപ്പിനോടുമൊപ്പം കൊടുക്കാനായി ഉണ്ടാക്കിയിട്ടുണ്ട്. മായ മീൻകറി ചേർത്ത് ചോറു കുഴക്കാൻ തുടങ്ങി. ആ സമയത്താണു വാതിലിൽ മുട്ടു കേട്ടത്.

കിരൺമൊയ് വാതിൽക്കൽ ചെന്ന് ആരാണെന്നു ചോദിച്ചു. അവളുടെ ഭർത്താവ് ശ്രദ്ധിക്കുന്നുണ്ട്. പതുക്കെയുള്ള മറുപടികേട്ട് അവൾ വാതിൽ തുറന്നു. മിന്നൽ പോലെ, ഏഴു ചെറുപ്പക്കാർ കിരൺമൊയിയെ തള്ളിമാറ്റി ഉള്ളിൽ കടന്നു. അവരിൽ നാലുപേർ ഇരുമ്പുവടികൾ കയ്യിലേന്തിയിട്ടുണ്ട്. എല്ലാം പെട്ടെന്നു സംഭവിച്ചതിനാൽ മറ്റുള്ളവർ എന്ത് ആയുധമാണ് പിടിച്ചിട്ടുള്ളതെന്നു കാണാനായില്ല. എല്ലാവരും ഏകദേശം ഇരുപത്തൊന്നു വയസ്സുള്ളവരാണ്. രണ്ടുപേർ തൊപ്പിയും പൈജാമയും കുർത്തയും ധരിച്ചിരിക്കുന്നു, മറ്റുള്ളവർ ഷർട്ടും പാന്റും. അവർ ഒട്ടും സമയം നഷ്പ്പെടുത്താതെ, ചിട്ടയോടെ മുറിയിലുണ്ടായിരുന്നതെല്ലാം തല്ലിത്തകർത്തു. ഒരാളും ഒരക്ഷരം മിണ്ടിയിട്ടില്ല. മേശകൾ, കസേരകൾ, ടെലിവിഷൻ സെറ്റ്, ഗ്ലാസ് അലമാരകൾ, ബുക്ക് ഷെൽഫുകൾ, ഡ്രസ്സിംഗ് ടേബിൾ, പെഡസ്റ്റൽ ഫാൻ തുടങ്ങിയവ തകരുന്നതിന്റെ ശബ്ദം മാത്രമേ അവിടന്നുയർന്നുള്ളു... വസ്ത്രങ്ങളും, മറ്റും കഷണങ്ങളായി പിച്ചിച്ചീന്തി. ഞെട്ടിപ്പോയ സുധാമൊയ് എഴുന്നേറ്റിരിക്കാൻ വൃഥാ ഒരു ശ്രമം നടത്തി. അയാളുടെ മകൾ നിലവിളിച്ചു "ബാബാ..."

കിരൺമൊയ് വാതിലും തുറന്നു പിടിച്ചു നടുങ്ങി നിൽക്കുകയാണ്! അവരുടെ മാരകമായ പ്രവൃത്തി അവസാനിക്കാറായപ്പോൾ, അവരിലൊരാൾ ഒരു കഠാരി വലിച്ചൂരി ഭീഷണിപ്പെടുത്തി: "തന്തയില്ലാത്തവരേ, ബാബറി മസ്ജിദ് തകർത്തശേഷം നിങ്ങൾ രക്ഷപ്പെടുമെന്നു വിചാരിച്ചോ?"

ഉന്മാദത്തോടെ ആ ചെറുപ്പക്കാർ ദത്തമാരുടെ സാധനങ്ങളെല്ലാം തല്ലി ത്തകർക്കൽ തുടർന്നു. നിശ്ശബ്ദരായി, പേടിച്ചു വിറച്ച്, വീട്ടുകാർ തങ്ങളുടെ വീടു തകർന്നു തരിപ്പണമാകുന്നതു നോക്കിനിന്നു... അവരിലൊരു ഗുണ്ട മായയുടെ കയ്യിൽ കയറിപ്പിടിച്ചു. അവളുടെ അമ്മ പേടിച്ച് ഉറക്കെ നിലവിളിച്ചു. രോഗാതുരനായ സുധാമൊയ് മോങ്ങി. രക്ഷപ്പെടാനുള്ള അവസാന ശ്രമമെന്ന നിലയ്ക്കു മായ കട്ടിൽക്കാലിൽ പിടികൂടി. അമ്മ ഓടിച്ചെന്നു മകളെ കെട്ടിപ്പിടിച്ചു. മായയെ രക്ഷിക്കാനായി മറ്റൊന്നും ചെയ്യാനവൾ ക്കായില്ല. എന്നാൽ ആ അക്രമികൾ നിർദ്ദയരായിരുന്നു. അവർ കിരൺ മൊയിയെ മകളിൽ നിന്നും വേർപെടുത്തി, വലിച്ചെറിഞ്ഞു. കട്ടിൽക്കാലിൽ നിന്നും മായയുടെ പിടുത്തം വിടുവിച്ച്, അവളെയും എടുത്തു വന്നതുപോലെ ത്തന്നെ അതിശീഘ്രം അപ്രത്യക്ഷരായി. കിരൺമൊയ് എഴുന്നേറ്റ് അവരുടെ പിന്നാലെ ഓടി, നിലവിളിച്ചു, യാചിച്ചു: "അവളെ വിടൂ, ദയവായി എന്റെ മോളെ വിടൂ..."

പുറമെ തെരുവിൽ രണ്ട് ഓട്ടോറിക്ഷകൾ നിലയുറപ്പിച്ചിരുന്നു. അച്ഛനു വേണ്ടി ചോറുംകറിയും കുഴച്ചിരുന്ന മായയുടെ കൈകളിൽ അപ്പോഴും ചോറും കറിയും പുരണ്ടിരുന്നു, ഉടുപ്പുകൾ താറുമാറായിട്ടുണ്ട്. പേടിച്ചു വിരണ്ട കണ്ണുകളോടെ അവൾ അമ്മയെ നോക്കി വിളിച്ചുകൂവി "മാ...ദയവായി എന്നെ സഹായിക്കു, മാ..." പിടിച്ചുവലിച്ചുകൊണ്ടുപോകുമ്പോൾ ഗുണ്ട കളോടവൾ കഴിയാവുന്നത്ര പോരാടിക്കൊണ്ടിരുന്നു, ആശയ്ക്കിടമില്ലെ ങ്കിലും വേദനയും ഭീതിയും നിറഞ്ഞ കണ്ണുകളോടെ, അമ്മയ്ക്കവളെ രക്ഷി ക്കാനാകുമെന്ന ആശയോടെ അവൾ നോക്കി. തന്നാൽ കഴിയുന്നത്ര കിരൺ മൊയ് ശ്രമിച്ചു. സ്വന്തം രക്ഷയെക്കുറിച്ചു തെല്ലും ചിന്തിക്കാതെ അവൾ ഗുണ്ട കളുടെമേൽ ചാടിവീണു. അവർ ചൂണ്ടിയ കഠാരി തട്ടിമാറ്റി മായയെ പിടി കൂടാൻ ശ്രമിച്ചു. എന്നാൽ മായയെ പിടിച്ചിരുന്ന രണ്ടുപേർ കിരൺമൊയി യുടെ ആക്രമണം തടുത്ത്, അവളെ തള്ളിവീഴ്ത്തി, മായയെ എടുത്ത് ഒരു ഓട്ടോറിക്ഷയിൽ കയറി.' ഓട്ടോറിക്ഷ വിട്ടപ്പോൾ അതിന്റെ പിന്നാലെ നിലവിളിച്ചുകൊണ്ടു കിരൺമൊയ് ഓടി. "അവരെന്റെ മോളെ എടുത്തു കൊണ്ടുപോയി... ദയവായി അവളെ രക്ഷിക്കു..."

തെരുവിന്റെ മൂലയിലെത്തിയപ്പോൾ തളർന്ന് അവശയായി അവൾ നിന്നു. അവളുടെ മുടി പാറിപ്പറക്കുന്നു, വസ്ത്രം മൽപ്പിടുത്തംമൂലം ചുക്കി ച്ചുളിഞ്ഞിട്ടുണ്ട്. അവൾക്കു പരിചയമുള്ള മോത്തിമിയെ അവിടെ കണ്ട പ്പോൾ, അയാളോടഭ്യർത്ഥിച്ചു.

"ദാദാ, അവർ മായയെ തട്ടിക്കൊണ്ടുപോയി. ദയവായി എന്നെ സഹാ യിക്കു."

അയാൾ നിസ്സംഗതയോടെ ശൂന്യമായൊരു നോട്ടം നോക്കി, അവരുടെ അടുത്തുനിന്ന മറ്റുള്ളവരെപ്പോലെ! അസഭ്യം പുലമ്പുന്ന ഭ്രാന്തിയോ പിച്ചക്കാരിയോ ആണവളെന്ന ഭാവമായിരുന്നു അവരുടെ നോട്ടത്തിൽ.

അവശേഷിച്ച കരുത്തു സംഭരിച്ചു കിരൺമൊയ് ഇരുട്ടിലേക്കു പിന്നെയും ഓടി. അവളുടെ അപ്രത്യക്ഷയായ മകളെ തേടിയുള്ള നിഷ്ഫലമായ പിന്തുടരൽ...

സുരഞ്ജൻ തിരിച്ചുവന്നപ്പോൾ, വീടിന്റെ വാതിൽ മലർക്കെ തുറന്നു കിടക്കുന്നതു കണ്ട് അദ്ഭുതപ്പെട്ട് അവൻ വീട്ടിലേക്കു പ്രവേശിച്ചു; കൺ മുന്നിൽ കണ്ട നാശങ്ങൾ അവനെ ഞെട്ടിച്ചു. മേശ മറിച്ചിട്ടിരിക്കുന്നു, പുസ്തകങ്ങൾ ചിന്നിച്ചിതറിക്കിടക്കുന്നു. കിടക്കയും കിടക്കവിരിയുമെല്ലാം താഴെ വലിച്ചെറിഞ്ഞിരിക്കുന്നു. തുണികളെല്ലാം പിച്ചിച്ചീന്തി ഇട്ടിട്ടുണ്ട്. തുണിവയ്ക്കുന്ന റേക്കു തല്ലിത്തകർക്കപ്പെട്ടു. ഓരോ മുറിയിലും കടന്നു നോക്കിയപ്പോൾ സുരഞ്ജനു വീർപ്പുമുട്ടി. അവന്റെ കാലിനടിയിൽ ചില്ലു തകർന്നു ശബ്ദമുണ്ടാക്കി. വേദന സഹിക്കാനാകാതെ അച്ഛൻ നിലത്തു കിടന്നു മോങ്ങുന്നതവൻ കണ്ടു. മായയും കിരൺമൊയിയും അപ്രത്യക്ഷ രായിരിക്കുന്നു. തന്റെ അസാന്നിദ്ധ്യത്തിൽ എന്താണു സംഭവിച്ചതെന്ന് അച്ഛനോടു ചോദിക്കാൻ സുരഞ്ജൻ ഭയപ്പെട്ടു. എന്താണച്ഛൻ നിലത്തു കിടക്കുന്നത്? എന്താണ് അമ്മയും അനിയത്തിയും വീട്ടിലില്ലാത്തത്? ഈ ചോദ്യങ്ങൾ ചോദിക്കവെ, തന്റെ ശബ്ദം, ഷോക്കേറ്റു വിറക്കുന്നതായി അവൻ ശ്രദ്ധിച്ചു.

തളർന്ന സ്വരത്തിൽ അച്ഛൻ പറഞ്ഞു "അവർ മായയെ പിടിച്ചുകൊണ്ടു പോയി."

ഞെട്ടൽ മാറി കോപവും ഭയവും അവനെ വിഴുങ്ങി. "പിടിച്ചുകൊണ്ടു പോയി എന്നതിന്റെ അർത്ഥമെന്താണ്? ആരാണവളെ കൊണ്ടുപോയത്? എവിടേക്ക്? എപ്പോൾ?"

അവന്റെ അച്ഛനു മറുപടി പറയാൻ കഴിഞ്ഞില്ല. അയാളുടെ നേരിയ ശേഷിപോലും നഷ്ടപ്പെട്ടു കഴിഞ്ഞു. സുരഞ്ജൻ അച്ഛനെ മെല്ലെ എടുത്തു കിടക്കയിൽ കിടത്തി. അയാൾ ദ്രുതഗതിയിൽ ശ്വാസം വിട്ടുകൊണ്ടിരുന്നു; വിയർത്തു കുളിച്ചു.

"മാ എവിടെ?" സുരഞ്ജൻ മെല്ലെ ചോദിച്ചു.

സുധാമൊയിയുടെ മുഖം കടലാസുപോലെ വിളറി. ഇപ്പോൾ എന്തെങ്കിലും ചെയ്തില്ലെങ്കിൽ രക്തസമ്മർദ്ദം വർദ്ധിച്ച് അയാൾ മരിക്കും. സുരഞ്ജൻ വല്ലാത്തൊരു ആശയക്കുഴപ്പത്തിലായി. അവൻ അച്ഛന്റെ കാര്യം നോക്കണോ, അതോ അനിയത്തിയെ തേടിപ്പോകണോ? നിരാശയും ഭയവും അവനെ പിടിച്ചുകുലുക്കി. അവന്റെ ശിരസ്സിനുള്ളിൽ ഒരു ഉൾക്കാഴ്ച ഉണ്ടായി ജല പ്രവാഹം തള്ളിക്കയറുന്നു, അതവനെ മുക്കിക്കൊല്ലും! ഒരു നിമിഷ ത്തിനുശേഷം, കാഴ്ച നിസ്സഹായരായ കോഴിക്കുഞ്ഞുങ്ങളെ ആക്രമിക്കാൻ ചുറ്റുംകൂടിയ ചൊക്ലിപ്പട്ടികളായി മാറി! അവൻ ഒരു തീരുമാനത്തിലെത്തി, വാതിൽക്കലേക്കു നടന്നു. പോകുന്നതിനുമുമ്പ്, അച്ഛന്റെ സ്വാധീനമില്ലാത്ത

കയ്യിൽ മെല്ലെ തട്ടിക്കൊണ്ടു പറഞ്ഞു. "ഞാൻ മായയെ തിരിച്ചുകൊണ്ടു വരും, എന്തുതന്നെ നഷ്ടപ്പെട്ടാലും, ബാബാ."

സുരഞ്ജൻ ഓടിപ്പോയി ഹൈദറിന്റെ വാതിലിൽ ഉറക്കെ മുട്ടി. ബഹളം കേട്ടു ഹൈദർ തന്നെ വന്നു വാതിൽ തുറന്നു. സുരഞ്ജനെക്കണ്ട് അവൻ അദ്ഭുതപ്പെട്ടു.

"എന്താണിത്, സുരഞ്ജൻ? എന്തുപറ്റി?"

ആദ്യം സുരഞ്ജനു മറുപടി പറയാൻ കഴിഞ്ഞില്ല. വേദനയും നിരാശയും അവന്റെ സംസാരശേഷി നഷ്ടപ്പെടുത്തിയതുപോലെ.

"അവർ മായയെ തട്ടിക്കൊണ്ടുപോയി..." ഒടുവിൽ ഒരു വിധത്തിലവൻ പറഞ്ഞൊപ്പിച്ചു. അവന്റെ ശബ്ദം വികാരവിക്ഷോഭത്താൽ മുങ്ങിപ്പോയി. മായയെ ആരു തട്ടിക്കൊണ്ടുപോയെന്ന് അവനു വിശദീകരിക്കേണ്ടതില്ല.

"എപ്പോഴാണവർ അവളെ കൊണ്ടുപോയത്?"

സുരഞ്ജൻ മറുപടി നൽകിയില്ല. മായയെ തട്ടിക്കൊണ്ടുപോയത് എപ്പോഴാണെന്നറിയുന്നതിന്റെ പ്രാധാന്യമെന്ത്? അവളെ തട്ടിക്കൊണ്ടു പോയി എന്നറിഞ്ഞാൽ പോരേ? ഹൈദർ ഒന്നു മുരണ്ടു. ഇതു തികച്ചും വിഷമിപ്പിക്കുന്ന വാർത്തതന്നെ. അവൻ ഒരു പാർട്ടിമീറ്റിംഗിനു പോയതാ യിരുന്നു. ഇപ്പോൾത്തന്നെ തിരിച്ചെത്തിയതേയുള്ളു. വീട്ടിലെത്തി, നൈറ്റ് ഡ്രസ്സു ധരിക്കുമ്പോഴാണു സുരഞ്ജൻ എത്തിയത്. സുരഞ്ജനിൽ വന്ന മാറ്റം കണ്ട അവൻ ഞെട്ടിപ്പോയി. താൻ ജീവിച്ചിരുന്നത് എന്തിനുവേണ്ടി യായിരുന്നോ, അതെല്ലാം പ്രളയത്തിൽ ഒലിച്ചു പോയിരിക്കുന്നു എന്ന ഭാവ മായിരുന്നു അവന്റെ മുഖത്ത്. അവൻ വാതിലിൽ പിടിച്ചിരിക്കയാണ്, എന്നാൽ കൈകൾ കിടന്നു വിറച്ചു. സുഹൃത്തിനെ ശാന്തനാകാനായി ഹൈദർ ഒരു കൈ അവന്റെ തോളിൽ വച്ചു പറഞ്ഞു.

"ശാന്തനാകു. നമ്മൾ എന്തു ചെയ്യണമെന്ന് ഉള്ളിലിരുന്നു തീരു മാനിക്കാം"

ഹൈദറിന്റെ കരസ്പർശമേറ്റതോടെ സുരഞ്ജന്റെ ഹൃദയം പൊട്ടി ത്തകർന്നു. അവൻ ഇരുകരങ്ങളുംകൊണ്ടു ഹൈദരിനെ ആലിംഗനം ചെയ്തു പറഞ്ഞു.

"മായയെ വിട്ടിലേക്കു കൊണ്ടു വരൂ, ഹൈദർ... ദയവായി മായയെ തിരിച്ചു കൊണ്ടുവരിക..."

ശരീരം കുലുക്കിക്കൊണ്ടുള്ള ശ്വാസം മുട്ടിക്കുന്ന തേങ്ങലിൽനിന്നും അവന്റെ സഹിക്കാനാവാത്ത വേദന മനസ്സിലാക്കാം. ഒടുവിൽ അവൻ ഹൈദ റിന്റെ കാൽക്കൽ വീണ് അക്കാര്യം വീണ്ടും ദയനീയമായി അപേക്ഷിച്ചു. ഹൈദർ അദ്ഭുതസ്തബ്ധനായി നിന്നു. കരുത്തനും ദൃഢചിത്തനുമായ തന്റെ സുരഞ്ജനെ കാൽക്കൽനിന്നും പിടിച്ചെഴുന്നേല്പിച്ചു. വല്ലാത്ത വിശപ്പുണ്ടായിരുന്നെങ്കിലും അവൻ ഭക്ഷണം കഴിക്കാൻ നിന്നില്ല.

“വരൂ, നമ്മൾക്ക് എന്താണു ചെയ്യാൻ പറ്റുക എന്നു നോക്കാം.” അവൻ പറഞ്ഞു.

ഹൈദറിന്റെ ഹോണ്ട മോട്ടോർ സൈക്കിളിൽ കയറി, തിക്കാതുലിയിലെ തെരുവിലൂടെയും ഇടവഴികളിലൂടെയും ഓടിച്ചു. ഹൈദർ ദരിദ്രരുടെയും ധനികരുടെയും വീടുകളിൽ കയറി, സംശയാലുക്കളായ മുറുക്കാൻ കട ക്കാരോടു സംസാരിച്ചു. സമ്പന്നരായ യുവാക്കളോടു കൂടിയാലോചിച്ചു സുരഞ്ജന് അറിയാത്ത അയൽപ്രദേശങ്ങളിൽ പോയി അന്വേഷിച്ചു.

തിക്കാതുലി വിട്ട് ഇംഗ്ലീഷ് റോഡ്, നബാബ്പൂര, ലക്ഷ്മിബസാർ, മൽമോഹൻ സാഹാ സ്ട്രീറ്റ്, ബക്ഷി ബസാർ, ലാലബാഗ്, സത്രപൂർ, വായിസ്ഘട്ട്, സദാർഘട്ട്, പാരി മോഹൻ ദാസ് റോഡ്, അഭയ്ദാസ് ലെയിൻ, നരിന്ദാ, ആലുബസാർ, തന്നാരിബസാർ, പാരിദാസ് റോഡ്, ബാബുബസാർ, ഉറുദു റോഡ്, ചൌക്ക് ബസാർ എന്നിവിടങ്ങളിൽ അവർ തിരച്ചിൽ നടത്തി. ഒളിപ്പിച്ചു താമസിപ്പിക്കാമെന്നു ഹൈദറിനു സംശയമുള്ള നഗരത്തിന്റെ എല്ലാ ഭാഗങ്ങളിലും അവർ പോയി. എന്നാൽ മായയുടെ യാതൊരു സൂചനയുമില്ല. അവർ പിന്നെയും അലഞ്ഞുതിരിഞ്ഞു. ഹൈദർ പല വീടുകളിലും മുട്ടി നിരവധി ആളുകളുമായി സംസാരിച്ചു. സുരഞ്ജൻ ജീവിതത്തിലൊരിക്കലും കണ്ടുമുട്ടാത്തവർ... എന്നിട്ടും ഒന്നുമില്ല. ഹൈദർ ഓരോ സ്ഥലത്തു നിർത്തു മ്പോഴും സുരഞ്ജന്റെ ആശ ഉയരും... ഇപ്രാവശ്യം മായയെ തീർച്ചയായും കണ്ടു കിട്ടും. അവളെ അവർ കെട്ടിയിട്ട് അടിച്ചുകാണും. എന്നാലും അവളെ കണ്ടെത്താനാകും. അടിച്ചതുകൊണ്ടുമാത്രം തൃപ്തിപ്പെടാതെ അവർ മറ്റെ ന്തെങ്കിലും ചെയ്തിട്ടുണ്ടെങ്കിലോ? സുരഞ്ജൻ, ചെകിടോർക്കും, മായയുടെ കരച്ചിൽ കേട്ടെങ്കിലോ!

അവർ ലക്ഷ്മി ബസാറിലൂടെ കടന്നുപോകുമ്പോൾ ഹൈദറിനോടു പെട്ടെന്നു വണ്ടി നിർത്തുവാൻ സുരഞ്ജൻ ആവശ്യപ്പെട്ടു. മായ കരയുന്ന ശബ്ദം അവനു കേട്ടതായി തോന്നി. ശബ്ദം ഉയർന്നു വന്ന സ്ഥലത്തേക്കവർ ചെന്നു. എന്നാൽ ഒരു വീടിനുള്ളിൽ നിന്നൊരു കുട്ടി കരയുകയായിരുന്നു. രാത്രി വളരെ വൈകി. എന്നാലും ഹൈദറും സുരഞ്ജനും തിരച്ചിൽ തുടർന്നു. ഒരിടത്തും അധികസമയം ചെലവഴിച്ചില്ല. കാരണം, ഒരുപാടു സ്ഥലത്ത് അവർക്ക് എത്താനുണ്ട്. എല്ലാ ഇടവഴികളിലും ചുകന്ന കണ്ണുകളോടെ കൂട്ടംകൂടി നിൽക്കുന്ന യുവാക്കൾ അവരെ തുറിച്ചുനോക്കി. അവരെ കണ്ട പ്പോൾ, അവരാണ് മായയെ തട്ടിക്കൊണ്ടുപോയതിന്നുത്തരവാദികൾ എന്നു സുരഞ്ജന് ഉറപ്പായിരുന്നു.

“ഹൈദർ, മായ എവിടെയാണ്? നിനക്കെന്താണവളെ കണ്ടുപിടിക്കാൻ പറ്റാത്തത്?”

“ഞാൻ ശ്രമിക്കുകയാണ്.”

“ഇന്നു രാത്രിതന്നെ നമ്മൾക്കവളെ കണ്ടുപിടിക്കണം.”

“പ്രാദേശിക നേതാക്കളെ മുഴുവൻ ഞാൻ പരിശോധിച്ചു. ഇനി എന്താണെനിക്കു ചെയ്യാൻ കഴിയുക?”

സുരഞ്ജൻ സിഗററ്റ് ഒന്നിനു പിന്നാലെ ഒന്നായി വലിച്ചുകൊണ്ടിരുന്നു. ഇതു വാങ്ങിച്ചതു മായയുടെ പണം കൊണ്ടാണെന്ന ചിന്ത അവന്റെ ഹൃദയം കീറിമുറിച്ചു.

“നമ്മൾക്കു സൂപ്പർസ്റ്റാറിൽ പോയി എന്തെങ്കിലും കഴിക്കാം. എനിക്കു ശരിക്കും നല്ല വിശപ്പുണ്ട്.”

ഹൈദർ പൊറോട്ടയും ഇറച്ചിയും ഓർഡർ ചെയ്തു. രണ്ടു പ്ലേറ്റ്. സുരഞ്ജൻ കഴിക്കാൻ ശ്രമിച്ചു. അവൻ പൊറോട്ടകൾ കഷ്ണങ്ങളാക്കി. എന്നാൽ അതു വായിലിടാൻ പറ്റുന്നില്ല. മിനിറ്റുകൾ കടന്നുപോകും തോറും മനോവേദന വർദ്ധിച്ചു വന്നു. ഹൈദർ സ്വാദോടെ ഭക്ഷണം കഴിച്ചു. പിന്നെ ഒരു സിഗററ്റ് കത്തിച്ചു. അന്വേഷണം തുടരാനായി സുരഞ്ജൻ അവനെ പ്രേരിപ്പിച്ചു. “വരൂ നമ്മൾക്കു പോകാം. ഇനിയും നമ്മളെ കണ്ടെത്തിയിട്ടില്ല.”

“എവിടെയാണു ഞാനിനി നോക്കേണ്ടത്, പറയൂ?”

“ഞാൻ എത്ര ശ്രദ്ധിച്ചാണ് എല്ലാ സ്ഥലങ്ങളിലും പരിശോധന നടത്തിയതെന്നു നീ കണ്ടതല്ലേ?”

“ധാക്ക അത്രയ്ക്കു ചെറിയൊരു സ്ഥലമാണ്. നമ്മൾക്ക് എന്തുകൊണ്ടാണവളെ കണ്ടുപിടിക്കാൻ കഴിയാതിരുന്നത്? വരൂ, പൊലീസ് സ്റ്റേഷനിലേക്കു പോകാം.”

സംഭവം വിശദമായി സുരഞ്ജൻ പൊലീസ്സ്റ്റേഷനിൽ റിപ്പോർട്ടു ചെയ്തു. പൊലീസുകാരാൽ യാതൊരു താത്പര്യവുമില്ലാതെ അവരുടെ മുഖത്ത് മിഴിച്ചു നോക്കിയിരിക്കുകയായിരുന്നു. ഒരു പരാതി എഴുതിക്കൊടുക്കാൻ അവരെക്കൊണ്ടു സാവധാനത്തിൽ സമ്മതിപ്പിക്കാൻ കഴിഞ്ഞു എന്നു മാത്രം.

“അതിനെക്കുറിച്ച് അവരെന്തെങ്കിലും ചെയ്യുമെന്ന് എനിക്കു തോന്നുന്നില്ല...”

“അവർ ചെയ്തേക്കാം.”

“നമ്മൾക്കു വാരിയിലേക്കു പോകാം. നിനക്കവിടെ ആരെയെങ്കിലും അറിയാമോ?”

“ഞാൻ പാർട്ടിപ്രവർത്തകരെ ഈ ജോലി ഏൽപിച്ചിട്ടുണ്ട്. അവരും അന്വേഷിക്കും. ഇപ്പോൾ വിഷമിക്കാതിരിക്കൂ.”

ഹൈദർ തന്നാലാവുന്നതിന്റെ പരമാവധി ചെയ്തിട്ടുണ്ടെന്നുള്ളതു സ്പഷ്ടമാണ്. എന്നാൽ, സുരഞ്ജൻ തൃപ്തനല്ലായിരുന്നു. അവന്റെ ഉൽക്കണ്ഠ അവരെ വീണ്ടും മുന്നോട്ടു നയിച്ചുകൊണ്ടേ ഇരുന്നു. രാത്രി

മുഴുവൻ ഹൈദറിന്റെ ഹോണ്ടയിൽ, പഴയ നഗരങ്ങളിൽ മുഴുവൻ അവർ കറങ്ങിയടിച്ചു. ആ പ്രദേശത്തെ കള്ള്-ചാരായ വാറ്റു കേന്ദ്രങ്ങളിലൊക്കെ അവർ കേറിയിറങ്ങി. അതുപോലെ, ചൂതാട്ടസ്ഥലങ്ങൾ, സ്മഗ്ലിംഗ് കേന്ദ്ര ങ്ങൾ എന്നിവിടങ്ങളിലും. ഹൈദറിന്റെ നിസ്കാര സമയംവരെ അതു തുടർന്നു. 'ആസാന്റെ' ശബ്ദം സുരഞ്ജൻ എന്നും ഇഷ്ടപ്പെട്ടിരുന്നു. എന്നാൽ ഇന്ന് ആ ശബ്ദം അവനു സഹിക്കാനായില്ല. ആസാൻ മന്ത്രണം നേരം വെളുക്കാറായതിന്റെ സൂചനകൂടിയാണ്... മായയെ ഇനിയും കണ്ടെ ത്താനായിട്ടില്ല!'

ഹൈദർ മൊട്ടോർസൈക്കിൾ തിക്കാതുലിയിൽ കൊണ്ടുവന്നു നിർത്തി. കഴിയാവുന്നത്ര സൗമ്യതയോടെ അവൻ പറഞ്ഞു "സുരഞ്ജൻ മനസ്സു വിഷമിപ്പിക്കരുത്. നമ്മൾക്ക് എന്തു ചെയ്യാൻ പറ്റുമെന്നു നോക്കാം."

വീട്ടിൽ തകർന്ന സാധനങ്ങൾക്കിടയിൽ ആകാംക്ഷയോടെ ആശയറ്റ്, വാതിൽക്കലേക്കു കണ്ണും നട്ട് കിരൺമൊയ് ഇരിക്കുന്നു. വാതം പിടിച്ച്, ഉറക്കമില്ലാതെ, വികാരവിക്ഷോഭത്തിൽ തളർന്നുകിടക്കുന്ന സുധാമൊയ് പോലും, ആശയ്ക്കു വകയില്ലെങ്കിലും, സുരഞ്ജൻ മായയുമായി തിരിച്ചെ ത്തുമെന്ന വിശ്വാസത്തിൽ കിടക്കുകയാണ്! എന്നാൽ, വെറും കയ്യോടെ തളർന്നു ദുഃഖിതനായി തിരിച്ചെത്തിയ മകനെക്കണ്ട് അവരുടെ ആശ കളെല്ലാം പറന്നുപോയി. ഇതിന്നർത്ഥം അവർക്ക് ഇനിയൊരിക്കലും മായയെ കാണാൻ പറ്റില്ലെന്നാണോ? അവർ ഇരുവരും പേടിയും ദുഃഖവും മൂലം തകർന്നുപോയി. വിഷാദം നിറഞ്ഞ ഈ അന്തരീക്ഷം, ജനലുകളും വാതിലു കളും അടച്ചിട്ടതിനാൽ കൂടുതൽ ദുഷ്ക്കരമായി. പേടിച്ചു വിഷമിച്ച് ഉൽക്ക ണ്ഠാകുലരായിരിക്കുന്ന മാതാപിതാക്കളോടു സംസാരിക്കാൻ സുരഞ്ജനു തോന്നിയില്ല. അവരുടെ കണ്ണുകൾ നിറയെ ചോദ്യങ്ങളായിരുന്നു. എന്നാൽ, ഒരേ ഒരു ഉത്തരം മാത്രമേ അവനു പറയാനുള്ളൂ. മായയെ കണ്ടെത്താൻ കഴിഞ്ഞില്ല!

സുരഞ്ജൻ തളർന്നു നിലത്തു നീണ്ടു നിവർന്നുകിടന്നു. അവനു ഛർദ്ദി ക്കാൻ തോന്നി. ഇതിനകം അവർ മായയെ കൂട്ട ബലാത്സംഗം ചെയ്തു കാണും. മായ ഇപ്പോൾ തിരിച്ചെത്തിയെങ്കിൽ! ആറു വയസ്സുള്ളപ്പോൾ കാണാതായ അവൾ രണ്ടു ദിവസത്തിനു ശേഷം തിരിച്ചെത്തിയതുപോലെ! വാതിൽ തുറന്നു കിടക്കുകയാണ്. മായ തിരിച്ചെത്തിയാൽ മാത്രം മതി, എല്ലാം പതിവു രീതിയിലാകും. തളർന്നു ദുഃഖിതയായിട്ടായാലും ജീവനോടെ എത്തി, തകർന്ന കുടുംബവുമായി ചേർന്നാൽ മതി. അവൾ തിരിച്ചുവരട്ടെ, ദയവായി വരട്ടെ, എല്ലാം തകർന്ന, ധാർമ്മികമായി അധഃപതിച്ച ഈ കൊച്ചു വീട്ടിലേക്ക്.

പിറ്റേന്നു മായയെ അന്വേഷിച്ചു പോകാമെന്നു ഹൈദർ വാഗ്ദാനം ചെയ്തിട്ടുണ്ട്. അവൻ വാഗ്ദാനം ചെയ്ത നിലയ്ക്കു സുരഞ്ജനു മായയുടെ തിരിച്ചു വരവു സ്വപ്നം കണ്ടുകൂടെ? എന്നാൽ എന്തിനാണവർ മായയെ

തട്ടിക്കൊണ്ടുപോയത്? അവൾ ഹിന്ദു ആയതുകൊണ്ടാണോ? ഇനി എന്തു മാത്രം ബലാത്സംഗവും രക്തച്ചൊരിച്ചലും ധനനഷ്ടവും ഈ രാജ്യത്തു ജീവിക്കുന്നതിന്റെ ഫലമായി ഹിന്ദുക്കൾക്കു അനുഭവിക്കേണ്ടിവരും? മകളെപ്പോലെ... എന്നാൽ എത്ര കാലം? ഇത്തരം ചോദ്യങ്ങൾക്ക് അവൻ ഉത്തരം അന്വേഷിക്കയാണെങ്കിൽ, ആർക്കും തരാനാകില്ല.

കിരൺമൊയ് ചുമരിൽ ചാരി ഇരുന്നു. ആരോടെന്നില്ലാതെ പറഞ്ഞു. “അവർ പറഞ്ഞു, മാഷിമാ, നിങ്ങൾക്കെങ്ങനെ ഉണ്ടെന്നറിയാൻ വന്നതാണു ഞങ്ങൾ. ഞങ്ങൾ അയൽവാസികളാണ്. വാതിൽ തുറക്കൂ, അവർക്ക് എത്ര വയസ്സുണ്ടാകും? 21ഓ 22ഓ, അതിൽ കൂടില്ല. എനിക്കെങ്ങനെ ശക്തരായ അവരോടു പൊരുതി നിൽക്കാൻ കഴിയും? അടുത്തുള്ള എല്ലാ വീടുകളിലും സഹായം തേടി ഞാൻ പോയി... എന്നാൽ ഞാൻ പറയുന്നത് അവർ വെറുതെ കേട്ടു നിന്നു. ചിലപ്പോൾ സഹാനുഭൂതി തോന്നിക്കാണും. എന്നാൽ ആരും എന്നെ സഹായിച്ചില്ല. അവരിൽ ഒരാളുടെ പേര് റഫീക് എന്നാണ്. ഒരു തൊപ്പി ധരിച്ചവൻ. അവനെ പേരെടുത്തു വിളിച്ചതു ഞാൻ കേട്ടതാണ്... അവൾ കുറച്ചുദിവസം പരുളിന്റെ വീട്ടിൽ അഭയം തേടിയിരുന്നു. അവിടെത്തന്നെ നിന്നിരുന്നെങ്കിൽ ഒരുപക്ഷേ രക്ഷപ്പെട്ടേനെ! ഇനി മായ ഒരിക്കലും തിരിച്ചുവരില്ലേ? അതിനുപകരം അവർക്ക് ഈ വീടു കത്തിച്ചുകളയാമായിരുന്നില്ലേ? അവരതു ചെയ്യാതിരുന്നതു വീട്ടുടമ മുസ്ലിമായതുകൊണ്ടാണെന്ന് എനിക്കു തോന്നുന്നു! അവൾക്കു പകരം, എന്നെ എന്തുകൊണ്ടവർ കൊന്നില്ല? ചുരുങ്ങിയതു നിഷ്കളങ്കയായ ആ പെൺകുട്ടിയെയെങ്കിലും വിട്ടുകളയാമായിരുന്നില്ലേ? എന്റെ ജീവിതം അവസാനിക്കാറായി, അവളുടേതു തുടങ്ങിയിട്ടേ ഉള്ളൂ...”

സുരഞ്ജനു തല ചുറ്റുന്നതുപോലെ തോന്നി; ഭയങ്കര തലവേദനയും മനംപുരട്ടലും. അവൻ കുളിമുറിയിലേക്കോടി. നിയന്ത്രിക്കാനാവാതെ കുറെ ഛർദ്ദിച്ചു.

ഏഴാം ദിവസം

വരാന്തയിലേക്കു സൂര്യപ്രകാശം വന്നപ്പോൾ വെളുപ്പും കറുപ്പും നിറമുള്ള പൂച്ച അതിലൂടെ കടന്നുവന്നു. അതു തീറ്റ അന്വേഷിച്ചു വന്നതാണോ? അതോ മായയെ തിരക്കുകയാണോ! മായ ഈ പൂച്ചയെ കയ്യിലേറ്റി നടക്കാറുണ്ട്. അത് അവളുടെ കിൽറ്റിന്നിടയിൽ ചൂട് ആസ്വദിച്ചു കിടക്കാറുമുണ്ട്. ഇനി മായ അവിടെ ഉണ്ടാകില്ലെന്ന് അതിന്നറിയാമോ?

മായ എവിടെ ആയാലും ഹൃദയം നൊന്തു കരയുകയായിരിക്കും! അവളുടെ കയ്യും കാലും അവർ കെട്ടിയിട്ടുണ്ടാകുമോ? വായിൽ തുണി കുത്തിക്കയറ്റി വച്ചിട്ടുണ്ടാകുമോ? ആറു വയസ്സായ കുട്ടിയുടെ ലോകവും ഇരുപത്തൊന്നുകാരിയുടെ ലോകവും വ്യത്യസ്തമാണ്. അവരെ തട്ടിക്കൊണ്ടു

പോകുന്നതിന്റെ ഉദ്ദേശ്യവും വ്യത്യസ്തം തന്നെ. ഇരുപത്തൊന്നുകാരി പെൺകുട്ടിയെ ഏഴു പേർ എന്തു ചെയ്തിട്ടുണ്ടാകുമെന്നോർത്തു സുരഞ്ജൻ ഭയന്നു വിറച്ചു. സഹിക്കാനാവാത്ത ദുഃഖവും ഉൽക്കണ്ഠയും അവനെ മൃതപ്രായനാക്കി.

സുരഞ്ജനു ജീവനുണ്ടോ? ഉവ്വ്, തീർച്ചയായും ജീവനുണ്ട്. മായ മാത്രമാണു പോയത്, ഒരുപക്ഷേ എന്നെന്നേക്കുമായി! ആരും മറ്റൊരാൾക്കു വേണ്ടി ജീവത്യാഗം ചെയ്യുന്നില്ല. ലോകതത്ത്വം അതാണ്. ലോകത്തിലെ ഒരു ജീവിയും മനുഷ്യനെപ്പോലെ ഇത്ര സ്വാർത്ഥി ആയിട്ടുണ്ടാകില്ല എന്നു സ്ഥാപിക്കപ്പെട്ടിട്ടുള്ളതാണ്. അതുകൊണ്ട്, മായ പോയതിന്റെ പേരിൽ ബന്ധുക്കൾ എന്തിനു മരിക്കണം!

മായയ്ക്കുവേണ്ടി ഹൈദർ വളരെ കഷ്ടപ്പെട്ടു തിരച്ചിൽ നടത്തി എന്നതൊരു വാസ്തവമാണ്. എന്നാലും, അവൻ പരമാവധി ശ്രമം നടത്തിയിട്ടില്ലെന്നു സുരഞ്ജൻ കരുതി! എന്തൊക്കെ ആയാലും ഹൈദർ ഒരു മുസ്ലിമല്ലേ; ഒരു മുസ്ലിമിനെ മറ്റു മുസ്ലിമുകളെ തേടി നടക്കാൻ നിയോഗിക്കുന്നത് എല്ലുകൊണ്ടു എല്ലുകളെ പെറുക്കി എടുക്കാനുപയോഗിക്കുന്നതു പോലെയാണ്. വെയിൽകാഞ്ഞു പൂച്ചയെ നോക്കിക്കൊണ്ടിരിക്കവെ സുരഞ്ജനു പെട്ടെന്നൊരു തോന്നൽ- മായയെ തട്ടിക്കൊണ്ടുപോയതാരാണെന്ന് ഒരുപക്ഷേ ഹൈദറിന് അറിയാമായിരിക്കും. അവൻ അറിയില്ലെന്നു നടിക്കുകയാണ്. അന്ന് 'സൂപ്പർ സ്റ്റാറിൽ' നിന്നവൻ ഭക്ഷണം വെട്ടി വിഴുങ്ങുകയായിരുന്നല്ലോ; യാതൊരു ഉൽക്കണ്ഠയും അവന്റെ മുഖത്തു കണ്ടില്ല. നേരെമറിച്ച്, ഭക്ഷണത്തിനുശേഷം സംതൃപ്തിയോടെ ഏമ്പക്കംവിട്ടു സമാധാനത്തോടെ ഇരുന്നു സിഗററ്റു വലിക്കയായിരുന്നു. വൻഅപകടത്തിൽപ്പെട്ട ഒരാളെ അന്വേഷിച്ചിറങ്ങിയവനാണെന്ന ഒരു ഭാവമേ ഇല്ലായിരുന്നു. അതിനെക്കുറിച്ചോർക്കുമ്പോൾ, ആ അന്വേഷണത്തിനവൻ യാതൊരു പ്രാധാന്യവും നൽകിയിട്ടില്ലെന്നു സുരഞ്ജനു തോന്നി. രാത്രിയിൽ നഗരം ചുറ്റിയടിക്കാൻ ഹൈദറിനിഷ്ടമാണെന്ന കാര്യവും അവൻ ഓർത്തു. അവന്റെ ആഗ്രഹപൂർത്തീകരണം മാത്രമായിരുന്നോ അന്നു രാത്രിയിലെ മോട്ടോർ സൈക്കിൾ യാത്ര? മായയെ അന്വേഷിച്ചുള്ള ആത്മാർത്ഥമായ തിരച്ചിലാണോ അവൻ നടത്തിയത്? അതോ സ്നേഹബന്ധം പ്രകടിപ്പിക്കാൻ വേണ്ടി നടത്തിയ ഒരു പ്രഹസനമാണോ? പൊലീസ് സ്റ്റേഷനിൽ അവൻ യാതൊരു നിർബന്ധവും ചെലുത്തിയില്ല. സ്വന്തം പാർട്ടിപ്രവർത്തകർക്ക് അവൻ നിർദ്ദേശം നൽകിയിട്ടുണ്ടോ എന്നുപോലും സുരഞ്ജൻ സംശയിച്ചു. ഹിന്ദുക്കൾ രണ്ടാം ക്ലാസ്സ് പൗരന്മാരായതുകൊണ്ടാണോ അങ്ങനെ ചെയ്യുന്നത്?

മായ പോയെന്നു വിശ്വസിക്കുവാൻ ഇപ്പോഴും സുരഞ്ജനു പ്രയാസമാണ്. അവൾ അടുത്ത മുറിയിൽ അച്ഛന്റെ കട്ടിലിലിരുന്ന് അച്ഛന്റെ കൈ എക്സർസൈസ് ചെയ്തു കൊടുക്കുകയല്ല, എന്നു വിശ്വസിക്കാനാകുന്നില്ല. താൻ ആ മുറിയിലേക്കു ചെല്ലുമ്പോൾ മായ ചോദിക്കും "ദാദാ, നിങ്ങൾക്ക്

ഒന്നും ചെയ്യാനില്ലേ?" അവൾക്കുവേണ്ടി കാര്യമായൊന്നും താൻ ചെയ്തിട്ടില്ലെന്ന് അവൻ വേദനയോടെ ഓർത്തു. ചേട്ടന്മാരോട് എല്ലാ അനിയത്തിമാരും നിസ്സാരകാര്യങ്ങൾ ആവശ്യപ്പെടാറില്ലേ? എന്നെ പുറത്തേക്കു കൊണ്ടുപോകൂ... എനിക്ക് ഇതു വാങ്ങിച്ചു താ... അതു വാങ്ങിച്ചു താ... ഉവ്വ്, തീർച്ചയായും, അവൾ അതെല്ലാം ആവശ്യപ്പെട്ടിട്ടുണ്ട്. എന്നാൽ സുരഞ്ജൻ അപ്പോഴൊക്കെ അവളെ അവഗണിച്ചു. അവൻ തിരക്കിലായിരുന്നു. അവളെ ശ്രദ്ധിക്കാൻ കഴിയാത്തത്ര കാര്യങ്ങൾ ചെയ്യാനുണ്ടായിരുന്നു; അവൻ പ്രധാനമായി കണ്ടതു സുഹൃത്തുക്കൾ, രാഷ്ട്രീയം, പാർട്ടിമീറ്റിംഗുകൾ... ഇത്രയും വർഷങ്ങൾ, സുധാമൊയ്, കിരൺമൊയ്, മായ എന്നിവരെപ്പറ്റി ശ്രദ്ധിച്ചിട്ടേ ഇല്ല. അവരുടെ സന്തോഷങ്ങളിലും ദുഃഖങ്ങളിലും താത്പര്യമെടുത്തിട്ടില്ല. അവന്റെ താത്പര്യം രാഷ്ട്രത്തിന്റെ ഭാവിമാത്രമായിരുന്നു. നാടിന്റെ തിന്മകൾ പരിഹരിക്കാനായി അവൻ കഠിനാധ്വാനം ചെയ്തു. എന്നാൽ, അതിലവൻ വിജയിച്ചോ?

ഒമ്പതുമണിയായപ്പോൾ സുരഞ്ജൻ ഹൈദറിന്റെ വീട്ടിൽ ഓടി എത്തി. അതു വളരെ അടുത്താണ്. ഹൈദർ അപ്പോഴും ഉറക്കത്തിലാണ്. അതുകൊണ്ടവൻ 'ലിവിംഗ് റൂമിൽ' കാത്തിരുന്നു. അങ്ങനെ ഇരിക്കവെ, വിചിത്രമായൊരു സംശയം അവന്റെ മനസ്സിലേക്കു കടന്നുവന്നു. അക്രമികളിലൊരാളായ റഫീക്, ഹൈദർ അറിയുന്നവനോ അല്ലെങ്കിൽ അവനോടു ബന്ധമുള്ളവനോ ആയിരിക്കും! സുരഞ്ജൻ വിറച്ചു. ഒടുവിൽ, രണ്ടുമണിക്കൂറിനുശേഷം ഹൈദർ എഴുന്നേറ്റു വന്നു.

"മായ തിരിച്ചുവന്നോ?" അവൻ ചോദിച്ചു.

"അവൾ തിരിച്ചുവന്നെങ്കിൽ ഞാൻ നിന്റെ അടുത്തു വരുമായിരുന്നോ?" സുരഞ്ജൻ തിരിച്ചു ചോദിച്ചു.

"ഓഹ്" ഉദാസീനനായി ഹൈദർ മൂളി.

അവൻ ഒരു ലുങ്കിമാത്രമാണ് ധരിച്ചിട്ടുള്ളത്. തന്റെ നഗ്നമായ നെഞ്ചു ചൊറിഞ്ഞുകൊണ്ടവൻ പറഞ്ഞു "ഇക്കൊല്ലം അത്ര തണുപ്പില്ല, അല്ലേ?" വീണ്ടും അവൻ ചൊറിഞ്ഞു. "ഇന്നു പാർട്ടി പ്രസിഡണ്ടിന്റെ വീട്ടിൽ ഒരു മീറ്റിംഗ് ഉണ്ട്. ഒരുപക്ഷേ അവർ ജാഥ സംഘടിപ്പിക്കുന്നുണ്ടായിരിക്കും. ഗൊലം ആസാമിന്റെ എടപാട് മൂർദ്ധന്യത്തിലെത്തിയപ്പോഴാണ് ഈ 'റയട്ട്' തുടങ്ങിയത്. വാസ്തവത്തിൽ, ബിഎൻപിയുടെ കൈവിരുതാണ് ഈ റയട്ടുകളെല്ലാം. ഈ വിഷയം അവർക്കനുകൂലമായി മാറ്റിയെടുക്കാനവർ ആഗ്രഹിക്കുന്നു."

"അതിന്നിടയ്ക്ക് ഒരു കാര്യം, ഹൈദർ, റഫീക് എന്നു പേരുള്ള ഒരു പയ്യനെ നീ അറിയുമോ? അക്രമികളിൽ ആ പേരുള്ള ഒരുത്തൻ ഉണ്ടായിരുന്നു."

"അവൻ എവിടത്തുകാരനാണ്."

"എനിക്കറിയില്ല. അവന് ഇരുപത്തിയൊന്നോ ഇരുപത്തിരണ്ടോ വയസ്സുപ്രായം കാണും. ഈ പ്രദേശത്തുനിന്നുതന്നെയാകണം."

“ആ പേരുള്ള ആരെയും ഞാനറിയില്ല. എന്തായാലും എന്റെ ആളുകൾക്ക് ആ പണി കൊടുക്കാം.”

“നമ്മൾക്കു പുറത്തു പോകാം. ഇനി സമയം നഷ്ടപ്പെടുത്തേണ്ട. എനിക്കെന്റെ അച്ഛനമ്മമാരുടെ മുഖത്തു നോക്കാനാകുന്നില്ല. ബാബയ്ക്ക് ഒരു സ്ട്രോക്ക് കഴിഞ്ഞു. ഇനി ഈ സമ്മർദ്ദംമൂലം എന്തൊക്കെ സംഭവിക്കുമോ ആവോ!”

“ഈ സമയത്തു നീ എന്നോടൊപ്പം ചുറ്റിക്കറങ്ങുന്നതു ശരിയല്ലെന്നാണെനിക്കു തോന്നുന്നത്.”

“എന്തുകൊണ്ട്? എന്തുകൊണ്ടു ശരിയല്ല.”

“നീയെന്താണ് കാര്യങ്ങൾ മനസ്സിലാക്കാത്തത്?”

തീർച്ചയായും സുരഞ്ജനു മനസ്സിലായി, എന്തുകൊണ്ടാണവൻ തന്നോടൊപ്പം വരാൻ ഇഷ്ടപ്പെടാത്തതെന്ന്. സുരഞ്ജൻ ഒരു ഹിന്ദു ആണ്. മുസ്ലിമുകളെ പിടികൂടാൻ, അവനോടൊപ്പം ഒരു മുസ്ലിം ചെല്ലാൻ പാടുള്ളതല്ല, അവർ കൊള്ളക്കാരോ കൊലപാതകികളോ, ആരായാലും! മുസ്ലിമുകളുടെ കയ്യിൽ നിന്നും ഒരു ഹിന്ദു പെൺകുട്ടിയെ വിടുവിച്ചു കൊണ്ടുവരുവാൻ ആവശ്യപ്പെടുന്നത് അതിനേക്കാൾ എത്രയോ കൂടുതലാണ്.

സുരഞ്ജൻ നിരാശനായി ഹൈദറുടെ വീട്ടിൽനിന്നും തിരിച്ചു പോന്നു. അവനിനി എവിടെയാണു പോകുക? വീട്ടിലേക്കോ? ആ ദുരിതത്തിലേക്കു പോകാനവനു തോന്നിയില്ല. മായയെ അവൻ തിരിച്ചുകൊണ്ടുവരുമെന്ന ഭ്രാന്തൻ വിശ്വാസത്തെയും താലോലിച്ചുകൊണ്ടിരിക്കുകയാണ് അച്ഛനമ്മമാർ. മായയെക്കൂടാതെ വീട്ടിലേക്ക് എങ്ങനെ പോകും? സ്വന്തം അണികളോടു മായയെ തിരഞ്ഞുപിടിക്കുവാൻ നിർദ്ദേശം നൽകിയിട്ടുണ്ടെന്നല്ലേ, ഹൈദർ പറഞ്ഞത്... അവർ ശരിക്കും മായയെ അന്വേഷിക്കുമോ? അവർക്ക് ആരും നഷ്ടപ്പെട്ടിട്ടില്ലല്ലോ. മായ അവർക്കാരാണ്? മുസ്ലിമുകൾ എന്തിനു ഹിന്ദുക്കൾക്കുവേണ്ടി വിഷമിക്കണം? അവരങ്ങനെ ചെയ്യുന്നവരായിരുന്നെങ്കിൽ എന്തിനു ഹിന്ദുക്കളുടെ മാത്രം വീടുകൾ കത്തിച്ചു? എന്തുകൊണ്ടു സുരഞ്ജന്റെയും ഗോപാലിന്റെയും കാജലേന്ദുവിന്റെയും വീടുകൾ മാത്രം കൊള്ളയടിക്കാൻ പദ്ധതിയിട്ടു?

സുരഞ്ജൻ വീട്ടിലേക്കു തിരിച്ചുപോയില്ല. അവൻ മായയെ അന്വേഷിച്ചു നഗരം മുഴുവൻ ചുറ്റിക്കറങ്ങി, എല്ലാ തെരുവുകളും... അവൾ ചെയ്ത തെറ്റെന്താണ്? അവളെ ഇങ്ങനെ നിർദ്ദയം തട്ടിക്കൊണ്ടുപോകാൻ മാത്രം എന്തു കുറ്റമാണവൾ ചെയ്തത്? ഒരു ഹിന്ദു ആയി ജനിക്കുന്നതു കുറ്റകരമാണോ? യാതൊരു വീണ്ടുവിചാരവും കൂടാതെ അവരുടെ വീടു കത്തിക്കാനും അവരുടെ സ്ത്രീകളെ തട്ടിക്കൊണ്ടുപോയി ബലാത്സംഗം ചെയ്യാനും മാത്രം!

സുരഞ്ജൻ അലക്ഷ്യമായി നടന്നു. ചിലപ്പോൾ ഓടും. ഇരുപത്തൊന്നു വയസ്സായ പയ്യന്മാരെ കാണുമ്പോൾ, സുരഞ്ജനവരെ സംശയദൃഷ്ട്യാ നോക്കി.

കുറച്ചു പൊരി വാങ്ങിക്കാനായി അവൻ ഇസ്ലാംപൂരിലെ ഒരു പലചരക്കു കടയ്ക്കു മുന്നിൽ നിന്നു. കടക്കാരൻ അവന്റെ കണ്ണുകളിലേക്കു നോക്കാതിരിക്കുന്നതു കണ്ടപ്പോൾ, അയാൾക്കു തന്റെ സഹോദരിയെ തട്ടിക്കൊണ്ടുപോയ കാര്യം അറിയാമെന്നവൻ ഉറപ്പിക്കും. അവൻ നഗരവീഥികളിലൂടെ വീണ്ടും വീണ്ടും അലഞ്ഞുനടന്നു. ഒടുവിൽ, നയാബസാറിലെ ഒരു സന്ന്യാസിമഠത്തിന്റെ അവശിഷ്ടങ്ങൾക്കിടയിൽ കുറച്ചുനേരം വിശ്രമിക്കാനായി നിന്നു. അവനപ്പോഴും വല്ലാത്ത പിരിമുറുക്കത്തിലാണ്. ഏതെങ്കിലും പരിചയക്കാരുടെ വീട്ടിൽ പോകാമെന്ന ചിന്തപോലും അവനു സഹിക്കാനായില്ല. എന്താണതു കൊണ്ട് ഒരു പ്രയോജനം? അവർ ബാബറി മസ്ജിദിനെക്കുറിച്ചുള്ള ചർച്ച തുടരും. അന്നൊരുദിവസം സലീമിനു പോലും പറയാനൊരു മടിയുമുണ്ടായില്ല. “നിങ്ങൾക്കു ഞങ്ങളുടെ പള്ളി പൊളിച്ചു മാറ്റാൻ കഴിയുമെങ്കിൽ, നിങ്ങളുടെ ക്ഷേത്രങ്ങൾ കത്തിച്ചുകളയുന്നതിൽ എന്തു തെറ്റാണുള്ളത്?”

വാസ്തവം, അതു തമാശഭാവത്തിലാണ് സലിം പറഞ്ഞത്. തമാശയിലൂടെ ഗൗരവമുള്ള ചിന്തകളാണ് പ്രകടിപ്പിക്കപ്പെട്ടത്.

മായ വീട്ടിലേക്കൊന്നു തിരിച്ചുവന്നെങ്കിൽ. അവൾ ഒരുപക്ഷേ വരും. ബലാത്സംഗം ചെയ്യപ്പെട്ടാലും അവൾ തിരിച്ചു വരും. അവളെ വീട്ടിൽ കാണാനാകുമെന്ന ആശയിൽ സുരഞ്ജൻ മടങ്ങിയെത്തി. ഒന്നും മാറിയിട്ടില്ല. സുധാമൊയിയും കിരൺമൊയിയും അദ്ഭുതങ്ങൾ സംഭവിക്കുന്നതും പ്രതീക്ഷിച്ച് അതേ ഇരിപ്പാണ്!

മായ തിരിച്ചെത്തിയിട്ടില്ലെന്നതിനേക്കാൾ മോശമായ എന്തു വിവരം കേൾക്കാനാണ്? സുരഞ്ജൻ കിടക്കയിൽ കമിഴ്ന്നുകിടന്ന്, മുഖം തലയിണയിൽ ഒളിപ്പിച്ചു. സുധാമൊയിയുടെ രോദനം അടുത്ത മുറിയിൽ നിന്നു കേൾക്കാം. പാതിരാത്രിക്കുശേഷം കിരൺമൊയിയുടെ ഉറക്കെയുള്ള കരച്ചിൽ സുരഞ്ജനെ ഉറങ്ങാനനുവദിച്ചില്ല. എന്തുകൊണ്ട് അവർ മൂന്നുപേരും വിഷം കഴിച്ച് ആത്മഹത്യ ചെയ്യുന്നില്ല? ചുരുങ്ങിയത് അവർക്കു കീറിമുറിച്ച്, കഷണം കഷണമാക്കുന്ന വേദനയിൽ നിന്നെങ്കിലും രക്ഷപ്പെടാമായിരുന്നു. ബംഗ്ലാദേശിൽ നിന്നുപിഴക്കാൻ ഹിന്ദുക്കൾ ശ്രമിക്കുന്നതു തീർച്ചയായും ബുദ്ധിശൂന്യതയാണെന്ന് ഇപ്പോൾ ബോധ്യമായി.

തന്റെ ആഘാതം, ‘സെറിബ്രൽ ത്രോംബോസിസോ ‘എംബോളിസ’മോ മൂലമാണെന്നു സുധാമൊയ് ഊഹിച്ചു. ഹേമറേജ് തുടങ്ങിയിരുന്നെങ്കിൽ താൻ തീർച്ചയായും മരിച്ചേനെ എന്നയാൾക്ക് ഉറപ്പാണ്. അത് ഇപ്പോൾ സംഭവിച്ചിരുന്നെങ്കിൽ എന്നയാളാഗ്രഹിച്ചു. ഇപ്പോൾത്തന്നെ പാതി മരിച്ച നിലയിലാണ്. തന്റെ ജീവനെടുത്തു പകരം മായയുടെ ജീവൻ രക്ഷിച്ചെങ്കിൽ? ആ പെൺകുട്ടി ജീവിക്കാനത്രമാത്രം ആഗ്രഹിച്ചിരുന്നു. അവൾ അതിനുവേണ്ടി പരുളിന്റെ വീട്ടിലേയ്ക്കു സ്വന്തം ഇഷ്ടപ്രകാരം ഓടിപ്പോയി.

അയാളുടെ അസുഖം മൂലമാണവൾക്കു തിരിച്ചു വരേണ്ടിവന്നത്. അതു മൂലമാണു ഹൃദയമില്ലാത്ത ആ രാക്ഷസന്മാർക്ക് അവളെ പിടിച്ചുകൊണ്ടു പോകാൻ പറ്റിയത്. വല്ലാത്ത കുറ്റബോധം സുധാമൊയിയുടെ ഹൃദയം കാർന്നുതിന്നു. വീണ്ടും വീണ്ടും അയാളുടെ കണ്ണുകൾ നിറഞ്ഞു. അയാൾ കിരൺമൊയിക്കു നേരെ കൈ നീട്ടി. അവിടെ ആരുമുണ്ടായിരുന്നില്ല. സുരഞ്ജനും ആ പരിസരത്തൊന്നുമില്ല, മായ പോയ്ക്കഴിഞ്ഞല്ലൊ. അയാൾ ദാഹിച്ചു ചാകാറായി. നാവും തൊണ്ടയും വരണ്ട് ഉണങ്ങി.

കിരൺമൊയിയും അവശയായിരിക്കുകയാണ്. ആചാര വിധി പ്രകാരം പൂജ നടത്തുവാനവളാഗ്രഹിച്ചു. എന്നാൽ വീട്ടിനുള്ളിൽ അത്തരം പൂജകൾ നടത്താൻ അനുവാദമില്ല. അവൾ ഒന്നാംതരം ഒരു ഗായികയാണ്. അവൾ പൊതുപരിപാടികളിൽ പാടാൻ തുടങ്ങിയപ്പോൾ, ജനങ്ങൾ അവളെ അധിക്ഷേപിച്ചു, ലജ്ജയില്ലാത്ത ഹിന്ദു സ്ത്രീയെന്നു വിളിച്ചു. കിരൺമൊയ് സങ്കടപ്പെട്ട് സംഗീതം പാടെ ഉപേക്ഷിച്ചു. അവൾ ഇത്രയും വലിയൊരു ത്യാഗം ചെയ്ത പ്പോൾ സുധാമൊയ് അവളോടൊപ്പം നിന്നോ? അയാൾ എന്തുമാത്രം അവളെ പിന്താങ്ങി? സമൂഹത്തിനു സ്വീകാര്യമല്ലാത്ത കാര്യങ്ങൾ ഒഴിവാക്കുന്നതാണ് നല്ലതെന്ന് അയാൾക്കും തോന്നിയിരിക്കാം. ഇരുപത്തി ഒന്നു വർഷങ്ങൾ അയാൾ അവളുടെ അടുത്തു കിടന്നുറങ്ങി... അക്ഷരാർത്ഥത്തിൽ ഉറങ്ങി. കാരണം, സംസാരിക്കാനൊന്നുമില്ല. അവളുടെ ചാരിത്ര്യത്തിന് അയാൾ കാവലിരുന്നു, വിശ്വസ്തയായ ഭാര്യയായിരിക്കാൻ സഹായിച്ചു. എന്തിനായിരുന്നു ഈ മതിഭ്രമം? അതും ഒരുതരം സന്മാർഗ്ഗ ഭ്രംശമല്ലേ? കിരൺമൊയ് സാരിയിലോ ആഭരണങ്ങളിലോ അത്ര ഭ്രമമുള്ളവളായിരുന്നില്ല. അവൾ ഒരിക്കലും അയാളോടു പറഞ്ഞിട്ടില്ല. "എനിക്ക് ആ സാരി ഇഷ്ടമാണ്" അല്ലെങ്കിൽ "ആ കമ്മൽ വാങ്ങിത്തരൂ."

സുധാമൊയ് പലപ്പോഴും അവളോടു ചോദിക്കാറുണ്ട് "കിരൺമൊയ്, നീ എന്നിൽനിന്ന് ദുഃഖം മറച്ചുവയ്ക്കുകയാണോ?"

അവൾക്ക് എപ്പോഴും ഒരേ മറുപടി ആയിരുന്നു. "ഇല്ല, ഈ കുടുംബത്തിന്റെ അഭിവൃദ്ധിയും ആനന്ദവും മാത്രമാണ് എന്റെ താൽപര്യം. എന്റെ സ്വന്തം ഇഷ്ടങ്ങൾ അപ്രധാനമാണ്."

സുധാമൊയിക്ക് ഒരു മകൾ ഉണ്ടാകണമെന്ന് വലിയ മോഹമായിരുന്നു. സുരഞ്ജൻ ജനിക്കുന്നതിനു മുമ്പ് അയാൾ തന്റെ സ്റ്റെതസ്കോപ് കിരൺമൊയിയുടെ വയറ്റിൽ വച്ചു നോക്കിക്കൊണ്ടു പറഞ്ഞു "എനിക്കെന്റെ മോളുടെ ഹൃദയസ്പന്ദനം കേൾക്കാം, കിരൺമൊയ്, നിനക്കും കേൾക്കാനാഗ്രഹമുണ്ടോ?"

ഒരിക്കൽ അയാൾ പറഞ്ഞു:

"പെൺമക്കളാണ് വയസ്സുകാലത്ത് അച്ഛനമ്മമാരെ നോക്കി രക്ഷിക്കുക, ആൺമക്കൾ അവരുടെ ഭാര്യമാരെയും കൂട്ടി പ്രത്യേക വീട്ടിലേക്കു മാറും.

എന്നാൽ പെൺമക്കൾ... അവർ ഭർത്തൃഗൃഹം പോലും വിട്ട് അച്ഛനമ്മമാരെ ശുശ്രൂഷിക്കാനെത്തും. ഞാനൊരു ഡോക്ടറാണ്. പെൺമക്കൾ അവരുടെ രോഗികളായ വൃദ്ധമാതാപിതാക്കളെ ശുശ്രൂഷിക്കാൻ ആസ്പത്രിയിലെത്തും. ഞാനത് കാണാറുണ്ട്. ആൺമക്കളും വരും, എന്നാൽ സന്ദർശകരെപ്പോലെ മാത്രം."

ആദ്യത്തെ കുഞ്ഞിനെ ഗർഭം ധരിച്ചിരിക്കുന്ന കാലത്ത് അയാൾ കിരൺമൊയിക്കു കുഞ്ഞിന്റെ ഹൃദയമിടിപ്പു സ്റ്റെതസ്കോപ്പിലൂടെ കേൾപ്പിച്ചു കൊടുക്കും. ആൺകുട്ടികൾ വേണമെന്നാണ് ലോകം മുഴുവൻ മാതാപിതാക്കൾ ആഗ്രഹിക്കുന്നത്. എന്നാൽ, സുധാമൊയ് മാത്രം മകൾക്കുവേണ്ടി മോഹിച്ചു. സുരഞ്ജൻ ഒരു കുഞ്ഞായിരുന്നപ്പോൾ, അയാൾ അവനെ ഫ്രോക്ക് അണിയിച്ചു നടക്കാൻ കൊണ്ടുപോകുമായിരുന്നു. അത്രത്തോളം അയാൾ പെൺകുട്ടികളെ സ്നേഹിച്ചു.

പിന്നീട്, മായയുടെ ജനനത്തോടെ സുധാമൊയിയുടെ സ്വപ്നങ്ങൾ സാക്ഷാൽക്കരിക്കപ്പെട്ടു. അയാൾതന്നെയാണ് മായ എന്ന പേരു തിരഞ്ഞെടുത്തത്. "അത് എന്റെ അമ്മയുടെ പേരാണ്. എനിക്കെന്റെ അമ്മ നഷ്ടപ്പെട്ടു, ഇവളെന്റെ നിധിയാണ്. എനിക്കെല്ലാമാണ്."

മായയായിരുന്നു രാത്രി അയാൾക്കു മരുന്നുകൾ എടുത്തു കൊടുത്തിരുന്നത്. ഇന്നു രാത്രി മരുന്നു കഴിക്കേണ്ട സമയം കഴിഞ്ഞു. അയാൾ തന്റെ ഓമനപ്പുത്രിയെ വിളിച്ചു. "മായാ... മായാ..."

അയൽവാസികളെല്ലാം ഉറക്കത്തിലായിരുന്നു. അയാളുടെ കഠിനമായ മനോവേദനയോടെയുള്ള കരച്ചിൽ കിരൺമൊയിയും സുരഞ്ജനും മാത്രമേ കേട്ടുള്ളു. ഇരുവരും ഉറക്കമില്ലാതെ കിടക്കുകയായിരുന്നു. വെളുപ്പും കറുപ്പും നിറമുള്ള പൂച്ചയും അതു കേട്ടു.

എട്ടാം ദിവസം

അയോദ്ധ്യയിൽ ബാബറി മസ്ജിദ് തകർത്തശേഷം ഇന്ത്യയിൽ പടർന്നുപിടിച്ച കൂട്ടക്കൊലയും രക്തച്ചൊരിച്ചലും ശമിക്കുവാൻ കുറച്ചു സമയമെടുത്തു. മരിച്ചവരുടെ എണ്ണം 1800 കവിഞ്ഞു. ഭോപ്പാലിലും കാൺപൂരിലും ഇപ്പോഴും കലാപം നടക്കുകയാണ്. നിയമസമാധാനം പുനഃസ്ഥാപിക്കാനായി ഗുജറാത്ത്, കർണ്ണാടകം, കേരളം, ആന്ധ്രപ്രദേശ്, അസം, രാജസ്ഥാൻ, പശ്ചിമബംഗാൾ എന്നീ സംസ്ഥാനങ്ങളിലെ തെരുവുകളിൽ പട്ടാളത്തെ ഇറക്കിയിരിക്കുകയാണ്. നിരോധിച്ച രാഷ്ട്രീയ പാർട്ടികൾ ഇപ്പോൾ പ്രവർത്തനരഹിതരാണ്.

ശാന്തിയും സമാധാനവും വീണ്ടെടുക്കാനായി ധാക്കയിൽ എല്ലാ പാർട്ടികളും പെട്ടെന്നു ജാഥകൾ സംഘടിപ്പിച്ചു. വാസ്തവത്തിൽ ഇതെല്ലാം വെറും നാട്യമായിരുന്നു. പിന്നാമ്പുറക്കഥ വ്യത്യസ്തമായിരുന്നു.

–ഗോളൊക്പൂരിൽ മുപ്പതു ഹിന്ദു സ്ത്രീകൾ ബലാത്സംഗം ചെയ്യപ്പെട്ടു. ചഞ്ചാലി, സന്ധ്യാ, മോനി... നികഞ്ചദത്ത കൊല്ലപ്പെട്ടു. വൃദ്ധയായ ഭഗവതി പേടിച്ചു ഹൃദയസ്തംഭനം വന്നു മരിച്ചു. ഗോളൊക്പൂരിൽ പകൽസമയത്തും ബലാത്സംഗം നടന്നതായി റിപ്പോർട്ടു ചെയ്യപ്പെട്ടിരിക്കുന്നു. മുസ്ലിം വീടുകളിൽ അഭയം തേടിയ ഹിന്ദുസ്ത്രീകൾ പോലും ബലാൽസംഗത്തിനിരയായി... നിരവധി ദേവാലയങ്ങളും ഹിന്ദുഗൃഹങ്ങളും കൊള്ളയടിക്കയും തീവച്ചു ചാമ്പലാക്കുകയും ചെയ്തു. ഭോലയിലും ഫിറോസ്പൂരിലും സൈദപൂരിലും ഖുൽനായിലും മറ്റനേകം ജില്ലകളിലും.

മായയെ തട്ടിക്കൊണ്ടുപോയത് അവരറിഞ്ഞിട്ടില്ല. കൂട്ടക്കൊലകളുടെ കഥകൾ സുരഞ്ജന്റെ വീട്ടിലിരുന്ന് അവർ സംസാരിച്ചുകൊണ്ടിരുന്നു. ബിരൂപാക്ഷ, നയൻ, ദേബബ്രതാ എന്നിവർ. സുരഞ്ജൻ കണ്ണുകളടച്ചു കിടക്കുകയാണ്. അവൻ കോപത്തോടെ ചിന്തിച്ചു – നിങ്ങൾക്കാർക്കും ഒരു കാര്യമറിയില്ല, ഹിന്ദു ഗൃഹങ്ങൾ കൊള്ളയടിക്കപ്പെട്ടതു ഭോല, ചിറ്റഗോംഗ്, ഫിറോസ്പൂർ, സിയാൽ ഹെറ്റ്, കൊമ്മില എന്നിവിടങ്ങളിൽ മാത്രമല്ല തിക്കാതുലിയിലെ ഒരു വീട്ടിലും കൂടിയുണ്ട്. ആ വീട് കൊള്ളയടിച്ചശേഷം അവിടെ നിന്നു മായ എന്ന സുന്ദരിയായ പെൺകുട്ടിയെ കട്ടുകൊണ്ടുപോയി! സ്ത്രീകൾ ചരക്കുകൾ പോലെയാണല്ലോ. അതുകൊണ്ടു സ്വർണ്ണമോ വെള്ളിയോ പോലെ മോഷ്ടിക്കപ്പെട്ടു!

“എന്തു പറ്റി സുരഞ്ജൻ? നീ എന്താണ് ഒന്നും മിണ്ടാത്തത്.” ദേബബ്രതാ ചോദിച്ചു.

“എനിക്കു മദ്യപിക്കാൻ തോന്നുന്നു.”

“ഇന്നു മദ്യലഹരിയിൽ നമ്മൾക്കു മുങ്ങിക്കൂടെ?”

“നീ ശരിക്കും അതുദ്ദേശിച്ചുകൊണ്ടാണോ പറയുന്നത്?”

“അതെ. ഞാൻ അതുതന്നെയാണ് ഉദ്ദേശിച്ചത്. എന്റെ പോക്കറ്റിൽ പണമുണ്ട്. നിങ്ങളിൽ ആരെങ്കിലും പോയി ഒരു ബോട്ടിൽ വിസ്കി വാങ്ങിക്കൊണ്ടു വരൂ.”

“വീട്ടിലിരുന്നു നീ വിസ്കി കുടിക്കുമോ? നിന്റെ അച്ഛനമ്മമാർ എന്തു കരുതും?”

“അച്ഛനമ്മമാർ തുലഞ്ഞുപോകട്ടെ! എനിക്കു കുടിക്കണമെന്നു തോന്നുന്നു, അതുകൊണ്ടു ഞാൻ കുടിക്കും. ബിരു, ദയവായി ചെല്ലൂ. നിനക്ക് അതു സകുരയിൽ നിന്നോ പിയാസിയിൽ നിന്നോ കിട്ടും.”

“എന്നാൽ സുരഞ്ജൻ ദാ...”

“ദൈവത്തെ ഓർത്തു പോകൂ.”

കിരൺമൊയിയുടെ രോദനം അടുത്ത മുറിയിൽ നിന്നുയർന്നു.

"ആരാണു കരയുന്നത്? മാഷിമായോ?" ബിരൂപാക്ഷ ചോദിച്ചു.

"ഒരു ഹിന്ദു ആയതിന്റെ പേരിലുള്ള കണ്ണുനീർ ഒഴിവാക്കാൻ യാതൊരു മാർഗ്ഗവുമില്ല" സുരഞ്ജൻ പറഞ്ഞു.

അവിടെ കൂടിയിരുന്ന മൂന്നു യുവാക്കളും നിശ്ശബ്ദരായി. അവരും ഹിന്ദുക്കളാണ്. മാഷിമാ എന്തിനാണ് കരയുന്നതെന്നവർക്കറിയാം. ഇക്കാലത്ത് എല്ലാ ഹിന്ദുക്കളുടെയും ഹൃദയത്തിൽ പ്രകടിപ്പിക്കാനാവാത്ത ദുഃഖം നിറഞ്ഞു നിൽക്കുകയാണ്! ബിരൂപാക്ഷ പണവുമായി പെട്ടെന്നു പുറത്തിറങ്ങി, മറ്റുള്ളവർ അനുഭവിക്കുന്ന വേദനയിൽ നിന്നു രക്ഷപ്പെടാനെന്നപോലെ. സുരഞ്ജനും ആ വേദനയിൽനിന്നു രക്ഷപ്പെടണം – എന്നാൽ അവൻ തിരഞ്ഞെടുത്ത മാർഗ്ഗം മദ്യമാണ്.

ബിരുപാക്ഷ പോയ ഉടനെ സുരഞ്ജൻ ചോദിച്ചു "ദേബബ്രതാ, നിനക്കൊരു പള്ളി കത്തിക്കാമോ?"

"പള്ളി? നിനക്കു ഭ്രാന്തു പിടിച്ചോ?"

"വരൂ, നമ്മൾക്കു പോയി ഇന്നു താരാമസ്ജിദിനു തീ വയ്ക്കാം."

ദേബബ്രതാ ഭയാശങ്കകളോടെ സുരഞ്ജനെയും നയനെയും മാറി മാറി നോക്കി.

"ഈ രാജ്യത്ത് ഇരുപതു മില്യൺ ഹിന്ദുക്കളുണ്ട്. നമ്മൾക്കു വേണമെങ്കിൽ 'ബെയിതുൾ മൊക്കാറം' പോലും കത്തിച്ചു ചാമ്പലാക്കാൻ കഴിയും."

"നീ ഒരിക്കലും ഹിന്ദുവായി പ്രഖ്യാപിച്ചിട്ടില്ലല്ലോ."

"ഞാനെന്നെ ഒരു മനുഷ്യജീവിയായാണ് കണ്ടിരുന്നത്. മനുഷ്യത്വത്തിൽ ഞാൻ വിശ്വസിച്ചു. എന്നാൽ ഈ മുസ്ലിമുകൾ എന്നെ ഒരു മനുഷ്യനായി ജീവിക്കാനനുവദിക്കില്ല. അവരെന്നെ ഒരു ഹിന്ദു ആക്കി."

"നീ ഒരുപാടു മാറിയിരിക്കുന്നു, സുരഞ്ജൻ."

"അതെന്റെ തെറ്റല്ല."

"പള്ളികൾ നശിപ്പിക്കുന്നതുകൊണ്ടു നമ്മൾ എന്തു നേടാനാണ്? നമ്മൾക്കു ക്ഷേത്രങ്ങൾ തിരിച്ചുകിട്ടുമോ?" ദേബബ്രതാ പരിഭ്രമത്തോടെ ചോദിച്ചു.

"നമ്മൾക്കൊന്നും നേടാനായില്ലെങ്കിലും, ചുരുങ്ങിയതു നാശം വിതയ്ക്കാൻ നമ്മൾക്കും കഴിയുമെന്നു തെളിയിക്കാമല്ലോ. നമ്മളും കുപിതരാകാൻ കഴിവുള്ളവരാണെന്നു കാണിച്ചുകൊടുക്കാമല്ലോ. ബാബറി മസ്ജിദ് 450 വർഷം പഴക്കമുള്ളതാണ്, എന്നാൽ ചൈതന്യദേബ് മന്ദിരത്തിന്റെ പഴക്കം 500 വർഷമാണ്. ഈ രാജ്യത്തും അവർ അഞ്ഞൂറു വർഷം പഴക്കമുള്ള സ്മാരകം തകർക്കുന്നില്ലേ? ശോഭൻബാഘ് പള്ളി തല്ലി

ത്തകർക്കാനാണെനിക്കു തോന്നുന്നത്. ഗുൽഷൻ പള്ളിയുടെ ഒന്നാംഘട്ടം പണിയിച്ചത് സൗദി അറേബ്യക്കാരാണ്. എന്തുകൊണ്ടു നമ്മൾക്കൊരു ക്ഷേത്രം നിർമ്മിച്ചുകൂടാ?"

"നീ എന്തൊക്കെയാണീ പറയുന്നത്, സുരഞ്ജൻ? നിനക്കു ശരിക്കും ഭ്രാന്തു പിടിച്ചോ? നീ പറയാറില്ലേ, പള്ളികളുടെയും അമ്പലങ്ങളുടെയും സ്ഥാനത്ത് കുളം കുഴിച്ചിരുന്നെങ്കിൽ, അതിൽ താറാവുകളെ വളർത്താ മായിരുന്നെന്ന്!"

"ഞാനതിനപ്പുറവും പറയുമായിരുന്നു. ഇതും ഞാൻ പറഞ്ഞിട്ടുണ്ട്. ഇഷ്ടികകൾകൊണ്ടു നിർമ്മിക്കപ്പെട്ട എല്ലാ ആരാധനാലയങ്ങളും പൊട്ടി ത്തകർന്നു തരിപ്പണമാകട്ടെ. ക്ഷേത്രങ്ങളും പള്ളികളും ഗുരുദ്വാരകളും ഒന്നും വേണ്ട. അവയെല്ലാം തകർന്നശേഷം അതിന്റെ അവശിഷ്ടങ്ങൾക്കു മേൽ നമ്മൾ മനോഹരമായ ഉദ്യാനങ്ങളും കുട്ടികൾക്കുവേണ്ടിയുള്ള വിദ്യാലയങ്ങളും നിർമ്മിക്കും. മനുഷ്യനന്മയ്ക്കുവേണ്ടി അവിടെ ആശുപത്രി കളും അനാഥാലയങ്ങളും സ്കൂളുകളും യൂണിവേഴ്സിറ്റികളും സ്ഥാപിക്കും. ഇനി മുതൽ പ്രാർത്ഥനാലയങ്ങൾ ആർട്ട് ആന്റ് ഹാന്റിക്രാഫ്ട് അക്കാദമി കളും ഫൈൻ ആർട്ട്സ് സ്കൂളുകളും ശാസ്ത്രചർച്ചകൾ നടത്താനുള്ള ഹാളുകളും ആക്കി മാറ്റണം. നമ്മുടെ പ്രാർത്ഥനാകേന്ദ്രങ്ങൾ, സൂര്യപ്രകാശ മേറ്റു പച്ചപിടിച്ചുവളരുന്ന നെൽവയലുകളായി മാറട്ടെ! മതം നശിക്കട്ടെ. മാനവികത വളരട്ടെ."

"ഒരു ദിവസം ബഡേഗുലാം അലിയെക്കുറിച്ച് ദേബേഷ്റോയിയുടെ ഒരു ലേഖനം വായിച്ചു" ദേബബ്രതാ പറഞ്ഞു. "ഒരാൾ പരിപാടി നടക്കുമ്പോൾ എഴുന്നേറ്റു 'ഹരി ഓം തത്സത്, ഹരി ഓം തത്സത്' എന്ന ട്യൂണിനൊപ്പം ഡാൻസു ചെയ്യാൻ തുടങ്ങി. ഇന്നും ബഡേ ഗുലാം അതേ കീർത്തനമാണ് ആലപിക്കുന്നത്. ബാബറി മസ്ജിദ് പൊളിച്ചു മാറ്റി രാമവിഗ്രഹം പ്രതിഷ്ഠിച്ച വർക്ക് ഈ ഗാനം കേൾക്കാൻ കഴിയുമോ? അദ്വാനിയും അശോക് സിംഗാളും ഈ ഗാനങ്ങൾ കേൾക്കുന്നില്ല. രാഷ്ട്രീയ സ്വയം സേവക് സംഘിന്റെയോ ബജ്റംഗ്ദളിന്റെയോ ചെവികളിൽ അവ എത്തുകയില്ല. ഒരു മുസ്ലിം ആയിട്ടും, ബഡേഗുലാം അലിയുടെ ഗാനങ്ങൾ 'ഹരി ഓം തത്സത്'ന്റെ ആത്മാവ് ഉൾക്കൊള്ളുന്നതാണ്. ബാബറിമസ്ജിദ് തകർത്തതിനു പ്രതികാരമായി ക്ഷേത്രങ്ങൾ തകർക്കാൻ തയ്യാറെടുത്ത മുസ്ലിമുകളും ഈ ഗാനങ്ങൾ ഉൾക്കൊണ്ടില്ല. ഒറ്റക്കാര്യമേ അവർക്കു മനസ്സിലാകൂ. മസ്ജിദ് തകർന്നു. അമ്പലങ്ങൾ തകർക്കണം."

"അപ്പോൾ, പള്ളി തകർക്കുന്നത്, അമ്പലങ്ങൾ തകർത്തതിനുള്ള തിരിച്ചടിയല്ലെന്നാണോ നീ ഉദ്ദേശിക്കുന്നത്? നീ എന്റെ അച്ഛനെപ്പോലെ ഒരു ആദർശവാദിയാണ്. ഞാനദ്ദേഹത്തെ വെറുക്കുന്നു. ആ വൃദ്ധനെ ഞാൻ വെറുക്കുന്നു." സുരഞ്ജൻ പറഞ്ഞു.

ഇത്രയും നേരം ശാന്തനായി അവൻ കിടക്കുകയായിരുന്നു. പെട്ടെന്നു വികാരഭരിതനായി ചാടി എഴുന്നേറ്റു.

“ശാന്തനാകു, സുരഞ്ജൻ, ശാന്തനാകു. നിന്റെ നിർദ്ദേശം ഒരു യഥാർത്ഥ പരിഹാരമല്ല.”

“ഇല്ല! നിന്റെ അറിവിനു വേണ്ടി ഞാൻ പറയുകയാണ്. ഞാൻ കാണുന്ന ഏക പരിഹാരമാർഗ്ഗം ഇതൊന്നുമാത്രമണ്. എനിക്കു കഠാരകളും വാളുകളും പിസ്റ്റളുകളും വേണം. എനിക്കു കനത്ത ഇരുമ്പുകമ്പികളും വേണം. അവർ ധാക്കയിലെ ക്ഷേത്രാവശിഷ്ടങ്ങളിൽ മൂത്രമൊഴിച്ചില്ലേ? ഞാനും അവരുടെ പള്ളികളിൽ മൂത്രമൊഴിക്കാനാഗ്രഹിക്കുന്നു!”

“ഈശ്വരാ! സുരഞ്ജൻ, നീ വർഗ്ഗീയവാദിയായി മാറുകയാണ്”

“അതേ, ഞാൻ സമത്വവാദിയായിരുന്നു. ഇപ്പോൾ വർഗ്ഗീയവാദിയായി മാറുകയാണ്... അതുകൊണ്ടെന്താണ്?”

ദേബബ്രതായും സുരഞ്ജനും ഒരേ പാർട്ടിയിൽ ഒന്നിച്ചുപ്രവർത്തിക്കുന്നവരാണ്. എന്നാലയാൾക്കു പഴയ സുഹൃത്തിനെ മനസ്സിലാക്കാനായില്ല! സുരഞ്ജന്റെ പെരുമാറ്റം അവനെ അത്രയ്ക്ക് ഉലച്ചു കളഞ്ഞു– സുരഞ്ജൻ മദ്യപിക്കാൻ ആഗ്രഹിക്കുന്നു. അവൻ സ്വയം വർഗ്ഗീയ വാദിയായി ഉച്ചത്തിൽ പ്രഖ്യാപിക്കുന്നു. അച്ഛനെപോലും ചീത്ത വിളിക്കുന്നു! ദേബബ്രതാ ഭയവിഹ്വലനായി.

“ജലപ്രളയം വർഗ്ഗീയകലാപങ്ങൾ പോലെയല്ല, നിങ്ങളെ ഏതെങ്കിലും വിധത്തിൽ രക്ഷിച്ചു താൽക്കാലിക അഭയം നൽകാൻ. ആപത്തിൽ നിന്നു തല്ലിക്കെടുത്താവുന്ന അഗ്നിബാധയുമല്ല. കലാപം കൊടുമ്പിരിക്കൊള്ളുമ്പോൾ, മനുഷ്യരുടെ മനുഷ്യത്വം നഷ്ടപ്പെടുന്നു. കലാപസമയത്തു മനുഷ്യനിലെ ഏറ്റവും വിഷലിപ്തമായ സ്വഭാവം പുറത്തുചാടുന്നു. കലാപങ്ങൾ, പ്രകൃതിക്ഷോഭങ്ങളോ അപകടങ്ങളോ അല്ല. മനുഷ്യവർഗ്ഗത്തിന്റെ ധാർമ്മികമായ അപഥസഞ്ചാരമാണ്...”

സുധാമൊയ് ദീർഘമായൊന്നു നിശ്വസിച്ചു. അയാളുടെ ഭാര്യ ഒരു മൂലയ്ക്കു നിശ്ശബ്ദമായി തൊഴുകൈയോടെ പ്രാർത്ഥിക്കുകയാണ്. പഴയ കളിമൺവിഗ്രഹം ഇപ്പോൾ അവിടെ ഇല്ല. ഗുണ്ടകൾ അത് ആ നിർണ്ണായക ദിവസം തല്ലിത്തകർത്തിരുന്നു. എന്നാൽ രാധാ–കൃഷ്ണന്റെ ഒരു പടം അവൾക്കു കിട്ടി. അതവൾ മുറുക്കി പിടിച്ചിരിക്കുന്നു. ഇടയ്ക്കിടെ നെറ്റിയിൽ മുട്ടിക്കുന്നുമുണ്ട്. നിശ്ശബ്ദയായി അവൾ കണ്ണീരൊഴുക്കി. കിടക്കയിൽ ചലനമില്ലാതെ കിടക്കുന്ന സുധാമൊയ് അതിശയത്തോടെ ചിന്തിച്ചു, ഈ രാധയ്ക്കോ, കൃഷ്ണനോ മായയെ തിരിച്ചുകൊണ്ടുവരാനുള്ള ശക്തിയുണ്ടോ? മായയെ മൗലികവാദികളുടെ പിടിയിൽനിന്നു വേർപെടുത്തി കൊണ്ടുവരാനുള്ള എന്തു ശക്തിയാണ് ഈ പടത്തിനുള്ളതെന്ന് അയാൾ ഓർത്തു.

അയാൾ മറ്റെല്ലാവരേയുംപോലെ ഈ രാജ്യത്തിലെ പൗരനാണ്. അയാൾ ഭാഷാ പ്രക്ഷോഭണത്തിലും പാക്കിസ്താനെതിരായ സമരത്തിലും സ്വാതന്ത്ര്യസമരത്തിലും പങ്കെടുത്തിട്ടുള്ളയാളാണ്. എന്നിട്ടും ഈ രാജ്യത്തിന്, അയാളുടെ സംരക്ഷണം ഉറപ്പുവരുത്താൻ കഴിയുന്നില്ല. അപ്പോൾ, എങ്ങനെയാണു രാധയോ കൃഷ്ണനോ അവരെ സംരക്ഷിക്കുക? ബാല്യകാലം മുതൽ അയാൾ കരുതിയിരുന്നത് അയൽവാസികളാണു തന്നെ പേടിപ്പിച്ചിരുന്നതെന്നാണ്. ആദ്യം അവർ അയാളുടെ സ്വത്തു തട്ടിയെടുത്തു, ഇപ്പോൾ മായയെയും.

നന്നായി അറിയുന്നവരും, വിശ്വസിച്ചിരുന്നവരുമായ ആളുകൾ നിങ്ങൾക്കൊരു ഭീഷണിയായി മാറുമ്പോൾ, കൃഷ്ണനെന്ന ഏതോ ദൈവത്തിനു നിങ്ങളെ രക്ഷിക്കാനാകുമോ? ആർക്കെങ്കിലും അതിനുള്ള ശക്തിയുണ്ടെങ്കിൽ അതു നമ്മൾ ജനത്തിനാണ്. നമ്മൾ ജാതി മത വർഗ്ഗ വ്യത്യാസങ്ങൾ ഉപേക്ഷിച്ച് ഒന്നാകുമെങ്കിൽ.

ദുർബ്ബലമായ ശബ്ദത്തിൽ സുധാമൊയ് ഭാര്യയെ വിളിച്ചു. അവൾ മൂലയിൽ നിന്നും എഴുന്നേറ്റു വന്ന്, അയാളുടെ മുന്നിൽ ഒരു പ്രതിമപോലെ നിന്നു.

“ഇന്നു മായയെ അന്വേഷിച്ചു സുരഞ്ജൻ പുറത്തുപോയിട്ടില്ലേ?” സുധാമൊയ് ചോദിച്ചു.

“എനിക്കറിയില്ല.”

“ഹൈദർ ചില ആളുകളെ അതിനായി നിയോഗിച്ചിട്ടുണ്ടെന്നല്ലേ പറഞ്ഞിരുന്നത്? അവനിന്നു വന്നിരുന്നോ?”

“ഇല്ല”

“അപ്പോൾ, നമ്മൾ ആശ കൈവിടണമെന്നാണോ? മായയെ ഒരിക്കലും കണ്ടെത്താനാവില്ലേ?”

“എനിക്കറിയില്ല.”

“സ്വല്പ നേരം നീ എന്റെ അടുത്തിരിക്കുമോ?”

കിരൺമൊയ് യാന്ത്രികമായി അടുത്തിരുന്നു. എന്നാൽ, അവൾ ഭർത്താവിനെ ആശ്വസിപ്പിക്കാൻ ശ്രമിച്ചില്ല. അയാളുടെ മുഖത്തുപോലും നോക്കിയില്ല. അടുത്ത മുറിയിൽ നിന്ന് ശബ്ദമുയരുന്നുണ്ട്.

സുധാമൊയ് ചോദിച്ചു. “എന്തിനാണു സുരഞ്ജൻ ഇങ്ങനെ ഒച്ചവയ്ക്കുന്നത്? അവൻ ഹൈദറിന്റെ അടുത്തു പോയില്ലേ? ഞാൻ പോയേനെ. ഞാനെന്തിന് ഇങ്ങനെ സുഖമില്ലാതെ കിടപ്പായി. ഞാൻ ആരോഗ്യത്തോടെ ഇരുന്നെങ്കിൽ ആർക്കെങ്കിലും മായയെ സ്പർശിക്കാൻ കഴിയുമായിരുന്നോ? ഞാനവരെ കൊന്നേനെ! എന്റെ ശരീരം അനുവദിച്ചിരുന്നെങ്കിൽ, ഏതു വിധേനയും ഞാൻ മായയെ കണ്ടെത്തിയേനെ...” സുധാമൊയ് എഴുന്നേൽക്കാനായി

കഷ്ടപ്പെട്ട് ഒരു ശ്രമം നടത്തി. പരാജയപ്പെട്ടു കിടക്കയിലേക്കു തന്നെ വീണു. കിരൺമൊയ് അയാളെ സഹായിക്കാൻ തുനിഞ്ഞില്ല; അടഞ്ഞുകിടക്കുന്ന വാതിലിൽ കണ്ണുംനട്ട് ഇരിപ്പാണ്. എപ്പോഴാണ് ആരെങ്കിലും വാതിലിൽ മുട്ടുക? എപ്പോഴാണ് മായ തിരിച്ചെത്തുക?

“നീ പോയി നിന്റെ പുന്നാരമോനെ ഒന്നു വിളിക്കാമോ? അവൻ ഒന്നാം തരം തെമ്മാടിയാണ്. അവന്റെ അനിയത്തി നഷ്ടപ്പെട്ടിരിക്കുന്നു എന്നിട്ടും വീട്ടിൽ ഇരുന്നു മദ്യപിക്കാനുള്ള ചങ്കൂറ്റമോ? ആഘോഷിക്കയാണോ? അവനു ലജ്ജയില്ലേ?” സുധാമൊയ് വെറുപ്പോടെ പറഞ്ഞു.

സുരഞ്ജനെ വിളിക്കാനോ, സുധാമൊയിയെ ആശ്വസിപ്പിക്കാനോ കിരൺമൊയ് ശ്രമിച്ചില്ല. അവൾ വാതില്ക്കലേയ്ക്കു തുറിച്ചുനോക്കി അതേ ഇരിപ്പ് തുടർന്നു. ഇടയ്ക്കിടെ മൂലയിലുള്ള രാധയുടെയും കൃഷ്ണന്റെയും പടത്തിലേക്കു ദൃഷ്ടി പായിക്കും. ഒരു മനുഷ്യജീവിയും അവളെ ആശ്വസിപ്പിക്കാനില്ല. അവളുടെ നേരെ ദൈവവും കണ്ണടച്ചിരിക്കുന്നു.

സുധാമൊയ് എഴുന്നേറ്റു നിൽക്കാൻ ആഗ്രഹിച്ചു. ജൊനാതൻ സ്വിഫ്ടിനെപ്പോലെ ലോകത്തോടു പ്രഖ്യാപിക്കാനയാൾ ആഗ്രഹിച്ചു. ‘പരസ്പരം വെറുക്കുന്നതിലാണ് നമ്മളെല്ലാം വിശ്വസിക്കുന്നത്, വളരെ കുറച്ചുപേർക്കുമാത്രമേ പരസ്പരം സ്നേഹിക്കാനറിയൂ.’

മനുഷ്യന്റെ ചരിത്രം, മതങ്ങൾ തമ്മിലുള്ള യുദ്ധംകൊണ്ടും കുരിശു യുദ്ധം കൊണ്ടും കറ പുരണ്ടതാണ്. സുധാമൊയ് 1946ൽ ഹിന്ദു-മുസ്ലിം സാഹോദര്യത്തിനു വേണ്ടിയുള്ള മുദ്രാവാക്യം വിളിച്ചിരുന്നു. ഇപ്പോഴും അതേ മുദ്രാവാക്യം കേൾക്കുന്നുണ്ട്. ഇത്രയും നീണ്ട ഒരുകാലം ഒരേയൊരു മുദ്രാവാക്യം വിളിക്കേണ്ട കാര്യമെന്താണ്? ഇനി എത്ര നൂറ്റാണ്ടുകളോളം ഈ ഭൂഖണ്ഡത്തിൽ ഇതേ മുദ്രാവാക്യം മുഴങ്ങിക്കൊണ്ടിരിക്കും? നമ്മുടെ ജനങ്ങളെ ഇനിയും ബോധവത്ക്കരിക്കേണ്ടതില്ലേ? വർഗ്ഗീയതയെ ശക്തിപ്പെടുത്തുന്ന ഭോഷന്മാരായ മതഭ്രാന്തന്മാർ ഭീകരമായ മതവൈരങ്ങൾ വളർത്തുന്ന മുദ്രാവാക്യങ്ങൾ മുഴക്കിക്കൊണ്ടിരിക്കുന്നു. മനുഷ്യർ സ്വന്തം ഹൃദയത്തിൽനിന്നു വർഗ്ഗീയത തുടച്ചുനീക്കാൻ പഠിച്ചില്ലെങ്കിൽ, ഹിന്ദു-മുസ്ലീം സഹോദര്യത്തിന്റെ മുദ്രവാക്യങ്ങൾക്ക് അർത്ഥമെന്താണ്?

സുരഞ്ജൻ ഹൈദറുടെ വീട്ടിൽ പോയിരുന്നതാണ്. അവൻ വീട്ടിലില്ലായിരുന്നു. ഭോലായിലെ ഹിന്ദുക്കൾക്കു നേരിട്ട നാശനഷ്ടങ്ങളെക്കുറിച്ചു കണക്കെടുക്കാൻ പോയിരിക്കുകയാണ്. സുരഞ്ജനു തന്റെ മനക്കണ്ണിലൂടെ കാണാൻ കഴിഞ്ഞു. ഹൈദർ, കഷ്ടത അനുഭവിക്കുന്നവരോടു സഹാനുഭൂതിയുള്ള ഹൈദർ, പല സ്ഥലങ്ങളിലും പോയി പ്രസംഗിക്കുന്നു, എല്ലാവരും അവനെ അഭിനന്ദിക്കുന്നു. അവന്റെ സഹാനുഭൂതിയെയും വർഗ്ഗീയതയ്ക്കെതിരെയുള്ള നിലപാടിനെയും അവർ പ്രശംസിക്കുന്നു. അങ്ങനെ അവാമിലീഗിനു ഹിന്ദു വോട്ടുകൾ ഉറപ്പിക്കാം!

എന്നാൽ, സുരഞ്ജൻ ദേഷ്യത്തോടെ ഓർത്തു, ഇത്രയും ദൂരെയുള്ള ഭോലയിൽ ചെന്നു മായയെപ്പോലുള്ളവരോടു സഹാനുഭൂതി പ്രകടിപ്പിക്കാനവൻ പോയെങ്കിലും, അടുത്ത വീട്ടിലെ മായയെക്കുറിച്ച് അവനു യാതൊരു വിഷമവുമില്ല!

സുരഞ്ജൻ മദ്യക്കുപ്പി തുറന്നു. ഗ്ലാസ്സു നിറച്ചു വായിലേക്കൊഴിച്ചു. അവന്റെ കൂട്ടുകാർക്കു കുടിക്കാനത്ര താത്പര്യമുണ്ടായിരുന്നില്ലെങ്കിലും സുരഞ്ജനു കമ്പനി കൊടുക്കാമെന്നു സമ്മതിച്ചു. വെറുംവയറ്റിൽ മദ്യം അകത്തുചെന്നപ്പോൾ കത്തുന്ന പ്രതീതിയായിരുന്നു.

സുരഞ്ജൻ പറഞ്ഞു "സായാഹ്ന യാത്രകൾ എനിക്കു വളരെ ഇഷ്ടമായിരുന്നു. മായയും എന്നോടൊപ്പം വരാനാഗ്രഹിച്ചു. ഒരുദിവസം ഷാൽബോൺ വിഹാറിലേക്കവളെ കൊണ്ടുപോകണം."

"ജനുവരി രണ്ടു മുതൽ ഉലേമാ മഷേക്കുകൾ നീണ്ട ഒരു മാർച്ച് നടത്താൻ പോകുകയാണത്രെ" ബിരൂപാക്ഷ പറഞ്ഞു.

"എന്തു നീണ്ട മാർച്ച്?"

"അവർ ഇന്ത്യയിലേക്കു നടന്നുചെന്നു ബാബറിമസ്ജിദ് പുനർനിർമ്മാണം നടത്താനുദ്ദേശിക്കുന്നു."

"നീണ്ട മാർച്ചിൽ അവർ ഹിന്ദുക്കളെയും ഉൾപ്പെടുത്തുമോ? ഉൾപ്പെടുത്തുമെങ്കിൽ ഞാൻ പോകാൻ തയ്യാറാണ്. നിങ്ങളിലാരെങ്കിലും പോകുന്നോ?" സുരഞ്ജൻ ചോദിച്ചു.

അവർ പരസ്പരം അർത്ഥഗർഭമായ നോട്ടം അയച്ചെങ്കിലും മറുപടി പറഞ്ഞില്ല.

ചെറിയൊരു ദേഷ്യത്തിൽ ദേബബ്രതാ പറഞ്ഞു. "നീ എന്താണ് മുഷിപ്പിക്കുന്ന രീതിയിൽ, ഹിന്ദുക്കളെയും മുസ്ലിമുകളെയും പറ്റി ആവർത്തിച്ചു പറഞ്ഞുകൊണ്ടിരിക്കുന്നത്? ഈയിടെയായി നീ ശരിക്കും ഒരു ഹിന്ദുതീവ്രവാദിയായിരിക്കുകയാണ്.

സുരഞ്ജൻ ആ അഭിപ്രായത്തെ അവഗണിച്ചു. "എന്നോടു പറയൂ, ദേബു. ഹിന്ദുവാണോ മുസ്ലിമാണോ എന്നു കണ്ടുപിടിക്കാനുള്ള മാർഗ്ഗം നമ്മൾക്കെല്ലാവർക്കുമറിയാം, അവൻ സുന്നത്തു നടത്തിയിട്ടുണ്ടോ എന്നു പരിശോധിച്ചാൽ മതി. സ്ത്രീകളുടെ കാര്യത്തിൽ എങ്ങനെയാണ്? ഉദാഹരണത്തിനു മായയെ എടുക്കൂ. അവളെ കൈകാലുകൾ ബന്ധിച്ചു തെരുവിലിട്ടിരിക്കുകയാണെന്നു കരുതുക. അവൾ ഹിന്ദുവാണോ, മുസ്ലിം ആണോ എന്ന് ആളുകൾ എങ്ങനെ തിരിച്ചറിയും? അവൾക്കു മുസ്ലിമിനെപ്പോലെ കൈകളും, കാലുകളും, ചെവികളും, മൂക്കും ഉണ്ടല്ലോ, ഇല്ലേ?"

വിഷയം മാറ്റിക്കൊണ്ടു ദേബബ്രതാ പറഞ്ഞു.

“സിയാവുർ റഹ്മാന്റെ ഭരണകാലത്ത്, ഫറാക്കാ തർക്കം പരിഹരിക്കാനായി അതിർത്തിയിലേക്കു നീണ്ട മാർച്ചു നടത്തിയിരുന്നു. ബാബറി മസ്ജിദ് പുനർനിർമ്മാണത്തിനുവേണ്ടിയുള്ള നീണ്ട വർഗ്ഗീയ മാർച്ചോടെ 1993ൽ ഖാലിദാ ഭരണം വരും. ഫറാക്കാമാർച്ചു വെള്ളത്തിനു വേണ്ടിയല്ലായിരുന്നു എന്നതുപോലെ, ബാബറി മസ്ജിദ് പുനർനിർമ്മാണ മാർച്ചും മസ്ജിദിനു വേണ്ടി ഉള്ളതായിരിക്കില്ല. മസ്ജിദിന്റെ പേരിലുള്ള ഈ മുറവിളിയെല്ലാം രാഷ്ട്രീയത്തെ മതവൽക്കരിക്കാനും അതിലൂടെ ഭാഗ്യം നേടാനുമാണ്; ‘ഗൊലം ആസം’ വിരുദ്ധ പ്രക്ഷോഭണത്തിൽനിന്നു ജനശ്രദ്ധ തിരിച്ചു വിടുകയും വേണം. കലാപത്തോടും അതു സൃഷ്ടിച്ച നാശനഷ്ടങ്ങളോടും ഗവൺമെന്റ് അനുവർത്തിച്ച നിസ്സംഗതാഭാവം അത്ര നിഷ്കളങ്കമാണെന്നാണോ വിചാരിക്കുന്നത്? അറുതിയില്ലാത്ത അക്രമങ്ങൾ അരങ്ങേറുന്നു. രാജ്യത്തിനകത്തു മതസൗഹാർദ്ദം നിലനിൽക്കുന്നു എന്നു ഗവൺമെന്റ് പറഞ്ഞുകൊണ്ടിരിക്കുകയും ചെയ്യുന്നു!”

ഈ സമയത്തു പുലോക് മുറിയിലേക്കു കടന്നുവന്നു. അവൻ ചോദിച്ചു.

“നിങ്ങൾ എന്താണ് വാതിൽ മലർക്കെ തുറന്നുവച്ച് ഇരിക്കുന്നത്?”

“വാതിൽ തുറന്നുവച്ച ഞങ്ങൾ ബഹളമുണ്ടാക്കുന്നു, നിലവിളിക്കുന്നു, കുടിക്കുന്നു... ഇനി ഭയപ്പെട്ടിട്ടെന്തിനാണ്? വേണമെങ്കിൽ നമ്മൾക്കു മരിക്കാം! എങ്ങനെ നീ പുറത്തിറങ്ങി?”

“അന്തരീക്ഷം കുറെയൊക്കെ ശാന്തമായിട്ടുണ്ട്.”

“സ്ഥിതി പറയാൻ പറ്റാത്ത വിധത്തിലായാൽ നീ വീണ്ടും ഉള്ളിൽ അടച്ചിരിക്കും. ശരിയല്ലേ?” സുരഞ്ജൻ പൊട്ടിച്ചിരിച്ചുകൊണ്ട് അലറി.

സുരഞ്ജനെ ഇപ്രകാരം കുടിച്ച് ഉന്മത്തനായിക്കണ്ടു പുലോക് അന്തം വിട്ടു നിന്നു! നഗരത്തിലൂടെ ധൈര്യം സംഭരിച്ചു സ്കൂട്ടറോടിച്ചുവന്നത് എന്തിനാണെന്നവനോർത്തു. സജീവ രാഷ്ട്രീയക്കാരനായ സുരഞ്ജൻ അതേസമയം വീട്ടിൽ മദ്യപിച്ച് ഇരിക്കുകയാണ്! അവനു സ്വന്തം കണ്ണുകളെ വിശ്വസിക്കാനായില്ല. എവിടെയാണു തെറ്റുപറ്റിയിരിക്കുന്നത്? തന്റെ സുഹൃത്ത് നാടകീയമായ രീതിയിൽ എങ്ങനെ മാറി?

സുരഞ്ജൻ ഗ്ലാസ്സ് ഒന്നു മൊത്തിയശേഷം പറഞ്ഞു. “ഗൊലം ആസം, ഗൊലം ആസം, ഗൊലം ആസം... എനിക്കതിലെന്താണു ചെയ്യാനുള്ളത്? ഗൊലം ആസമിനെ ശിക്ഷിച്ചാൽ എനിക്കെന്തു കിട്ടാനാണ്! മായ... മായ സ്വന്തം പേരിനെ വെറുത്തിരുന്നു. ആ പേരു കേൾക്കുമ്പോൾ അവൾക്കു ഛർദ്ദിക്കാൻ വരും. നിനക്കറിയാമോ സ്വാതന്ത്ര്യസമരത്തിനിടയിൽ എന്റെ മൂന്നു മാമന്മാരും, രണ്ട് ഇളയച്ഛന്മാരും വെടിയേറ്റു മരിച്ചു. എന്റച്ഛന്റെ ജീവൻ മാത്രം അവർ എന്തുകൊണ്ടു വിട്ടുകൊടുത്തു എന്നെനിക്ക് ഇനിയും അറിയില്ല. ഒരുപക്ഷേ അദ്ദേഹം സ്വാതന്ത്ര്യത്തിന്റെ ഫലം ആസ്വദിക്കട്ടെ എന്നവർ കരുതിക്കാണും. എന്നിട്ടിപ്പോൾ, അദ്ദേഹം അത് ആസ്വദിക്കുകയാണത്രേ. ഹഹഹ! സ്വാതന്ത്ര്യത്തിന്റെ യശസ്സിൽ, ഭാര്യയോടും മകനോടും

മകളോടു മൊപ്പം ജീവിതം ആസ്വദിച്ചുകൊണ്ടിരിക്കുകയാണോ ഡോ. സുധാമൊയ് ദത്താ?"

സുരഞ്ജൻ നിലത്തു കാലുംനീട്ടി ഇരിക്കുകയാണ്. പുലോക് അവന്റെ അടുത്തിരുന്നു. മുറി നിറയെ പൊടിയാണ്. പുസ്തകങ്ങളും കടലാസ്സുകളും നിലത്തു ചിന്നിച്ചിതറി കിടക്കുന്നു. പൊട്ടിത്തകർന്ന ഫർണിച്ചർ അവിടവിടെ കിടക്കുന്നുണ്ട്. സിഗററ്റ് കുറ്റികളും ചാരവും മുറി കൂടുതൽ അലങ്കോലമാക്കി. സുരഞ്ജൻ കോപാവേശം കൊണ്ടു ഫർണിച്ചർ തല്ലിത്തകർത്തതാണെന്നാണു പുലോക് വിചാരിച്ചത്. സംസാരം നിലച്ചപ്പോൾ വീടു ശൂന്യമായി തോന്നി, ജനവാസമില്ലാത്ത പോലെ.

പുലോക് പറഞ്ഞു "എക്രം ഹുസ്സൈൻ ഭോല സന്ദർശിച്ചു. അവൻ പറയുന്നതനുസരിച്ച്, അവിടത്തെ പോലീസും ഭരണവും ബി എൻ പിയും കരുതുന്നത്, ബാബറി മസ്ജിദ് പൊളിച്ചുമാറ്റിയതിനോടുള്ള സ്വാഭാവിക പ്രതികരണമാണാ സംഭവങ്ങൾ എന്നാണ്. കൊള്ളയും കൊള്ളിവയ്പും പെട്ടെന്ന് ഉണ്ടായതാണ്. ഹിന്ദുക്കളെ ഉന്മൂലനം ചെയ്യുന്ന പ്രക്രിയയ്ക്കിടയിൽ ഗ്രാമങ്ങൾ ഒന്നിനുപിന്നാലെ ഒന്നായി കത്തി ചാമ്പലായി. അന്തരീക്ഷത്തിനൊരു കരിഞ്ഞ ഗന്ധമാണ്. വൈക്കോൽതുറുകളും നെല്ലറകളുമെല്ലാം അഗ്നിക്കിരയായി. വീടിനുള്ളിൽനിന്നു തുണികൾ, ഷൂസ്, ചൂല് എല്ലാം വലിച്ചു പുറത്തിട്ടു മണ്ണെണ്ണ ഒഴിച്ചു തീ കൊളുത്തി. ചെറിയ ആൺകുട്ടികളുടെ തുണി ഊരിക്കളഞ്ഞു. പെൺകുട്ടികളെയും സ്ത്രീകളെയും പൊക്കിക്കൊണ്ടുപോയി ബലാത്സംഗം ചെയ്തു. സ്ത്രീകളുടെ സാരികളും ആഭരണങ്ങളും അഴിച്ചെടുത്തു. ചില ഹിന്ദുക്കൾ നെൽവയലുകളിലേക്കോടി രക്ഷപ്പെടാൻ ശ്രമിച്ചു. അവിടെവച്ചാണ് അവർ സാമ്പുപൂർ ഖാസർഹാത് സ്കൂൾ അദ്ധ്യാപകൻ നികുഞ്ജ ദത്തയെ പിടികൂടി തല്ലിച്ചതച്ചത്. അയാളുടെ പണം മുഴുവൻ തട്ടിയെടുത്തു. നികുഞ്ജ ദത്ത ചാകാറായിട്ടുണ്ട്. ഭോലയിലെ ഹിന്ദുക്കൾക്ക് അവർ താക്കീതു നൽകി. 'ജീവൻ വേണമെങ്കിൽ, രാജ്യം വിടുക'. ഉടനെ സ്ഥലം വിട്ടില്ലെങ്കിൽ ഹിന്ദുക്കളെ വെട്ടിനുറുക്കി കഷണങ്ങളാക്കി കാക്കകൾക്കു തിന്നാൻ ഇട്ടുകൊടുക്കുമെന്നു ഭീഷണിപ്പെടുത്തി. ധനികരായ ഹിന്ദുക്കളുടെ നിലയും മെച്ചമായിരുന്നില്ല. എല്ലാം കത്തിച്ചു ചാരമാക്കി. ഇപ്പോൾ ചിരട്ടയിലാണവർ വെള്ളം കുടിക്കുന്നത്, ആഹാരം കഴിക്കുന്നത് ഇലയിലും. എന്തിനധികം, ഇരന്നുകിട്ടുന്നതുകൊണ്ടാണ് ഉപജീവനം കഴിക്കുന്നത്. ദിവസത്തിലൊരിക്കൽ കാട്ടിലെ ഏതെങ്കിലും കിഴങ്ങുകൾ പുഴുങ്ങിക്കഴിക്കും. ഭാര്യമാർ ഭർത്താക്കന്മാരുടെ മുന്നിൽവച്ചും പുത്രിമാർ പിതാക്കന്മാരുടെ മുന്നിൽവച്ചും സഹോദരിമാർ സഹോദരന്മാരുടെ മുന്നിൽവെച്ചും മാനഭംഗം ചെയ്യപ്പെട്ടു. നിരവധി പേർ ഗത്യന്തരമില്ലാതെ, തങ്ങളുടെ ജീവൻ തിരിച്ചുതന്നാൽ മതി, ഞങ്ങൾ ഇന്ത്യയിലേക്ക് പൊയ്ക്കൊള്ളാമെന്ന് യാചനയോടെ പറഞ്ഞു."

അവരെ സഹായിക്കാൻ ചെന്ന സംഘടനകളോട് ആ പ്രദേശത്തെ ഹിന്ദുക്കൾ പറഞ്ഞു, "ഞങ്ങൾക്കു നിങ്ങളുടെ ധർമ്മമൊന്നും വേണ്ട."

ഇവിടെ നിന്ന് ഇന്ത്യയിലേക്ക് പോകാനായി സഹായിച്ചാൽ അതു തീർച്ച യായും സ്വീകരിക്കാനവർ തയ്യാറായിരുന്നു... സാമ്പുപൂരും ഗൊളൊക്പൂരും ആക്രമിച്ചതു ബചെറ്റും ഷിരാസ് പട്‌വാരിയുമായിരുന്നു. ഇരുവരും നേരത്തെ ജമായത്ത ഷിബീർ നേതാക്കളായിരുന്നു. പിന്നീടു ബിഎൻപി അംഗങ്ങളായി... സ്വാതന്ത്ര്യ സമരസേനാനി പ്രിയലാൽ ബാബുവിന്റെ വീടുപോലും കൊള്ള യടിച്ചശേഷം തീയിട്ടു. അയാളുടെ ഗ്രാമം അബ്ദുൾ ഖാദറും വിലായതു ഹുസൈനും ചേർന്ന് ആക്രമിച്ചു... അവർ നാടുവിട്ടു പോകാൻ നിർബന്ധിക്ക പ്പെട്ടു..."

പുലോകിനെ സംസാരം തുടരാൻ സുരഞ്ജൻ സമ്മതിച്ചില്ല. "ഷട്ടപ്...!" അയാൾ അലറി "ഇനി നീ ഒരക്ഷരം മിണ്ടിയാൽ, ഞാൻ നിന്നെ അടിക്കും."

ഞെട്ടിത്തെറിച്ച പുലോക് പകുതിക്കുവച്ചു നിറുത്തി. സുരഞ്ജൻ എന്താണ് ഇങ്ങനെ വിചിത്രമായി പെരുമാറുന്നത്? അത്രയ്ക്കും കുടിച്ചു മത്തായോ? ദേബബ്രതയെ നോക്കി പുലോക് ഒരു വരണ്ട ചിരിചിരിച്ചു.

കുറെ നേരത്തിന് ആരും ഒന്നും ശബ്ദിച്ചില്ല. സുരഞ്ജൻ മദ്യം മോന്തി ക്കൊണ്ടേ ഇരുന്നു. മദ്യപിക്കുന്ന ശീലം അവനില്ല, വല്ലപ്പോഴും പാർട്ടികളിൽ സ്വല്പം കഴിച്ചെങ്കിലായി, അതും വളരെ കുറച്ച്. എന്നാൽ ഇന്നയാൾ കുടിച്ചത് എന്തോ വൈരാഗ്യത്തോടെയാണ്.

പുലോകിനോടു വായ് മൂടാൻ പറഞ്ഞ ശേഷം അസ്വാഭാവികമായൊരു ശാന്തത ആ മുറിയിൽ തങ്ങിനിന്നു. ആ നിശ്ശബ്ദതയിൽ, സുരഞ്ജന്റെ പെട്ടെന്നുണ്ടായ പൊട്ടിക്കരച്ചിൽ എല്ലാവരെയും ഞെട്ടിപ്പിച്ചു. അവൻ പുലോകിന്റെ ചുമലിൽ തലചായ്ച്ചു കരഞ്ഞു കരഞ്ഞ് നിലത്തു തളർന്നു വീണു.

മുറിയിലുണ്ടായിരുന്നവരെയെല്ലാം വല്ലാത്തൊരാശങ്ക പിടികൂടി. പ്രതീക്ഷ യിൽ കവിഞ്ഞ ഒരാഘാതമായിരുന്നു അത്. മങ്ങിയ പ്രകാശമുള്ള ആ മുറിയിൽ മദ്യത്തിന്റെ ഗന്ധം തങ്ങിനിന്നു. സുരഞ്ജന്റെ ദുഃഖം നിറഞ്ഞ ശബ്ദം അവിടെ മാറ്റൊലിക്കൊണ്ടു. സുരഞ്ജൻ കുളിക്കുകയോ വസ്ത്രം മാറ്റുകയോ ആഹാരം കഴിക്കുകയോ ചെയ്തിട്ടില്ല. ദുഃഖം സഹിക്കാനാകാതെ അവൻ നിലത്തുകിടന്നുരുണ്ടു. അവന്റെ മുഷിഞ്ഞ ഉടുപ്പുകൾ കൂടുതൽ വൃത്തികേടായി.

ഒടുവിൽ അയാൾ തേങ്ങി, "കഴിഞ്ഞ രാത്രി അവർ മായയെ തട്ടിക്കൊണ്ടു പോയി"

"നീ എന്താണു പറഞ്ഞത്?" പുലോക് അദ്ഭുതസ്തബ്ധനായി തരിച്ചു നിന്നു. ദേബബ്രതയും നയനും ബിരൂപാക്ഷനും ഒരുപോലെ ഞെട്ടി.

അസഹ്യമായ വേദനയോടെ സുരഞ്ജൻ തേങ്ങിത്തേങ്ങിക്കരഞ്ഞു. കരച്ചിലിനിടയിൽ പാതി ഒഴിഞ്ഞ മദ്യകുപ്പി അവന്റെ കൈതട്ടി മറിഞ്ഞു. മുറിയുടെ അഴുക്കിൽ വിസ്കിയുംകൂടി ചേർന്നു. എന്നാൽ ആരും അതു ശ്രദ്ധിച്ചില്ല. മായയെ പിടിച്ചുകൊണ്ടുപോയെന്ന വാർത്തയ്ക്കു മുന്നിൽ,

മറ്റെല്ലാം നിസ്സാരമാണ്. ഷോക്കേറ്റപോലെ നിന്ന അവരുടെ നാവിൽ നിന്ന് ഒരക്ഷരം പുറത്തു വന്നില്ല. ഇത്തരം സന്ദർഭങ്ങളിൽ എന്ത് ആശ്വാസ വാക്കുകളാണു സഹായകരമാകുക?

ഈ സമയത്തു ബലാൽ മുറിയിലേക്കു പ്രവേശിച്ചു. അവൻ പെട്ടെന്നു ചുറ്റും നോക്കി, സുരഞ്ജൻ നിലത്തുകിടക്കുന്നതു കണ്ടു. അവൻ സുരഞ്ജന്റെ അടുത്തുചെന്നു ചോദിച്ചു, "സുരഞ്ജൻ അവർ ശരിക്കും മായയെ തട്ടിക്കൊണ്ടുപോയോ?"

സുരഞ്ജൻ തല ഉയർത്തിയില്ല.

"നീ പൊലീസിനു പരാതികൊടുത്തോ?"

സുരഞ്ജൻ അപ്പോഴും മിണ്ടിയില്ല. ഒരു മറുപടി പ്രതീക്ഷിച്ചുകൊണ്ട് ബലാൽ മറ്റുള്ളവരുടെ നേരെ നോക്കി. എന്നാൽ, ആർക്കും ഒന്നും പറയാനുണ്ടായിരുന്നില്ല.

"ആരാണു തട്ടിക്കൊണ്ടുപോകാൻ സാധ്യതയുള്ളതെന്ന് അറിയാൻ ശ്രമിച്ചുവോ?"

സുരഞ്ജൻ നിശ്ശബ്ദത തുടർന്നു. ബലാൽ കട്ടിലിലിരുന്ന് ഒരു സിഗററ്റു കത്തിച്ചു. അവൻ പറഞ്ഞു, "നമ്മൾക്കു ചുറ്റും എന്താണു നടക്കുന്നതെന്ന് എനിക്കു ശരിക്കും മനസ്സിലാകുന്നില്ല. ഗുണ്ടകളും വക്രബുദ്ധികളും രംഗം കയ്യടക്കിയിരിക്കുകയാണ്. അതിന്നിടയ്ക്ക്, ഇന്ത്യയിൽ അവർ ഞങ്ങളെ കൊന്നുകൊണ്ടിരിക്കുന്നു."

"ഞങ്ങളെ എന്നു നീ ഉദ്ദേശിച്ചതാരെയാണ്?" ബിരൂപാക്ഷ ചോദിച്ചു.

"മുസ്ലിമുകൾ. ബിജെപി ഞങ്ങളെ വെട്ടി നുറുക്കുന്നു."

"ഓ, അതു ശരി."

"ഇന്ത്യയിൽനിന്ന് അത്തരം വാർത്ത ലഭിക്കുമ്പോൾ ഈ മനുഷ്യർ സ്വാഭാവികമായും വികാരം കൊള്ളുന്നു. ആരെയാണു നമ്മൾ കുറ്റപ്പെടുത്തുക? ഞങ്ങൾ അവിടെ ചാവുകയാണ്, നിങ്ങൾ ഇവിടെയും. പള്ളിപൊളിച്ചതിന്റെ ലക്ഷ്യമെന്താണ്? ഇത്രയും പുരാതനമായൊരു പള്ളി! ഒരു ഇതിഹാസ പുരുഷനായ രാമന്റെ ജന്മസ്ഥലം കണ്ടെത്താനായി അവർ പള്ളി കുഴിക്കുന്നു! മറ്റൊരു ദിവസം അവർ പറയും താജ്മഹലിന്റെ അടിയിലാണ് ഹനുമാൻ ജനിച്ചതെന്ന്! അതിനാൽ എന്തുകൊണ്ടു താജ്മഹൽ പൊളിച്ചുകൂടാ? അവർ ഇന്ത്യയിൽ മതേതരത്വം പിൻതുടരുന്നു എന്നാണ് വയ്പ്! എന്തിനാണു മായയെ തട്ടിക്കൊണ്ടുപോയത്? അദ്വാനിയും ജോഷിയും പോലുള്ള ഹീറോകളോടാണെനിക്കു ചോദിക്കേണ്ടത്. കൽക്കത്തയിലെ മെത്തിയാബുരുസിലെ നില തികച്ചും ഗുരുതരമാണെന്നെനിക്കു തോന്നുന്നു."

സുരഞ്ജൻ അപ്പോഴും ഒരു അനാഥപ്രേതംപോലെ അനങ്ങാതെ കിടക്കുകയാണ്. അടുത്ത മുറിയിൽ നിന്നു കിരൺമൊയിയുടെ തുടർച്ചയായ

കരച്ചിലും സുധാമൊയിയുടെ ഞരക്കവും ബലാലിന്റെ കഥയ്ക്കിടയിലൂടെ കേൾക്കാം.

"മായ തീർച്ചയായും മടങ്ങിവരും. തീർച്ചയായും അവർ അവളെ തിന്നാനൊന്നും പോകുന്നില്ല. കാക്കിമാ സമാധാനമായി ഇരിക്കാൻ പറയൂ. നീ എന്താണ് പെണ്ണുങ്ങളെപ്പോലെ കരയുന്നത്? കണ്ണീർ നിന്റെ പ്രശ്നം പരിഹരിക്കുമോ? നിങ്ങളെല്ലാം ചുറ്റും ഉണ്ടായിട്ടെന്തു പ്രയോജനം? ആ പെൺകുട്ടിക്കെന്തു പറ്റിയെന്നു കണ്ടുപിടിക്കാൻ പോകുന്നില്ലേ?"

ബിരൂപാക്ഷ പറഞ്ഞു, "ഞങ്ങൾ ഇക്കാര്യം ഇപ്പോൾത്തന്നെ അറിഞ്ഞതേയുള്ളു. ഇത് നല്ല തമാശ! എന്നുമുതലാണ് തട്ടിക്കൊണ്ടുപോയവരെ ചുമ്മാ ചെന്നു കൂട്ടിക്കൊണ്ടുവരാൻ സാധ്യമായത്? എവിടെയാണ് അവളെ തെരയേണ്ടത്?"

അവർ 'ഡ്രഗ് അഡിക്ട്'ആണെന്നെനിക്കുറപ്പാണ്, ഗഞ്ജയും ഹെറോയിനും അടിക്കുന്നവർ. അവർ അയൽവാസിതന്നെ ആയിരിക്കണം. സുന്ദരിയായൊരു പെൺകുട്ടിയെ കണ്ടു, നല്ല അവസരം... അവളെ നിഷ്പ്രയാസം പൊക്കി. മാന്യരായ മനുഷ്യർ അത്തരം പ്രവൃത്തികൾ ചെയ്യില്ല. ഇക്കാലത്തെ ചെറുപ്പക്കാർ ശരിക്കും പിശാചുക്കളായിരിക്കുന്നു. മുഖ്യകാരണം സാമ്പത്തിക അസന്തുലിതാവസ്ഥയാണ്."

ബിരൂപാക്ഷ തലകുമ്പിട്ടിരുന്നു. അവർക്കാർക്കും ബലാലിനെ അറിയില്ല. ബലാൽ ആവേശം കൊള്ളുകയാണ്. അവൻ പോക്കറ്റിൽനിന്ന് 'ബെൻസൺ ആന്റ് ഹെഡ്ജസ്' സിഗററ്റും ഒരു ലൈറ്ററും പുറത്തെടുത്തു. സിഗററ്റ് കൊളുത്താതെ സംസാരം തുടർന്നു.

"മദ്യം കൊണ്ടു പ്രശ്നങ്ങൾ പരിഹരിക്കാനാകുമോ? നീ പറയൂ, പറ്റുമോ? ഈ രാജ്യത്ത് ഏതെങ്കിലും വലിയ വർഗ്ഗീയ കലാപമുണ്ടായിട്ടുണ്ടോ? ഇതിനെ ഒരു 'റയട്ട്' എന്നു നിങ്ങൾക്കു വാസ്തവത്തിൽ പറയാൻ കഴിയില്ല. മധുരപലഹാരങ്ങൾ കുറേനാളായി തിന്നാൻ ആഗ്രഹിക്കുന്ന പയ്യൻമാർ, സ്വാഭാവികമായും മിഠായിഷോപ്പുകൾ കൊള്ളയടിച്ചു. ഇന്ത്യയിൽ ഇതുവരെ ചുരുങ്ങിയത് ആറായിരം റയട്ടുകൾ നടന്നിട്ടുണ്ട്. അതുമൂലം ആയിരക്കണക്കിനു മുസ്ലിമുകളാണു കൊല്ലപ്പെട്ടത്. എന്നോടു പറയൂ, ഇവിടെ എത്ര ഹിന്ദുക്കൾ കൊല്ലപ്പെട്ടിട്ടുണ്ട്? ഓരോ ഹിന്ദു പ്രദേശത്തും ട്രക്കുകൾ നിറയെ പൊലീസുകാരെയാണ് നിയമസമാധാനപാലനത്തിനായി നിയോഗിച്ചിട്ടുള്ളത്."

ആരും മിണ്ടിയില്ല. സുരഞ്ജൻ പോലും. അവനു സംസാരിക്കാനേ താത്പര്യമില്ലായിരുന്നു. വിസ്കി അവന്റെ തലയ്ക്കടിച്ചുതുടങ്ങിയിരുന്നു. അവനു വല്ലാതെ ഉറക്കം വന്നു. ബലാൽ സിഗററ്റു കത്തിച്ചില്ല. ചില പണികൾ ചെയ്തുതീർക്കാനുണ്ടെന്നു പറഞ്ഞ് അവൻ സ്ഥലംവിട്ടു. ഓരോരുത്തരായി, മറ്റുള്ളവരും പോയി.

ഒമ്പതാം ദിവസം

അവർ ഗോപാലിന്റെ വീടു കൊള്ളയടിച്ചു. സുരഞ്ജന്റെ തൊട്ടടുത്ത വീടാണത്.

ഗോപാലിന്റെ പന്ത്രണ്ടു വയസ്സായ അനിയത്തി അവരെ സന്ദർശിക്കാൻ വന്നിരുന്നു. അവൾ വീട്ടിൽ വന്നപ്പോൾ വീട്ടിലുണ്ടായ നാശങ്ങളെല്ലാം നോക്കിക്കണ്ടു. അവൾ നടന്നു നോക്കുന്നതു സുരഞ്ജൻ തറയിൽ കിടന്നു കണ്ടു. അവൾ ഒരു പൂച്ചക്കുഞ്ഞിനെപോലുണ്ട്. കുട്ടിയാണെങ്കിലും അവിടെ കണ്ട നാശങ്ങൾ അവളെ വിഷമിപ്പിച്ചെന്നു തോന്നി. അവൾ സുരഞ്ജന്റെ മുറിയിലേക്കു വന്നു. വാതിൽക്കൽ നിന്ന് ഉള്ളിൽ തകർന്നു കിടക്കുന്ന സാധനങ്ങളിലേക്കു കണ്ണോടിച്ചു. സൂര്യപ്രകാശത്തിൽ തിളങ്ങുന്ന വരാന്തയിലേക്കു നോക്കിയപ്പോൾ സമയം കുറെ ആയി എന്നു സുരഞ്ജനു മനസ്സിലായി. അവൻ ആ കൊച്ചു പെൺകുട്ടിയെ നോക്കി ചോദിച്ചു.

“നിന്റെ പേരെന്താണ്?”

“മദൊൾ...” അവൾ പറഞ്ഞു.

“ഏതു സ്കൂളിലാണ് നീ പോകുന്നത്?”

“ഷേറെ ബംഗ്ലാ ബാലിക വിദ്യാലയ”

ആ സ്കൂളിന്റെ ആദ്യത്തെ പേര് ‘നാരി ശിക്ഷാ മന്ദിർ’ എന്നായിരുന്നു, ലീലാനാഗ് സ്ഥാപിച്ചത്. ലീലാനാഗിന്റെ പേര് ഇപ്പോൾ എവിടെ? പെൺകുട്ടികളെ പഠിപ്പിക്കാതിരുന്ന ഒരു കാലത്ത് അവർ വീടുവീടാന്തരം കയറിയിറങ്ങി പെൺകുട്ടികളെ പഠിപ്പിക്കുവാനുള്ള പ്രോത്സാഹനം നൽകി. ധാക്കാ നഗരത്തിൽ പെൺകുട്ടികൾക്കായി ഒരു നല്ല സ്കൂൾ സ്ഥാപിക്കാനവർ പോരാടി. ആ സ്കൂൾ ഇപ്പോഴും ഉണ്ട്. എന്നാൽ അതിന്റെ പേരു മാറ്റപ്പെട്ടു. ലീലാനാഗിന്റെ പേരു നിലനിൽക്കാനെങ്ങനെ അനുവദിക്കും? നാരീശിക്ഷാമന്ദിർ എന്ന പേരും ശരിയാവില്ല. അതു പ്രോത്സാഹിപ്പിക്കാൻ പാടില്ല. ബി.എം. കോളേജ്, എം.സി. കോളേജ് എന്നെല്ലാം പേരു മാറ്റിയതുപോലെ അതിന്റെയും പേരു മാറ്റി. അതിന്റെ പിന്നിലുള്ള രഹസ്യം, ഹിന്ദുക്കൾക്കു മുസ്ലിം രാജ്യത്ത് ഒരു സ്ഥാനവും നൽകരുതെന്നുള്ളതാണ്.

1971ൽ ധാക്കയിലെ റോഡുകളുടെ പേരുകൾ മാറ്റാനൊരു നീക്കം ആരംഭിച്ചു. പാക്കിസ്താനികൾ 240നു മേൽ റോഡുകളുടെ പേരുകൾ ഇസ്ലാമീകരിച്ചു ‘ലാൽമോഹൻ പോഡർ റോഡ്’, ‘അബ്ദുൾ കരീം ഘസ്നവി സ്ട്രീറ്റ്’ ആയി മാറി... സുപ്രസിദ്ധമായ നിരവധി റോഡുകളുടെ പേരുകൾ അങ്ങനെ മാറ്റപ്പെട്ടു.

“നിങ്ങൾ എന്താണു തറയിൽ കിടക്കുന്നത്?” ആ പെൺകുട്ടി അവനോടു ചോദിച്ചു.

“കാരണം തറ എനിക്കു വലിയ ഇഷ്ടമാണ്.”

"തറ എനിക്കും ഇഷ്ടമാണ്. ഞങ്ങളുടെ വീടിനു ചുറ്റും മുറ്റമുണ്ടായിരുന്നു. ഇനി ഞങ്ങൾ താമസിക്കാൻ പോകുന്ന വീടിനു മുറ്റമില്ല."

"അപ്പോൾ നിനക്കു കളിക്കാൻ പറ്റില്ലല്ലോ."

അവൾ സുരഞ്ജന്റെ അടുത്തു ചെന്നിരുന്നു. സുരഞ്ജനോടുള്ള സംഭാഷണം അവൾക്കിഷ്ടപ്പെട്ടു. അവൻ അവളെ ചെറുപ്പത്തിലെ മായയായി സങ്കല്പിച്ചു, തന്റെ നഷ്ടപ്പെട്ട അനിയത്തി. അവളോടു മണിക്കൂറുകളോളം സ്കൂൾ കാര്യങ്ങൾ സംസാരിച്ചിരിക്കുമായിരുന്നു... എത്ര കാലമായി മായയോടൊപ്പം അവൻ ഒന്നിച്ച് ഇരുന്നു സംസാരിച്ചിട്ട്.

കൊച്ചുകുട്ടികളായിരുന്നപ്പോൾ സുരഞ്ജനും മായയും നദീതീരത്തു കളിമൺ കുടിലുകളുണ്ടാക്കുമായിരുന്നു. പകൽ സമയത്തുണ്ടാക്കിയ ആ കുടിലുകൾ രാത്രിയിലെ തിരമാലകൾ ഒഴുക്കിക്കളയും... മറ്റു പല ഓർമ്മകളും മനസ്സിൽ വന്നു നിറഞ്ഞു... ബാല്യകാലസ്മരണകൾ.

സുരഞ്ജൻ ആ പെൺകുട്ടിക്കുനേരെ കൈനീട്ടി. അവളുടെ കൈകൾ മായയുടേതുപോലെ വളരെ മൃദുലമാണ്. ആരാണിപ്പോൾ മായയുടെ കൈകൾ പിടിച്ചിരിക്കുന്നത്? അതു പരുപരുത്ത ക്രൂരൻ കൈകളായിരിക്കും. മായ രക്ഷപ്പെടാൻ വേണ്ടി കഷ്ടപ്പെടുന്നുണ്ടാകുമോ? ഒരുപക്ഷേ ശ്രമിച്ചാലും അവരുടെ പിടിയിൽ നിന്നും രക്ഷപ്പെടാൻ പറ്റുന്നുണ്ടായിരിക്കില്ല. അതോർത്തപ്പോൾ സുരഞ്ജന്റെ ഹൃദയം വേദനകൊണ്ടു പിടച്ചു. അവൻ മദൊളിന്റെ കൈ വിട്ടില്ല... അത് അത്രയ്ക്കും മായയുടേതുപോലുണ്ട്. അവളെ പോകാനനുവദിച്ചാൽ, ആരെങ്കിലും വന്ന് അവളെയും പിടിച്ചുകൊണ്ടു പോയെങ്കിലോ. അവർ അവളെ കട്ടിയുള്ള കയറുകൊണ്ടു കെട്ടിയിട്ടെങ്കിലോ...

മദൊൾ പെട്ടെന്നു ചോദിച്ചു "നിങ്ങളുടെ കൈകൾ എന്താണു വിറയ്ക്കുന്നത്?"

"ആണോ? വാസ്തവത്തിൽ, നീ പോയെങ്കിലോ എന്നോർത്തു ഞാൻ വിഷമിക്കയായിരുന്നു."

"ശരി, ഞങ്ങൾ ഇന്ത്യയിലേക്കു പോകുന്നില്ല, മിർപൂരിലേക്കാണു പോകുന്നത്. സുബോളും അവന്റെ ആളുകളും ഇന്ത്യയിലേക്കു പോവുകയാണ്."

"അവർ നിന്റെ വീട്ടിൽ കയറിയപ്പോൾ, നീ എന്താണു ചെയ്തിരുന്നത്?"

"ഞാൻ വരാന്തയിൽനിന്നു കരയുകയായിരുന്നു. ഞാൻ വല്ലാതെ പേടിച്ചു. അവർ ഞങ്ങളുടെ ടെലിവിഷൻസെറ്റും അലമാരയിലുണ്ടായിരുന്ന എല്ലാ ആഭരണങ്ങളും എടുത്തു കൊണ്ടുപോയി. ബാബയുടെ കൈയിലുണ്ടായിരുന്ന പണം മുഴുവനും അവർ എടുത്തു."

"നിന്നോടവർ എന്തെങ്കിലും പറഞ്ഞോ?"

"പോകുന്നതിനുമുമ്പ് അവർ എന്റെ ചെകിടത്ത് ഉറക്കെ അടിച്ചുകൊണ്ടു പറഞ്ഞു 'വായ അടക്ക്, കരഞ്ഞുപോകരുത്."

“അത്രയേ ഉള്ളോ? അവർ നിന്നെ എടുത്തുകൊണ്ടുപോകാൻ ശ്രമിച്ചില്ലേ?”

“ഇല്ല. അവർ മായാ ദീയെയും അടിച്ചുകാണും, അല്ലേ? അവരെന്റെ ചേട്ടന്റെ തലയ്ക്ക് അടിച്ചു. ഒരുപാടു ചോര പോയി.”

മായയും മദൊളിന്റെ പ്രായക്കാരി ആയിരുന്നെങ്കിൽ, അവർ അവളെ വിട്ടുപോയേനെ എന്നു സുരഞ്ജൻ ഓർത്തു; അവളെ അവർ പിടിച്ചുവലിച്ചു കൊണ്ടുപോകില്ലായിരുന്നു. എത്രപേർ അവളെ ബലാത്സംഗം ചെയ്തു കാണും? അഞ്ച് അതോ ഏഴോ? ഒരുപക്ഷേ അതിൽ കൂടുതൽ? മായ ചോര ഒഴുക്കിക്കൊണ്ടു കിടക്കുകയായിരിക്കുമോ?”

“മാഷിമായെ ചെന്നു കാണാൻ മാ പറഞ്ഞു.” ആ കുട്ടി പറഞ്ഞു. “കാരണം, മാഷി മാ വല്ലാതെ കരയുന്നുണ്ട്.”

“നീ എന്നോടൊപ്പം കുറച്ചു നടക്കാൻ വരുന്നോ, മദോൾ?”

“മാ വിഷമിക്കും.”

“നമ്മൾ പോകുന്നതിനു മുമ്പ് അമ്മയോടു പറയാം.” മായ എപ്പോഴും പറയാറുണ്ട് “ദാദാ, എന്നെ നിങ്ങൾ കോക്സ് ബസാറിലേക്കു കൊണ്ടുപോകുമോ? നമ്മൾക്കു മധുപൂർ കാട്ടിലേക്കും പോകണം. സുന്ദർബൻസ് എങ്ങനെയുണ്ട്? എനിക്കവിടെ പോകാൻ എന്ത് ഇഷ്ടമാണെന്നോ?”

ജിബാനന്ദയുടെ കവിത വായിക്കുമ്പോൾ അവൾക്കു നട്ടോറിലേക്കു പോകാൻ തോന്നും. അവളുടെ ആഗ്രഹങ്ങളെക്കുറിച്ചു സുരഞ്ജൻ കളിയാക്കും. അവളെ ശാസിക്കും.

“അതിനുപകരം തെജ്ഗാംവിലെ ചേരികളിലേക്കു പോകൂ. എന്നിട്ട് അവിടെ ജനങ്ങൾ എങ്ങനെയാണു ജീവിക്കുന്നതെന്നു കാണൂ. മരങ്ങളും ചെടികളും കാണുന്നതിനേക്കാൾ പ്രയോജനകരമാണ് അത്.”

മായയുടെ ഉന്മേഷം ഉടനെ തണുക്കും.

‘ജീവിതം കണ്ടിട്ടു തങ്ങൾ എന്താണു നേടിയതെന്നു സുരഞ്ജൻ അദ്ഭുതത്തോടെ ഓർത്തു. എല്ലാ മനുഷ്യരുടെയും നന്മ കാംക്ഷിച്ചതു കൊണ്ടെന്തു പ്രയോജനം? തൊഴിലാളി വർഗ്ഗത്തിനും കർഷകർക്കും വേണ്ടിയുള്ള പ്രക്ഷോഭണം, അധ്വാനിക്കുന്ന ജനവിഭാഗത്തിന്റെ വളർച്ച, സോഷ്യലിസത്തിലേക്കുള്ള മുന്നേറ്റം... ഇതെല്ലാമാണു ബാല്യകാലം മുതൽ അവൻ താലോലിച്ചു കൊണ്ടുനടന്ന ആദർശങ്ങൾ. എന്നാൽ അതു കൊണ്ടെല്ലാം എന്തു പ്രയോജനം? തന്നെപ്പോലുള്ള വരുടെ വിശ്വാസം പിടിച്ചുപറ്റിയെങ്കിലും സോഷ്യലിസം പരാജയപ്പെടുകയും, ലെനിന്റെ പ്രതിമ വലിച്ചു താഴെ ഇടുകയും ചെയ്തില്ലേ? ആ പ്രസ്ഥാന ത്തിന്റെ പരമോന്നത നായ രക്ഷാകർത്താവിനെത്തന്നെ സ്വന്തം ജന്മനാട്ടിൽ അപമാനിച്ചു എന്നത്

എന്തൊരു വിധിയാണ്! വിധിവൈപരീത്യംതന്നെ; മനുഷ്യത്വത്തിന്റെ ആത്മാവിനെത്തന്നെ അപകീർത്തിപ്പെടുത്തിയിരിക്കുന്നു.

മദൊൾ മെല്ലെ എഴുന്നേറ്റു. അവൾ മായയുടേതുപോലുള്ള തന്റെ മൃദുവായ കൈകൾ സുരഞ്ജന്റെ പിടിയിൽ നിന്നും വിടുവിച്ചു....

ഹൈദറും ഇന്നു വന്നിട്ടില്ല. അവന്റെ ആവേശം തണുത്തിരിക്കാം. താനതിൽ ഉൾപ്പെടാനാഗ്രഹിക്കുന്നില്ലെന്നാണവന്റെ ഒഴികഴിവ്. ഇപ്പോൾ സുരഞ്ജനും തോന്നിത്തുടങ്ങി, ഇനി മായയെ അന്വേഷിക്കുന്നതിൽ യാതൊരർത്ഥവുമില്ലെന്ന്. അവൾ തിരിച്ചുവന്നാലും, വർഷങ്ങൾക്കു മുമ്പ് തിരിച്ചെത്തിയ ആറു വയസ്സുകാരി മായയെപ്പോലെ ആകുമോ? സുരഞ്ജൻ ആകെ നിരാശയിലാണ്ടു. മായ പരുളിന്റെ വീട്ടിലേക്കു പോയപ്പോൾ ആ വീട് ഉറങ്ങിയ പോലെ നിശ്ശബ്ദവും ശാന്തവുമായിരുന്നു. എന്നാൽ, ഇന്നത്തെപ്പോലെ ആയിരുന്നില്ല. അത്ര തണുത്തതും നിർജ്ജീവവുമായ നിലയിലായിരുന്നില്ല. അവർക്കു മൂന്നുപേർക്കും അറിയാമായിരുന്നു അവൾ പരുളിൽ നിന്ന് തിരിച്ചു വരുമെന്ന്. ഇപ്പോഴത്തെ നിശ്ശബ്ദത, ഭീകരമായ ശ്മശാന നിശ്ശബ്ദതയാണ്. ശരിക്കും മരണമൂകതയുടെ ഇരമ്പമാണ്. മുറിയിൽ ചിതറിക്കിടക്കുന്ന വിസ്കിക്കുപ്പിയും ഗ്ലാസ്സുകളും കണ്ടപ്പോൾ സുരഞ്ജന്റെ ഒഴിഞ്ഞ ഹൃദയം കണ്ണീർ കൊണ്ടു നിറഞ്ഞു. അതിശയമെന്നു പറയട്ടെ കണ്ണുകളിൽ വന്നു നിറയേണ്ട ആ നീർ ഹൃദയത്തിലാണു നിറഞ്ഞത്!

ഇപ്രാവശ്യം അവന്റെ സുഹൃത്തുക്കളായ കമാലും റബിയൂളും അവനെക്കുറിച്ച് അന്വേഷിക്കാൻപോലും താത്പര്യം കാണിച്ചില്ല. ഒരുപക്ഷേ, ഏറ്റവും നല്ലതു സ്വന്തം കാര്യം നോക്കുകയാണെന്ന് അവർക്കു തോന്നിയിരിക്കാം. ബലാൽ എന്താണു വീണ്ടും വീണ്ടും ആവർത്തിച്ചു കൊണ്ടിരുന്നതെന്ന് അവൻ ഓർത്തുനോക്കി.

“നിങ്ങൾ എന്തിനാണു ഞങ്ങളുടെ ബാബറി മസ്ജിദ് തകർത്തത്.” എന്നോ മറ്റോ. എങ്ങനെ ബാബറി മസ്ജിദ് ബലാലിന്റേതാകുമെന്നു സുരഞ്ജൻ അതിശയിച്ചു!

അത് ഇന്ത്യയിലാണ്, ഇന്ത്യക്കാരുടെ സ്വത്താണ്. സുരഞ്ജനാണ് ആ പള്ളി തകർത്തതെന്ന് ആർക്കെങ്കിലും പറയാമോ? അവൻ ഒരിക്കലും ഇന്ത്യയിൽ പോയിട്ടില്ല. ഇന്ത്യയിലെയും ബംഗ്ലാദേശിലെയും ഹിന്ദുക്കളെ ഒരേ വെളിച്ചത്തിലൂടെയാണോ ബലാൽ നോക്കുന്നത്? ഹിന്ദുക്കൾ പള്ളി തകർത്തെന്നുവച്ച് സുരഞ്ജനാണതു ചെയ്യുന്നതെന്നു കരുതണോ? സുരഞ്ജനെ അയോദ്ധ്യയിലെ മൗലികവാദികളിലൊരാളെപ്പോലെയാണോ കാണുന്നത്? അവൻ ബലാൽ, കമാൽ, ഹൈദർ എന്നിവരെപ്പോലെയല്ലേ? തന്റെ തിരിച്ചറിയൽ ഹിന്ദു എന്ന പേര് മാത്രമാണോ? ഇന്ത്യയിലെ പള്ളി തകർത്തതിന്റെ ഉത്തരവാദിത്തം സുരഞ്ജനിൽ ചുമത്തുന്നത് എത്ര വിചിത്രമാണ്! മതം രാഷ്ട്രത്തെയും പൗരത്വത്തെയും മറികടക്കുമോ, അതിനു പകരമാകുമോ?

ഒരുപക്ഷേ പഠിപ്പില്ലാത്ത ജനങ്ങൾ മതം നൽകുന്ന സംരക്ഷണവും ആശ്വാസവും പ്രതീക്ഷിച്ച് അതിൽ കടിച്ചു തൂങ്ങുന്നുണ്ടാവും. എന്നാൽ ബലാൽ? ബലാൽ ഉന്നതവിദ്യാഭ്യാസം നേടിയ ഒരു സ്വാതന്ത്ര്യസമര സേനാനിയാണ്. അവനെന്തിനു മതത്തിന്റെ ചളിക്കുണ്ടിൽ പൂണ്ടു കിടക്കണം. ഈ ചോദ്യങ്ങൾക്കു യാതൊരു മറുപടിയുമില്ല.

തന്റെ മേശപ്പുറത്തു രണ്ടു ബിസ്കറ്റും ഒരു പഴവും കിടക്കുന്നതു സുരഞ്ജൻ കണ്ടു. അവനുവേണ്ടി കിരൺമൊയ് കൊണ്ടുവച്ചതായിരിക്കണം. എന്നാൽ ഭക്ഷണം കഴിക്കുന്നതിനുപകരം ബാക്കിയുള്ള വിസ്കി എടുത്തു കുടിക്കാനാണവനു തോന്നിയത്. കഴിഞ്ഞ രാത്രിയിൽ ഒരു തണുപ്പനായി അവൻ കഴിഞ്ഞു. ആ നിലയിൽ കിടക്കുമ്പോൾ മായക്കാഴ്ചകൾ കണ്ടു. മായ അവന്റെയരികെ പലവട്ടം വന്നതുപോലെ തോന്നി. ആ ചിന്ത കൂടുതൽ വിഷമവും കുറ്റബോധവും അവനിൽ ഉണ്ടാക്കി. അവൻ കണ്ണു തുറന്നിരിക്കുമ്പോൾ അവളുടെ പുഞ്ചിരി തെളിഞ്ഞുവരും. എന്നാൽ കണ്ണുകളടച്ചാൽ രക്തദാഹികളായ ഒരു കൂട്ടം നായകളെയാണു കാണുക.

മായയ്ക്കെന്തു സംഭവിച്ചെന്നറിയാൻ ഹൈദർ അത്ര താല്പര്യമെടുത്തിട്ടില്ലെന്നത് ഉറപ്പാണ്. അവിടത്തെ കലാപകാരികളെ അറിയുമെന്നുള്ളതുകൊണ്ടാണു സുരഞ്ജൻ ഹൈദറെ സഹായത്തിനായി സമീപിച്ചത്. അങ്ങനെ അല്ലായിരുന്നെങ്കിൽ സുരഞ്ജൻ സ്വയം മായയെ തേടിപ്പോയേനെ. കൊള്ളക്കാർക്ക് ഇനി ഒളിഞ്ഞും മറിഞ്ഞും കക്കേണ്ട കാര്യമില്ല. നില അത്രയ്ക്കു മോശമായിരിക്കുന്നെന്ന് അവൻ ഓർത്തു. ഹിന്ദു സ്ത്രീകളെ ബലാൽസംഗം ചെയ്യാനൊരു കാരണം കണ്ടുപിടിക്കേണ്ട ആവശ്യം ഇനി അവർക്കില്ല. കൊള്ളയും കൊലയും പോലെ പരസ്യമായി സ്ത്രീകളെ ബലാത്സംഗം ചെയ്യാം! ഗവൺമെന്റിന്റെ പരോക്ഷമായ സഹായം അവർക്കുള്ളതാണ്. മതേതര രാഷ്ട്ര സർക്കാർ അല്ലല്ലോ. മതമൗലികവാദികളുടെ താത്പര്യങ്ങളാണവർ സംരക്ഷിക്കുന്നത്. ഇന്ത്യയിലെ 140 മില്യൻ മുസ്ലിമുകളുടെ ജീവനും സ്വത്തും സംരക്ഷിക്കണമെന്നു ഷെയിക് ഹസീന പറഞ്ഞു. ഷെയിക് ഹസീന ഇന്ത്യയിലെ മുസ്ലിമുകളുടെ സുരക്ഷയെക്കുറിച്ച് എന്തിനു ചിന്തിക്കണം? ഈ രാജ്യത്തെ പൗരന്മാരെന്ന നിലയ്ക്കു ബംഗ്ലാദേശിലെ ഹിന്ദുക്കൾക്കു മതസൗഹാർദ്ദത്തിന്റെ ഒരു അന്തരീക്ഷം പ്രതീക്ഷിക്കാനവകാശമില്ലേ? ഇന്ത്യയിലെ മുസ്ലിമുകളുടെ ജീവനോടും സ്വത്തിനോടും കൂടുതൽ സഹാനുഭൂതി കാണിക്കേണ്ട ആവശ്യം എന്താണ്? സ്വന്തം പൗരന്മാരോടുള്ളതിനേക്കാൾ കൂടുതൽ ആയി? അതിന്റെ അർത്ഥം ജമായത്തികൾ പറയുന്നതും അവാമി ലീഗ് പറയുന്നതും തമ്മിൽ വ്യത്യാസമില്ല എന്നല്ലേ? അതായത് ഇന്ത്യാ വിരുദ്ധവും ഇസ്ലാം അനുകൂലവും? ശരിക്കും പറഞ്ഞാൽ ബംഗ്ലാദേശം ഒരു ഇരുണ്ട ഗർത്തമാണോ?

ഗവൺമെന്റു ചെയ്യുന്നതെല്ലാം തെറ്റാണ് എന്നവൻ ചിന്തിച്ചു. ഇന്ത്യയിലെ മുസ്ലിമുകളുടെ താല്പര്യമല്ല പ്രധാനമായിട്ടുള്ളത്. ഭരണഘടന ഉറപ്പു പറയുന്ന അവകാശങ്ങൾ കാത്തുരക്ഷിക്കലാണു ശാന്തിയും മതസൗഹാർദ്ദവും നില

നിർത്താനുള്ള ഏറ്റവും അടിസ്ഥാനപരമായ മാർഗ്ഗം. തങ്ങളുടെ ആദർശവും മതവും നിലനിർത്തി സ്വന്തം ജീവനും സ്വത്തും കാത്തുരക്ഷിക്കാനുള്ള അവകാശം ഈ രാജ്യത്തെ ഹിന്ദുക്കൾക്കുണ്ട്. വേറൊരു മതത്തിന്റെ ഔദാര്യമോ സഹാനുഭൂതിയോ കൊണ്ടല്ല. ഏതെങ്കിലും രാഷ്ട്രീയ പാർട്ടിയുടേയോ പ്രത്യേക വ്യക്തിയുടേയോ ദയയോ അല്ല, ഹിന്ദുക്കളെ ഈ രാജ്യത്തു ജീവിക്കാനനുവദിക്കുന്നത്. രാഷ്ട്രത്തിന്റെ നിയമസംഹിത ഏതൊരു പൗരനെയും പോലെ ഹിന്ദുക്കളെയും ബംഗ്ലാദേശിൽ ജീവിക്കാനനുവദിച്ചിട്ടുണ്ട്.

അപ്പോൾ, എന്തിനു കമാലിന്റെയോ ബലാലിന്റെയോ ഹൈദറിന്റെയോ അനുകമ്പ അവർ തേടണം? അല്ലെങ്കിൽ എന്തിന് അവരുടെ അടുക്കൽ അഭയം തേടണം?

ചിറ്റഗോംഗിലെ വിദ്യാർത്ഥി യൂണിയൻ നേതാവ് കമാൽ ഭൗമിക്കിന്റെ വീടു തീവച്ചു. അവന്റെ അമ്മായി അഗ്നിക്കിടയിൽപ്പെട്ടു മരിച്ചു. ഖുത്തബ്ദിയ ഹിന്ദു കോളനിയിൽ ഗുണ്ടകൾ തീവച്ചപ്പോൾ മൂന്നു കുട്ടികൾ വെന്തു മരിച്ചു. ശാത്ഖാനിയ നാത്പാരയിൽ സർജോ മോഹൻ അഗ്നിബാധമൂലം മരിച്ചു. ആരാണ് ഈ ആക്രമണം നടത്തിയതെന്നു ചോദിച്ചപ്പോൾ മർസരായിലെ ബാഷുദേബ് മറുപടി നൽകി. അതായത്, രാത്രി കൊല നടത്തിയവർ തന്നെയാണു പിറ്റേന്നു രാവിലെ വന്നു നാശത്തെക്കുറിച്ചു സഹാനുഭൂതിയോടെ അഗാധമായ ഖേദം പ്രകടിപ്പിച്ചത്.

ആറു ദിവസത്തിനുള്ളിൽ ജീവനെ ഭീഷണിപ്പെടുത്തിക്കൊണ്ടു വർഗ്ഗീയ കലാപം പടർന്നുപിടിച്ചപ്പോൾ ബംഗ്ലാദേശിലെ വർഗ്ഗീയ വിരുദ്ധപാർട്ടികൾ ഒരു ജോയിന്റ് കമ്മറ്റിക്കു രൂപം നൽകി. മതസൗഹാർദ്ദ പ്രവർത്തനങ്ങളാരംഭിച്ചു. വർഗ്ഗീയ ലഹള കെട്ടടങ്ങാറായപ്പോഴാണ് ഈ കമ്മിറ്റി സൃഷ്ടിക്കപ്പെട്ടത്. ഇതുവരെ ഈ കമ്മിറ്റിക്കു സംഘടിപ്പിക്കാൻ കഴിഞ്ഞത് ഒരു ശാന്തി ജാഥ മാത്രമാണ്. ഒരു പൊതുയോഗവും.

ജമായത്ത് ഷിബീർ ഫ്രീഡം പാർട്ടിയുടെ രാഷ്ട്രീയ സിദ്ധാന്തങ്ങൾ നിരോധിക്കണമെന്നാണു പൊതുവികാരം. മതസൗഹാർദ്ദവും ശാന്തിയും നിലനിൽക്കണമെന്നുണ്ടെങ്കിൽ അതു ചെയ്തേ മതിയാകൂ. എന്നാൽ ഈ ആവശ്യത്തിനു മതസൗഹാർദ്ദകമ്മിറ്റി എത്രത്തോളം പ്രാധാന്യം നൽകുമെന്നു കണ്ടുതന്നെ അറിയണം. ജമായത്തികളുടെ രാഷ്ട്രീയ സിദ്ധാന്തം ഗവൺമെന്റു നിരോധിച്ചില്ലെങ്കിലും മതസൗഹാർദ്ദ കമ്മിറ്റി അതിൽ പ്രതിഷേധമുയർത്തിയാലും നാടിന്റെ നേതാക്കൾ അതു കാര്യമായി എടുക്കില്ലെന്നു സുരഞ്ജനറിയാം. ഹിന്ദു ഗൃഹങ്ങളും ക്ഷേത്രങ്ങളും കൊള്ളയും കൊള്ളിവയ്പും കൊലയും നടത്തി നശിപ്പിച്ചവർക്കെതിരെ ശിക്ഷാനടപടികളെടുക്കണമെന്നു കമ്മിറ്റി അംഗങ്ങൾ പറഞ്ഞിട്ടുണ്ട്. പക്ഷേ അവർക്കെന്ത് ചെയ്യാൻ കഴിയും? സോണിജിമ്നാഷ്യം കൊള്ളയടിച്ചപ്പോൾ അതിന്നിരയായ ഒരാൾ പറഞ്ഞു: ഈ ആക്രമണങ്ങളും ക്രൂരകൃത്യങ്ങളുമെല്ലാം നടത്തിയ ആളുകളെ എനിക്കറിയാം. എന്നാൽ അവരെ കോടതി കയറ്റുന്നതു

ബുദ്ധിപൂർവ്വമാണെന്നു ഞാൻ കരുതുന്നില്ല. കാരണം ഞങ്ങൾ ആക്രമിക്കപ്പെട്ടപ്പോൾ സഹായിക്കാൻ തയ്യാറാകാതിരുന്ന പാർട്ടിക്കാർ കോടതി കേസ്സാക്കുമ്പോൾ തീർച്ചയായും സംരക്ഷണം തരില്ല. നിയമനടപടിയുടെ പ്രശ്നം വരുമ്പോൾ എല്ലാവരുടെയും പ്രതികരണം ഇതുതന്നെയാണ്. നിയമനടപടിക്കുള്ള ആഹ്വാനം വെറും രാഷ്ട്രീയ സ്റ്റണ്ട് മാത്രമാണെന്നർത്ഥം. സുരഞ്ജന് കാര്യമറിയാം.

വർഗ്ഗീയതയുടെ വളർച്ച തടയാൻ ജനാധിപത്യത്തിനു കരുത്തു പോരാ. നേരെമറിച്ച് വർഗ്ഗീയശക്തികൾ വളരെ കരുത്തരാണു താനും. ഭയങ്കര ആത്മവിശ്വാസത്തോടെ ഒറ്റക്കെട്ടായി നിന്നവർ സ്വന്തം ലക്ഷ്യം നേടിയെടുക്കാനായി പ്രവർത്തിക്കുന്നു. മതസൗഹാർദ്ദകമ്മിറ്റികൾ രൂപീകരിച്ചതുകൊണ്ട് എന്ത് പ്രയോജനം? ഇത്തരം ആൾപാർട്ടികമ്മിറ്റി രൂപീകരിച്ചതുകൊണ്ട് ജനകീയ പാർട്ടികൾക്കെന്ത് സംതൃപ്തി നേടാനാകും? ഇന്ത്യയിലും പാക്കിസ്താനിലും നടക്കുന്ന വർഗ്ഗീയ കലാപങ്ങളേക്കാൾ വളരെ കുറവാണു ബംഗ്ലാദേശിൽ നടക്കുന്നതെന്നു പല ബുദ്ധിജീവികളും അഭിപ്രായപ്പെടുന്നു. ബംഗ്ലാദേശിൽ അവ ഏകപക്ഷീയമാണെന്ന കാര്യം ഇവർ മനസ്സിലാക്കുന്നില്ല. ഇന്ത്യയിൽ മുസ്ലിമുകൾ തിരിച്ചടിക്കുന്നു. എന്നാൽ ബംഗ്ലാദേശിൽ ഹിന്ദുക്കളതു ചെയ്യുന്നില്ല.

ഉപഭൂഖണ്ഡത്തിലെ മൂന്നു മുഖ്യരാജ്യങ്ങളിൽ അതതു ഗവൺമെന്റുകൾ സ്വന്തം രാഷ്ട്രീയ നേട്ടത്തിനായി മതമൗലികവാദത്തിന്റെയും ഫാസിസത്തിന്റെയും തിന്മകളെ പരോക്ഷമായി പ്രോത്സാഹിപ്പിക്കുന്നു. ഇന്ത്യ, പാക്കിസ്താൻ, താജിക്കിസ്താൻ, അഫ്ഘാനിസ്താൻ, അൽജീരിയ, ഈജിപ്ത്, ഇറാൻ, സെർബിയ... ജനാധിപത്യത്തിന്റെ ആത്മാവിനെ വികലമാക്കുക മാത്രമാണവരുടെ ലക്ഷ്യം. ജർമ്മനിയിൽ രണ്ടു ഫാസിസ്റ്റ് പാർട്ടികൾ നിരോധിക്കപ്പെട്ടിരിക്കയാണ്, കാരണം അവർ രണ്ടു തുർക്കി സ്ത്രീകളെ തീയിലിട്ടു കരിച്ചു! ഇന്ത്യയിലും മതമൗലികവാദികൾ നിരോധിക്കപ്പെട്ടു. എന്നാൽ എത്ര കാലം ഈ ഉത്തരവു നിലനിൽക്കുമെന്നു കണ്ടുതന്നെ അറിയണം. അൽജീരിയയിലും ഇത്തരം പാർട്ടികൾ നിരോധിക്കപ്പെട്ടിരിക്കുകയാണ്. ഈജിപ്ത് ഗവൺമെന്റ് ഇവരെ ശക്തിയായി അടിച്ചമർത്തി. താജിക്കിസ്താനിൽ മതമൗലികവാദികളും കമ്മ്യൂണിസ്റ്റുകളും പരസ്പരം പോരാട്ടത്തിലാണ്. എന്നാൽ ബംഗ്ലാദേശ് ഗവൺമെന്റ് എപ്പോഴെങ്കിലും മതമൗലികവാദികളെയും ഫാസിസ്റ്റുകളെയും രാജ്യത്തിനകത്തു തടയാൻ ശ്രമിച്ചിട്ടുണ്ടോ? തന്റെ രാജ്യത്തു രാഷ്ട്രീയം മതത്തിന്റെ പിടിയിൽനിന്ന് ഒരിക്കലും സ്വതന്ത്രമാകില്ലെന്നു സുരഞ്ജൻ വേദനയോടെ ഓർത്തു,

ഇന്ത്യയിലെ കടുത്ത വർഗ്ഗീയ പാർട്ടികളെ സഹായിക്കാനായി ഇപ്പോൾ ബംഗ്ലാദേശിൽ അധികാരത്തിലിരിക്കുന്ന ബി.എൻ.പി. ഗൊലം ആസം കേസ് പൊക്കിപ്പിടിച്ചിരിക്കുകയാണ്. വർഗ്ഗീയവാദികളുടെ താല്പര്യം സംരക്ഷിക്കലാണ് യഥാർത്ഥ ലക്ഷ്യം. ഈ വിഷയത്തിന്മേൽ ജമായത്ത് ഷിബീർ ഫ്രീഡം

പാർട്ടിയും മറ്റു വർഗ്ഗീയ ഗ്രൂപ്പുകളും ഗവൺമെന്റിനെ ആവേശത്തോടെ പിൻതാങ്ങുന്നു. ഗൊലം ആസം കേസ് സൃഷ്ടിച്ച സമ്മർദ്ദം അങ്ങനെ മറ്റു താത്പര്യങ്ങളിലേക്കു വിജയകരമായി തിരിച്ചുവിട്ടു.

"ഇന്റഗ്രേറ്റഡ് കൾച്ചറൽ പാർട്ടി" മീറ്റിങ്ങിൽ ഉയർന്ന മുദ്രാവാക്യം, "വർഗ്ഗീയ കലാപകാരികളുടെ പ്രവർത്തനങ്ങൾ ബംഗ്ലാദേശ് നിർത്തും." ഓഹ്, മറ്റുള്ളവരോടു എന്തു പരിഗണനയാണു ബംഗ്ലാദേശിന്! മാധ്യമങ്ങൾക്ക് ചാർത്തിക്കൊടുക്കാൻ വേണ്ടി ചമച്ചുവിടുന്ന നുണപ്രചരണങ്ങൾ!

ഒരു സിഗററ്റ് വലിച്ചുകൊണ്ടു സുരഞ്ജൻ ചിരിച്ചു. "ബ്ലഡി ബാസ്റ്റാർഡ്... വൃത്തികെട്ട പന്നി... അതാണ് എനിക്കു ബംഗ്ലാദേശ്" അവൻ ഈ അധിക്ഷേപവാക്കുകൾ ആവർത്തിച്ചുകൊണ്ടിരുന്നു.

അങ്ങനെ ചെയ്യുന്നതിൽ അവനു അത്യധികമായ ആനന്ദം ലഭിച്ചു. പിന്നെ അവൻ ഉറക്കെ പൊട്ടിച്ചിരിച്ചു. അസഹ്യവും അരോചകവുമായ പൊട്ടിച്ചിരി.

മദൊൾ കിരൺമൊയിയുടെ മുന്നിലെത്തി. അവൾ പറഞ്ഞു. "മാഷിമാ, ഞങ്ങൾ മീർപൂരിലേക്കു പോകുകയാണ്. ആ ഗുണ്ടകൾക്ക് അവിടേയ്ക്കു വരാൻ പറ്റില്ല"

"എന്തുകൊണ്ടില്ല?"

"കാരണം, മീർപൂർ വളരെ ദൂരെയാണ്".

ആ കൊച്ചു പെൺകുട്ടിയെ സംബന്ധിച്ചിടത്തോളം ഗുണ്ടകൾ തിക്കാതുലിയിൽ മാത്രമാണ്. മീർപുർ തിക്കാതുലിയിൽ നിന്നും വളരെ ദൂരെ ആയതിനാൽ അവരുടെ പീഡനത്തിൽ നിന്ന് അവൾക്കു രക്ഷപ്പെടാമല്ലോ. കാര്യങ്ങൾ വിചാരിക്കുന്നത്ര എളുപ്പമാണോ എന്നു കിരൺമൊയ് അതിശയിച്ചു. ഹിന്ദു വീടുകൾ കൊള്ളയടിക്കയും കത്തിക്കയും ചെയ്തവർ അല്ലെങ്കിൽ മായയെപ്പോലുള്ളവരെ തട്ടിക്കൊണ്ടുപോയവർ വെറും ഗുണ്ടകൾ മാത്രമാണോ? മുസ്ലിമിനെയും ഹിന്ദുവിനെയും തരംതിരിച്ചുകാണാത്ത സാധാരണ ഗുണ്ടകൾ ആണോ? മതത്തിന്റെ പേരിൽ ബോധപൂർവ്വം തിരഞ്ഞെടുത്ത് ആക്രമണം നടത്തുന്നവരെ ഗുണ്ടകൾ കൊള്ളക്കാർ എന്നു വിളിച്ചാൽ അതു ശരിക്കും വളരെ സൗമ്യമായ വിളി മാത്രമാണ്.

സുധാമൊയ് കിടക്കയിൽ കിടപ്പാണ്. കിടക്കുകയല്ലാതെ മറ്റൊന്നും ചെയ്യാനയാൾക്കു കഴിയില്ല. തളർവാതം പിടിച്ച ജീവിതം തുടരുന്നതിൽ എന്തർത്ഥമാണുള്ളത്? കിരൺ മൊയിയുടെ ക്ഷമയും സഹനശക്തിയും വാസ്തവത്തിൽ അവിശ്വസനീയമാണ്! ഒരിക്കലും അവൾ തളർന്നുകാണില്ല. രാത്രി മുഴുവൻ ദയനീയമായ കരച്ചിലാണ്. എന്നിട്ടും നേരം പുലരുന്നതോടെ എഴുന്നേറ്റ് അടുക്കളപ്പണി തുടങ്ങും. അവൾക്കു വേണ്ടെങ്കിലും മറ്റെല്ലാ ആവശ്യങ്ങളേക്കാളും വയറിന്റെ ആവശ്യം വിജയിക്കുന്നു.

അവരുടെ ജീവിതം കൂടുതൽ മോശമായ നിലയിലേക്കു നീങ്ങുകയാണ്. ഊണും കുളിയുമെല്ലാം സുരഞ്ജൻ ഉപേക്ഷിച്ച മട്ടിലായി. കിരൺമൊയിയുടെ ഗതിയും അതുതന്നെ, അത്രയ്ക്കില്ലെന്നു മാത്രം. സുധാമൊയിക്കും ഭക്ഷണം കഴിക്കാൻ തോന്നിയില്ല. അവരുടെ ഏറ്റവും വലിയ ദുഃഖം ഇതുവരെയും മായ തിരിച്ചെത്തിയില്ല എന്നതാണ്. അവൾ എന്നെന്നേക്കുമായി പോയ്മറഞ്ഞോ? തന്റെ ജീവൻ നൽകിയിട്ടാണെങ്കിലും മായയെ തിരിച്ചു കിട്ടിയെങ്കിൽ! റോഡിന്റെ നടുവിൽ ചെന്നുനിന്ന് വിളിച്ചു പറഞ്ഞെങ്കിലോ: "മായയെ തിരിച്ചു തരണം." മായയെ തിരിച്ചുതരാനാവശ്യപ്പെടാൻ എനിക്ക് അവകാശമുണ്ട്. ശരിയല്ലേ? ഈ സമയത്ത് ആ വാക്കിനു യാതൊരർത്ഥവുമില്ല എന്നു സുധാമൊയ് നിസ്സഹായതയോടെ ചിന്തിച്ചു. 1946ലെ ഒരു സംഭവം അയാൾ ഓർത്തു. അയാൾ വളരെ ചെറുപ്പമാണ്. ഒരു കടയിൽ നിന്നു മധുര പലഹാരം വാങ്ങിക്കഴിച്ചശേഷം കടക്കാരനോടു കുറച്ചു വെള്ളം ചോദിച്ചു. പാനി എന്ന വാക്കാണു വെള്ളത്തിന് ഉപയോഗിച്ചത്. അവൻ സാധാരണ ഉപയോഗിക്കാറുള്ള ജൽ അല്ല. അക്കാലത്തു ഹിന്ദുക്കളും മുസ്ലിമുകളും തമ്മിലുള്ള സ്പർദ്ധ ഭയങ്കരമായിരുന്നു.

ബ്രിട്ടീഷുകാർ എല്ലാം ഭംഗിയായി മനസ്സിലാക്കിയിട്ടുണ്ടായിരുന്നു. ഉപഭൂഖണ്ഡത്തിലെ അവരുടെ സാന്നിദ്ധ്യം നിലനിർത്തണമെങ്കിൽ ഹിന്ദുക്കളും മുസ്ലിമുകളും തമ്മിലുള്ള ശത്രുത കൂടുതൽ ആളിക്കത്തിക്കണമെന്നവർക്കറിയാം. ഈ കൗശല ചിന്തയിൽനിന്നാണു ഭിന്നിപ്പിച്ചു ഭരിക്കുക എന്ന നയ പരിപാടി ഉടലെടുത്തത്.

സംഘട്ടനത്തിന്റെ ഉൽഭവം അടിസ്ഥാനപരമായ പൊരുത്തക്കേടിൽ നിന്നാണെന്നായിരുന്നു സുധമൊയ് കരുതിയത്. (അതായത്, ഒരു രാജ്യത്തു തൊണ്ണൂറു ശതമാനം കർഷകർ മുസ്ലിമുകളും തൊണ്ണൂറു ശതമാനം ഭൂവുടമകൾ ഹിന്ദുക്കളുമാകുമ്പോൾ)

ഭൂമിയിൽ നിന്നാണു ചൈനയിലും റഷ്യയിലും വിപ്ലവമുയർന്നുവന്നത്. അതുപോലെ ഹിന്ദുക്കളും മുസ്ലിമുകളും തമ്മിലുള്ള സംഘട്ടനം ഭൂമിയെ ച്ചൊല്ലിയുള്ള പ്രശ്നം, മതാധിഷ്ഠിതമായി. 1906ൽ, ബ്രിട്ടീഷുകാരുടെ ആശീർവ്വാദത്തോടെ, വർഗ്ഗീയാദർശങ്ങളോടെ, മുസ്ലിംലീഗ് പിറന്നു. ഈ പാർട്ടിയാണു വർഗ്ഗീയവിഷം കുത്തിവച്ചു സാമൂഹികവും രാഷ്ട്രീയവുമായ അന്തരീക്ഷം മലീമസമാക്കിയത്. കോൺഗ്രസ്സിനും ഒഴിഞ്ഞുമാറാനാകില്ല.

1947നുശേഷം ഇരുപത്തിനാലു വർഷത്തോളം പാക്കിസ്താൻ ഭരണാധികാരികൾ സാമ്രാജ്യ ദുഷ്പ്രഭുത്വത്തിന്റെ ആശയങ്ങൾ ഉയർത്തിപ്പിടിച്ച് ഇസ്ലാം മതപ്രചാരണത്തിനായി ബഹളം കൂട്ടി. അതോടൊപ്പം ഇന്ത്യയെ കുറ്റപ്പെടുത്തൽ, വർഗ്ഗീയത നിലനിർത്തൽ, ബംഗ്ലാദേശ് പൗരന്മാർക്കു ജനാധിപത്യാവകാശങ്ങൾ നിഷേധിക്കൽ തുടങ്ങിയ ദ്രോഹനടപടികൾ തുടർന്നു. 1971ൽ ഈ അവകാശങ്ങൾ ലഭിച്ചപ്പോൾ സുധാമൊയ് ആശ്വാസത്തോടെ ദീർഘശ്വാസം വിട്ടു.

സ്വാതന്ത്ര്യലബ്ധിക്കുശേഷം ബംഗ്ലാദേശ് ഭരണഘടനയിൽ മതേതരത്വം ഒരു വകുപ്പായി ഉൾപ്പെടുത്തി. വർഗ്ഗീയത ഉയർത്തെഴുന്നേല്ക്കുന്നതിന്റെ സാധ്യത തടയാനുള്ള ശക്തമായൊരു ആയുധമായിരുന്നു അത്. എന്നാൽ 1975 ആഗസ്റ്റ് 15നുശേഷം വർഗ്ഗീയത പുനർജനിച്ചു. മൗലികവാദം, മതഭ്രാന്ത്, വിദ്വേഷം, സ്വേച്ഛാധിപത്യം എന്നിവയും മാനത്തോളം വളർന്നു. വർഗ്ഗീയത സ്വീകാര്യമാക്കാനായി അതിന് സാമൂഹികാദർശങ്ങളുടെ പരിവേഷം നൽകി. പാക്കിസ്താൻ സൃഷ്ടിക്കപ്പെടുന്നതിനു മുമ്പു തന്നെ ഈ ആദർശത്തിനു 'ദ്വിരാഷ്ട്ര സിദ്ധാന്തം' എന്ന പേരു നൽകപ്പെട്ടിരുന്നു. 1971ൽ ബംഗ്ലാദേശ് രൂപീകരണശേഷം അതു ബംഗ്ലാദേശീയത്വം എന്നറിയപ്പെട്ടു. ആയിരം വർഷ ങ്ങൾക്കപ്പുറം പഴക്കമുള്ള ബംഗാളി പാരമ്പര്യം ബംഗ്ലാദേശ് ആവേശത്തിന്റെ പേരിൽ തുടച്ചുമാറ്റപ്പെട്ടു. പശുക്കൾ, കഴുതകൾ, നെല്ല്, ചണം എന്നിവ പോലെ മനുഷ്യനെയും ബംഗ്ലാദേശി എന്നു സമീകരിച്ചു. 1988ലെ 8–ാം ഭേദ ഗതി പ്രകാരം ഭരണഘടനയിൽ സാരമായ മാറ്റം സംഭവിച്ചു.

"റിപ്പബ്ലിക്കിന്റെ ദേശീയമതം ഇസ്ലാമാണ്. എന്നാൽ മറ്റു മതങ്ങൾക്കു റിപ്പബ്ലിക്കിൽ ഐക്യത്തോടെയും സമാധാനത്തോടെയും പ്രവർത്തിക്കാം."

എന്തുകൊണ്ടാണ് പ്രവർത്തിക്കാം എന്ന വാക്ക് ഉപയോഗിച്ചത്? എന്തുകൊണ്ട് ഉറപ്പില്ലാത്തപോലെ! അടിസ്ഥാനപരമായ അവകാശങ്ങളെ സംബന്ധിച്ചിടത്തോളം, ഭരണഘടന പ്രഖ്യാപിച്ചു. "ഒരു പൗരനും മതം, കുലം, ജാതി, ലിംഗഭേദം, ജന്മസ്ഥലം എന്നിവയുടെ പേരിൽ ഏതെ ങ്കിലും പൊതുസ്ഥലത്തേയ്ക്കു പ്രവേശനം തടയുകയോ, വിദ്യാഭ്യാസ സ്ഥാപനങ്ങളിലേയ്ക്കുള്ള പ്രവേശനത്തിന് അയോഗ്യനാക്കുകയോ ചെയ്യുക യില്ല."

എന്നാൽ വിവേചനം കാണിക്കില്ല എന്ന ഭംഗിവാക്കുകളെല്ലാം വെറും കാപട്യമായിരുന്നു. അല്ലെങ്കിലെങ്ങനെ മായയെ പിടിച്ചുകൊണ്ടുപോയി? അവ രെങ്ങനെ തരംതാഴ്ത്തപ്പെട്ടു? ആക്ഷേപിക്കപ്പെട്ടു? ഇപ്പോഴത്തെ കലാപവും ആക്രമണവുമെല്ലാം വെറും ഗുണ്ടായിസമാണെന്നു പറഞ്ഞു തള്ളിക്കളയാ നാവില്ല.

ബംഗ്ലാദേശിന്റെ ഇപ്പോഴത്തെ പ്രവണത സ്കൂളുകൾ തുരുതുരാ മദ്രസ കളായി മാറ്റുന്നതിൽനിന്നും മനസ്സിലാക്കാം, അതുപോലെ പള്ളികളും മുസ്ലിം സമ്മേളനങ്ങളും വർദ്ധിച്ചുവരുന്നതിൽനിന്നും. 'ആസാൻ'ന്റെ ശബ്ദം മൂലം ചെവി കൊട്ടിയടക്കുന്നു. ഓരോ മൂന്നു വീട് ഇടവിട്ടും ഇപ്പോൾ ലൗഡ് സ്പീക്കർവച്ച പള്ളികളാണ്. എന്നാൽ, ഹിന്ദുപൂജകളിൽ ലൗഡ്സ്പീക്കർ ഉപയോഗം നിയന്ത്രിച്ചിരിക്കുകയാണ്. മൈക്ക് അനുവദനീയമാണെങ്കിൽ എന്തുകൊണ്ടു മുസ്ലിമുകൾക്കുമാത്രം നിയന്ത്രണമില്ല?

'യുണൈറ്റഡ് നേഷൻസ് ഹ്യൂമൻ റൈറ്റ്സ് കമ്മ്യൂണിറ്റി ഡിക്ലറേഷൻ' 28–ാം വകുപ്പ് പറയുന്നത്, "ഓരോരുത്തനും അവനവന്റെ മതത്തെക്കുറിച്ചു

ചിന്തിക്കുവാനും സ്വതന്ത്രമായി അനുഷ്ഠിക്കാനും അവകാശമുണ്ട്. മതം മാറാനും പരസ്യമായോ രഹസ്യമായോ മതം പഠിപ്പിക്കാനും അനുഷ്ഠിക്കാനും എതെങ്കിലും മതത്തിൽനിന്നു വേർപിരിയാനും സ്വാതന്ത്ര്യമുണ്ട്."

"ഇതു ശരിയാണെങ്കിൽ ഹിന്ദുക്ഷേത്രങ്ങൾ മാത്രം എന്തുകൊണ്ടു തകർക്കപ്പെടുന്നു? സുധാമൊയിക്കു ക്ഷേത്രങ്ങളിൽ വിശ്വാസമുണ്ടെന്ന് അതിനർത്ഥമില്ല. അയാളുടെ എതിർപ്പു വളരെ പരിമിതമാണ്. എന്തെങ്കിലും തകർക്കണമെന്നുണ്ടെങ്കിൽ, ക്ഷേത്രങ്ങളെമാത്രം എന്തിനു വേർതിരിച്ചു കാണുന്നു? ക്ഷേത്രങ്ങൾ കൂട്ടത്തോടെ നശിപ്പിച്ചവർക്കെതിരെ എന്തെങ്കിലും നടപടി കൈക്കൊള്ളുമോ? പീനൽകോഡ് അനുസരിച്ച് അത്തരം കുറ്റങ്ങൾക്കുള്ള ശിക്ഷ ഒരു കൊല്ലം ജയിൽവാസമാണ്; ചിലപ്പോൾ രണ്ട്. എറ്റവും കൂടിയതു മൂന്നുവർഷം."

രാജ്യത്തിന്റെ രോഗാവസ്ഥയിൽ തന്റെ അസുഖം സുധാമൊയ് മറന്നതു പോലെ കാണപ്പെട്ടു. രാജ്യത്തിന്റെ ആരോഗ്യം ക്രമേണ ക്രമേണ തകർന്നു കൊണ്ടിരിക്കുകയായിരുന്നു. അനേകം വർഷങ്ങളുടെ പോരാട്ടത്തിനുശേഷം ബംഗ്ലാദേശ്, പാക്കിസ്താന്റെ പിടിയിൽനിന്നും സ്വതന്ത്രയായി. പുതിയ ഭരണഘടന സൃഷ്ടിച്ചെടുത്തു. "ഞങ്ങൾ, ബംഗ്ലാദേശിലെ പൗരന്മാർ, 1971 മാർച്ച് 26നു സ്വാതന്ത്ര്യം പ്രഖ്യാപിച്ചു. ദേശീയസ്വാതന്ത്ര്യത്തിനു വേണ്ടിയുള്ള ചരിത്രപരമായ സമരത്തിലൂടെ സ്വതന്ത്രരാഷ്ട്രം സ്ഥാപിച്ചു, പരമാധികാര രാഷ്ട്രം, 'പീപ്പിൾസ് റിപ്പബ്ലിക്ക് ഓഫ് ബംഗ്ലാദേശ്.'

"നമ്മുടെ വീരപൗരന്മാരെ ദേശത്തിനു സമർപ്പിക്കാൻ ആവേശം കൊള്ളിച്ച, ധീരരക്തസാക്ഷികളെ ജീവൻ ബലിയർപ്പിക്കാൻ പ്രേരിപ്പിച്ച നാഷണലിസം, സോഷ്യലിസം, ജനാധിപത്യം, മതേതരത്വം എന്നീ ഉന്നതാദർശങ്ങൾ ആയിരിക്കും ഭരണഘടനയുടെ അടിസ്ഥാനതത്ത്വങ്ങൾ."

1978ൽ 'ദേശീയസ്വാതന്ത്ര്യസമരം' മാറ്റി 'ദേശീയസ്വാതന്ത്ര്യത്തിനുള്ള ചരിത്രപരമായ ഒരു യുദ്ധം' എന്നാക്കി. ഒരു വാചകം കൂടി ചേർക്കപ്പെട്ടു. "സർവ്വശക്തനായ അള്ളായിൽ വിശ്വാസമർപ്പിക്കൽ..." അതിനു പുറമെ 'സ്വാതന്ത്ര്യസമരം' മാറ്റി 'സ്വാതന്ത്ര്യം' ആക്കി.

1978ൽ, 1972ലെ ഭരണഘടനയുടെ തുടക്കം മാറ്റി "ബിസ്മില്ലാഹിർ റഹ്മാനിർ റഹിം." ഭരണഘടനയുടെ 12-ാം വകുപ്പ് പൂർണ്ണമായും എടുത്തു കളഞ്ഞു.

'മതേതരത്വം' എന്ന വാക്ക് എടുത്തു കളഞ്ഞു. 25(2) വകുപ്പ് ഇപ്രകാരം ആക്കി.

"മുസ്ലിം രാഷ്ട്രങ്ങളുമായുള്ള സാഹോദര്യം ഇസ്ലാമിക ഐക്യം അടിസ്ഥാനമാക്കി ശക്തിപ്പെടുത്തുകയും നിലനിർത്തുകയും ചെയ്യുവാൻ രാഷ്ട്രം പ്രയത്നിക്കും."

1972ൽ 6-ാം വകുപ്പ് ഇപ്രകാരമായിരുന്നു "ബംഗ്ലാദേശിലെ പൗരന്മാർ 'ബംഗാളികളെന്നറിയപ്പെടും" സിയാ ഉർ റഹ്മാൻ അതു മാറ്റി "ബംഗ്ലാദേശിലെ പൗരന്മാർ 'ബംഗ്ലാദേശി'കളെന്നറിയപ്പെടും" എന്നാക്കി.

ചുറ്റും അന്ധകാരം പരന്നതായി സുധാമൊയിക്കു തോന്നി. ഉച്ചതിരിഞ്ഞിട്ടേയുള്ളു... എന്തുകൊണ്ട് ഇരുട്ടായി? കാഴ്ച കുറഞ്ഞുവരികയാണോ? അതോ, തന്റെ കണ്ണട കുറെ കാലമായി മാറ്റാത്തതുകൊണ്ടാണോ?... അല്ലെങ്കിൽ കണ്ണുകൾ നിറഞ്ഞതുകൊണ്ടാണോ കാഴ്ച മങ്ങിയത്?

സുരഞ്ജനു വലിയ മാറ്റം വന്നിരിക്കുന്നു. ഒരിക്കൽപോലും അവൻ അച്ഛന്റെ അടുത്തു വന്നിരുന്നിട്ടില്ല. മായയെ തട്ടിക്കൊണ്ടുപോയശേഷം അവൻ തീരെ ആ മുറിയിലേക്കു കയറാതായി. മകന്റെ മുറിയിൽ എന്താണു നടക്കുന്നതെന്നു സുധാമൊയിക്കു കേൾക്കാം, മദ്യപാനത്തോടൊപ്പം ഉണ്ടാകാറുള്ള ഉച്ചത്തിലുള്ള ചർച്ചകൾ. അവൻ അസാന്മാർഗി ആവുകയാണോ? സുരഞ്ജൻ വീട്ടിനുള്ളിൽ മദ്യപിക്കുന്നത് അയാൾ ഒരിക്കലും അറിഞ്ഞിട്ടില്ല. ഒരുപക്ഷേ അവൻ ആരെയും ഒന്നിനെയും ഇനി വകവയ്ക്കില്ലായിരിക്കാം. രണ്ടു ദിവസത്തിനുള്ളിൽ അവൻ മായയെ മറന്നുകളഞ്ഞോ! സുധാമൊയിക്കതു വിശ്വസിക്കാനായില്ല. മകന്റെ മാറ്റം, താൻ ചുമക്കുന്ന ഭാരം കുറെക്കൂടി വർദ്ധിപ്പിച്ചതായി സുധമൊയിക്കു തോന്നി. സുരഞ്ജൻ നശിച്ചുകൊണ്ടിരിക്കയാണോ?

വീട്ടിൽനിന്നു പുറത്തുപോകാൻ സുരഞ്ജന് ഉദ്ദേശ്യമില്ലായിരുന്നു. മായയെ അന്വേഷിച്ചു നടക്കുന്നതു വ്യർത്ഥമാണെന്നവനു മനസ്സിലായി. തന്നെ നോക്കി അസഭ്യം പുലമ്പുന്ന തെരുവിലെ ആളുകളെ കണ്ടുമുട്ടാൻ ഇട കൊടുക്കാതെ വീട്ടിനുള്ളിലിരിക്കയാണു ഭേദമെന്നവനു തോന്നി. തന്നെ കണ്ടാലവർ അശ്ലീലം വിളിച്ചുപറയും, "ബാബറി മസ്ജിദ് പൊളിച്ചുമാറ്റാൻ ഉത്തരവാദിയായ തന്തയില്ലാത്ത ഒരുവൻ ഇതാ വരുന്നു! ഈ വൃത്തികെട്ടവന്മാരെ ഇന്ത്യയിലേക്കു ചവിട്ടി പുറത്താക്കണം!"

ഇത്തരം അസഭ്യവാക്കുകൾ കേട്ടു സുരഞ്ജനു വയ്യാതായി. അവനു സോഷ്യലിസ്റ്റ് പാർട്ടിയിലോ കമ്മ്യൂണിസ്റ്റ് നേതാക്കന്മാരിലോ വിശ്വാസമില്ലാതായി. ഇടതുപക്ഷ നേതാക്കൾ പോലും ഹിന്ദുക്കളെക്കുറിച്ചു ശാപവാക്കുകൾ ഉരുവിടുന്നതായി അവൻ അറിഞ്ഞു."വൃത്തികെട്ട പന്നികൾ". കമ്മ്യൂണിസ്റ്റു പാർട്ടിയിലെ ഹിന്ദുക്കളും അപ്പോഴത്തെ പ്രവണതയ്ക്കു മുന്നിൽ തല കുനിക്കുകയാണ്. കൃഷ്ണ ബിനോദ് റോയ് ഇപ്പോൾ കബീർ ഭായിയും, ബരിൻ ദത്ത അബ്ദുസ്സലാമുമായി പേരു മാറ്റിയിരിക്കുകയാണ്. കമ്മ്യൂണിസ്റ്റ് പാർട്ടിയിൽപ്പോലും ഇത്തരം സംഭവങ്ങൾ നടന്നാൽ ആരെയാണു നമ്മൾക്കു വിശ്വസിക്കാൻ കഴിയുക? അല്ലെങ്കിൽ താനും ജമായത്ത് - ഇ - ഇസ്ലാമി പാർട്ടിയിൽ അംഗത്വം എടുത്തെങ്കിലോ! നേരെ പോയി നിസാമിയോടു പറഞ്ഞാൽ മതി "ഹുസൂർ അസലാമു അലൈക്കും!" അടുത്ത ദിവസം

തന്നെ പത്രങ്ങളിൽ തലക്കെട്ടു പ്രത്യക്ഷപ്പെടും. “ഹിന്ദു യുവാവ് ജമായത്ത് – ഇ– ഇസ്ലാമിയിൽ ചേർന്നിരിക്കുന്നു.” ഹിന്ദു ആൺ കുട്ടികളുടെ ഹോസ്റ്റലായ ജഗന്നാഥ് ഹാളിൽ പോലും ജമായത്തികൾക്ക് ഹിന്ദു വോട്ടു കിട്ടും! കാരണം പണമാണ്. ആർക്കെങ്കിലും ഒരു മാസം 5000 ടക്കാ കിട്ടിയാൽ എന്തുകൊണ്ടു ജമായത്ത് – ഇ – ഇസ്ലാമിക്കു വോട്ടു ചെയ്തുകൂടാ?

ഇടതുപക്ഷ പാർട്ടികൾക്കുനേരെ പ്രതികാരം ചെയ്യാൻ സുരഞ്ജൻ ആഗ്രഹിച്ചു. ആശയവ്യതിചലനങ്ങളും വിശ്വാസത്തകർച്ചകളുമാണ് ആ പാർട്ടി സമ്മാനിച്ചത്. പാർട്ടിക്കാർ ഓരോരുത്തരായി അംഗത്വം ഉപേക്ഷിച്ചു മറ്റു പാർട്ടികളിൽ ചേരുകയായിരുന്നു. ഇന്നവർ ഒരു കാര്യം പറയും, നാളെ തികച്ചും വ്യത്യസ്തമായ ട്യൂണിൽ പാടും. സഖാവ് ഫർഹദ് മരിച്ചപ്പോൾ ഒരു ഖുറാൻ ഖാനിയും മിലാദ് മെഹ്ഫിലും സി.പി.ബി ഓഫീസിൽ സംഘടിപ്പിക്കപ്പെട്ടു. പിന്നീടയാളെ ആർഭാടങ്ങളോടെ സംസ്കരിച്ചു. എന്തിനു കമ്മ്യൂണിസ്റ്റുകാർ ഇസ്ലാമിക പതാകയ്ക്കു കീഴിൽ അഭയം തേടി? പൊതുജനത്തിന്റെ അസ്ഥാനത്തുള്ള ആരോപണങ്ങളിൽ നിന്നു രക്ഷപ്പെടാൻ. കമ്മ്യൂണിസ്റ്റുകാർ അവിശ്വാസികളാണെന്നുള്ള ആരോപണത്തിൽനിന്ന് രക്ഷപ്പെടാൻ... അങ്ങനെയല്ലേ? അതുകൊണ്ടവർക്ക് എന്തെങ്കിലും ഗുണമുണ്ടായോ? സുരഞ്ജൻ പൊതുജനത്തെ കുറ്റപ്പെടുത്തിയില്ല. ഇടതുപക്ഷക്കാരെന്നറിയപ്പെടുന്ന നേതാക്കളെയാണ് കുറ്റപ്പെടുത്തിയത്. അവർ സ്വയം പൂർണ്ണമായി നശിച്ചിരിക്കുന്നു. ആകെ ചിന്താകുഴപ്പത്തിലായിരിക്കുന്നു.

രാജ്യത്തിനകത്തു മദ്രസകളുടെ സംഖ്യ വർദ്ധിച്ചുകൊണ്ടിരിക്കുകയാണ്. സാമ്പത്തികവ്യവസ്ഥ തകർക്കാനുള്ള ഒന്നാംതരം പദ്ധതിയാണിത്. ഒരുപക്ഷേ ആർക്കും അറിയാത്തൊരു കാര്യമാണ്, മുജീബർ റഹ്മാൻ സ്വയം ഗ്രാമങ്ങൾ തോറും കയറി ഇറങ്ങി മദ്രസകളെ പ്രോത്സാഹിപ്പിച്ചു എന്നുള്ളത്! ഈ രാജ്യത്തിനുമേൽ വന്നുപതിച്ച വിപത്തു നേരിൽ കാണേണ്ടതു തന്നെയാണ്. ഭാഷാപ്രക്ഷോഭണത്തിൽ പങ്കെടുത്തിട്ടുള്ളവരും 1971ൽ പോരാടി സ്വാതന്ത്ര്യം നേടിയിട്ടുള്ളവരും ഉള്ള ഈ രാജ്യത്ത് ഇത്തരം സംഭവങ്ങൾ നടന്നത് അവിശ്വസനീയമാണ്! ആ ബംഗാളി ദേശീയതയുടെ വികാരം എവിടെ പോയി? ഹിന്ദുക്കളും മുസ്ലിമുകളും ക്രിസ്ത്യാനികളും ബുദ്ധിസ്റ്റുകളും ഒരുപോലെ ബംഗാളികളാണെന്ന മുറവിളി എവിടെ പോയി മറഞ്ഞു?... സുരഞ്ജനിപ്പോൾ ഒന്നും ഉറപ്പില്ല, ഒന്നിനും ഒരു സ്ഥിരതയില്ല. എല്ലാം മാഞ്ഞു പോയി, തുടച്ചു നീക്കപ്പെട്ടു! അവൻ ഒരു മനുഷ്യജീവിയേ അല്ല എന്ന പോലെയാണ്, ബംഗാളിയേയല്ല, ഹിന്ദു എന്നു വിളിക്കപ്പെടുന്ന ഒരു ഇരുകാൽ ജീവി. സ്വന്തം നാട്ടിൽ താനൊരു വിദേശി!

ഈ രാജ്യത്ത് 'റിലിജിയസ് എഫയേഴ് മിനിസ്ട്രി' എന്ന ഒരു മിനിസ്ട്രിയുണ്ട്. കുറച്ചു വർഷങ്ങളായിട്ടു മതത്തിനുവേണ്ടി നല്ലൊരു തുക ബജറ്റിൽ

നീക്കിവയ്ക്കാറുണ്ട്. ദേശീയോദ്ഗ്രഥനത്തിനായുള്ള ബജറ്റിന്റെ മുഖ്യ പങ്കും മതത്തെയും മതസ്ഥാപനങ്ങളെയും സഹായിക്കാനാണു ചെലവിടുന്നത്. 'ദി ഇസ്ലാമിക ഫൌണ്ടേഷന് 1500000 ടക്കാ ഗ്രാന്റു നൽകി, 'വക്ഫ് പ്രൊഷാഷക് ഗ്രന്ഥി'ന് 800000 ടക്കായും... ഇതുപോലെ ഓരോരോ മതസ്ഥാപനങ്ങൾക്കും പള്ളികൾക്കും. മൊത്തം 84570000 ടക്കായാണ് അനുവദിച്ചത്. ന്യൂനപക്ഷമതങ്ങൾക്കായി മൊത്തം 250000 ടക്കാ മാത്രം! ഈ രാജ്യത്തു ന്യൂനപക്ഷമതക്കാരായി ഇരുപത്തിയഞ്ചു മില്യൻ ഉണ്ട്. ഇത്രയും ആളുകൾക്കായി രണ്ടരലക്ഷം ടക്കായാണ് ഗ്രാന്റ് നൽകിയിട്ടുള്ളതെന്നതു പരിഹാസവും യുക്തിക്കു നിരക്കാത്തതുമാണ്.

മുസ്ലിമുകളുടെ കലാസാംസ്കാരികപരിപാടികൾക്കും പുസ്തകപ്രസിദ്ധീകരണങ്ങൾക്കും പരിശീലനക്ലാസുകൾക്കും മറ്റുമായി ലക്ഷങ്ങളാണ് ചെലവഴിക്കുന്നത്. അതിനും പുറമെ പള്ളികളുടെ പുനരുദ്ധാരണത്തിനും അറ്റകുറ്റ പണികൾക്കുമായി നിരവധി ലക്ഷങ്ങൾ വേറെയും. ന്യൂനപക്ഷ മതങ്ങൾക്കായി ഒറ്റ പൈസയും നൽകപ്പെട്ടില്ല! വിവിധമതക്കാരും ജാതിക്കാരും ജീവിക്കുന്ന ഈ ദരിദ്ര രാഷ്ട്രം ഒരു മതത്തെ മാത്രം അനുകൂലിക്കുന്നു എന്നതു ലജ്ജാകരമാണ്!.

രാജ്യത്തിനു യാതൊരു സാമ്പത്തിക ഭദ്രതയുമില്ല. സുരഞ്ജൻ ഓർത്തു. നമ്മുടെ 'ആളോഹരി വരുമാനം' എത്രയാണെന്നു നമ്മൾ നോക്കിയിട്ടുണ്ടോ, നമ്മുടെ വിദേശകടം? നമ്മുടെ സാമ്പകത്തിക നില ഇത്രയും മോശമായിരിക്കുമ്പോൾ, ഇത്രയും തുക ഇസ്ലാമിക കാര്യങ്ങൾക്കായി എങ്ങനെ ചെലവഴിക്കാനാകും? വളഞ്ഞ മാർഗ്ഗത്തിലൂടെയുള്ള ബജറ്റ് നീക്കിവയ്പ്പാണതിനു കാരണം. ദേശീയ സൗഹാർദ്ദത്തിനു യാതൊരു സാധ്യതയുമില്ല. ആരും ഇതിനെക്കുറിച്ചൊന്നും ചിന്തിക്കുന്നില്ലല്ലോ.

സുരഞ്ജൻ ഇപ്രകാരം ഓരോന്ന് ആലോചിച്ചു കിടക്കവെ, വാതിൽ തുറന്നു കാജൽ ദേബ് നാഥ് കടന്നുവന്നു.

"എന്താണു കാര്യം, സുരഞ്ജൻ, ഈ സമയത്തും നീ കട്ടിലിൽത്തന്നെ കിടക്കുന്നു."

"എനിക്കൊന്നിനും ഒരു പ്രത്യേകസമയമില്ല!" സുരഞ്ജൻ നീങ്ങി, അയാൾക്ക് ഇരിക്കാൻ ഇടം നൽകി.

"മായ തിരിച്ചെത്തിയോ?"

"ഇല്ല..." സുരഞ്ജൻ ദീർഘശ്വാസം വിട്ടു.

"നമ്മൾക്കെന്താണു ചെയ്യാൻ കഴിയുക എന്നു നിങ്ങൾ ആലോചിച്ചിട്ടുണ്ടോ? അടിയന്തിരമായി നമ്മൾ എന്തെങ്കിലും ചെയ്യാതെ പറ്റില്ല."

"നമ്മൾ എന്താണു ചെയ്യുക!"

കാജൽ ദേബ് നാഥിന്റെ തല നരച്ചു തുടങ്ങി. നാല്പതിനുമേൽ പ്രായം വരും. ഒരു പാക്കറ്റു സിഗററ്റ് പോക്കറ്റിൽ നിന്നു എടുത്ത് ഒന്നു സുരഞ്ജനു നീട്ടി. കാജലിന്റെ നെറ്റി നീരസത്തോടെ ചുളിഞ്ഞു.

സുരഞ്ജൻ കൈനീട്ടി സിഗററ്റു വാങ്ങി. കുറെ നേരമായി അവൻ സിഗററ്റു വലിച്ചിട്ട്. സിഗററ്റു വാങ്ങാൻ പണമില്ല. കിരൺമയിയോടു പണം ചോദിക്കാൻ ധൈര്യമില്ല. അവരുടെ മുറിയിലേക്കു ചെല്ലാൻ തന്നെ ലജ്ജ തോന്നുന്നു. മായയെ തട്ടിക്കൊണ്ടുപോയതിനു പൂർണ്ണ ഉത്തരവാദി അവനാണെന്നപോലെ, അതിൽ ലജ്ജിക്കേണ്ടത് അവൻ മാത്രമാണെന്നപോലെ! ഒരുപക്ഷേ ആയിരിക്കാം. ഏതൊരുവനേക്കാളും കൂടുതൽ അവനാണല്ലോ ഈ രാജ്യത്തെ വർഗ്ഗീയതയിൽ നിന്നു രക്ഷിക്കാൻ ആഗ്രഹിക്കുന്നത്. സ്വാഭാവികമായും അവനാണ് ആരെക്കാളും കൂടുതൽ ലജ്ജിക്കേണ്ടത്. തന്റെ സത്യസന്ധനും ആദർശവാദിയുമായ അച്ഛന്റെ മുന്നിൽ പോലും മുഖം കാണിക്കാനവനു കഴിഞ്ഞില്ല.

വെറുംവയറ്റിൽ ആണു സുരഞ്ജൻ പുക വലിച്ചുകൊണ്ടിരുന്നത്. മായ അതു കണ്ടിരുന്നെങ്കിൽ പ്രതിഷേധിച്ചേനെ. "ദാദ, നിങ്ങൾ സ്വയം നീതി കാണിക്കുന്നില്ല. വെറും വയറ്റിൽ പുക വലിച്ചാൽ നിങ്ങൾ കാൻസർ പിടിച്ചു ചാകും. നിങ്ങൾക്കതറിയില്ലേ?" മായ പറഞ്ഞേനെ.

തനിക്കു കാൻസർ വന്നിരുന്നെങ്കിൽ നന്നായിരുന്നെന്നു സുരഞ്ജൻ ഓർത്തു. കട്ടിലിൽ മരണവും കാത്തുകിടക്കാമായിരുന്നു! ആശകൾ പൂവണിയുന്നതു പ്രതീക്ഷിച്ചിരിക്കേണ്ടിവരില്ല.

കാജൽ ദേബ് നാഥ് ഇതികർത്തവ്യതാമൂഢനായി ഇരുന്നു. "ഇന്നവർ നിന്റെ സഹോദരിയെ തട്ടിക്കൊണ്ടുപോയെങ്കിൽ നാളെ എന്റെ മോളെ ആയിരിക്കും. അതെ, തീർച്ചയായും അതവർ ചെയ്യും. ഇന്നു ഗൗതമിന്റെ തലയ്ക്കാണ് അടികിട്ടിയത്, നാളെ നിന്റേയോ എന്റേയോ ആയിരിക്കും."

"എന്നോടൊരു കാര്യം പറയൂ" സുരഞ്ജൻ പറഞ്ഞു: "നമ്മൾ ആദ്യമായി മനുഷ്യരോ, ഹിന്ദുക്കളോ?"

മുറിയിൽ ചുറ്റും പരതി നോക്കിയ ശേഷം കാജൽ ചോദിച്ചു.

"അവർ ഈ മുറിക്കകത്തും കടന്നു, അല്ലേ?"

"അതെ."

"മായ അപ്പോൾ എന്താണു ചെയ്തിരുന്നത്?"

"അവൾ ബാബയ്ക്കു ചോറു കുഴയ്ക്കുകയായിരുന്നു."

"അവരുടെ കയ്യിൽ കനത്ത ഇരുമ്പു വടികളുണ്ടായിരുന്നു. എന്തായാലും ഹിന്ദുക്കൾക്കു മുസ്ലിംകളെ തൊടാൻ അവകാശമില്ലല്ലോ, അല്ലേ? ഇന്ത്യയിൽ മുസ്ലിം ന്യൂനപക്ഷങ്ങൾക്കു തിരിച്ചടിക്കാനുള്ള അവകാശമുണ്ട്. രണ്ട് എതിർഗ്രൂപ്പുകൾ പോരാടുമ്പോൾ മാത്രമാണതു കലാപമാകുന്നത്. എന്നാൽ

ഈ രാജ്യത്തോ, ഇതു കലാപമാണോ? വർഗ്ഗീയ ഭീകരതയാണ് ഈ രാജ്യത്തു നടക്കുന്നത്. അതിനെ പീഡനമെന്നോ അടിച്ചമർത്തൽ എന്നോ ദ്രോഹമെന്നോ വിളിക്കാം. ഒരു ഗ്രൂപ്പ് ഏകപക്ഷീയമായി മറ്റൊന്നിനെ തല്ലിത്തകർക്കുക."

"മായ തിരിച്ചുവരുമെന്നു നീ കരുതുന്നുണ്ടോ?"

"എനിക്കറിയില്ല."

ഓരോ പ്രാവശ്യം അവൻ മായയെക്കുറിച്ചു സംസാരിക്കുമ്പോഴും സുരഞ്ജന്റെ തൊണ്ട ഇടറി, ഹൃദയം ശൂന്യമായി തോന്നി.

"കാജൽ ദാ, രാജ്യത്ത് എന്തൊക്കെയാണു നടക്കുന്നത്?" മായയിൽ നിന്നും വിഷയം മാറ്റാനായി സുരഞ്ജൻ ചോദിച്ചു.

കാജൽ ദേബ്നാഥ് തട്ടിലേക്കു നോക്കി സിഗററ്റു പുക വിട്ടുകൊണ്ടു പറഞ്ഞു.

"28000 വീടുകൾ, 2700 വ്യാപാരസ്ഥാപനങ്ങൾ, 3600 അമ്പലങ്ങൾ എന്നിവ നശിപ്പിക്കപ്പെട്ടു. പന്ത്രണ്ടു പേർ കൊല്ലപ്പെട്ടു. രണ്ടു ബില്യൻ ടക്കായുടെ നാശനഷ്ടങ്ങൾ! ഗ്രാമങ്ങൾക്കു പിന്നാലെ ഗ്രാമങ്ങൾ നശിപ്പിക്കപ്പെട്ടു. നാല്പത്തിമൂന്നു ജില്ലകളെ ബാധിച്ചു. 2600 സ്ത്രീകൾ ബലാൽസംഗത്തിനിരയായി... നിരവധി ക്ഷേത്രങ്ങൾ പാടെ തകർക്കപ്പെട്ടു, റിപ്പയർ ചെയ്യാനാകാത്ത വിധത്തിൽ."

"ഗവൺമെന്റ് എന്തെങ്കിലും സഹായവാഗ്ദാനം നൽകിയിട്ടുണ്ടോ!"

"ഇല്ല. ഗവൺമെന്റു സഹായിച്ചില്ലെന്നുമാത്രമല്ല മറ്റു സംഘടനകളെ സഹായിക്കാനും അനുവദിച്ചില്ല. ചില പ്രൈവറ്റു സംഘടനകൾ സഹായിക്കാമെന്ന് ഏറ്റിട്ടുണ്ട്. ആയിരക്കണക്കിന് ആളുകൾ ഭവനരഹിത രായി, ഭക്ഷണവും വസ്ത്രവുമില്ലാതെ പുറത്തുകിടന്നു നരകിക്കുന്നു. ബലാംൽ സംഗത്തിനിരയായ പെൺകുട്ടികൾ സംസാരിക്കാൻ പോലുമാകാത്ത ആഘാതത്തിലാണ്. പലരെക്കുറിച്ചും യാതൊരു തുമ്പുമില്ല, വ്യാപാരികൾക്കു സർവതും നഷ്ടപ്പെട്ടു. മൊത്തം 1070 ബില്യനാണ് നഷ്ടം. വ്യാപാര സ്ഥാപനങ്ങൾകൂടി കൂട്ടിയാൽ മറ്റൊരു 220 മില്യൻ. ക്ഷേത്രങ്ങൾ തകർത്തതിൽ വന്ന നഷ്ടം 570 മില്യൻ ടക്കായാണ്."

"ഓഹ്, എനിക്കിതു സഹിക്കാനാവുന്നില്ല."

"നിനക്കറിയാമോ ഏറ്റവും കഷ്ടം രാജ്യത്തുനിന്ന് ഒഴിഞ്ഞുപോകുന്നവരുടെ പ്രവാഹമാണ്. അത് ആരംഭിച്ചുകഴിഞ്ഞു. അവരെ തടയാൻ ഒരു മാർഗ്ഗവും കാണുന്നില്ല. ഹിന്ദുക്കൾ നാടു വിട്ടുപോകുന്നില്ലെന്നാണു ഗവൺമെന്റു സദാ പറഞ്ഞുകൊണ്ടിരിക്കുന്നത്. എന്നാലതു വാസ്തവമല്ല. അതിനെക്കുറിച്ചു കൽക്കത്തയിൽനിന്നു പ്രസിദ്ധീകരിക്കുന്ന 'ദേശ്' മാസികയിൽ

നീ വായിച്ചു കാണും. ഒന്നരലക്ഷം ബംഗ്ലാദേശികൾ ഇന്ത്യൻ അതിർത്തി കടന്നിട്ടുണ്ട്. കഴിഞ്ഞ ദശാബ്ദത്തിനുള്ളിൽ അര മില്യനേക്കാൾ അധികം ന്യൂനപക്ഷ മതക്കാർ രാജ്യം വിടാൻ നിർബന്ധിതരായിട്ടുണ്ട്. 1941 ലെയും 1951ലെയും 1974ലെയും ജനസംഖ്യാ റിപ്പോർട്ട് വായിച്ചാൽ അതു മനസ്സിലാകും. 1941ൽ 28.3 ശതമാനം ഹിന്ദുക്കളുണ്ടായിരുന്നത് 1991 ആയ പ്പോൾ 12.6 ശതമാനമായി കുറഞ്ഞു. ഇതിൽ നിന്നും നമ്മൾ എന്താണു മനസ്സിലാക്കേണ്ടത്!"

ഓരോ വർഷവും മുസ്ലിമുകളുടെ സംഖ്യ വർദ്ധിച്ചുവരികയാണ്, ഹിന്ദുക്കളുടേതു കുറഞ്ഞും. ഹിന്ദുക്കൾക്ക് എന്താണു സംഭവിക്കുന്നത്! അവർ എവിടെയാണു പോകുന്നത്, അവർ നാടു വിട്ടു പോയിട്ടില്ലെന്നു ഗവൺമെന്റ് ഉറപ്പിച്ചു പറയുന്നു. അപ്പോൾ ജനസംഖ്യാ കണക്ക് അവർ എങ്ങനെ വിശദീകരിക്കും? സെൻസസ്സിനെകുറിച്ചുള്ള പുതിയ വാർത്ത എന്താണെന്നു നിനക്കറിയാമോ? മുസ്ലിമുകളേയും ഹിന്ദുക്കളേയും പ്രത്യേകം എണ്ണേണ്ടതില്ലെന്ന്!"

"ഹിന്ദുക്കളുടെ സംഖ്യ പെട്ടെന്നു കുറഞ്ഞു വരുന്നതിനാൽ അവരെ പ്രത്യേകം തിരിച്ചറിയേണ്ട ആവശ്യമില്ല. മുസ്ലിമുകളോടൊപ്പം ചേർക്കാം." കാജൽ ദേബ്നാഥ് പരിഹാസത്തോടെ പറഞ്ഞു.

"ഈ ഗവൺമെന്റു വളരെ സൂത്രശാലിയാണ്, എന്തു പറയുന്നു, കാജൽദാ?"

കാജൽ ദേബ് നാഥ് അഭിപ്രായമൊന്നും പറഞ്ഞില്ല. ആഷ്ട്രേ ഉണ്ടോ എന്നയാൾ ചുറ്റുപാടും നോക്കി? ആദ്യത്തെ സിഗററ്റു കുത്തിക്കെടുത്തി. പുതിയൊരു സിഗററ്റു കത്തിക്കാനയാൾ ആഗ്രഹിച്ചു. "നിന്റെ പക്കൽ ആഷ്ട്രേയില്ലേ." അയാൾ സുരഞ്ജനോടു ചോദിച്ചു.

"മുഴുവൻ മുറിയും നിങ്ങൾക്ക് ആഷ്ട്രേ ആയി ഉപയോഗിക്കാം"

"എനിക്കു നിന്റെ അച്ഛനമ്മമാരെ കാണാനാഗ്രഹമുണ്ട്. അവരെ ആശ്വസിപ്പിക്കാൻ, ശരിക്കും, എനിക്കു വാക്കുകൾ കിട്ടുന്നില്ല!" കാജൽ ദേബ്നാഥ് പറഞ്ഞു. പിന്നെ ലജ്ജിച്ചു ശിരസ്സു താഴ്ത്തി. അവന്റെ സ്വന്തം സഹോദരനാണു മായയെ തട്ടിക്കൊണ്ടുപോയതെന്നപോലെ ഉണ്ടായിരുന്നു ലജ്ജിച്ച ആ മുഖഭാവം കണ്ടാൽ!

വീണ്ടും മായ! അഗ്നിപർവ്വതത്തിൽനിന്നുയരുന്ന ലാവപോലെ സുരഞ്ജനിൽ പഴയ കോപം തിളച്ചുമറിഞ്ഞു. പൊട്ടിത്തെറിക്കുന്നതിനുമുമ്പു പെട്ടെന്നവൻ വിഷയം മാറ്റി.

"കാജൽ ദാ"അവൻ പറഞ്ഞു "നമ്മൾ ഹിന്ദുക്കളോ മുസ്ലിമുകളോ ആയിരിക്കില്ല, എല്ലാവരും പാക്കിസ്താനികളായിരിക്കുമെന്നു ജിന്ന വാഗ്ദാനം ചെയ്തിരുന്നില്ലേ? ആ വാഗ്ദാനം, ഹിന്ദുക്കളെ നാടുവിട്ടു പോകുന്നതിൽ നിന്നു പിൻതിരിപ്പിച്ചോ?"

"ജിന്ന ഒരു ഇസ്മയിലി ഖോജാ ആയിരുന്നു. അയാളുടെ സമൂഹം മുസ്ലിം ആയിരുന്നെങ്കിലും, അവർ ഹിന്ദു പിൻതുടർച്ചാവകാശങ്ങളാണു പിൻതുടർന്നത്. അദ്ദേഹത്തിന്റെ യഥാർത്ഥ 'സർ നെയിം' ഖോജാനി എന്നാണ്, പേര് 'ജിനാഭായ് ഖോജാനി' എന്നും. പേരിന്റെ ഭാഗമായി അദ്ദേഹം 'ജിന്ന' നില നിർത്തി, ബാക്കി എല്ലാം ഉപേക്ഷിച്ചു. അതേ, വാസ്തവമാണ്, ജിന്ന അത്തരമൊരു വാഗ്ദാനം തന്നിരുന്നു, എല്ലാവരും പാക്കിസ്ഥാനികൾ... ഹിന്ദുക്കൾ വിവേചനത്തിന്റെ ഇരകളായിരുന്നു. അത് അങ്ങനെ ആയിരുന്നില്ലെങ്കിൽ, 1948-ാം ആണ്ടോടെ പതിനൊന്നു മില്യൻ ഹിന്ദുക്കൾ എന്തുകൊണ്ടു പൂർവ്വപാക്കിസ്താൻ ഉപേക്ഷിച്ച് ഇന്ത്യയിലേക്കു കുടിയേറി? ഇന്ത്യയിൽ. നിർഭാഗ്യവശാൽ, അഭയാർത്ഥികളായാണവർ അറിയപ്പെട്ടത്."

"അനേകം മുസ്ലിമുകൾ പശ്ചിമബംഗാളിൽനിന്നു കലാപകാലത്ത് ഈ നഗരത്തിലെത്തി, അല്ലേ?"

"അതെ. കൂട്ടംകൂട്ടമായി, അസമിൽനിന്നും പശ്ചിമബംഗാളിൽനിന്നും ജനങ്ങൾ ഇങ്ങോട്ടു പ്രവഹിച്ചു. ആ സമയത്ത് ഇന്ത്യാ-പാക്കിസ്താൻ ഗവൺമെന്റുകൾ "നെഹ്രു-ലിയക്കത്ത് കരാർ" പുറപ്പെടുവിച്ചു. ഈ കരാറനുസരിച്ച് "ഇരുരാജ്യങ്ങളിലും, ന്യൂനപക്ഷസമുദായങ്ങൾക്ക് ഏതൊരു പൗരനും ലഭിക്കുന്ന അവകാശങ്ങൾ മതഭേദമന്യെ അനുവദിക്കുന്നതായിരിക്കും."

"ജീവിക്കാനും സ്വന്തം സ്വത്തു കാത്തുരക്ഷിക്കാനും സ്വന്തം സംസ്കാരം പിൻതുടരാനും ഉള്ള അവകാശം ന്യൂനപക്ഷസമുദായങ്ങൾക്കു നല്കപ്പെട്ടു. അതുപോലെ സ്വന്തം അഭിപ്രായങ്ങൾ പ്രകടിപ്പിക്കാനും മതം പഠിപ്പിക്കാനുമുള്ള അവകാശം. ഈ വ്യവസ്ഥകളുടെ അടിസ്ഥാനത്തിൽ അനേകം പേർ ഇന്ത്യയിലേക്കു തിരിച്ചുപോയി. പൂർവ്വപാക്കിസ്ഥസ്താനിൽ നിന്ന് ഇന്ത്യയിലേക്കു പോയവരൊന്നും മടങ്ങിവന്നില്ല. 1951ൽ പാക്കിസ്താൻ ലെജിസ്ലേറ്റീവ് അസംബ്ലി രണ്ടു പ്രത്യേക നിയമങ്ങൾ പാസ്സാക്കി. 'ഈസ്റ്റ് ബംഗാൾ ഇവാക്കി ആക്ടും' 'ഈസ്റ്റ് ബംഗാൾ ഇവാക്കി പ്രോപ്പർട്ടി ആക്ടും'. ഇതുമൂലം രാജ്യം വിട്ടുപോയവരുടെ എണ്ണം മൂന്നര മില്യൻ ആയിരുന്നു! നിന്റെ അച്ഛന് ഇതിനെക്കുറിച്ചു കൂടുതൽ പറയാൻ കഴിഞ്ഞേക്കും?

"അദ്ദേഹം ഇത്തരം കാര്യങ്ങൾ ഒരിക്കലും എന്നോടു സംസാരിക്കാറില്ല. ഓരോ പ്രാവശ്യം രാജ്യം വിടുന്ന കാര്യം പറയുമ്പോഴേക്കും അദ്ദേഹം കോപിക്കും. അദ്ദേഹത്തിനു രാജ്യം വിടുന്ന കാര്യം ചിന്തിക്കാനേ കഴിയില്ല."

"നമ്മൾ രാജ്യം വിടണമെന്നു നീ ആഗ്രഹിക്കുന്നുണ്ടോ? മുമ്പു രാജ്യം വിട്ടവർ വളരെ രഹസ്യമായിട്ടാണതു ചെയ്തത്. നിങ്ങളവരെ എങ്ങനെ തിരിച്ചു കൊണ്ടുവരും? അവർക്കു നിങ്ങൾ എന്തെങ്കിലും ഉറപ്പു നൽകേണ്ടിവരും. അല്ലെങ്കിൽ, സ്വന്തം നാടു വിട്ടുപോകാനവർ ചിന്തിക്കില്ലല്ലൊ. നമ്മളുടെ

ഒരു ചൊല്ലുണ്ട്, നിനക്കറിയാമോ? 'സ്വന്തം മണ്ണിൽ ജീവിക്കുന്നവനാണ് ഏറ്റവും വലിയ സന്തുഷ്ടൻ." മുസ്ലിമുകൾ ഹജ്ജിനുവേണ്ടി ധാരാളം യാത്ര ചെയ്തു ശീലീച്ചിട്ടുള്ളവരാണ്. ഹിന്ദുക്കൾ സ്വന്തം കാര്യമായാലും മതപര മായ കാര്യമായാലും സ്വന്തം മണ്ണിൽ ജീവിച്ചുചെയ്യാനാഗ്രഹിക്കുന്നു.

ഈ സമയത്ത് കാജൽ ദേബ്നാഥ് വികാരഭരിതനായി. സ്വയം ശാന്തനാ കാനായി എഴുന്നേറ്റു വരാന്തയിലേക്കു പോയി.

അയാൾ മുറിയിൽ തിരിച്ചെത്തി പറഞ്ഞു.

എനിക്കു ശരിക്കും ഒരു ചായ കുടിക്കാൻ തോന്നുന്നു. വരൂ ഏതെങ്കിലും ചായക്കടയിൽ പോകാം.

സുരഞ്ജന്റെ ഉടുപ്പുകൾ വളരെ മുഷിഞ്ഞതായിരുന്നു. കുറച്ചുദിവസ ങ്ങളായി അവ മാറ്റിയിട്ട്. ദിവസങ്ങളായി, കുളിച്ചിട്ടില്ല. ശരിക്ക് ആഹാരം കഴിച്ചിട്ടുമില്ല. അതിനാൽ കാജൽ ചായയെക്കുറിച്ചു പറഞ്ഞപ്പോൾ അവൻ ചാടി എഴുന്നേറ്റു.

നമ്മൾക്കു പോകാം. ഇതുപോലെ അനങ്ങാതെ കിടന്നു ശരീരം തുരുമ്പു പിടിക്കും.

പുറത്തിറങ്ങുമ്പോൾ സുരഞ്ജൻ വാതിലടച്ചില്ല. വാതിൽ എന്തിന് അടയ്ക്കണം? നടക്കാൻ കഴിയാവുന്നതിൽ വച്ച് ഏറ്റവുംവലിയ അനർത്ഥം സംഭവിച്ചു കഴിഞ്ഞിരിക്കുന്നു. അവർ നടന്നുകൊണ്ടിരിക്കവെ കാജൽ ദേബ് നാഥ് അവനോടു ചോദിച്ചു.

നീ വീട്ടിൽ നിന്നും വല്ലതും കഴിച്ചിട്ടുണ്ടോ?

മാ എന്റെ മുറിയിൽ എന്നും ചോറു കൊണ്ടുവന്നുവയ്ക്കും. ചിലപ്പോൾ ഞാൻ കഴിക്കും. ചിലപ്പോൾ കഴിക്കില്ല. സത്യത്തിൽ എനിക്കു കഴിക്കാൻ തോന്നുന്നില്ല.

സുരഞ്ജൻ തലമുടിയിലൂടെ വിരലുകളോടിച്ചു, മുടി ചീകി! മുടി ചീകലാ യിരുന്നില്ല ലക്ഷ്യം. മനസ്സിലെ വേദന കോതി ഒതുക്കലായിരുന്നു!

സുരഞ്ജൻ പഴയ വിഷയത്തിലേക്കു തിരിച്ചു വന്നു. "1969ലും 1970ലും കുടിയേറിപ്പാർത്ത ഹിന്ദുക്കളുടെ സംഖ്യ താരതമ്യേന കുറവായിരുന്നു, അല്ലേ കാജൽ ദാ?"

"1966ൽ സ്വയംഭരണാവകാശത്തിനുവേണ്ടിയുള്ള ജനപ്രക്ഷോഭണം ആരംഭിച്ചു. 1969ൽ ശക്തമായ ബഹുജനസമരം നടന്നു. 1970ൽ തിരഞ്ഞെടു പ്പിനും സ്വാതന്ത്ര്യത്തിനുമിടയ്ക്ക് ഇന്ത്യയിലേക്കു കുടിയേറിപ്പാർത്ത ഹിന്ദു ക്കളുടെ സംഖ്യ കുത്തനെ കുറഞ്ഞു. 1955 മുതൽ 1960 വരെ ധാരാളം ഹിന്ദു ക്കൾ സ്ഥലം വിട്ടു. 1960നും 65നുമിടയ്ക്ക് ഒരു മില്യൻ പേരാണു സ്ഥലം

വിട്ടത്. യുദ്ധം ആരംഭിച്ചതോടെ പത്തു മില്യൻ ആളുകൾ ഇന്ത്യയിൽ അഭയം തേടി. അതിൽ 80 ശതമാനം പേരും ഹിന്ദുക്കളായിരുന്നു. യുദ്ധശേഷം ഹിന്ദുക്കൾ സ്വന്തം നാട്ടിൽ തിരിച്ചെത്തിയപ്പോൾ അവരുടെ വീടും സ്ഥലവും സർക്കാർ പിടിച്ചെടുത്തതായിക്കണ്ടു. തൽഫലമായി പലരും ഇന്ത്യയിലേക്കു മടങ്ങിപ്പോയി. സ്വതന്ത്രരാജ്യം സംരക്ഷണം നൽകുമെന്ന പ്രതീക്ഷയിൽ ബാക്കിയുള്ളവർ ബംഗ്ലാദേശിൽത്തന്നെ നിന്നു. അപ്പോൾ, നിനക്കറിയാവുന്നതാണല്ലോ, 1974ൽ പോലും മുജിബ്റഹ്മാൻ 'എനിമി പ്രോപ്പർട്ടി' നിയമത്തിന്റെ പേരു മാറ്റിയതല്ലാതെ മറ്റൊന്നും ചെയ്തിരുന്നില്ല. സിയാ ഉർ റഹ്മാനാകട്ടെ സ്വാതന്ത്ര്യവിരോധികളിലാണു വിശ്വാസമർപ്പിച്ചത്. മതേതരത്വ ആദർശം ഭരണഘടനയിൽനിന്ന് എടുത്തുമാറ്റി. അതിനുശേഷമാണ് എർഷദ് വന്നത്. അയാൾ 'ഇസ്ലാമൈസേഷൻ' പുനരുജ്ജീവിപ്പിച്ചു. 1982ൽ, ഇസ്ലാമും ഖുറാൻ ആദർശങ്ങളുമായിരിക്കും ഭരണഘടനയുടെ അടിസ്ഥാനമെന്ന് എർഷദ് പ്രഖ്യാപിച്ചു. ഇരുപത്തിനാലു വർഷത്തിനുശേഷം പൂർണ്ണ ബഹുമതികളോടെ ഇസ്ലാം ഒരു തിരിച്ചുവരവു നടത്തുമെന്ന് ആരാണ് വിഭാവനം ചെയ്തിരിക്കുക?"

അവർ ഒരു ചായക്കടയിൽനിന്നു. കാജൽ ദേബ്നാഥ് സുരഞ്ജനു നേരെ നോക്കി ചിന്താധീനനായി പറഞ്ഞു.

"നീ വളരെ അശ്രദ്ധനായി കാണപ്പെടുന്നു. നിനക്കു തന്നെ ഉത്തരങ്ങൾ അറിയാവുന്ന ചോദ്യങ്ങൾ നീ വെറുതെ ചോദിച്ചുകൊണ്ടിരിക്കുന്നു. നീ വല്ലാതെ തകർന്നിരിക്കുന്നു. മനോധൈര്യം കൈവിടരുത്. നിന്നെപ്പോലെ സമർത്ഥനായ ഒരാൾ പെട്ടെന്ന് ആശ കൈവിടരുത്."

കടയിൽ ഒരു മേശക്കഭിമുഖമായി അവർ ഇരുന്നു.

"ചായയോടൊപ്പം കടി വേണോ?"

സുരഞ്ജൻ തല കുലുക്കി. രണ്ടു ശിങ്കാട അവൻ തിന്നു. കാജൽ ഒന്നും. ചായ കൊണ്ടുവന്നവനോടു കാജൽ ചോദിച്ചു.

"കുറച്ചു പാനി തരാമോ?"

വെള്ളത്തിന്നവൻ പാനി എന്ന വാക്കുപയോഗിച്ചതു സുരഞ്ജനെ അദ്ഭുതപ്പെടുത്തി. വീട്ടിൽ അയാൾ അപ്പോഴും ഉപയോഗിക്കുന്നതു ജൽ എന്നാണ്. എന്നാൽ ഇന്നു പാനി എന്നു പറഞ്ഞു. പുറമെ ഈ വാക്കുതന്നെയാണോ അവൻ ഉപയോഗിക്കാറുള്ളത്? അതോ അവൻ പേടിച്ചിട്ടാണോ? സുരഞ്ജനതു പ്രാധാന്യമുള്ളൊരു കാര്യമായിത്തോന്നി. അതറിയണം. അവൻ ആ കാര്യം ചോദിക്കാൻ തുനിഞ്ഞതാണ്. എന്നാൽ, അവരെ പല കണ്ണുകളും നിരീക്ഷിക്കുന്നുണ്ടോ എന്നവനൊരു സംശയം. അവൻ പെട്ടെന്ന് ഒരു കവിൾ ചായ അകത്താക്കി. അവനും പേടിച്ചിരിക്കയാണോ? എന്താണവനെ പേടിപ്പിക്കാനുള്ള കാരണം? നാവുപൊള്ളി. അവരെ, അപ്പുറത്തെ

മേശയ്ക്കരികിലിരുന്നു നിരീക്ഷിക്കുന്ന ആൾ ഒരു താടിക്കാരനാണ്, തലയിൽ തൊപ്പിയുമുണ്ട്. ഏകദേശം ഇരുപത്തിരണ്ടു വയസ്സ് പ്രായം തോന്നും. അവനായിരിക്കണം മായയെ തട്ടിക്കൊണ്ടുപോയവരിൽ ഒരുവൻ എന്നു സുരഞ്ജനു തോന്നി. അല്ലെങ്കിൽ അവൻ എന്തിനാണു ഇങ്ങനെ സൂക്ഷിച്ചു നോക്കുന്നത്? കളിയാക്കുകയാണോ? അവന്റെ മുഖഭാവം സൂചിപ്പിച്ചു, "നിന്റെ അനിയത്തിയോടൊപ്പം നല്ല രസമായിരുന്നു...?"

സുരഞ്ജനു സഹിക്കാനായില്ല. പെട്ടെന്നു ചാടിയെഴുന്നേറ്റ് അവൻ പറഞ്ഞു."കാജൽ ദാ, നമ്മൾക്കു പോകാം. എനിക്കീ സ്ഥലം ഇഷ്ടമല്ല."

"പോകുകയോ? ഇത്ര........"

"അതേ, എനിക്കിവിടം സഹിക്കാനാകുന്നില്ല"

പത്താം ദിവസം

സുരഞ്ജൻ രാത്രി മുഴുവൻ കട്ടിലിൽ തിരിഞ്ഞും മറിഞ്ഞും കിടന്നു. മനോവേദന അവന്റെ ഉറക്കം കെടുത്തി. രാവിലെ കിരൺമൊയ് ഒരുതവണ അവന്റെ മുറിയിൽ വന്നിരുന്നു. ഒരുപക്ഷേ, മായയെക്കുറിച്ചു വല്ല വിവരവും കിട്ടിയോ എന്നറിയാൻ വേണ്ടി ആയിരിക്കും. ഇനിയുള്ള കാലം അവർക്കു മായയെ കൂടാതെ ജീവിക്കാനാകുമോ? ഏതാനും ദിവസങ്ങൾക്കുള്ളിൽ കിരൺമൊയ് കൂടുതൽ കൂടുതൽ ക്ഷീണിച്ച്, ഒന്നിലും ശ്രദ്ധയില്ലാത്തവളായി മാറി. കണ്ണിനു ചുറ്റും കറുത്ത വളയം കാണാം, മുഖം ചുളിഞ്ഞു. അവൾ സംസാരിക്കുന്നതോ ചിരിക്കുന്നതോ കാണാൻ ഒരിക്കലും പറ്റാതായി. സുരഞ്ജൻ ഉറക്കം നടിച്ചു കിടന്നു.

ഈ ഭീകരനാളുകളിൽ തന്റെ മനസ്സ് എന്തുമാത്രം വേദനിക്കുന്നുണ്ടെന്നു കിരൺമൊയ് അറിയാനവൻ ഇടവരുത്തിയിട്ടില്ല. കിരൺമൊയ് നിശ്ശബ്ദയായി എന്നും മുറിയിൽവന്ന് അവനുള്ള ഭക്ഷണം മേശപ്പുറത്തു വച്ചിട്ടു പോകും. ചിലപ്പോൾ അമ്മയുടെ മൗനം അവനെ ദേഷ്യം പിടിപ്പിക്കും. അമ്മയ്ക്കെന്താ ഒന്നും പറയാനില്ലേ? രോഗിയായ സ്വന്തം ഭർത്താവിനെക്കുറിച്ചോ, മകനെക്കുറിച്ചോ, നഷ്ടപ്പെട്ട മോളെക്കുറിച്ചോ ഒന്നും? ഒന്നിനോടും പ്രതികരിക്കാതിരിക്കാൻ കല്ലുകൊണ്ടാണോ സൃഷ്ടിക്കപ്പെട്ടിരിക്കുന്നത്? അമ്മയ്ക്ക് ഒന്നിനോടും എതിർപ്പുമില്ലേ? എന്തൊരു വിചിത്രജീവിയാണവർ! യാതൊരു പ്രതികരണവുമില്ലാത്ത, ദേഷ്യമില്ലാത്ത, നിർവ്വികാരയായ ജീവി? മൃതശരീരം പോലെ.

ദിവസം മുഴുവൻ കിടന്നുറങ്ങാൻ സുരഞ്ജൻ തീരുമാനിച്ചു. അവന് ഉറങ്ങണം. രാത്രി തീരെ ഉറങ്ങിയിട്ടില്ല. കണ്ണടച്ചാലുടനെ, ഭീകരമായൊരു കൈപ്പത്തി അവനിലേക്കു നീണ്ടുവരുന്നതായി അവനു തോന്നും...അവന്റെ

കഴുത്തു പിടിച്ചു ഞെരിക്കാനായി... ഒരു കൈപ്പത്തിയല്ല, അനേകം കൈപ്പത്തികൾ നീളുന്നു... അവന് ഒരു നിമിഷം പോലും മനസ്സമാധാനം കിട്ടിയിട്ടില്ല...

മണിക്ഗംജിൽനിന്നു സുധാമൊയിയുടെ അകന്ന ബന്ധുവായ നനി ഗോപാലും ഭാര്യയും മകനും മകളും സന്ദർശിക്കാനെത്തി. സുധാമൊയിയുടെ തകർന്ന വീടിന്റെ ഉൾവശം കണ്ട് അയാൾ സാധാരണ മട്ടിൽ പറഞ്ഞു.

"അപ്പോൾ അവർ നിങ്ങളുടെ വീടും വെറുതെ വിട്ടില്ലേ?"

നനിഗോപാലിന്റെ ഭാര്യ ലോലിത ശിരസ്സിൽനിന്നു സിന്ദൂരം തുടച്ചുമാറ്റിയിട്ടുണ്ട്. അതുപോലെ സാരി കഴിയാവുന്നത്ര വലിച്ചുനീട്ടി മുഖം മറച്ചു. അവൾ കിരൺമൊയിയെ ആലിംഗനം ചെയ്തു പൊട്ടിക്കരഞ്ഞു. ലോലിതയുടെ മകൾ വല്ലായ്മയോടെ നോക്കിനിന്നു. സുധാമൊയിക്ക് അവളുടെ പേര് ഓർമ്മ വരുന്നില്ല. മായയുടെ പ്രായമായിരിക്കണം, കുറച്ചു കുറയുമായിരിക്കാം. അവളെ നിർന്നിമേഷനായി നോക്കിക്കിടക്കവേ സുധാമൊയിയുടെ കണ്ണുകൾ നിറഞ്ഞു.

മായ ഇല്ല! അവിശ്വസനീയമായ ഈ യാഥാർത്ഥ്യവുമായി അയാൾക്കു പൊരുത്തപ്പെട്ടുപോകാനാവുന്നില്ല. മായ അടുത്ത മുറിയിലുണ്ടെന്നു വിശ്വസിക്കാനയാൾ ആഗ്രഹിച്ചു. അല്ലെങ്കിൽ ട്യൂഷനെടുക്കാൻ പോയിരിക്കയാണ്. വൈകുന്നേരം തിരിച്ചെത്തും. സത്യത്തിൽ മായ തിരിച്ചുവരുമെന്ന ശുഭപ്രതീക്ഷയിലാണ് എല്ലാവരും കഴിയുന്നത്. പീഡിപ്പിക്കപ്പെട്ടാലും ഒരു ദിവസം മായ മടങ്ങിയെത്തും.

"ദാദാ, ഈ നാട്ടിൽ ഇനി ജീവിക്കാനാകുമെന്ന് എനിക്കു തോന്നുന്നില്ല. ഞങ്ങളുടെ മകൾക്കു പ്രായമായി. അതാണ് ഏറ്റവും പേടിപ്പിക്കുന്ന കാര്യം..." നനി ഗോപാൽ പറഞ്ഞു.

സുധാമൊയ് പെൺകുട്ടിയിൽനിന്നും ദൃഷ്ടി തിരിച്ചു, അയാളെ നോക്കി പറഞ്ഞു.

"നാടുവിട്ടു പോകുന്നതിനെക്കുറിച്ചൊന്നും പറയരുത്. എനിക്കതു കേൾക്കാനാഗ്രഹമില്ല. അടുത്തുള്ള ഗൗതമിന്റെ കുടുംബവും പോകയാണെന്നു തോന്നുന്നു. നിങ്ങൾ എന്തിനാണൊരുക്കം? നിങ്ങൾ രക്ഷപ്പെട്ടു ചെല്ലുന്ന സ്ഥലത്തും ഗുണ്ടായിസമില്ലേ? യുവതികളായ പെൺകുട്ടികളുടെ കാര്യം എല്ലായിടത്തും ഇതുപോലെയാണ്; സുരക്ഷിതമല്ല. 'അടുത്ത ആളുടെ വേലിക്കപ്പുറത്തെ പുല്ലു കൂടുതൽ പച്ചപിടിച്ചതാണ്' എന്നു പറയുന്നതു നിനക്കറിയാമല്ലോ. അതാണു നിന്റെ പ്രശ്നം."

നനി ഗോപാൽ മുസ്ലിം വേഷത്തിലാണ്, കുർത്തയും പൈജാമയും.

സുധാമൊയിയുടെ പൊട്ടിത്തെറിക്കെതിരായി അയാൾക്കൊന്നും പറയാനില്ലാത്തതിനാൽ തല താഴ്ത്തി നിശ്ശബ്ദനായി ഇരുന്നു.

ലോലിത വീണ്ടും കരച്ചിൽ തുടങ്ങി. കിരൺമൊയ് അവളെ സമാധാനിപ്പിക്കാനോ, അതിഥികളോടു സംസാരിക്കാനോ ശ്രമിച്ചില്ല. മായയെ തട്ടിക്കൊണ്ടുപോയ കാര്യം പോലും അവൾ മിണ്ടിയില്ല.

നനിഗോപാൽ ഒരു മരക്കച്ചവടക്കാരനാണ്. മരങ്ങൾ കൂട്ടിയിട്ടിട്ടുള്ള അയാളുടെ ഗോഡൗൺ അവർ കത്തിച്ചുകളഞ്ഞു.അതൊന്നുമല്ല അയാളെ ഭയപ്പെടുത്തിയത്, മകൾ അഞ്ജലിയെ തട്ടിക്കൊണ്ടുപോയെങ്കിലോ എന്ന ചിന്തയായിരുന്നു.

അയാൾ പറഞ്ഞു,"ദാദാ, ലോലിതയുടെ ഒരു ബന്ധു ചന്ദപുരിലെ ഫെനിയിലുണ്ട്. അയാളെ അവർ പൊക്കിക്കൊണ്ടുപോയി. അയാളുടെ സ്വത്തെല്ലാം തട്ടിയെടുത്തശേഷം കൊന്നുകളഞ്ഞു. പിൽഗെയിൽ അശ്വിനികുമാർ ചന്ദ്രയുടെ പതിനാലു വയസ്സായ മകൾ വിക്കൊയെ തട്ടിക്കൊണ്ടുപോയി ബലാൽസംഗം ചെയ്തു. നിങ്ങൾക്കതറിയാമോ? ആ പെൺകുട്ടി മരിച്ചു... ഇങ്ങനെ എത്രയെത്ര ക്രൂരകൃത്യങ്ങൾ. ഇതൊന്നും നിങ്ങൾ കേട്ടില്ലേ?"

"എപ്പോഴാണിതെല്ലാം നടന്നത്?" സുധാമൊയ് ക്ഷീണിച്ച സ്വരത്തോടെ ചോദിച്ചു.

"1989ൽ" നനി ഗോപാൽ പറഞ്ഞു.

"ഇതെല്ലാം എത്രമുമ്പു നടന്നതാണ്. എന്നിട്ടും എത്ര വ്യക്തമായി നീ ഓർക്കുന്നു."

"എങ്ങനെയാണവ മറക്കാനാകുക?"

"പാരിബാനുവിനും അമ്പാരക്കും മോനോവാരക്കും സൂഫിയക്കും സുൽത്താനക്കും പറ്റിയതു നാം ശ്രദ്ധിച്ചിട്ടുണ്ടോ? അവരെയും തട്ടിക്കൊണ്ടുപോയി ബലാത്സംഗം ചെയ്തില്ലേ?"

വീണ്ടും നനിഗോപാൽ തലതാഴ്ത്തി ഇരുന്നു. കുറച്ചു കഴിഞ്ഞ് അയാൾ പറഞ്ഞു. "ഞാൻ നിങ്ങളുടെ രോഗത്തെക്കുറിച്ചറിഞ്ഞു. ഞാൻ കുറച്ചുനാൾ മുമ്പു നിങ്ങളെ വന്നുകാണാനിരുന്നതാണ്. എന്റെ കുടുംബത്തിന്റെ സുരക്ഷിതത്വം ഉറപ്പാക്കണമായിരുന്നു. പോകുന്നതിനു മുമ്പ് നിങ്ങളെ ഒരിക്കലെങ്കിലും വന്നു കാണണമെന്നു ഞാൻ ആഗ്രഹിച്ചു. ഞങ്ങൾ ഇന്നു രാത്രി ബെനാപോളിലേക്കു പോകുകയാണ്; അതിർത്തിക്കപ്പുറത്തേക്ക്. ഞങ്ങൾക്കു വീടും പറമ്പുമൊന്നും വിൽക്കാനായില്ല. അതുകൊണ്ട്, ലോലിതയുടെ ഒരു കസിനോട്, അവന്റെ സൗകര്യമനുസരിച്ചു വിൽക്കാൻ പറഞ്ഞിരിക്കയാണ്."

നനിഗോപാലിനെ നാടുവിട്ടുപോകുന്നതിൽനിന്നു പിൻതിരിപ്പിക്കാൻ ശ്രമിക്കുന്നതു വിഫലമാണെന്നു സുധാമൊയ് മനസ്സിലാക്കി. എന്തൊക്കെ

ആയാലും, ആളുകൾ സ്വന്തം ദേശം വിട്ടു പോകുന്നതുകൊണ്ട് എന്തു നേടാനാണെന്നു സുധാമൊയിക്കു മനസ്സിലാക്കാൻ കഴിഞ്ഞില്ല. ഈ രാജ്യത്തെ ഹിന്ദുജന സംഖ്യ ഇനിയും കുറഞ്ഞാൽ ഹിന്ദുക്കൾക്ക് ഒരിടത്തും പിടിച്ചുനിൽക്കാനാവാതെ വരും. ഇവിടെ പിടിച്ചുനിൽക്കുന്നവർക്കു വിജയിക്കാനാവാത്ത ഒരു പരിതഃസ്ഥിതിയാണ് സംജാതമാകുന്നതെങ്കിൽ, ഇവിടം വിട്ടുപോകുന്നവർക്ക്, സർവ്വതും നഷ്ടപ്പെടുകയാണ്. പാവങ്ങൾക്കും ന്യൂനപക്ഷസമുദായത്തിനും നഷ്ടംതന്നെ. ഇന്ത്യയിലെ ഹിന്ദുക്കളുടെ പഴയതും ഇപ്പോഴത്തേതുമായ പാപങ്ങൾ കഴുകിക്കളയാനായി ഈ രാജ്യത്തെ എന്തുമാത്രം ഹിന്ദുക്കൾ കഷ്ടതയും മരണവും അനുഭവിക്കേണ്ടി വരും? സത്യത്തിൽ അയാൾ അതിനെക്കുറിച്ച് ആഴത്തിൽ ചിന്തിച്ചിട്ടുണ്ടാവില്ല. ചിന്തിച്ചിരുന്നെങ്കിൽ, അതറിഞ്ഞിരുന്നെങ്കിൽ, ഒരുപക്ഷേ അയാൾ ആത്മഹത്യ ചെയ്തേനെ. അങ്ങനെ ചെയ്തെങ്കിലും ഹിന്ദുക്കൾക്കു കുറച്ചു സമാധാനം കിട്ടട്ടെ എന്ന് വിചാരിച്ചേനെ!

അന്നു വൈകുന്നേരം ഷഫീക് അഹമ്മദിന്റെ ഭാര്യ അലെയാബീഗം അവരെ സന്ദർശിക്കാനെത്തി. മുമ്പു മിക്കവാറും എല്ലാ ദിവസവും അവളിവിടെ വരാറുള്ളതാണ്. ഈയിടെയായി പല പതിവു സന്ദർശകരും വരാതായി. ഹൈദറിന്റെ അച്ഛനമ്മമാർ പോലും വന്നിട്ടു കുറെനാളായി. കിരൺ മൊയ് എത്ര ഒറ്റപ്പെട്ടെന്നു സുധാമൊയ് മനസ്സിലാക്കി. വാതിൽ തുറന്നപ്പോൾ അലെയാബീഗത്തെ കണ്ടു കിരൺമൊയ് അദ്ഭുതപ്പെട്ടുപോയി, ഇനി ആരും തന്നെ സന്ദർശിക്കാനെത്തില്ലെന്ന് ഉറപ്പിച്ചിരുന്നതുപോലെ! പിന്നെ അവരെന്തിനു വരണം?

അവരുടെ വീടു ശൂന്യമായിരുന്നു. മനുഷ്യവാസത്തിന്നനുയോജ്യമല്ല. അലെയാബീഗത്തിന്റെ പുഞ്ചിരി തൂകുന്ന മുഖവും തിളങ്ങുന്ന വസ്ത്രങ്ങളും മിന്നുന്ന ആഭരണങ്ങളും കണ്ടു കിരൺമൊയിക്കു നിരാശതാ ബോധമുണ്ടാകുമോ എന്നു സുധാമൊയ് ആശങ്കയോടെ ചിന്തിച്ചു. പലപ്പോഴും ഓർക്കാറുള്ളതുപോലെ കിരൺമൊയിയോടു താൻ നീതി പുലർത്തിയില്ലെന്ന് അയാൾ പശ്ചാത്തപിച്ചു. വിദ്യാഭ്യാസവും സംസ്ക്കാരവും സമ്പത്തുമുള്ള ഒരു കുടുംബത്തിൽ നിന്നുള്ള ആ പെൺകുട്ടിയെ താൻ വിവാഹം കഴിച്ചു കൊണ്ടു വന്നതു കടത്തിൽ മുങ്ങിയ ഒരു നിർധനകുടുംബത്തിലേക്കാണ്. അതിനുംപുറമെ കഴിഞ്ഞ ഇരുപത്തൊന്നു വർഷമായി അവളുടെ ശാരീരികാവശ്യങ്ങൾ അയാൾക്കു നിറവേറ്റാനായിട്ടില്ല. എല്ലായ്പോഴും താൻ സ്വന്തം താല്പര്യങ്ങൾ മാത്രമേ നോക്കിയിട്ടുള്ളൂ. അല്ലെങ്കിൽ എന്തുകൊണ്ടു കിരൺമൊയിയെ മറ്റൊരു വിവാഹത്തിനു നിർബന്ധിച്ചില്ല എന്നയാൾ ഓർത്തു. എന്നാൽ നിർബന്ധിച്ചിരുന്നെങ്കിൽത്തന്നെ കിരൺമൊയ് അതു ചെയ്യുമായിരുന്നോ? അലെയാ ബീഗത്തിനെപ്പോലെ ജീവിക്കാനവൾ രഹസ്യമായി ആഗ്രഹിച്ചുകാണില്ലേ? ഊർജ്ജസ്വലമായ, മിന്നിത്തിളങ്ങുന്ന ജീവിതം? മനസ്സിനുള്ളിൽ ഒളിഞ്ഞുകിടന്ന ഭയംമൂലമായിരിക്കണം അയാൾ അവളെ

എപ്പോഴും അടുപ്പിച്ചുനിർത്തിയിരുന്നത്. സ്വന്തം സുഹൃത്തുക്കളെ വീട്ടിലേക്കു ക്ഷണിക്കുന്നതുപോലും അയാൾ നിർത്തി. തൽഫലമായി വാസ്തവത്തിൽ സുഹൃത്തുക്കളില്ലാത്തവനായി അയാൾ മാറി. അയാളുടെ കാഴ്ചപ്പാടിൽ കൂടുതൽ മോശമായ കാര്യങ്ങൾ സംഭവിക്കാനിടകൊടുത്തില്ല. അയാളുടെ സുഹൃത്തുക്കളിൽ കഴിവുള്ള ഏതെങ്കിലും ഒരാളിലേക്കു കിരൺമൊയ് ആകർഷിക്കപ്പെട്ടെങ്കിലോ! തന്റെ കഴിവുകേടുകൾക്കുള്ള പരിഹാരമെന്നോണം അയാൾ ഭാര്യയെ അമിതമായി സ്നേഹിച്ചു. മാംസദാഹത്തിനായി അത്തരം സ്നേഹം ബലികഴിക്കരുതെന്ന് അവളെ ബോധ്യപ്പെടുത്തുകയായിരുന്നു അയാളുടെ ലക്ഷ്യം. ഒരാളുടെ വികാരങ്ങൾ സ്നേഹം കൊണ്ടു മാത്രം തൃപ്തിപ്പെടുത്താനാകുമോ? ഇത്രയും വർഷത്തെ അനുഭവജ്ഞാനത്തിൽ നിന്നും സ്നേഹത്തേക്കാൾ ഉപരി മറ്റെന്തോ കൂടി വേണമെന്നു സുധാമൊയ് മനസ്സിലാക്കി.

അലെയാ ബീഗം വീട്ടിൽ നടന്ന അനിഷ്ട സംഭവത്തെക്കുറിച്ചും സുധാമൊയിയുടെ തളർവാതത്തെക്കുറിച്ചും മായയുടെ തട്ടിക്കൊണ്ടുപോകലിനെക്കുറിച്ചും കേട്ടു സഹതാപവും ഉൽക്കണ്ഠയും രേഖപ്പെടുത്തി. അതിനിടയ്ക്ക് അവൾ ചോദിച്ചു 'ബൊവുദി, നിങ്ങൾക്ക് ഇന്ത്യയിൽ ബന്ധുക്കളൊന്നുമില്ലേ?"

"ഉണ്ട്. ഞങ്ങളുടെ മിക്കവാറും ബന്ധുക്കളെല്ലാം അവിടെയാണ്."

"പിന്നെ എന്തിനാണിവിടെ പിടിച്ചു നിൽക്കുന്നത്?"

"കാരണം ഇതെന്റെ സ്വന്തം നാടാണ്."

കിരൺ മൊയിയുടെ മറുപടികേട്ട് അലെയാ ബീഗത്തിന് അദ്ഭുതം ഒളിപ്പിക്കാനായില്ല. അലെയാ ബീഗം ആത്മവിശ്വാസത്തോടെ തന്റെ നാടാണിതെന്നു പറയുന്നതുപോലെ എങ്ങനെ കിരൺമൊയിക്കു പറയാനാകും? കിരൺമൊയിയും അലെയായും ഒരേ രാജ്യത്തിലെ സ്ത്രീകളും പൗരരും ആണെങ്കിലും അവരെ ഒരേ വെളിച്ചത്തിലൂടെ വീക്ഷിക്കാനാവില്ലെന്ന് ആ നിമിഷത്തിൽ സുധാമൊയ് മനസ്സിലാക്കി. എവിടെയോ വ്യത്യാസത്തിന്റേതായൊരു തെളിഞ്ഞ രേഖ വരച്ചിട്ടുണ്ട്.

പതിനൊന്നാം ദിവസം

അന്നു വിക്ടറി ഡേ ആയിരുന്നു. ഒടുവിൽ, ബംഗ്ലാദേശ് സ്വാതന്ത്ര്യം നേടിയ ദിനം. സ്വാതന്ത്ര്യം എന്ന വാക്കു കേൾക്കുമ്പോൾ വിഷമുള്ള ഉറുമ്പു കടിച്ച അനുഭവമാണു സുരഞ്ജന്. രാജ്യം മുഴുവൻ സ്വാതന്ത്ര്യദിനം ആഘോഷിക്കാനുള്ള ആവേശത്തിലാണ്. തെരുവുകളിൽ പട്ടാളം പരേഡു നടത്തുന്നു. ജനങ്ങൾ ആനന്ദത്തിലാറാടുന്നു. മുമ്പൊക്കെ 'വിക്ടറി ഡേ'യ്ക്കു രാവിലെത്തന്നെ സുരഞ്ജൻ വീട്ടിൽ നിന്നു പുറപ്പെടും. പട്ടണത്തിലെ എല്ലാ

ആഘോഷങ്ങളിലും പങ്കെടുക്കും. ട്രക്കിന്റെ മുകളിൽ കയറി നിന്നു രാജ്യ സ്നേഹം തുളുമ്പുന്ന ഗാനങ്ങൾ ആലപിക്കും. ഇന്ന് അതൊരു സമയനഷ്ട മാണെന്നവൻ കരുതുന്നു. രാജ്യത്തിനു സ്വാതന്ത്ര്യം ലഭിച്ചതുകൊണ്ട് എന്താണ് അവൻ നേടിയത്? അവനെന്തു സ്വാതന്ത്ര്യമാണ് ലഭിച്ചത്?

"ജയ് ബംഗ്ലാ ബംഗ്ലാർ ജയ് " തുടങ്ങിയ മുക്തകണ്ഠമായ പ്രശംസകൾ ബംഗ്ലാദേശിനുമേൽ നോബൽ ജേതാവായ രവീന്ദ്രനാഥ് ടാഗോർ, നസ്രുൾ, ജിബാനന്ദാ തുടങ്ങിയ ഒരു സംഘം കവികൾ ചൊരിഞ്ഞതു സുരഞ്ജന്റെ മനസ്സിലൂടെ കടന്നുപോയി. ഈ സമയത്ത് സുരഞ്ജനുണ്ടാകാറുള്ള ആവേശം ഇന്നു മറ്റൊരു രീതിയിലാണ് പ്രകടമായത്, എല്ലാം തല്ലിത്തകർക്കാൻ.

ദിവസം മുഴുവൻ കിടക്കയിൽ കിടന്നിരുന്ന സുരഞ്ജന്റെ ഹൃദയത്തിൽ ഒരാഗ്രഹം പൊട്ടിമുളച്ചു. ഈ രഹസ്യാഭിലാഷം അവൻ താലോലിച്ചു വളർത്തി...

സാവധാനത്തിൽ അതു ചിറകു വിരിച്ചു പറന്നു. ദിവസം മുഴുവൻ ആ ആഗ്രഹത്തെ അവൻ ആഹാരവും വെള്ളവും കൊടുത്തു ശ്രദ്ധയോടെ വളർത്തി. അതു വളർന്നു പുഷ്പിച്ചു സുഗന്ധം പരത്തുന്നതവൻ ആസ്വദിച്ചു. അതിനെ ദിവസം മുഴുവൻ നിരീക്ഷിച്ചു നിന്ന ശേഷം രാത്രി എട്ടുമണിയായ പ്പോൾ സുരഞ്ജൻ പുറത്തിറങ്ങി. അവൻ റിക്ഷക്കാരനോട് ഇഷ്ടമുള്ളി ടത്തേക്ക് ഓടിച്ചു പോകാൻ പറഞ്ഞു. അയാൾ സുരഞ്ജനെ പല ഭാഗ ങ്ങളിലും കൊണ്ടുപോയി. മനോഹരമായ ദീപാലങ്കാരങ്ങൾ കണ്ടാസ്വദിച്ചു. ശോഭിക്കുന്ന ഈ തെരുവുകൾക്ക് അവനൊരു ഹിന്ദുവാണെന്ന് അറിയാമോ? അവ അത് അറിയാനിടയായാൽ ടാറിട്ട റോഡുകൾ പ്രതിഷേധം കൊണ്ടു നെടുകെ പിളരും! ഇന്നു തന്റെ സിരകളിൽ കത്തി ജ്വലിക്കുന്ന ആഗ്രഹം എങ്ങനേയും പൂർത്തീകരിക്കണം. മനസ്സിന്റെ ഈ വിശപ്പ് അടക്കുന്നതു വാസ്തവത്തിൽ, ഒന്നിനും പരിഹാരമാകില്ല. എന്നാലതവനു വലിയ സംതൃപ്തി നേടിക്കൊടുക്കും. ഒരു പരിധിവരെ അത് അവന്റെ ക്രോധവും ദുഃഖവും യാതനകളും കുറയ്ക്കും.

സുരഞ്ജൻ ബാർ കൗൺസിലിനു മുന്നിൽ റിക്ഷ നിർത്തിച്ചു. ഒരു സിഗററ്റു കത്തിച്ചു. മായയെക്കുറിച്ചുള്ള പ്രതീക്ഷ അവൻ മിക്കവാറും ഉപേക്ഷി ച്ചിരുന്നു. മാതാപിതാക്കളോട് അവൾ തിരിച്ചുവരുമെന്നുള്ള ആശ ഉപേക്ഷി ക്കാൻ പറയണം. അവൾ ഒരു റോഡ് ആക്സിഡന്റിൽ മരിച്ചു എന്നു വിശ്വസി ക്കാൻ ശ്രമിച്ചാൽ, അതവർക്കു കുറച്ച് ആശ്വാസം നൽകിയേക്കും. അവന്റെ മനസ്സു വീണ്ടും നിരാശയിലാണ്ടു. അന്നു മായയുള്ളപ്പോൾ സുധാമൊയ് കുറേശ്ശെ ആരോഗ്യം വീണ്ടെടുത്തു സാധാരണ ജീവിതത്തിലേക്കു തിരിച്ചു വന്നതായിരുന്നു. എന്നാൽ ഇപ്പോൾ അയാൾ അത്ര ദയനീയാവസ്ഥയി ലായിരിക്കുന്നു. സുര ഞ്ജന് അച്ഛനെ കാണുമ്പോൾ സഹിക്കാനാവുന്നില്ല. ദിവസം മുഴുവൻ ആ മനുഷ്യൻ വേദനയിലും, മായയെ നഷ്ടപ്പെട്ട ദുഃഖത്തിലും കിടന്നു ഞരങ്ങുകയാണ്. അവർ മായയെ പിച്ചിച്ചീന്തിക്കാണും.

കഴുകന്മാർ മൃതദേഹങ്ങൾ കടിച്ചു കീറുന്നതുപോലെ അവർ അവളെ വിശിഷ്ടഭോജനമായി ആസ്വദിക്കുകയായിരിക്കും. നരഭോജികളെപ്പോലെ മാംസം രസിച്ചു ഭക്ഷിക്കുകയാവും. ഈ ചിന്തകൾ സുരഞ്ജന്റെ മനസ്സിൽ കടുത്ത വേദന ഉളവാക്കി. ഏഴു കഴുതപ്പുലികൾ ചേർന്നു കടിച്ചുതിന്നുന്ന വേദന. അവൻ സിഗററ്റു വലിച്ചു തീരുന്നതിനു മുൻപ് ഒരു പെൺകുട്ടി റിക്ഷയ്ക്കടുത്തു വന്നു. അവളുടെ മുഖം നിയോൺ ലൈറ്റിന്റെ വെളിച്ചത്തിൽ തിളങ്ങി. മുഖം നന്നായി മേക്കപ്പ് ഇട്ടു മിനുക്കിയിട്ടുണ്ട്. ഏകദേശം പത്തൊമ്പത് - ഇരുപതു വയസ്സു കാണും.

സുരഞ്ജൻ സിഗററ്റു വലിച്ചെറിഞ്ഞ് ആ പെൺകുട്ടിയോടു പറഞ്ഞു.

“ഇവിടെ വരൂ!”

ആ പെൺകുട്ടി റിക്ഷയിൽ ചാരിനിന്ന്, സാരി കറക്കിക്കൊണ്ടു പുഞ്ചിരിച്ചു.

സുരഞ്ജൻ ചോദിച്ചു: “നിന്റെ പേരെന്താണ്?”

പെൺകുട്ടി കുലുങ്ങിച്ചിരിച്ചുകൊണ്ടു പറഞ്ഞു. “പിങ്കി”

“നിന്റെ മുഴുവൻ പേർ പറയൂ.”

“ഷമീമ ബീഗം”

“അച്ഛന്റെ പേര്?”

“അബ്ദുൾ ജലീൽ”

“എവിടെയാണ് താമസം?”

“രംഗ്പൂർ”

“നിന്റെ പേര് ഒന്നുകൂടി പറയൂ”

“ഷമീമ”

പെൺകുട്ടി സംശയാലുവായി. ഇതുവരെ ഒരു പതിവുകാരനും അവളുടെ അച്ഛന്റെ പേര് ചോദിച്ചിട്ടില്ല. എവിടെയാണ് താമസിക്കുന്നതെന്നും അറിയാനാഗ്രഹിച്ചിട്ടില്ല. ഇയാൾ എന്തു വിചിത്ര ജീവിയാണ്? സുരഞ്ജൻ അവളെ ഗൗരവത്തോടെ നോക്കി. അവൾ നുണ പറയുകയാണോ? അല്ലായിരിക്കും. “ഓകെ. റിക്ഷയിൽ കയറൂ”.

ഷമീമ റിക്ഷയിൽ കയറി. റിക്ഷക്കാരനോടു തികാതുലിയിലേക്കു വിടുവാൻ പറഞ്ഞു. യാത്രയിൽ അവൻ താത്പര്യമില്ലാത്ത മട്ടിൽ നേരെ മുൻപോട്ടു നോക്കി ഇരുന്നു. ആ പെൺകുട്ടിക്കു നേരെ നോക്കിയതോ സംസാരിച്ചതോ ഇല്ല. അവളതൊന്നും ശ്രദ്ധിക്കാതെ, അവനോടു കൂടുതൽ അടുത്തിരുന്നു വാതോരാതെ സംസാരിച്ചുകൊണ്ടിരുന്നു. ചിലപ്പോൾ അവൾ പാടും, മറ്റുചിലപ്പോൾ പൊട്ടിച്ചിരിക്കും. എന്നാൽ അവൻ പ്രതികരിച്ചില്ല. സിഗററ്റു തുടർച്ചയായി വലിച്ചുകൊണ്ടേയിരുന്നു. റിക്ഷാവാലയ്ക്ക് ആ

സവാരി രസകരമായിത്തോന്നി. അയാൾ പല പ്രാവശ്യം തിരിഞ്ഞു യാത്രക്കാരെ നോക്കി, ട്യൂണിലല്ലെങ്കിലും ഇടക്കിടെ ഹിന്ദി സനിമാഗാനങ്ങൾ പാടിക്കൊണ്ടിരുന്നു. നഗരം മുഴുവൻ ചുവപ്പും നീലയും നിറമുള്ള ലൈറ്റുകളാൽ അലങ്കരിക്കപ്പെട്ടിരിക്കുന്നു. സുരഞ്ജൻമാത്രം ആഹ്ലാദപ്രകടനങ്ങളിൽ പങ്കുകൊണ്ടില്ല. വളരെ തണുപ്പനും ശാന്തനുമായിരിക്കുന്നു. അവൻ ആ രാത്രി പുറത്തിറങ്ങുന്നതിനു മുമ്പു തന്നെ അവൻ പദ്ധതി പൂർണ്ണമായും ആസൂത്രണം ചെയ്തിരുന്നു.

സുരഞ്ജൻ മുറി പുറമെനിന്നു പൂട്ടിയിട്ടാണ് പുറത്തു പോയിരുന്നത്. മുൻ വാതിലിൽ മുട്ടി ആരെയും ശല്യപ്പെടുത്തേണ്ടെന്നു തീരുമാനിച്ചു. നിശ്ശബ്ദനായി അവൻ സ്വന്തം മുറിയിലേക്കു നടന്നു. അവർ മുറിയിൽ കടന്ന ഉടനെ ഷമീമ പറഞ്ഞു "നമ്മൾ ഇതുവരെ റേറ്റിനെ പറ്റി ഒരിക്കൽ പോലും സംസാരിച്ചിട്ടില്ല..."

അവളോടു മിണ്ടാതിരിക്കാനായി അവൻ ആംഗ്യം കാട്ടി. "മിണ്ടാതിരിക്കുക... നിശ്ശബ്ദം."

മുറി അപ്പോഴും താറുമാറായി കിടക്കുകയാണ്. കട്ടിലിലെ കിടക്കവിരി പാതി നിലത്തു കിടന്നിഴയുന്നു. അടുത്ത മുറിയിൽ നിന്ന് യാതൊരു ശബ്ദവുമില്ല. അവർ ഉറങ്ങിക്കാണാനാണ് സാധ്യത. സുരഞ്ജൻ ചെവികൂർപ്പിച്ചു ശ്രദ്ധിച്ചു, സുധാമൊയിയുടെ ഞരക്കം കേൾക്കാം. തന്റെ പ്രിയപ്പെട്ട മകൻ, സമർത്ഥനായ വിദ്യാർത്ഥി, ശരിക്കും ഒരു വേശ്യയെ വീട്ടിൽ കൊണ്ടുവന്നിട്ടുണ്ടെന്ന് ആ അച്ഛനറിയുമോ? എന്നാൽ സുരഞ്ജൻ ഷമീമയെ ഒരു വേശ്യയായിട്ടല്ല കണ്ടത്. അവനെ സംബന്ധിച്ചിടത്തോളം അവൾ ഭൂരിപക്ഷ സമുദായത്തിലെ ഒരു പെൺകുട്ടിയാണ്. അവരിലൊരാളെ ബലാത്സംഗം ചെയ്യുവാൻ ആഗ്രഹിച്ചു. തന്റെ സഹോദരിയോടു ചെയ്തതിനു പ്രതികാരം ചെയ്യാൻ! അവൻ മുറിയിലെ ലൈറ്റുകൾ അണച്ചു; പെൺകുട്ടിയെ നിലത്തു മറിച്ചിട്ട്, അവളുടെ വസ്ത്രങ്ങളെല്ലാം വലിച്ചൂരി. ആ പെൺകുട്ടിയുടെ ശരീരത്തിൽ നഖങ്ങൾ കുത്തിയിറക്കുമ്പോൾ സുരഞ്ജൻ വേഗതയിൽ ശ്വാസോച്ഛ്വാസം ചെയ്തു. അവൻ അവളുടെ സ്തനങ്ങളിൽ കടിച്ചു. അവൻ ചെയ്യുന്നതു കാമകേളിയല്ലെന്നവന്റെ മനസ്സിന്നറിയാം. അവളുടെ മുടിപിടിച്ചവൻ നിർദ്ദയം വലിച്ചു. കവിളത്തും കഴുത്തിലും മാറത്തും കടിച്ചു. കയ്യിലും, വയറ്റിലും നിതംബത്തിലും തുടകളിലും കൂർത്ത നഖങ്ങൾകൊണ്ടു കീറിപ്പൊളിച്ചു. പെൺകുട്ടി ഒരു വേശ്യയാണല്ലോ എന്തായാലും! സുരഞ്ജൻ അവളുടെ നഗ്നശരീരത്തെ ആക്രമിച്ചപ്പോൾ ആ പെൺകുട്ടി വേദനിച്ചു ഞരങ്ങി, ഇടയ്ക്കിടെ കരഞ്ഞു "ഓ എന്റെ ദൈവമേ! ഞാൻ വേദനകൊണ്ടു ചാകുകയാണ്..." സുരഞ്ജൻ ക്രൂരമായ സംതൃപ്തിയോടെ പൊട്ടിച്ചിരിച്ചു. അവൻ ചെയ്യാവുന്നത്ര ക്രൂരപീഡനം ചെയ്തു. അവൻ അവളുടെ മുകളിൽ കിടന്നപ്പോൾ, തനിക്കിതുവരെ ലഭിച്ച കക്ഷികളിൽ ഏറ്റവും കിരാതനായ വ്യക്തിയാണിവനെന്നവൾ ഓർത്തു. കടുവയുടെ കൈയ്യിൽ നിന്നു

രക്ഷപ്പെടാൻ ശ്രമിക്കുന്ന മാനിനെപ്പോലെ അവളൊരുവിധത്തിൽ സുരഞ്ജനിൽ നിന്നു രക്ഷപ്പെട്ടു സാരി വലിച്ചെടുത്തു വാതിൽക്കലേക്ക് ഓടി.

സുരഞ്ജൻ ശാന്തനായി. വലിയൊരു ഭാരം അവനിൽ നിന്നും ഇറക്കി വയ്ക്കപ്പെട്ടിരിക്കുന്നു. ദിവസം മുഴുവൻ അവന്റെയുള്ളിൽ കത്തിജ്വലിച്ചു കൊണ്ടിരുന്ന ആഗ്രഹം, ഒടുവിൽ അണയ്ക്കപ്പെട്ടിരിക്കുന്നു. ശരിക്കും ആഹ്ലാദവാനായി. ഇനി ചെയ്യേണ്ടത്, അവളെ വീട്ടിൽ നിന്നും ചവിട്ടിത്തെറിപ്പിക്കലാണ്. ശരീരത്തിൽ സമ്മർദ്ദം കൂടുംതോറും അവന്റെ ശ്വാസോച്ഛ്വാസം ദ്രുതഗതിയിലാകാൻ തുടങ്ങി. താൻ അവളെ വീട്ടിൽ നിന്നും ചവിട്ടി പുറത്താക്കണോ? പേടിച്ചു വിറച്ചു നഗ്നയായി അവൾ വാതിൽക്കൽ നിന്നു വിറയ്ക്കുകയാണ്. അവൾ ഒന്നും ചോദിക്കാൻ ധൈര്യപ്പെട്ടില്ല; കാരണം, ഒന്നും ശബ്ദിച്ചു പോകരുതെന്നു നേരത്തെതന്നെ അവൻ പറഞ്ഞിട്ടുണ്ടല്ലോ.

മായ എവിടെയാണ്? അവളെ ബലാത്സംഗം ചെയ്യാനായി അവർ അവളുടെ കൈകാലുകൾ ബന്ധിച്ചിരിക്കുമോ? പാവം മായ... അവൾ വല്ലാതെ വേദനിച്ച് ഉറക്കെ നിലവിളിക്കുന്നുണ്ടാവും. അവൾക്കു പതിനഞ്ചോ പതിനാറോ വയസ്സുള്ളപ്പോൾ 'ദാദ, ദാദ... എന്ന് ഉറക്കത്തിലവൾ വിളിച്ചു. സുരഞ്ജൻ അവളുടെ അടുത്ത് ഓടിച്ചെന്നപ്പോൾ അവൾ കിടന്നു വിറക്കുകയാണ്.

"മായാ, എന്താണിത്? എന്താണ് നീ വിറക്കുന്നത്?" അവൾ ഉണർന്ന ശേഷവും വിറച്ചുകൊണ്ടേയിരുന്നു; പേടിസ്വപ്നം അവളെ വിട്ടുമാറിയിരുന്നില്ല.

"നിങ്ങളും ഞാനും മനോഹരമായൊരു ഗ്രാമത്തിലേക്കു പോയി. തഴച്ചു വളരുന്ന പച്ചപിടിച്ച നെൽവയലുകളിലൂടെ നമ്മൾ സംസാരിച്ചുകൊണ്ടു നടക്കുകയായിരന്നു. വേറെയും ചില ആളുകളുണ്ടായിരുന്നു. ഇടയ്ക്ക് അവർ നമ്മളുടെ അടുത്തേയ്ക്കു വരും. പെട്ടെന്നു നെൽ വയലുകൾ അപ്രത്യക്ഷമായി. എല്ലാം ശൂന്യം. നിങ്ങളും ഇല്ല. ചില മനുഷ്യർ എന്നെ പിടികൂടാൻ വരികയാണ്. ഞാൻ പേടിച്ചു ജീവനും കൊണ്ടോടി, നിങ്ങളെ വിളിച്ച് ഉറക്കെ നിലവിളിച്ചു..."

പാവം മായ, പ്രിയപ്പെട്ട മായ...

സുരഞ്ജൻ തന്റെ നഷ്ടപ്പെട്ട അനിയത്തിയെ ഓർത്തു. അവന്റെ ശ്വാസോച്ഛ്വാസം വീണ്ടും ദ്രുതഗതിയിലായി. മായ ഏതെങ്കിലും അടച്ചിട്ട മുറിയിൽ കിടക്കുകയായിരിക്കും. ക്രൂരമൃഗങ്ങൾക്കു മുന്നിൽ യാചിച്ചു കരഞ്ഞുകൊണ്ട്. എവിടെയാണ് മായ? ഇതൊരു ചെറിയ പട്ടണമാണ്. എന്നിട്ടും തന്റെ ഓമന അനിയത്തി എവിടെയാണെന്നവനു കണ്ടെത്താനാകുന്നില്ല. അവൾ വല്ല ചവറ്റുകൊട്ടയിലാണോ, അതോ വേശ്യാലയത്തിലോ? അവളെ ബൂഡി ഗംഗയിൽ വലിച്ചെറിഞ്ഞുകാണുമോ? എവിടെ, എവിടെയാണ് മായ? ഇപ്പോൾ അയാൾക്കു വേണ്ടത്, വാതിൽക്കൽ നിൽക്കുന്ന പെൺകുട്ടിയെ പുറത്തേക്കു വലിച്ചെറിയുകയാണ്.

സുരഞ്ജന്റെ പെരുമാറ്റം കണ്ട് ആ പെൺകുട്ടി വല്ലാതെ ഭയന്നുപോയി. അവൾ കഴിയയാവുന്നത്ര വേഗത്തിൽ വസ്ത്രം ധരിച്ചു പറഞ്ഞു.

“എന്റെ പണം തരൂ.”

“മിണ്ടിപ്പോകരുത്...” സുരഞ്ജൻ ആജ്ഞാപിച്ചു.

“കടന്നുപോകൂ, ഞാൻ നിനക്കു താക്കീതു തരുകയാണ്. വേഗം കടന്നു പോകൂ!

ഷമീമാ വാതിൽ തുറന്നു, ഒരടി മുന്നോട്ടുവച്ച്, അറച്ചുനിന്ന്, വീണ്ടും സുരഞ്ജനെ ദയനീയമായി നോക്കി. അവളുടെ കവിളുകളിൽനിന്ന് ചോര ത്തുള്ളികൾ ഇറ്റിറ്റുവീണു “പത്തു ടക്കാ ആയാലും വിരോധമില്ല. ദയവായി എനിക്കതു തരൂ.”

സുരഞ്ജന്റെ ശരീരം കോപംകൊണ്ടു വിറച്ചു. എന്നാൽ പെൺകുട്ടി യുടെ ദയനീയനോട്ടം അവനെ കുറച്ചു ശാന്തനാക്കി. എന്തായാലും അവൾ ഒരു പാവം പെൺകുട്ടിയാണ്... ജീവിക്കാനായി സ്വന്തം ശരീരം വിൽക്കു ന്നവൾ. അനുകമ്പയില്ലാത്ത സാമൂഹ്യ വ്യവസ്ഥിതിയുടെ ഇരയാണവൾ. അവളുടെ ജന്മസിദ്ധമായ കഴിവുകൾ അവഗണിച്ച സമൂഹമാണ് അവളെ ഈ അഴുക്കുചാലിലേക്കു തള്ളിയിട്ടത്! ഇന്നത്തെ കാശുകൊണ്ടവൾക്ക് ഒരു നേരത്തെ ആഹാരം കഴിക്കാം. അവൾ എത്രനേരം ആഹാരം കഴിക്കാതിരു ന്നിട്ടുണ്ടാകാം എന്നു സുരഞ്ജൻ ഓർത്തുനോക്കി. അയാൾ പത്തു ടക്കാ പോക്കറ്റിൽ നിന്നെടുത്ത് അവൾക്കു നൽകി.

“നീ ഒരു മുസ്ലിം ആണ്, അല്ലേ?”

“അതേ”

“നിങ്ങളെപ്പോലുള്ളവർ പേര് ഇടയ്ക്കിടെ മാറ്റുന്ന സ്വഭാവക്കാരാണ്. നീയും പേരു മാറ്റിയതാണോ?”

“അല്ല.”

“ഓകെ. നിനക്കു പോകാം.”

ഷമീമ പോയി. സുരഞ്ജൻ ആശ്വസിച്ചു. ഇന്നു സ്വയം ഖേദിക്കില്ലെന്നു തന്നോടവൻ ശപഥം ചെയ്തിരുന്നതാണ്. ഇന്നു ‘വിക്ടറി ഡേ’ ആണ്. ഇരു പത്തൊന്നു കൊല്ലം മുമ്പു നേടിയ സ്വാതന്ത്ര്യത്തിന്റെ ഫലം ഇന്നവർ ആസ്വദിക്കുന്നു. ഇന്നു, മറ്റൊരു നാഴികക്കല്ലു കൂടി കടന്നിരിക്കുന്നു. ഷമീമ ബീഗം സുരഞ്ജൻദത്തയുടെ വീട്ടിൽ വന്നു. അവളെ അവൻ കീഴടക്കി. സുരഞ്ജൻ വിരൽ ഞൊടിച്ചുകൊണ്ട് ഒരു രാജ്യസ്നേഹഗാനം പാടാനാ ഗ്രഹിച്ചു.“ബംഗ്ലാദേശ് എന്റെ ആദ്യത്തെതും അവസാനത്തേതുമായ പ്രേമമാണ്... ഞാൻ ബംഗ്ലാദേശിനുവേണ്ടി ജീവിക്കും, അവൾക്കുവേണ്ടി മരിക്കും...”

അവൻ സ്വന്തം പേര് ഷമീമയോടു സൂചിപ്പിച്ചിരുന്നില്ല. താൻ സുരഞ്ജൻ ദത്തയാണെന്ന് അവളോടു പറയേണ്ടതായിരുന്നു. എങ്കിൽ, അവളെ കടിച്ചു ചോര ഒലിപ്പിച്ച മനുഷ്യൻ ഹിന്ദു ആണെന്നവൾ അറിഞ്ഞേനെ. അങ്ങനെ ഹിന്ദുവിനും ബലാത്സംഗം നടത്താനറിയാം. ഹിന്ദുവിനും കൈകളും കാലുകളും ആശയങ്ങൾ നിറഞ്ഞ ഒരു തലയുമുണ്ട്. അവരുടെ പല്ലുകൾ കൂർത്തതും നഖങ്ങൾ പുലിനഖം പോലെ കീറിപ്പൊളിക്കാവുന്നതുമാണ്... ഷമീമാ ഒരു മൃദുലയായ സാധുപെൺകുട്ടിയാണ്. എന്തായാലും മുസ്ലിമല്ലെ. ഒരു മുസ്ലിമിനെ തല്ലാൻ കഴിഞ്ഞിരുന്നെങ്കിൽ അതവനെ സന്തുഷ്ടനാക്കിയേനെ.

അന്നു രാത്രി മുഴുവൻ സുരഞ്ജൻ കിടക്കയിൽ അസ്വസ്ഥനായി തിരിഞ്ഞും മറിഞ്ഞും കിടന്നു. അവൻ മയക്കത്തിലാണെങ്കിലും, ഉറക്കം കയ്യൊഴിഞ്ഞതുപോലെ. രാത്രി മുഴുവൻ നിശ്ശബ്ദമായ അന്തരീക്ഷത്തിൽ, വല്ലാത്ത അരക്ഷിതത്വബോധം അവനുണ്ടായി. ഇന്ന്, അവൻ ചെറിയൊരു പ്രതികാരനടപടി പ്ലാൻ ചെയ്യേണ്ടതാണ്, എന്നാൽ പരാജയപ്പെട്ടു. പ്രതികാരം ചെയ്യാൻ അവനു കഴിവില്ല. രാത്രി മുഴുവൻ ഷമീമയുടെ മുഖം ഓർത്ത് അവൻ സ്വയം പീഡനമനുഭവിച്ചു. അവൾക്കുവേണ്ടി അവൻ വല്ലാതെ ദുഃഖിച്ചു. അവനു വേണമെങ്കിൽ ക്രോധത്തോടെ ബലപ്രയോഗം നടത്താമായിരുന്നു; എന്നാലതവൻ ചെയ്തില്ല. ഏതു തരം പ്രതികാരമാണവൻ ചെയ്തത്? വാസ്തവത്തിൽ, ഇത് ദയനീയമായ ഒരു പരാജയമാണെന്നുപോലും പറയാം. സുരഞ്ജൻ തോല്പിക്കപ്പെട്ടോ? അതെ, അവൻ പരാജിതനാണ്. കാരണം, ഷമീമായെ പറ്റിക്കാനവനു കഴിഞ്ഞില്ല, അവൻ പരാജയപ്പെട്ടു. അവളുടെ സാമൂഹ്യനിലയാണയാളെ പറ്റിച്ചത്. അവളെ സംബന്ധിച്ചിടത്തോളം ലൈംഗികബന്ധവും ബലാത്സംഗവും തമ്മിൽ യാതൊരു വ്യത്യാസവുമില്ല. യാഥാർത്ഥ്യം തിരിച്ചറിഞ്ഞപ്പോൾ സുരഞ്ജൻ കിടക്കയിൽ കിടന്നുപുളഞ്ഞു. അവൻ ലജ്ജിച്ചു. വിഷമിച്ചു.

രാത്രി ഒരുപാടു വൈകിയിരിക്കുന്നു... എന്നിട്ടും എന്താണു സുരഞ്ജന് ഉറക്കം വരാത്തത്? ശരീരഘടന തകരാറിലാകുകയാണോ? ശരീരത്തിനുള്ളിലുള്ളതെല്ലാം സാവധാനത്തിൽ തകരുന്നതുപോലൊരു തോന്നൽ, ബാബറി മസ്ജിദ് സംഭവത്തിനുശേഷമാണത്. താൻ കീറിമുറിച്ച ആ പെൺകുട്ടിയെ ഓർത്തപ്പോൾ ശരിക്കും വേദനിച്ചു. തന്റെ കടിയേറ്റവൾ ചോര ഒലിപ്പിക്കയായിരുന്നല്ലോ? ആ പെൺകുട്ടിയെ ഇനി എപ്പോഴെങ്കിലും കാണുമോ? ഇനി അവളെ കാണാനിടയായാൽ ക്ഷമ ചോദിക്കുമെന്നവൻ പ്രതിജ്ഞയെടുത്തു. തണുത്ത ആ കാലാവസ്ഥയിലും അവനു ചൂട് അനുഭവപ്പെട്ടു? അവൻ ക്വിൽറ്റ് വലിച്ചുമാറ്റി. കിടക്കവിരി കാലിന്നടുക്കൽ ചുരുണ്ടു കിടക്കുകയാണ്. കാൽമുട്ടുകൾക്കിടയിൽ തലയിട്ട്, ഒരു നായയെപ്പോലെ അവൻ കിടന്നു.

നേരം പുലർന്നപ്പോൾ മൂത്രമൊഴിക്കണമെന്നുണ്ടായിരുന്നെങ്കിലും കിടക്കവിട്ടെഴുന്നേൽക്കാൻ തോന്നിയില്ല. പതിവുപോലെ കിരൺമൊയ് ചായ ഉണ്ടാക്കിക്കൊണ്ടുവന്നു. എന്നാലവനതു കുടിക്കാൻ തോന്നിയില്ല. അവനു ഛർദ്ദിക്കാൻ തോന്നി; അതിനേക്കാളേറെ, ചൂടുവെള്ളത്തിൽ കുളിക്കാനുള്ള മോഹം. എന്നാൽ, ചൂടുവെള്ളം എവിടന്നു കിട്ടാനാണ്? ബ്രഹ്മപള്ളിയിലെ പുരയിടത്തിൽ ഒരു കുളമുണ്ടായിരുന്നു. തണുത്തുവിറക്കുന്ന ശീതകാലത്തു പോലും രാവിലെ അവനതിൽ കുളിക്കുമായിരുന്നു. കുളത്തിൽ കുളിക്കാൻ എന്തു രസമായിരുന്നെന്നവനോർത്തു, വലിയ ധാരാളിത്തംതന്നെ!... എന്നാൽ എവിടെയാണിപ്പോൾ കുളം? കുളിമുറിയിലെ ക്ലിപ്തമായ വെള്ളത്തിൽ കുളിക്കാനവനു വെറുപ്പാണ്. ജീവിതം എന്തിനിങ്ങനെ അളന്നു മുറിച്ചു നിർത്തണം?

പന്ത്രണ്ടാം ദിവസം

പിറ്റേന്നു രാവിലെ പത്തുമണിക്കാണു സുരഞ്ജൻ കിടക്കയിൽനിന്നും എഴുന്നേറ്റത്. അവൻ വരാന്തയിൽനിന്നു പല്ലു തേക്കുമ്പോൾ ഖാദിം ആലി യുടെ മകൻ അഷ്റഫ് കിരൺമൊയിയോടു പറയുന്നത് കേട്ടു.

“മാഷിമാ, മായയെപ്പോലുള്ള ഒരു പെൺകുട്ടി ഗെന്ഡാരിയ പാലത്തി നടിയിൽ വെള്ളത്തിൽ പൊന്തിക്കിടക്കുന്നത് ഇന്നലെ രാത്രി കണ്ടെന്നു പുട്ടു പറഞ്ഞു.”

സുരഞ്ജൻ ടൂത്തുബ്രഷും പിടിച്ചു സ്തംഭിച്ചുനിന്നുപോയി. ശരീര മാകെ വിറച്ചു. വല്ലാത്തൊരു ഭീതി അവനെ പിടികൂടി. താൻ എല്ലാറ്റിൽ നിന്നും ഒറ്റപ്പെട്ടു പോയതുപോലെ. വീട്ടിനുള്ളിൽനിന്നു യാതൊരു ശബ്ദവും കേൾക്കുന്നില്ല, കരച്ചിലോ അനക്കമോ ഒന്നുമില്ല. വീടു മുഴുവൻ നിശ്ചല മാണ്, അസാധാരണമാംവിധം നിശ്ചലം. നിസ്സാരസംസാരം പോലും നിശ്ശബ്ദതയുടെ മതിലിൽത്തട്ടി പ്രതിധ്വനിക്കും. കഴിഞ്ഞ ആയിരം വർഷ ങ്ങളായി സുരഞ്ജൻ മാത്രമാണ് ഈ വീട്ടിൽ താമസമുള്ളതെന്നു തോന്നും. അവനു ചുറ്റും നഗരവും ശാന്തമാണ്-ഇന്നലത്തെ സ്വാതന്ത്ര്യദിനാഘോഷ ങ്ങൾ കഴിഞ്ഞ് അത് ഉണർന്നെഴുന്നേറ്റിട്ടില്ല. അവൻ അപ്പോഴും ബ്രഷ് കയ്യിൽ പിടിച്ചു നില്പാണ്. ആ സമയത്തു ഹൈദർ അങ്ങോട്ടു കടന്നു വന്നു. അവരുടെ കണ്ണുകൾ തമ്മിലിടഞ്ഞപ്പോൾ മര്യാദയുടെ പേരിൽ അഭിവാദ്യങ്ങൾ കൈമാറി, ഹൈദർ നിന്നു. “സുഖം തന്നെയല്ലേ? ” അവൻ സുരഞ്ജനോടു ചോദിച്ചു. സുരഞ്ജൻ പുഞ്ചിരിച്ചു മറുപടി നൽകി “സുഖ മാണ്.”

അവരുടെ സംഭാഷണം മായയിലെത്തുമെന്നാണു പ്രതീക്ഷിക്കപ്പെട്ടത്. എന്നാൽ അതുണ്ടായില്ല. ഹൈദർ വരാന്തയിലെ കൈവരിയിലേക്കു ചാഞ്ഞു

നിന്നുകൊണ്ടു പറഞ്ഞു "ഇന്നലെ രാജ്ഷാഹി യൂണിവേഴ്സിറ്റിയിലെ ആഘോഷങ്ങൾക്കുശേഷം ജമായത്തു കേമ്പിലെ ആളുകൾ കൂട്ടശ്മശാന ങ്ങൾ അശുദ്ധമാക്കി."

സുരഞ്ജൻ ടൂത്ത്പേസ്റ്റു തുപ്പിയശേഷം ചോദിച്ചു, "കൂട്ടശ്മശാനങ്ങൾ എന്നു നീ ഉദ്ദേശിച്ചതെന്തിനെയാണ്?"

"നിനക്കു കൂട്ടശ്മശാനത്തിന്റെ അർത്ഥമറിയില്ലേ?" ഹൈദർ അദ്ഭുത ത്തോടെ സുരഞ്ജനു നേരെ നോക്കി. സുരഞ്ജൻ തലകുലുക്കി.

ഹൈദറിന്റെ മുഖം ദ്വേഷ്യംകൊണ്ട് ഇരുണ്ടു.

സ്വാതന്ത്ര്യസമരകാലത്തു, പ്രവർത്തനങ്ങൾക്കു നേതൃത്വം നൽകി യിരുന്ന സുരഞ്ജനു കൂട്ടശ്മശാനത്തിന്റെ അർത്ഥമറിയില്ലെന്നോ! സുരഞ്ജനെ സംബന്ധിച്ചിടത്തോളം, ക്യാമ്പിലെ ആളുകൾ കൂട്ടശ്മശാന ത്തിലെ കല്ലറയെഴുത്തുകൾ തകർത്താൽ ഒന്നും സംഭവിക്കാനില്ല. അവരുടെ കൈയിൽ ആയുധങ്ങളുണ്ട്. അവരെ ഉപയോഗിക്കാൻ ചിലർ തീരുമാനിച്ചാൽ, ആർക്കാണു തടയാനാകുക? ചിലപ്പോൾ അവർ തോല്പിക്കാനാവാത്ത ബംഗ്ലായെത്തന്നെയും തകർത്തേക്കും, നാട് നേടിയ സ്വാതന്ത്ര്യത്തെയും പോരാട്ടങ്ങളെയുമെല്ലാം അത് തകർത്തേക്കും. ആർക്കാണവരെ തടയാനാ വുക? ഏതാനും മീറ്റിംഗുകളും ജാഥകളും സംഘടിപ്പിച്ചേക്കും. ചില മുദ്രാ വാക്യങ്ങളും ഉയർന്നേക്കും.''ജമായത്ത് ഷിബീർ യൂത്ത് കമാണ്ട് പൊളിറ്റിക്സ് അവസാനിപ്പിക്കണം" എന്നു മുറവിളി കൂട്ടിയേക്കും. അത്ര തന്നെ. ഇത്തരം പ്രക്ഷോഭണങ്ങൾ കൊണ്ടു മറ്റൊന്നും സംഭവിക്കില്ല.

കുപിതമായ ഭാവപ്പകർച്ചയ്ക്കുശേഷം ഹൈദർ നിശ്ശബ്ദത പാലിച്ചു. അവന് എന്തോ പറയണമെന്നു തോന്നി. ഏതാനും മിനിറ്റുകൾക്കുശേഷം അവൻ സംസാരിച്ചുതുടങ്ങി.

"നീയറിഞ്ഞോ? കുറച്ചുനാളായി പർവീൺ ഇവിടെ ഉണ്ട്. അവൾ വിവാഹ മോചനം നേടി."

സുരഞ്ജൻ അഭിപ്രായമൊന്നും പറഞ്ഞില്ല. പർവീണിന്റെ വിവാഹമോചന ത്തിൽ ദുഃഖത്തിന്റെ നേരിയ ലാഞ്ഛനപോലും അവനിൽ കണ്ടില്ല. നേരെ മറിച്ചു വളരെ സന്തോഷമാണു തോന്നിയത്. അവർ ഒരു ഹിന്ദുവിനെ വിവാഹം കഴിക്കാൻ സമ്മതിക്കാതെ ഒരു മുസ്ലിമിനു പിടിച്ചുകൊടുത്തു. അതവരെ എവിടെ കൊണ്ടെത്തിച്ചെന്നു നോക്കൂ! സുരഞ്ജൻ അവളുമായി ലൈംഗിക ബന്ധത്തിലേർപ്പെട്ടിട്ടുണ്ട്. നേരം പുലരുന്ന നേരത്ത്, പ്രത്യേകിച്ചു പല്ലു തേക്കുമ്പോൾ അത്തരം ലൈംഗികചിന്തകൾ രസകരമല്ല. രാവിലെതന്നെ മനസ്സിൽ അത് അനാവശ്യമായ പ്രകമ്പനം സൃഷ്ടിക്കുന്നു.

കുറച്ചുകഴിഞ്ഞു ഹൈദർ പറഞ്ഞു,"പിന്നെ കാണാം." അവൻ സ്ഥലം വിട്ടു. സുരഞ്ജൻ ഒരക്ഷരം ഉരിയാടിയില്ല.

സുധാമൊയിക്ക് ഇപ്പോൾ എഴുന്നേറ്റിരിക്കാൻ കഴിയും. ഒരു തലയിണയിൽ ചാരി ഇരുന്നുകൊണ്ട് അയാൾ വീട്ടിനുള്ളിൽ തങ്ങിനിൽക്കുന്ന നിശ്ശബ്ദതയെ ശ്രദ്ധിച്ചു. ഈ വീട്ടിൽ, യഥാർത്ഥത്തിൽ ജീവിക്കാനാഗ്രഹിച്ചിരുന്ന ഒരേ ഒരു വ്യക്തി മായയായിരുന്നു, എന്നയാൾ ഓർത്തു. അയാൾ രോഗിയായി കിടന്നില്ലെങ്കിൽ, മായയ്ക്കു പരുളിന്റെ വീട്ടിൽനിന്നും തിരിച്ചു വരേണ്ടിവരില്ലായിരുന്നു. എങ്കിൽ അവളെ അവർ ഇത്തരത്തിൽ തട്ടിക്കൊണ്ടുപോവില്ലായിരുന്നു. ആരോ അവളുടെ മൃതദേഹം പാലത്തിനടിയിൽ കണ്ടെന്നു പറയുന്നു. ആരാണ് പോയി ശവം തിരിച്ചറിയുക?

തന്റെ കുടുംബത്തിലെ ആരും പോകുമെന്നു തോന്നുന്നില്ല. അവർക്കെല്ലാം മായ ഒരു ദിവസം തിരിച്ചു വരുമെന്നു വിശ്വസിക്കാനാണ് ആഗ്രഹം. അവർ അതു മായയുടെ ശവമാണെന്നു തിരിച്ചറിഞ്ഞാൽ, ഒന്നുരണ്ടു ദിവസത്തിനകമോ, ഒന്നുരണ്ടു മാസത്തിനുള്ളിലോ, അല്ലെങ്കിൽ എപ്പോഴെങ്കിലുമോ അവൾ തിരിച്ചെത്തുമെന്ന ആശ എന്നെന്നേയ്ക്കുമായി തകർന്നുപോകില്ലേ? അവരുടെ ജീവൻ നിലനിൽക്കുന്നത് ഇത്തരം ചില ആശകളിന്മേലാണ്. ജീവിക്കാനുത്തേജിപ്പിക്കുന്ന വളരെ കുറച്ചു കാര്യങ്ങളേ ജീവിതത്തിലുള്ളൂ. അത്തരം ആശകൾ നശിപ്പിക്കുന്നതിൽ യാതൊരു അർത്ഥവുമില്ല. ബുദ്ധിശൂന്യതയാണത്.

സുധാമൊയ് മകനെ സ്വന്തം മുറിയിലേക്കു വിളിച്ചു. കുറെ നാളായി അയാൾ അങ്ങനെ ചെയ്തിട്ട്. തന്റെ അടുത്തിരിക്കാൻ സുരഞ്ജനോടാവശ്യപ്പെട്ടു. ഇടറിയ തൊണ്ടയോടെ പറഞ്ഞു.

“ജനലുകളും വാതിലുകളുമടച്ച് ഉള്ളിലിരിക്കുവാനെനിക്കു ലജ്ജ തോന്നുന്നു.”

“നിങ്ങൾക്കു ലജ്ജയല്ലേ തോന്നുന്നുള്ളു, എനിക്കു ദേഷ്യമാണ് തോന്നുന്നത്.”

“നിന്നെക്കുറിച്ചോർത്ത് എനിക്കു വിഷമമുണ്ട്.” സുധാമൊയ് പറഞ്ഞു.

“എന്തുകൊണ്ട്?”

“നീ വീട്ടിൽ തിരിച്ചെത്തുന്നതു വളരെ വൈകിയാണ്. ഹരിപദ ഇന്നലെ വന്നിരുന്നു. ഭോലയിലെ നില കൂടുതൽ വഷളായിരിക്കയാണ്. ആയിരക്കണക്കിനാളുകൾ ഭവനരഹിതരായി. അനേകം സ്ത്രീകൾ ബലാൽസംഗം ചെയ്യപ്പെട്ടു.”

“അപ്പോൾ ഇതെല്ലാം നിങ്ങൾക്കു വാർത്തകളാണോ?”

“അതെ. തീർച്ചയായും അവ വാർത്തകളാണ്. അതുകൊണ്ടാണു ഞാൻ നിന്നെക്കുറിച്ചോർത്തു വിഷമിക്കുന്നത്, സുരഞ്ജൻ.”

“എന്നെക്കുറിച്ചോർത്തു നിങ്ങൾ വിഷമിക്കുന്നോ? എന്തുകൊണ്ട്? എന്റെ

അമ്മയെ ഓർത്ത് നിങ്ങൾ വിഷമിക്കുന്നില്ലേ? അവനവനു വേണ്ടിയല്ലേ സങ്കട പ്പെടേണ്ടത്? നിങ്ങൾ ഹിന്ദുവല്ലേ!

"ഇതിലും വലിയത് അവരെന്തു ചെയ്യാനാണ്?"

"അവർ നിങ്ങളുടെ ശിരസ്സുകളറുത്തു ബൂഡിഗംഗയിൽ വലിച്ചെറിയും. ഈ രാജ്യത്തിലെ ജനങ്ങളുടെ സ്വഭാവം ഇനിയും നിങ്ങൾ മനസ്സിലാക്കി യിട്ടില്ലേ? അവർ ഹിന്ദുവിനെ കിട്ടിയാൽ വെട്ടി നുറുക്കി ലഘു ഭക്ഷണമാക്കും. അവർക്കു പ്രായമാവരും ചെറുപ്പക്കാരും തമ്മിൽ യാതൊരു വ്യത്യാസവുമില്ല. ഞാൻ ഉറപ്പു പറയുന്നു."

സുധാമൊയിയുടെ നെറ്റി ദേഷ്യംകൊണ്ടു ചുളിഞ്ഞു.

"നീയും ഈ രാജ്യത്തെ ഒരു പൗരനല്ലേ?"

"അല്ല. എനിക്കിനി ഈ രാജ്യത്തിന്റെ ഒരു ഭാഗമായി എന്നെ കാണാനാ കില്ല. അങ്ങനെ വിശ്വസിക്കാൻ ഞാൻ ആത്മാർത്ഥമായി ശ്രമിക്കുന്നുണ്ട്. പക്ഷേ വിജയിക്കുന്നില്ല. മുമ്പ് കാജൽദാ മുസ്ലിമുകളോടു വിഭാഗീയതയെ ക്കുറിച്ചും പക്ഷപാതത്തെക്കുറിച്ചും സംസാരിക്കുമ്പോൾ ഞാൻ അസ്വസ്ഥ നാകുമായിരുന്നു. ഞാനയാളോടു പറയാറുണ്ട്, എത്ര ഹിന്ദുക്കൾക്കു നഷ്ട ങ്ങൾ സഹിക്കേണ്ടിവന്നെന്നും എങ്ങനെ അവർ അവഗണിക്കപ്പെട്ടുവെന്നും... കണക്കെടുത്തു നമ്മൾ വെറുതെ സമയം പാഴാക്കേണ്ട. ഈ രാജ്യത്തിൽ ഒരുപാടു കാര്യങ്ങൾ ചെയ്തു തീർക്കാനുണ്ട്. അതിനെക്കുറിച്ചു തല്ക്കാലം ചിന്തിക്കാം. എന്നാൽ അയാൾ പറഞ്ഞതു ശരിയായിരുന്നെന്നു ഞാനിപ്പോൾ മനസ്സിലാക്കുന്നു. ഞാൻ മാറിക്കൊണ്ടിരിക്കയാണ്. അത് ഇതുപോലെ ആകാൻ പാടില്ലായിരുന്നു, ബാബാ..." സുരഞ്ജന്റെ ശബ്ദം ഇടറി.

മകനെ ആശ്വസിപ്പിച്ചുകൊണ്ടു സുധാമൊയ് അവന്റെ പുറത്തു തട്ടി.

"ബുദ്ധിജീവികൾ അവരുടെ അഭിപ്രായം പ്രകടിപ്പിക്കുന്നുമുണ്ട്. പിന്നെ ജനകീയ പ്രതിഷേധം, പത്രറിപ്പോർട്ടുകൾ..."

"ഇതെല്ലാം ചവറാണ്, നോൺസൻസ്" സുരഞ്ജനു ദേഷ്യം വന്നു. "യുദ്ധക്കളത്തിൽ ഒരു ഗ്രൂപ്പുകാർ കത്തികളും കോടാലികളുമേന്തി നിൽക്കു മ്പോൾ, മറ്റേ ഗ്രൂപ്പു നിരായുധരായി വാചകക്കസർത്തുകൊണ്ടു നേരിടാൻ ശ്രമിക്കുന്നു. അതു നടക്കില്ല. കോടാലിയെ കോടാലികൊണ്ടു തന്നെ നേരിടണം. ആയുധത്തെ വെറും കൈകൊണ്ടു നേരിടുന്നതു മണ്ടത്തര മാണ്."

"നമ്മളുടെ ആദർശങ്ങൾ കൈവിടണമെന്നാണോ നീ നിർദ്ദേശി ക്കുന്നത്?"

"എന്ത് മണ്ണാങ്കട്ട ആദർശങ്ങളെക്കുറിച്ചാണു നിങ്ങൾ സംസാരിക്കുന്നത്? എല്ലാം പമ്പര വിഡ്ഢിത്തങ്ങൾ..."

സുധാമൊയിയുടെ തല വല്ലാതെ നരച്ചിട്ടുണ്ട്. പഴയ വ്യക്തിയുടെ വെറും നിഴലാണിപ്പോൾ! എന്നാലും തന്റെ ആദർശങ്ങൾ അയാൾ ഇപ്പോഴും വിടാതെ മുറുകെ പിടിച്ചിരിക്കുന്നു.

"ജനങ്ങൾ അനീതിക്കെതിരെ പ്രതിഷേധിക്കുകയെങ്കിലും ചെയ്യുന്നുണ്ടെന്ന കാര്യം മറക്കരുത്. എത്ര രാജ്യങ്ങൾ അത് അനുവദിക്കുന്നുണ്ട്? ഈ ദയനീയാവസ്ഥയിലും തന്റെ അച്ഛൻ ഒരു ദേശീയവാദിയാവാനാണ് ശ്രമിക്കുന്നത്."

സുരഞ്ജൻ മറുപടി ഒന്നും നൽകിയില്ല. 'പീപ്പിൾസ് റിപ്പബ്ലിക് ഓഫ് ബംഗ്ലാദേശ്' എന്ന പേര് ഉടനെ മാറ്റി 'ഇസ്ലാമിക് റിപ്പബ്ലിക് ഓഫ് ബംഗ്ലാദേശ്' എന്നാകുമെന്നാണു സുരഞ്ജന്റെ ഊഹം. ഇസ്ലാമിക തത്ത്വങ്ങൾ രാജ്യത്തിന്റെ ജീവിതരീതിയെ നയിക്കും. സ്ത്രീകൾ തെരുവിൽ ബുർഖ ഇട്ടിട്ടേ നടക്കാവൂ. തൊപ്പി ധരിച്ച താടിക്കാരുടെ സംഖ്യ വർദ്ധിക്കും. സ്കൂളുകൾക്കു പകരം പള്ളികളും മദ്രസകളുംകൊണ്ടു നാടു നിറയും. സാവധാനത്തിൽ, ഹിന്ദുക്കളെല്ലാം ഉന്മൂലനം ചെയ്യപ്പെടും. ആ ചിന്തതന്നെ സുരഞ്ജന്റെ നട്ടെല്ലു വിറപ്പിച്ചു. ഒരാൾക്കു ജീവിക്കണമെന്നുണ്ടെങ്കിൽത്തന്നെ, സാമൂഹ്യദ്രോഹിയായോ നിർല്ലജ്ജനായോ വീടിനുള്ളിൽ കഴിയേണ്ടി വരും. ഏതെങ്കിലും കാരണത്തിന്മേൽ പ്രതിഷേധ ജാഥ വരുമ്പോൾ അവന് അപായഭീതിയോടെ വീട്ടിനുള്ളിൽ അടച്ചിരിക്കേണ്ടി വരും. നിസ്സാരകാര്യത്തിന്മേൽ മുസ്ലിമുകൾക്കു പ്രതിഷേധമുയർത്താം, ഹിന്ദുക്കൾക്കതു ചെയ്യാൻ കഴിയില്ല. ഇപ്പോഴത്തെ നിലയും വിഭിന്നമല്ല. തങ്ങളെ പീഡിപ്പിക്കുന്നു എന്നു, ഗതികേടുകൊണ്ട് ഹിന്ദുക്കൾക്കു പറയാൻ കഴിയുന്നില്ല. അക്കാര്യം പറയുന്നതുപോലും മുസ്ലിമുകളാണ്. ഒരു ഹിന്ദുവാണ് പ്രതിഷേധമുയർത്തിയതെങ്കിൽ, അതിന്റെ പേരിൽ അർദ്ധരാത്രിക്ക് അവന്റെ കഴുത്ത് അറുത്തതുതന്നെ! അഹമ്മദ് ഷരീഫ് ആണു തെറ്റു ചെയ്തതെങ്കിൽ, അവൻ തെറ്റുകാരനാണെന്നു പ്രഖ്യാപിക്കപ്പെടും, എന്നാലും വധിക്കില്ല. നേരെമറിച്ച്, സുധാമൊയ് ആണ് എന്തെങ്കിലും പറഞ്ഞതെങ്കിൽ, അർദ്ധരാത്രി വീട്ടിലെത്തി അയാളെ കൊല്ലും. ഹിന്ദുക്കൾ സമരത്തിനിറങ്ങിയാൽ മതഭ്രാന്തന്മാർ മാത്രമല്ല, പുരോഗമനവാദികളായ ആധുനികവ്യക്തികൾ പോലും പ്രതികരിക്കും. വിധിവൈപരീത്യമോർത്തു സുരഞ്ജൻ ചിരിച്ചു. പുരോഗമനവാദികൾ പോലും ഹിന്ദുവിനെയും മുസ്ലിമിനെയും വേർതിരിച്ചുകാണുന്നു. തന്റെ ജീവിതം ഉള്ളിലിരുന്ന് തുരുമ്പ് പിടിക്കുകയാണെന്ന് അവൻ ഓർത്തു.

സുരഞ്ജനോടു കുറച്ചുകൂടി അടുത്തിരിക്കാൻ സുധാമൊയ് ആവശ്യപ്പെട്ടു. ഇടറിയ ശബ്ദത്തിലയാൾ ചോദിച്ചു.

"മായയെ കണ്ടെത്താനാവില്ലേ?''

"എനിക്കറിയില്ല."

“അന്നത്തെ ആക്രമണത്തിനുശേഷം കിരൺ ഒറ്റ രാത്രിയും ഉറങ്ങിയിട്ടില്ല. നിന്റെ കാര്യമോർത്തും അവൾക്കു വളരെ വിഷമമുണ്ട്. നിനക്കെന്തെങ്കിലും സംഭവിച്ചാൽ...”

“എനിക്കു മരിക്കണമെന്നുണ്ടെങ്കിൽ ഞാൻ മരിക്കും. എന്തായാലും, ഒരുപാടുപേർ മരിക്കുന്നില്ലേ?”

“ഇപ്പോൾ, എനിക്ക് ഇരിക്കാൻ കഴിയുന്നുണ്ട്. കിരൺ എന്നെ കുളിമുറിയിൽ പോകാൻ സഹായിക്കുന്നു. എന്നാൽ, പൂർണ്ണസുഖം പ്രാപിക്കാതെ എനിക്കു രോഗികളെ പരിശോധിക്കാനാവില്ല. കഴിഞ്ഞ രണ്ടു മാസത്തെ വീട്ടുവാടക കൊടുത്തിട്ടില്ല. നിനക്കൊരു ജോലി കിട്ടിയിരുന്നെങ്കിൽ...”

“വല്ലവനേയും ഓച്ഛാനിച്ചുനിൽക്കാൻ എനിക്കാവില്ല...”

“നമ്മുടെ ജന്മിത്തം ഇപ്പോൾ ഇല്ല. വിശാലമായ നെൽവയലുകൾ, മൽസ്യങ്ങൾ നിറഞ്ഞ കുളം, പാൽ കറക്കുന്ന പശുക്കൾ നിറഞ്ഞ ഫാം... അതെ, അതെല്ലാം അനുഭവിച്ചവനാണ് ഞാൻ. നീ അതൊന്നും കണ്ടിട്ടുപോലുമുണ്ടാകില്ല; എനിക്കതിൽ, വാസ്തവത്തിൽ വിഷമമുണ്ട്. ഗ്രാമത്തിലുണ്ടായിരുന്ന ഭൂമി പോലും ഞാൻ വിറ്റു. അവയിൽ ചിലത് ഇപ്പോഴുണ്ടായിരുന്നെങ്കിൽ അതിൽ ഒരു കൊച്ചു വീടുണ്ടാക്കി ശേഷിച്ച വാർദ്ധക്യകാലം കഴിഞ്ഞേനെ.”

സുരഞ്ജൻ കുപിതനായി. അവൻ അച്ഛനു നേരെ ഗർജ്ജിച്ചു.

“ഒരു വിഡ്ഢിയെപ്പോലെ പുലമ്പാതിരിക്കൂ. നിങ്ങൾ ഗ്രാമത്തിൽ രക്ഷപ്പെടുമായിരുന്നു എന്നു കരുതുന്നുണ്ടോ? ഗ്രാമത്തലവൻമാർ വലിയ ഇരുമ്പുവടികളുമായി വന്ന്, നിങ്ങളുടെ തല തല്ലിത്തകർത്തു സാധനങ്ങളെല്ലാം കൊള്ളയടിച്ചേനെ.”

“നീ എല്ലാവരെയും സംശയിക്കരുത്. തീർച്ചയായും ചില നല്ല ആളുകൾ അവശേഷിച്ചിട്ടുണ്ട്.”

“ഇല്ല... ആരുമില്ല.”

“നീ ആവശ്യമില്ലാതെ അശുഭാപ്തി വിശ്വാസിയാവുകയാണ്.”

“അതാണനുഭവങ്ങൾ...”

“നിന്റെ സുഹൃത്തുക്കളെങ്ങനെയാണ്? ഇക്കാലമത്രയും നീ കമ്യൂണിസം പഠിച്ചു. പ്രക്ഷോഭണങ്ങളിൽ പങ്കുകൊണ്ടു തുല്യ ചിന്താഗതിക്കാരായി ചർച്ച ചെയ്തു... അവർ നല്ല മനുഷ്യരല്ലേ?”

“ഇല്ല. ആരുമല്ല. എല്ലാവരും വർഗ്ഗീയവാദികളാണ്.”

“നീയും സ്വയം വർഗ്ഗീയവാദിയാകുകയാണോ?”

"ആണ്. ഈ രാജ്യം എന്നെ വർഗ്ഗീയവാദി ആക്കുകയാണ്. അതെന്റെ കുറ്റമല്ല."

"ഈ രാജ്യം നിന്നെ വർഗ്ഗീയവാദിയാക്കുന്നെന്നോ?" സുധാമൊയ് അവിശ്വസനീയമായ സ്വരത്തിൽ ചോദിച്ചു.

"അതേ, ഈ രാജ്യം."

സുരഞ്ജൻ 'രാജ്യം' എന്ന വാക്ക് ഊന്നി പറഞ്ഞു. സുധാമൊയ് നിശ്ശബ്ദനായി ഇരുന്നു. മുറിയിൽ തകർന്നു കിടന്ന സാധനങ്ങളിലേയ്ക്കു സുരഞ്ജൻ നോക്കി. ചില്ലുകഷണങ്ങൾ അപ്പോഴും നിലത്തു ചിന്നിച്ചിതറിക്കിടക്കുന്നുണ്ട്. ഇതവരുടെ കാലുകൾ കീറി മുറിക്കില്ലേ? അവരുടെ ഹൃദയങ്ങൾ തന്നെ കീറിമുറിഞ്ഞിരിക്കയല്ലേ!

ദിവസം മുഴുവൻ സുരഞ്ജൻ കിടക്കയിൽ കിടന്നു. ഒരിടത്തും പോകാനവനു തോന്നിയില്ല. ആരോടും സംസാരിക്കാനും തോന്നിയില്ല. പാലത്തിനു താഴെ കണ്ട മൃതശരീരം ഒരു നോക്കു കണ്ടെങ്കിലോ? ചീഞ്ഞളിഞ്ഞ മായയുടെ രൂപം കാണണോ, അതവളുടേതാണെങ്കിൽ!

ഇല്ല. അവനൊരിടത്തും ഇന്നു പോകില്ലെന്നു തീരുമാനിച്ചു.

ഉച്ചതിരിഞ്ഞു വളരെ വൈകിയശേഷം അവൻ കിടക്കയിൽ നിന്ന് എഴുന്നേറ്റു മുറ്റത്തു കുറച്ചുനേരം ഉലാത്തി. പെട്ടെന്ന്, എന്തോ ചിലതു തനിക്കു ചെയ്യാനുണ്ടെന്നു തീരുമാനിച്ചു. അവൻ വീടിനുള്ളിൽ കയറി പുസ്തകങ്ങൾ മുഴുവൻ എടുത്തുകൊണ്ടുവന്നു മുറ്റത്തു കൂട്ടിയിട്ടു. മുറിക്കുള്ളിൽ നിന്നിരുന്ന കിരൺമൊയ് കരുതിയിരുന്നതു പുസ്തകം വെയിലത്തിട്ട് അതിലെ പ്രാണികളെക്കൊല്ലുകയാണെന്നാണ്.

ദസ് കാപ്പിറ്റൽ, ലെനിന്റെ ചിന്തകൾ, എംഗൽസ്, മാർക്സും മോർഗണും, ഗോർക്കി, ഡോസ്റ്റൊ യെവ്സ്കി, ടോൾസ്റ്റോയ്, ജീൻ പോൾ സാർത്രെ, പാവ്ലൊവ്, രബീന്ദ്രനാഥ്, മണിക് ബന്ദോപാദ്ധ്യായ, നെഹ്റു, ആസാദ്, സോഷ്യോളജി, ഇക്കണോ മിക്സ്, പൊളിറ്റിക്സ്...

പുസ്തകങ്ങൾ പിച്ചിച്ചീന്തി നിലത്ത് പരത്തിയിട്ടു. ആ പണി തിർന്നപ്പോൾ തീപ്പെട്ടി ഉരച്ച് അതിനു തീ കൊളുത്തി. മൌലികവാദികളായ മുസ്ലിമുകൾ ഹിന്ദുക്കളെ കാണുമ്പോൾ കത്തിക്കാളുന്നതുപോലെ കടലാസുകൾ കണ്ടപ്പോൾ തീ കത്തിക്കാളി. മുറ്റം കറുത്ത പുകകൊണ്ടു നിറഞ്ഞു. കടലാസു കരിയുന്ന മണം കേട്ട് കിരൺമൊയ് മുറിയിൽ നിന്നു പുറത്തു വന്നു. സുരഞ്ജൻ പുഞ്ചിരി തൂകിക്കൊണ്ടു പറഞ്ഞു.

"നിങ്ങൾക്കു തീ കായണോ? എന്താണിങ്ങോട്ടു വരാത്തത്?"

ക്ഷീണിച്ച സ്വരത്തിൽ കിരൺമൊയ് ചോദിച്ചു. "നിനക്കു ഭ്രാന്തു പിടിച്ചോ?"

“അതെ, മാ. ഇത്രയുംകാലം ഞാൻ നല്ലൊരു കുട്ടിയായിരുന്നു. ഇപ്പോൾ, ഞാനൊരു ചീത്ത മനുഷ്യനാകാൻ തീരുമാനമെടുത്തു കഴിഞ്ഞു. ഭ്രാന്തു പിടിച്ചില്ലെങ്കിൽ, ഒരു തൃപ്തിയുമില്ല.”

കിരൺമൊയ് വാതില്ക്കൽ നിന്ന് സുരഞ്ജന്റെ ത്യാഗത്തിന്റെ തീ ജ്വാലയിലേക്കു നോക്കി. കുളിമുറിയിലേക്കോടിച്ചെന്നു വെള്ളമെടുത്തു കെടുത്തണമെന്ന ബോധം അവളിലുദിച്ചില്ല. കനത്ത കറുത്ത പുകയിൽ സുരഞ്ജനെ ശരിക്കു കാണില്ലായിരുന്നു. സുരഞ്ജൻ സ്വയം തീയിട്ടോ എന്നവൾ വിചാരിക്കുന്നതുപോലെ തോന്നിച്ചു.

വീട്ടിനുള്ളിൽ കിടന്നു സുധാമൊയ് ചിന്തിച്ചു, സമർത്ഥനും ഊർജ്ജ സ്വലനുമായ തന്റെ മകൻ, എല്ലാ വിഷമത്തിനും മറുമരുന്നായിരുന്ന തന്റെ മകൻ, നീണ്ട മണിക്കൂറുകൾ കിടക്കയിൽ കിടന്നു സുഹൃത്തുക്കളോട്, മുസ്ലിമുകൾ ക്കെതിരെ ചൂടുപിടിച്ച വാഗ്വാദങ്ങൾ നടത്തിയിരുന്ന ആൾ ഇപ്പോൾ പുസ്തക ങ്ങൾ കത്തിക്കുന്നു. സുരഞ്ജന്റെ ഹൃദയം എത്രമാത്രം മുറിപ്പെട്ടിരിക്കുന്നു വെന്നും, അവൻ എന്തുമാത്രം വേദന തിന്നുന്നുവെന്നും സുധാമൊയ് മനസ്സിലാക്കി. കുടുംബവും സമൂഹവും എല്ലാറ്റിനുമുപരി സ്വന്തം മാതൃരാജ്യവും അവനെ വേദനിപ്പിച്ചു. ഇന്ന് അധമമനോഭാവത്തിന്റെ തീജ്വാലകളിൽ അവൻ സ്വയം ആത്മാഹുതി ചെയ്യുകയാണ്.

തീ കത്തുന്നതുകണ്ട് സുരഞ്ജൻ ആഹ്ളാദിച്ചു. രാജ്യം മുഴുവൻ ഇപ്രകാരമാണവർ ഹിന്ദു ഗൃഹങ്ങൾ കത്തിച്ചു ചാമ്പലാക്കിയത്. ഗൃഹങ്ങളും ക്ഷേത്രങ്ങളും മാത്രമാണോ അവർ കത്തിച്ചുകളഞ്ഞത്? ഹിന്ദുക്കളുടെ ഹൃദയങ്ങളും മനസ്സുകളും അവർ കത്തിച്ചുകളഞ്ഞില്ലേ? സുധാ മൊയിയുടെ ആദർശങ്ങളോടിനി പൊരുത്തപ്പെട്ടു പോകാനാവില്ലെന്നു സുരഞ്ജൻ തീരുമാനമെടുത്തു.

ഇടതുപക്ഷത്തിന്റെ ആദർശമാണ് സുധാമൊയ് പിൻതുടർന്നത്. അതേ ആദർശം മുറുകെ പിടിച്ചായിരുന്നു സുരഞ്ജൻ വളർന്നുവന്നതും. പക്ഷേ, ഇനിയില്ല. എന്തുകൊണ്ട്? ഇടതുപക്ഷക്കാർ ഹിന്ദുക്കളെ ‘ബാസ്റ്റാർഡ്’ എന്നു വിളിക്കുന്നത് അവൻ കേട്ടു! പുക കണ്ണിൽ കയറി സുരഞ്ജന്റെ കണ്ണുകൾ നീറി. ഇതു വേദനയുടെ കണ്ണുനീരാണോ, അതോ പുക യുടേതോ?

തീ കത്തിയമർന്നപ്പോൾ വെറും ചാരം മാത്രമേയുള്ളു. പുസ്തകത്തിന്റെ ഭാഗങ്ങളൊന്നുമില്ല, എന്നു കണ്ട് സുരഞ്ജൻ സന്തോഷിച്ചു. ഈയിടെയായി ആ പുസ്തകങ്ങളിലെ പൊള്ള ആദർശങ്ങൾ വായിച്ചു വല്ലാത്ത കോപം വരുമായിരുന്നു. ഇത്തരം ആദർശങ്ങൾ അവനിൽ വെറുപ്പ് ഉളവാക്കി. അവൻ സകലശക്തിയുമെടുത്ത് ആ ആദർശങ്ങളെ സ്നേഹിച്ചേനെ, മുറുകെ പിടിച്ചേനെ. അത്തരം വിശ്വാസങ്ങളിൽ താൻ മാത്രം എന്തിനു മുറുകെ പിടി ക്കണം? ഭൂരിഭാഗം പേരും വിജ്ഞാനത്തിന്റെ കപ്പ് മോന്തുന്നു, ഒരിക്കലും അതു കുടിക്കുന്നില്ല.

എത്ര ശ്രമിച്ചിട്ടും ഉറക്കം വരുന്നില്ല. അവൻ രത്നയെക്കുറിച്ച് ഓർത്തു കൊണ്ടു കിടന്നു. കുറച്ചു നാളായി അവളെ കണ്ടിട്ട്, അവൾക്ക് എങ്ങനെ യുണ്ടെന്ന് അതിശയത്തോടെ ഓർത്തു. അവളുടെ കറുത്തു തിളങ്ങുന്ന കണ്ണുകൾ എത്ര വാചാലമാണ്. ഒന്നും അവൾ സംസാരിക്കേണ്ട ആവശ്യമേ ഇല്ല!

ഈ ദിവസങ്ങളിൽ, സുരഞ്ജൻ അവളുടെ കവാടത്തിൽ ചെന്നു മുട്ടുമെന്നവൾ വിചാരിച്ചിരിക്കണം. അവർ ഒന്നിച്ചിരുന്നു ചായകുടിച്ചു തങ്ങളുടെ ജീവിതത്തെക്കുറിച്ചു സംസാരിക്കും. അന്നു വൈകുന്നേരം തന്നെ അവളുടെ അടുത്തു പോകണമെന്നു കിടക്കയിൽ കിടന്നുകൊണ്ട്, സുരഞ്ജൻ തീരുമാനിച്ചു. അവൻ അവളോടു പറയും, "എന്തിന് ഞാൻ മാത്രം നിന്നെ സന്ദർശിക്കാൻ വരണം? മറ്റുള്ളവർക്കും അതുപോലെ തോന്നിക്കൂടെ?"

സുരഞ്ജനു വിചിത്രമായൊരു തോന്നലുണ്ടായി, നിരാശയിൽ മുങ്ങിയ ഒരു സായംസന്ധ്യയിൽ രത്ന പെട്ടെന്നു പ്രത്യക്ഷപ്പെട്ട് അവനോടു പറയും, "എനിക്കെന്തോ വല്ലാത്ത വിഷമം തോന്നുന്നു, സുരഞ്ജൻ, അതുകൊണ്ടാണു നിന്നെ വന്നുകാണാൻ കരുതിയത്."

വളരെക്കാലമായി ആരെങ്കിലും അവനെ ചുംബിച്ചിട്ട്. പർവീൺ അവനെ ചുംബിക്കുമായിരുന്നു. അവൾ അവനെ ഗാഢമായി ആലിംഗനത്തിലമർത്തി ക്കൊണ്ടു പറയും "നീ എന്റേതു മാത്രം" "നിനക്കു നൂറു ചുംബനങ്ങൾ ഞാൻ നല്കും." അപ്രതീക്ഷിതമായി കിരൺമൊയ് മുറിയിൽ കടന്നുവന്നാൽ അവർ പെട്ടെന്നു മാറിനില്ക്കും. ഒടുവിൽ പർവീൺ ഒരു മുസ്ലിമിനെ വിവാഹം കഴിക്കാൻ തീരുമാനിച്ചു. അതോടെ എല്ലാവിധ പ്രശ്നങ്ങളും തീരുമെന്ന ആശയിൽ. രത്നയുടെ കാര്യത്തിൽ ജാതിയുടേയോ മതത്തിന്റേയോ യാതൊരു പ്രശ്നവുമില്ല. തന്റെ അസന്തുഷ്ട ജീവിതം അവളുടെ കാൽക്ക ലാണു സമർപ്പിക്കാൻ പോകുന്നതെന്നവൻ ഓർത്തു. ഇന്നു വൈകുന്നേരം തന്നെ അവളെ പോയിക്കാണുമെന്നവൻ ശപഥം ചെയ്തു. ശരീരത്തിന്റെ അഴുക്കും പൊടിയുമെല്ലാം കഴുകിക്കളയണം. അലക്കിത്തേച്ച ഷർട്ടിട്ടു രത്നയുടെ വീട്ടിൽ പോകണം.

ആ സമയത്തു വാതില്ക്കലൊരു മുട്ടു കേട്ടു. വാതിൽ തുറന്നപ്പോൾ രത്നയുണ്ടു വാതിൽപ്പടിയിൽ നിൽക്കുന്നു! അവൾ നല്ല സുന്ദരിയായിട്ടുണ്ട്. തിളങ്ങുന്ന സാരിയാണ് ധരിച്ചിട്ടുള്ളത്. കൈനിറയെ വളകൾ, അവൾ അനങ്ങുമ്പോൾ അവ കിലുങ്ങി. അവൾ മന്ദഹസിച്ചു. അവളുടെ സൗന്ദര്യം കണ്ടു സുരഞ്ജൻ അതിശയിച്ചു.

"വരൂ, ഉള്ളിലേയ്ക്കു വരൂ..." അപ്പോഴാണ് സുന്ദരനായൊരു യുവാവ് പിന്നിൽ നില്ക്കുന്നതവൻ ശ്രദ്ധിച്ചത്.

അവളോട് എവിടെയാണ് ഇരിക്കാൻ പറയുക? മുറി അത്ര വൃത്തികേടായി കിടക്കുകയാണ്. ഒടിഞ്ഞ ഒരു കസേര അവൾക്ക് ഇരിക്കാനായി അവൻ

നീക്കിയിട്ടു. രത്ന പുഞ്ചിരിച്ചുകൊണ്ടു ചോദിച്ചു. "ഞാൻ ആരെയാണു കൂട്ടിക്കൊണ്ടു വന്നിരിക്കുന്നതെന്ന് ഊഹിക്കാമോ?"

സുരഞ്ജൻ രത്നയുടെ സഹോദരനെ കണ്ടിട്ടില്ല. ഈ യുവാവ് അവനായിരിക്കുമോ എന്ന് അതിശയത്തോടെ ഓർത്തു. രത്ന അണിഞ്ഞ വളകളെപ്പോലെ, മധുരമായ ശബ്ദത്തിൽ അവൾ പറഞ്ഞു.

"ഇതാണ് ഹുമയൂൺ, എന്റെ ഭർത്താവ്"

ശക്തമായൊരു ചുഴലിക്കാറ്റ് അവന്റെ ഹൃദയത്തിൽ ആഞ്ഞടിച്ചു! പിടിച്ചുതൂങ്ങാമെന്നാശിച്ച അവസാനത്തെ വൃക്ഷവും അവന്റെ കൺമുമ്പിൽ വച്ചുതന്നെ കടപുഴകി വീണു.

തന്റെ വ്യർത്ഥമായ ജീവിതം രത്നയോടൊപ്പം കെട്ടിപ്പടുക്കാമെന്ന ആശയിലായിരുന്നു സുരഞ്ജൻ. അവളിതാ ഒരു മുസ്ലിം ഭർത്താവിനോടൊപ്പം നിൽക്കുന്നു!

സുരഞ്ജന്റെ മുഖം ദേഷ്യംകൊണ്ട് ഇരുണ്ടു. ഇതെങ്ങനെ തന്നോടു ചെയ്യാനവൾക്കു കഴിഞ്ഞു! അതും ഭർത്താവിനെ തന്റെ അരികിലേക്കു കൂട്ടിക്കൊണ്ടു വരുവാൻ എങ്ങനെ ധൈര്യപ്പെട്ടു! രത്നയോടും അവളുടെ സുമുഖനായ (ഒരുപക്ഷേ ധനികനും) ഭർത്താവിനോടുമൊപ്പം തന്റെ വൃത്തികെട്ട മുറിയിലിരുന്നു കൊച്ചുവർത്ത മാനം പറയാൻ അവൻ തീർച്ചയായും തയ്യാറല്ല. അവനോട് ഹസ്തദാനം ചെയ്ത്, വീണ്ടും വരണമെന്നു പറയാനും തയ്യാറല്ല. ആചാരമര്യാദകളെല്ലാം പോയി തുലയട്ടെ! പെട്ടെന്നയാൾ അതിഥികളുടെ നേരെ തിരിഞ്ഞു പറഞ്ഞു.

"എനിക്ക് ഒരത്യാവശ്യകാര്യത്തിനായി പുറത്തുപോകേണ്ടതുണ്ട്. നിങ്ങളോടു സംസാരിച്ചിരിക്കാൻ സമയമില്ല."

അദ്ഭുതവും നടുക്കവും അവരുടെ മുഖത്തു പ്രതിഫലിച്ചു. കടന്നു വന്നതിൽ ക്ഷമ യാചിച്ചുകൊണ്ടു പെട്ടെന്നവർ തിരിച്ചു പോയി. സുരഞ്ജൻ വാതിൽ കൊട്ടിയടച്ച് ശ്വാസം നിലച്ചതുപോലെ അതിൽ പുറം ചാരിനിന്നു. നിശ്ചലമായ ആ നില വളരെനേരം തുടർന്നു. കിരൺമൊയ് ആ മുറിയിലേക്കു കടന്നുവന്നു ചോദിച്ചു "നീ കടം വാങ്ങിച്ച പണം തിരിച്ചുകൊടുത്തോ?"

'കടം' എന്ന വാക്കിനു വിഷം നിറഞ്ഞൊരു വശമുണ്ടെന്നവനു തോന്നി. അവൻ മറുപടി നൽകാതെ, കിരൺമൊയിയുടെ മുഖത്തേക്കു കോപത്തോടെ നോക്കി.

സുരഞ്ജനു നല്ലവണ്ണം ശ്വാസംമുട്ടൽ അനുഭവപ്പെട്ടു. തന്റെ മുറി ഒരു ഇസ്തിരിപ്പെട്ടി പോലെയാണെന്നും അതിൽനിന്നു രക്ഷപ്പെടാനൊരു മാർഗ്ഗവുമില്ലെന്നും അവനു തോന്നി. കുറച്ചുനേരം അവൻ വരാന്തയിലൂടെ നടന്നു. മഴക്കാലത്തെ പ്രളയംപോലെ കോളിളക്കം സൃഷ്ടിക്കുന്ന അവന്റെ ദുഃഖത്തെ ഒന്നിനും തടുക്കാനായില്ല.

കിരൺമൊയ് ഒരു കപ്പു ചായയുമായി എത്തി. അവന്റെ മേശമേൽ അതവൾ പതിവുപോലെ മെല്ലെ വച്ചു. അവൾ പോയി. സുരഞ്ജൻ ചായ എടുക്കാൻ പോയില്ല. കുറച്ചുനേരം കട്ടിലിൽത്തന്നെ കിടന്നു. പിന്നെ എഴുന്നേറ്റു.

പാലത്തിനരികിൽ പോയി മൃതദേഹം പരിശോധിക്കണോ? ആ ചിന്ത തന്നെ അവനെ വല്ലാതെ അസ്വസ്ഥനാക്കി. പെട്ടെന്നു തന്റെ വീടിന്റെ മുന്നിലെ ഓടയിൽ പൊങ്ങിക്കിടക്കുന്ന ഒരു മൃതശരീരം അവന്റെ മനസ്സിൽ തെളിഞ്ഞുവന്നു. വീടു മുഴുവൻ പുരാതനമായൊരു കുളംപോലെ നിശ്ചലമാണ്.

കുളങ്ങളിലെ നിശ്ചലമായ വെള്ളത്തിനു മീതെ ജലപ്രാണികൾ തെന്നി നീങ്ങുന്നതുപോലെ, വീട്ടിലെ മൂന്ന് അംഗങ്ങൾ ജീർണ്ണിച്ച ആ പരിസരത്ത്, പരസ്പരം കൂട്ടിമുട്ടാതെ, ഒരിക്കലും ആശയവിനിമയം നടത്താതെ തെന്നി നീങ്ങുന്നു.

ഒരു ദിവസം മുന്നറിയിപ്പൊന്നും കൂടാതെ കിരൺമൊയ് വീട്ടിലെ നിശ്ശബ്ദത ഭേദിച്ചു. അവൾ പൊട്ടിക്കരഞ്ഞു. ആ കരച്ചിലിന്റെ ശബ്ദം ഭൂഗർഭത്തിൽ നിന്നാണുയരുന്നതെന്നു തോന്നി. അത്ര കഠിനവും അസഹ്യവുമായിരുന്നു അവളുടെ കരച്ചിലിന്റെ ശബ്ദം. അതുകേട്ടു സുധാമൊയ് ഞെട്ടിത്തെറിച്ചു എഴുന്നേറ്റിരുന്നു; സുരഞ്ജൻ ഓടിയെത്തി. ചുമരിൽ തലചായ്ച്ച് അമ്മ നിൽക്കുകയാണ്. നിയന്ത്രണമില്ലാതെ പൊട്ടിക്കരയുന്നു.

ഈ കണ്ണുനീർ നിർത്താനാവാത്തതാണെന്നു സുരഞ്ജനറിയാം. കരഞ്ഞു തന്നെ തീർക്കേണ്ടതാണ്. ദിവസങ്ങളോളം ഈ കണ്ണുനീർ അവൾ തടഞ്ഞുനിർത്തി. എന്നാൽ, അണക്കെട്ടു തകർന്നിരിക്കുന്നു. അവർക്കു ചെയ്യാവുന്ന ഒരേ ഒരു കാര്യം വെള്ളം ഒഴുകിത്തീരുന്നതുവരെ കാത്തിരിക്കലാണ്.

സുധാമൊയ് തല കുമ്പിട്ട് ഒരേ ഇരിപ്പാണ്. അവളുടെ പൊട്ടിക്കരച്ചിൽ അയാളുടെ ഹൃദയത്തിൽ തുളച്ചുകയറി. നിസ്സഹായനായി അയാൾ ഇരുന്നു. അവൾ തേങ്ങിത്തേങ്ങിക്കരഞ്ഞു; എന്തിനാണവൾ കരയുന്നതെന്ന് ആരും ചോദിച്ചില്ല. ചോദിക്കേണ്ട യാതൊരാവശ്യവുമില്ല. ആരും അവളെ ആശ്വസിപ്പിച്ചില്ല കാരണം, ആർക്കും അതിനു കഴിയില്ല.

സുരഞ്ജൻ മുറിയുടെ വാതിൽക്കൽ നിന്നു. പിന്നെ നിശ്ശബ്ദനായി നടന്നു. അയാളുടെ കാലടിസ്വരം അമ്മയുടെ കണ്ണുനീർ പ്രവാഹത്തെ ശല്യപ്പെടുത്തരുതെന്ന മട്ടിൽ.

തന്റെ സ്വപ്നഗൃഹം തകർന്നു തരിപ്പണമായി. കത്തിച്ചാമ്പലായി. കിരൺമൊയിയുടെ പെട്ടെന്നുള്ള കരച്ചിൽ അവരെയെല്ലാം ഞെട്ടിച്ചപോലെ, കഠിനമായ മനോവേദനയോടെയുള്ള ഒരു പൊട്ടി ക്കരച്ചിൽ സുരഞ്ജനിൽ നിന്നുമുയർന്നു "ബാബാ..."

സുധാമൊയ് അവനുനേരെ നോക്കി, വല്ലാത്ത ഞെട്ടലോടെ. സുരഞ്ജൻ അച്ഛന്റെ കൈകൾ കൂട്ടിപ്പിടിച്ചു യാചിച്ചു "ബാബാ, രാത്രി മുഴുവൻ ഞാൻ ഒരേ കാര്യമാണു ചിന്തിച്ചുകൊണ്ടിരുന്നത്. നിങ്ങൾ എന്റെ അഭ്യർത്ഥന സ്വീകരിക്കില്ലെന്നെനിക്കറിയാം, എന്നാലും ഞാൻ യാചിക്കുകയാണ്. ദയവായി, ബാബാ... ദയവായി. വരൂ, നമ്മൾക്കു പോകാം."

സുധാമൊയ് ചോദിച്ചു "എങ്ങോട്ട്?"

"ഇന്ത്യ."

"ഇന്ത്യ?" സുധാമൊയിയുടെ മുഖത്തു വിരക്തിയും വെറുപ്പും വ്യാപിച്ചു. മകൻ ശകാരിച്ചതുപോലെയാണയാൾക്കു തോന്നിയത്. അത്തരം ഒരു വാക്ക് അവന്റെ വായിൽ നിന്നുയരുമെന്നയാൾ പ്രതീക്ഷിച്ചിരുന്നില്ല.

കിരൺമൊയിയുടെ കണ്ണുനീർ സാവധാനം കുറഞ്ഞു വന്നു. അവളുടെ ശരീരം അപസ്മാരരോഗിയെപ്പോലെ വിറച്ചു. അവൾ തറയിൽ വീണു. സുധാമൊയിയുടെ ഭാവം അപ്പോഴും വെറുപ്പു കലർന്നതായിരുന്നു.

"ഇന്ത്യ നിന്റെ അച്ഛന്റെയോ മുത്തച്ഛന്റെയോ ഗൃഹമാണോ? നിന്റെ കുടുംബത്തിൽനിന്നുള്ള ആരാണ് ഇന്ത്യയിൽ താമസിക്കുന്നത്? നീ സ്വന്തം മാതൃരാജ്യത്തിൽനിന്ന് ഓടിപ്പോകാനാഗ്രഹിക്കുന്നോ... നിനക്കു ലജ്ജ തോന്നുന്നില്ലേ?"

''ഏതു മാതൃരാജ്യത്തെക്കുറിച്ചാണു നിങ്ങൾ പറയുന്നത്, ബാബാ? ഈ രാജ്യം നിങ്ങൾക്കെന്താണു തന്നിട്ടുള്ളത്? എന്താണു തരുന്നത്? നിങ്ങളുടെ ഈ രാജ്യം മായയ്ക്കു നൽകിയത് എന്താണ്? എന്റെ അമ്മയ്ക്ക് എന്തുകൊണ്ട് ഇങ്ങനെ കരയേണ്ടിവരുന്നു? നിങ്ങൾ രാത്രി മുഴുവൻ എന്തു കൊണ്ടു ഞരങ്ങുന്നു? എനിക്കെന്തുകൊണ്ട് ഉറക്കം കിട്ടുന്നില്ല?"

"വർഗ്ഗീയ കലാപങ്ങൾ എല്ലാ രാജ്യങ്ങളിലും പൊട്ടിപ്പുറപ്പെടുന്നുണ്ട്. ഇന്ത്യയിൽ വർഗ്ഗീയ കലാപങ്ങളില്ലേ? അവിടെ ജനങ്ങൾ മരിക്കുന്നില്ലേ? ഇവിടെ മരിച്ചവരുടെ കണക്കു നീ സൂക്ഷിച്ചിട്ടുണ്ടോ?"

"അവ കലാപമാണെങ്കിൽ എനിക്കു മനസ്സിലാക്കാം, ബാബാ. അവ കലാപങ്ങളേ അല്ല. മുസ്ലിമുകൾ ഹിന്ദുക്കളെ കൊന്നൊടുക്കലാണ്."

"അപ്പോൾ നീ നിന്നെ ഒരു ഹിന്ദു എന്നു വിളിക്കുന്നോ?" ദേഷ്യപ്പെട്ട് കട്ടിലിൽ നിന്നെഴുന്നേൽക്കാൻ സുധാമൊയ് ശ്രമിച്ചു. സുരഞ്ജൻ അച്ഛനെ പിടിച്ചിരുത്തി അഭ്യർത്ഥന തുടർന്നു.

"നമ്മൾ എത്രതന്നെ സ്വയം അവിശ്വാസികളാണെന്നു വിളിച്ചാലും എത്ര തന്നെ മനുഷ്യസ്നേഹി എന്നു വിളിച്ചാലും പുറത്തുള്ള ആ മനുഷ്യർ ഹിന്ദുക്കൾ എന്നേ വിളിക്കൂ. അവർ നമ്മളെ 'ബാസ്റ്റാർഡ്സ്' എന്നാണു വിളിക്കുന്നത്. ഈ രാജ്യത്തെ നമ്മൾ കൂടുതൽ സ്നേഹിക്കുന്തോറും അതിനെ കൂടുതൽ സ്വന്തമായി കരുതുംതോറും അവർ നമ്മളെ കൂടുതൽ

ചവറ്റുകുട്ടയിലേക്ക് തള്ളും. ആരാരുമില്ലാതെ നമ്മൾ ഒറ്റപ്പെടും. നമ്മൾക്കവരെ വിശ്വസിക്കാനാവില്ല, ബാബാ. നിങ്ങൾ ഒരുപാടുപേരെ സൗജന്യമായി ചികിൽസിച്ചിട്ടില്ലേ? അവരിലെത്ര പേർ നിങ്ങളുടെ വിഷമസമയത്ത് അടുത്തു വന്നു നിന്നിട്ടുണ്ട്?

ഇന്നല്ലെങ്കിൽ നാളെ നമ്മളുടെ മൃതശരീരം പാലത്തിനു കീഴെ കാണാറാകും. ബാബ, ദയവായി നമ്മൾക്കു പോകാം.... നമ്മൾക്കു പോകാം..."

"മായ തിരിച്ചു വരും."

"മായ തിരിച്ചുവരില്ല, ബാബാ. മായ തിരിച്ചുവരില്ല." സുരഞ്ജന്റെ ശബ്ദം ദുഃഖംകൊണ്ടു കനത്തു.

സുധാമൊയ് കട്ടിലിൽ കിടന്നു. അയാളുടെ ശരീരം വളഞ്ഞു പുളഞ്ഞു. അയാൾ ക്ഷീണിച്ച സ്വരത്തിൽ പിറുപിറുത്തു.

"എനിക്കു മായയെ സംരക്ഷിക്കാൻ കഴിഞ്ഞില്ലെങ്കിൽ, ആരെയാണ് സംരക്ഷിക്കാനാകുക?"

"നമ്മളെത്തന്നെ. നമ്മൾക്കു നഷ്ടപ്പെട്ടതിനെ ഓർത്തു വിലപിക്കാൻ വേണ്ടി മാത്രം നമ്മളിവിടെ നിൽക്കണോ? അതും ഈ കലാപകാലത്ത്? ഒരിടത്തും ഇവിടെ നമ്മൾക്കു സുരക്ഷിതത്വമില്ല, ഒട്ടും. ദയവായി... ഈ സ്ഥലത്തുനിന്നു നമ്മൾക്കു പോകാം ബാബാ."

"നമ്മൾ ഇന്ത്യയിൽ എന്തു ചെയ്യും?"

"എന്തെങ്കിലും. ഇവിടെ നമ്മൾ എന്താണു ചെയ്യുന്നത്? നമ്മൾ സുഖ സമൃദ്ധിയിലാണോ? നമ്മൾ വളരെ സന്തുഷ്ടരാണോ?"

"വേരുകളില്ലാത്തൊരു ജീവിതം..."

"നിങ്ങളുടെ വേരുകൾകൊണ്ടു നിങ്ങൾ എന്തു ചെയ്യാനാണ്? നിങ്ങളുടെ വേരുകൾ അത്ര കരുത്തുള്ളതാണെങ്കിൽ ജനലുകളും വാതിലുകളും അടച്ചിട്ട് ഒളിച്ചിരിക്കണോ? ഇതുപോലെ ജീവിതകാലം മുഴുവൻ കഴിയണോ? നമ്മുടെ വീടുകളിൽ ഇടിച്ചുകയറി, നമ്മളെ കൊല്ലുന്നത് അവർക്കൊരു ശീലമായി. ഒരു എലിയെപ്പോലെ ജീവിക്കാനെനിക്കു ലജ്ജ തോന്നുന്നു, ബാബാ അതെന്നെ കീറിമുറിക്കുന്നു, എന്റെ കൈകൾ ബന്ധിക്കപ്പെട്ടിരിക്കുകയാണ്. എനിക്കു കോപം വരുമ്പോൾ, അവരുടെ ഏതാനും വീടുകൾ എനിക്കു കത്തിച്ചുകളയാനാകുമോ? നമ്മൾ എല്ലാം നശിച്ച്, അപമാനിതരായി ഇതെല്ലാം നോക്കിയിരിക്കണോ? എന്നെ ഒരു മുസ്ലിം അടിച്ചാൽ, അവനെ തിരിച്ചടിക്കാൻ എനിക്ക് എന്തുകൊണ്ട് അവകാശമില്ല? വേണ്ട, ബാബാ... നമ്മൾക്കിവിടന്നു രക്ഷപ്പെടാം. ദയവായി.... പോകാം."

“സ്ഥിതി ശാന്തമായിക്കൊണ്ടിരിക്കയാണ്. നീ എന്തിനാണിത്ര വിഷമിക്കുന്നത്? വികാരത്തിന് അടിമപ്പെടരുത്.”

“ശാന്തമായിക്കൊണ്ടിരിക്കയോ? അതെല്ലാം തെറ്റിദ്ധരിപ്പിക്കലാണ്. ഈ ക്രൂരതയും വിദ്വേഷവും പകയും എന്നും നിലനില്ക്കും. പല്ലും നഖവും കൂർപ്പിച്ചവർ നമ്മളെ കാത്തിരിക്കയാണ്. അവർ വയ്ക്കുന്ന കെണി നമ്മൾ ഒരിക്കലും സംശയിക്കില്ല. നിങ്ങൾ ദോത്തി ഉപേക്ഷിച്ച് എന്തിനാണു പൈജാമയിലേക്കു മാറിയത്? നിങ്ങൾക്കു ദോത്തി ധരിക്കാനുള്ള സ്വാതന്ത്ര്യം എന്തുകൊണ്ടില്ല? വരൂ, നമ്മൾക്കു പോകാം...”

സുധാമൊയ് ദ്വേഷ്യത്തിൽ അലറി “ഇല്ല, ഞാൻ പോകില്ല.” അയാൾ പറഞ്ഞു “നിനക്കു വേണമെങ്കിൽ പോകാം.”

“നിങ്ങൾ വരില്ലേ?”

“ഇല്ല...” വെറുപ്പോടെ സുധാമൊയ് തല തിരിച്ചു.

“ഞാൻ വീണ്ടും ആവശ്യപ്പെടുകയാണു, ബാബാ... ദയവായി... നമ്മൾക്കു പോകാം.” സുരഞ്ജൻ യാചിച്ചു.

സുധാമൊയ് ദൃഢസ്വരത്തിൽ ആവർത്തിച്ചു: “ഇല്ല”

“ഇല്ല” എന്ന വാക്കു സുരഞ്ജന്റെ മുതുകത്ത് ഇരുമ്പുവടി പോലെ വന്നു പതിച്ചു.

തന്റെ യത്നം പരാജയപ്പെടുമെന്നു സുരഞ്ജന് എന്നും അറിയാമായിരുന്നു. സുധാമൊയ് അത്ര കടുംപിടുത്തക്കാരനാണ്, സ്വന്തം ആദർശം മുറുകെ പിടിക്കുന്നവൻ. അയാളെ ഇളക്കാൻ യാതൊരു മാർഗ്ഗവുമില്ല. ചവിട്ടും തൊഴിയും കൊണ്ടാലും സ്വന്തം മാതൃരാജ്യം വിട്ടയാൾ പോകില്ല. ആ മണ്ണിലെ പാമ്പുകളും സർപ്പങ്ങളും അയാളെ കടിച്ചേക്കാം. എന്നാലും ആ മണ്ണിൽത്തന്നെ അയാൾ വീണുമരിക്കും.

കിരൺമൊയ് കരച്ചിൽ നിർത്തി. മുറിയുടെ മൂലയിൽ വച്ചിട്ടുള്ള രാധ-കൃഷ്ണ പടത്തിലേക്ക് ഉറ്റുനോക്കി നില്ക്കുകയാണ്. അവൾ കൃഷ്ണ ഭഗവാനെ പ്രാർത്ഥിക്കുകയാണെന്നു തോന്നുന്നു. വിഷമങ്ങൾ, ആശങ്ക, അരക്ഷിതാവസ്ഥ, പീഡനം, മരണം എന്നിവയിൽ നിന്നു മുക്തമായ ജീവിതത്തിനുവേണ്ടി.

ഒറ്റയ്ക്കു നിരാശയുടെ നദി നീന്തിക്കടക്കാനാവാതെ സുരഞ്ജൻ തളർന്നു നിന്നു. രാത്രി ആയി. രാത്രി വളരെ വൈകിയപ്പോൾ ഏകാന്തതയുടെ അലകൾ അവനെ തകർത്തു. സ്വന്തമെന്നു പറയാൻ അവന് ആരുമില്ല. ആരെയും ആശ്രയിക്കാനോ വിശ്വസിക്കാനോ ഇല്ല. സ്വന്തം രാജ്യത്തവൻ പരദേശിയായിരിക്കുന്നു. സ്വന്തം ജ്ഞാനം, ഉൾക്കാഴ്ച, ലോകപരിജ്ഞാനം എല്ലാം വ്യർത്ഥമായിരിക്കുന്നു. സ്വന്തം മാർഗ്ഗത്തിന്റെ അവസാനത്തിലെത്താറായെന്നവനു തോന്നി.......

ഓരോരുത്തനും അവനവന്റെ ജീവിതം ഭീതിദമായ അന്ത്യത്തിൽ എത്തും എന്നാണു പ്രതീക്ഷിക്കുന്നത്. ഇപ്പോൾ അതു മായയ്ക്കുവേണ്ടി യല്ല ആശങ്കാകുലമായ ഭാവിക്കുവേണ്ടി. അവരെല്ലാം ഒറ്റയ്ക്കാണ്, അത്രയ്ക്ക് ഏകാന്തതയിൽ കഴിയുന്നവർ. പരിചയക്കാരും മുസ്ലിം സുഹൃത്തുക്കളും ഇടയ്ക്കിടെ അവരെ സന്ദർശിക്കാറുണ്ട്. എന്നാൽ, ഈ രാജ്യത്തിൽ സുരക്ഷിതമായി ജീവിക്കാനാകുമെന്ന് അവർക്കാർക്കും ഒരു ഉറപ്പു നൽകാൻ കഴിഞ്ഞില്ല. "നിങ്ങൾ വിഷമിക്കേണ്ട ആവശ്യമില്ല, പേടിച്ചു പിൻമാറേണ്ട." ആരും അത് പറഞ്ഞിട്ടില്ല.

നിങ്ങൾക്കു സുരക്ഷിതത്വത്തോടെ നടക്കാം, നിർഭയമായി ജോലി ചെയ്യാം, ഹൃദ്യമായി ചിരിക്കാം, മനസ്സമാധാനത്തോടെ ഉറങ്ങാം." എന്ന് ഉറപ്പു നല്കാനാരുമില്ല; ആരുമില്ല...

രാത്രി മുഴുവൻ സുരഞ്ജൻ ഉറങ്ങാനാവാതെ കിടക്കയിൽ തിരിഞ്ഞും മറിഞ്ഞും കിടന്നു.

പതിമ്മൂന്നാം ദിവസം

രാത്രിയുടെ അന്തിമയാമങ്ങളിലാണ് അവസാനം സുരഞ്ജൻ ഉറങ്ങിയത്. ഉറക്കത്തിൽ വിചിത്രമായൊരു സ്വപ്നം അവൻ കണ്ടു. അവൻ ഒറ്റയ്ക്ക് ഒരു പുഴയോരത്തിലൂടെ നടക്കുകയാണ്. അങ്ങനെ നടന്നു കൊണ്ടിരിക്കവെ ഒരു വലിയ തിരമാല വന്ന് അവനെ പുഴയുടെ ആഴങ്ങളിലേക്കു വലിച്ചു കൊണ്ടുപോയി. ഒരു ചുഴിയിൽപെട്ടു, സാവധാനം അടിയിലേക്കു മുങ്ങിത്താഴ്ന്നുകൊണ്ടിരിക്കയാണ്. അവൻ ജീവിക്കാനാഗ്രഹിച്ചു, എന്നാലും കരയിലേക്കെത്തിക്കാനവിടെ ആരുമില്ല. അവൻ പുഴയുടെ ആഴങ്ങളിലേക്കു താഴ്ന്നുകൊണ്ടിരിക്കുമ്പോൾ, വിയർക്കുന്നതായി അവൻ കണ്ടു.

അതേസമയം മൃദുവായൊരു കൈ അവനെ സ്പർശിച്ചു. അവനെ ഉണർത്തി. ചുഴിയിൽ പെട്ടെന്ന്, ആരും രക്ഷിക്കാനില്ലാതെ, നിരാശയും പേടിയും സഹിക്കാനാകാതെ മുങ്ങിചാകുമ്പോൾ, അന്തിമനിമിഷത്തിൽ ഒരു കരം തന്നെ രക്ഷിക്കാനായി നീളുന്നതവൻ കണ്ടു. ആ കൈ സകലശക്തിയോടെയും അവൻ മുറുക്കിപ്പിടിച്ചു. പൂർണ്ണമായി ഉണർന്നു കഴിഞ്ഞപ്പോൾ, താൻ പിടിച്ച കൈ അച്ഛന്റെ കരുത്തേറിയ കരമാണെന്നവൻ തിരിച്ചറിഞ്ഞു.

ഭാര്യയുടെ സഹായത്തോടെ അയാൾ സുരഞ്ജന്റെ കിടക്കയ്ക്കരികിലേക്കു നടന്നു വന്നു. അവിടെ മകൻ ദുഃസ്വപ്നം കണ്ടു കിടന്നു നിലവിളിക്കുകയായിരുന്നു. മകന്റെ കരം ഗ്രഹിച്ച് അടുത്തിരുന്നപ്പോൾ, പുതിയൊരു പ്രകാശം ആ കണ്ണുകളിൽ ജ്വലിച്ചു.

കാലാനുക്രമണിക

1947: 1947 ആഗസ്റ്റ് 15നു ഇന്ത്യൻ ഉപഭൂഖണ്ഡം വിഭജിക്കപ്പെട്ടു. കിഴക്കൻ ബംഗാൾ പാക്കിസ്താന്റെ ഭാഗമായി.

1952: കിഴക്കൻ ബംഗാളിൽ, ബംഗാളി ദേശീയ ഭാഷയാക്കുന്നതിനു വേണ്ടിയുള്ള ഭാഷാ സമരം ആരംഭിച്ചു.

1966: സ്വയംഭരണം നേടുന്നതിനായി ആറു നിർദ്ദേശങ്ങൾ അടങ്ങിയ അവകാശപത്രിക സമർപ്പിക്കപ്പെട്ടു.

1969: കിഴക്കൻ പാക്കിസ്താൻ ജനത പാക്കിസ്താന്റെ അധീശത്വത്തിനെതിരെ പടയൊരുക്കം തുടങ്ങി.

1971: 1971 മാർച്ച് 26നു കിഴക്കൻ പാക്കിസ്താൻ സ്വാതന്ത്ര്യം നേടി. ബംഗ്ലാദേശ് പിറന്നു. എങ്കിലും 16 ഡിസംബർ വരെ പോരാട്ടം തുടർന്നു. ഇന്ത്യയുടെ സഹായത്തോടെ പാക്കിസ്താൻ പൂർണമായും പിൻമാറ്റപ്പെട്ടു.

1975: ഷെയിക് മുജീബർ റഹ്മാന്റെ സർക്കാരിനെ പട്ടാളം അട്ടിമറിച്ചു.

1978: മതേതരത്വം തത്ത്വത്തിൽ അംഗീകരിച്ചിട്ടുള്ള ബംഗ്ലാദേശ് ഇസ്ലാമിക സ്റ്റേറ്റായി പ്രഖ്യാപിക്കപ്പെട്ടു.

1990: അയോദ്ധ്യയിലെ ബാബറി മസ്ജിദ് പ്രശ്നത്തോടെ, ബംഗ്ലാദേശിൽ കലാപം പൊട്ടിപ്പുറപ്പെട്ടു.

1992: ഡിസംബർ ആറിനു ബാബറി മസ്ജിദ് തകർക്കപ്പെട്ടതോടെ ബംഗ്ലാദേശിലെങ്ങും ന്യൂനപക്ഷ (ഹിന്ദു) മതത്തിനെതിരെ വർഗ്ഗീയ കലാപം പടർന്നു.

മൂലഗ്രന്ഥത്തിൽ ചേർത്തിട്ടുള്ള സംഭവങ്ങളുടെ സ്ഥിതിവിവര ക്കണക്കുകൾ വൈരസ്യമൊഴിവാക്കുന്നതിനും വായന സുകര മാക്കുന്നതിനും വേണ്ടി ഈ വിവർത്തനത്തിൽ ഒഴിവാക്കിയിട്ടുണ്ട്.

-എഡിറ്റർ